உப பாண்டவம்

எஸ். ராமகிருஷ்ணன்

தேசாந்திரி பதிப்பகம்

தேசாந்திரி பதிப்பக வெளியீடு: 10

உப பாண்டவம் நாவல்
எஸ்.ராமகிருஷ்ணன்

நான்காம் பதிப்பு: அக்டோபர் 2021

தேசாந்திரி பதிப்பகம்,
டி-1, கங்கை அப்பார்ட்மெண்ட்,
110, 80 அடி ரோடு, சத்யா கார்டன்,
சாலிக்கிராமம், சென்னை 600 093.
தொலைபேசி: 044 2364 4947.
விலை: ரூ.375

Upa pandavam Novel
S.Ramakrishnan ©

Fourth Edition: Oct 2021, Pages: 400
Size: Demy 1x8, Paper: 18.6 kg maplitho

Published by :
Desanthiri Pathippagam
D-1, Gangai Apartments,
110, 80-Feet Road, Satya Garden, Saligramam,
Chennai - 600 093, Ph: 044 2364 4947
Email : desanthiripathippagam@gmail.com
www.desanthiri.com

ISBN: 978-93-87484-15-3
Wrapper Design: Hari Prasad
Printed by: Ramani Print Solution, Chennai.

Price: Rs.375

எஸ்.ராமகிருஷ்ணன்

எஸ்.ராமகிருஷ்ணன், விருதுநகர் மாவட்டம் மல்லாங்கிணறு கிராமத்தில் 1966ல் பிறந்தார். முழுநேர எழுத்தாளரான இவர் தற்போது சென்னையில் வசிக்கிறார்.

சிறுகதைத் தொகுப்புகள்: எஸ்.ராமகிருஷ்ணன் கதைகள், நடந்து செல்லும் நீரூற்று, பதினெட்டாம் நூற்றாண்டின் மழை, அப்போதும் கடல் பார்த்துக் கொண்டிருந்தது, நகுலன் வீட்டில் யாருமில்லை. புத்தனாவது சுலபம், வெளியில் ஒருவன், காட்டின் உருவம், தாவரங்களின் உரையாடல், வெயிலைக் கொண்டு வாருங்கள், பால்ய நதி, மழைமான், குதிரைகள் பேச மறுக்கின்றன, காந்தியோடு பேசுவேன், நீரிலும் நடக்கலாம், என்ன சொல்கிறாய் சுடரே, சைக்கிள் கமலத்தின் தங்கை, தனிமையின் வீட்டுக்கு நூறு ஜன்னல்கள்.

நாவல்: உப பாண்டவம், நெடுங்குருதி, உறுபசி, யாமம், துயில், நிமித்தம், சஞ்சாரம், இடக்கை, பதின்.

கட்டுரைத் தொகுப்புகள்: விழித்திருப்பவனின் இரவு, இலைகளை வியக்கும் மரம், என்றார் போர்ஹே, கதாவிலாசம், தேசாந்திரி, கேள்விக்குறி, துணையெழுத்து, ஆதலினால், வாக்கியங்களின் சாலை, சித்திரங்களின் விசித்திரங்கள், நம் காலத்து நாவல்கள், காற்றில் யாரோ நடக்கிறார்கள், கோடுகள் இல்லாத வரைபடம், மலைகள் சப்தமிடுவதில்லை, வாசகபர்வம், சிறிது வெளிச்சம், காண் என்றது இயற்கை, செகாவின் மீது பனி பெய்கிறது, குறத்தி முடுக்கின் கனவுகள், என்றும் சுஜாதா, கலிலியோ மண்டியிடவில்லை, சாப்ளினுடன் பேசுங்கள், கூழாங்கற்கள் பாடுகின்றன, எனதருமை டால்ஸ்டாய், ரயிலேறிய கிராமம், பிகாசோவின் கோடுகள், இலக்கற்ற பயணி, செகாவ் வாழ்கிறார், ஆயிரம் வண்ணங்கள், இந்திய வானம், நிலம் கேட்டது கடல் சொன்னது, வீடில்லாத புத்தகங்கள், நிலவழி, உலகை வாசிப்போம், எழுத்தே வாழ்க்கை, நாவல் எனும் சிம்பொனி.

திரைப்பட நூல்கள்: பதேர் பாஞ்சாலி-நிதர்சனத்தின் பதிவுகள், அயல் சினிமா, உலக சினிமா, பேசத் தெரிந்த நிழல்கள், இருள் இனிது ஒளி இனிது, பறவைக் கோணம், சாமுராய்கள் காத்திருக்கிறார்கள், குற்றத்தின் கண்கள்.

குழந்தைகள் நூல்கள்: கால் முளைத்த கதைகள், ஏழு தலைநகரம், கிறுகிறு வானம், லாலிபாலே, நீளநாக்கு, தலையில்லாத பையன், எனக்கு ஏன் கனவு வருது, காசு கள்ளன், பம்பழாபம், சிரிக்கும் வகுப்பறை, அக்கடா, பூனையின் மனைவி, இறக்கை விரிக்கும் மரம், உலகின் மிகச்சிறிய தவளை, எலியின் பாஸ்வேர்ட்.

உலக இலக்கியப் பேருரைகள்: ஆயிரத்தொரு அரேபிய இரவுகள், ஹோமரின் இலியட், ஷேக்ஸ்பியரின் மெக்பத், ஹெமிங்வேயின் கடலும் கிழவனும், தஸ்தாயெவ்ஸ்கியின் குற்றமும் தண்டனையும், லியோ டால்ஸ்டாயின் அன்னா கரீனினா, பாஷோவின் ஜென் கவிதைகள்.

வரலாறு: எனது இந்தியா, மறைக்கப்பட்ட இந்தியா.

நாடகத் தொகுப்பு: அரவான், சிந்துபாத்தின் மனைவி, சூரியனைச் சுற்றும் பூமி.

நேர்காணல் தொகுப்பு: எப்போதுமிருக்கும் கதை, பேசிக்கடந்த தூரம்.

மொழிப்பெயர்ப்புகள்: நம்பிக்கையின் பரிமாணங்கள், ஆலீஸின் அற்புத உலகம், பயணப்படாத பாதைகள்.

தொகை நூல்கள்: அதே இரவு, அதே வரிகள் (அட்சரம் இதழ்களின் தொகுப்பு), வொ்ன்ங்கும் பறவைகள், 100 சிறந்த சிறுகதைகள்.

பிறமொழி நூல்கள்: Nothing but water, Whirling Swirling sky.

இணையதளம்: www.sramakrishnan.com

மின்னஞ்சல்: writerramki@gmail.com

தங்கைகள்
கமலா, கோதை, உஷா
மூவருக்கும்

முன்னுரை

எனது முதல் நாவல் உபபாண்டவம். என்னால் திரும்ப எழுத முடியாது என நினைக்கும் நாவலும் இதுவே.

இந்நாவல் தொடர்ச்சியான கதையால் பின்னப்படாமல், சம்பவங்களால், துண்டிக்கப்பட்ட நிகழ்வுகளால் விவரிக்கப்பட்டுள்ளது. வெளியான முதல் பரந்த வாசக வரவேற்பிற்கும் பாராட்டுதலுக்கும் உள்ளான நாவலிது.

எனது பத்து வயதில் ஒரு மழைநாளில் ஒரு சொல்லாகத்தான் பாரதம் அறிமுகமானது. மகாபாரதத்தை முழுமையாக வாசிக்க நாலு ஆண்டுகள் செலவானது. இதிகாசம் நடைபெற்ற நிலத்தைத் தேடி இந்தியா முழுவதும் சுற்றியலைந்தேன். பின்பு தான் உப பாண்டவம் எழுதினேன்.

பாண்டவர்களின் கதையே மகாபாரதம் எனப் பலரும் கருதுகிறார்கள். அது பாண்டவர்களின் கதை மட்டுமில்லை. கௌரவர்களின் கதையும், உப பாண்டவர்களின் கதையும், இந்திய நிலத்தின் கதையும் கூடதான். மனிதர்கள் தங்கள் நினைவுகளைப் பாதுகாத்து கொள்வதைப் போல இந்திய நிலம் தனது பூர்வ நினைவுகளை இதிகாசத்தின் வழியே பாதுகாத்து வைத்துக் கொள்கிறது.

இந்தியாவை இணைக்கும் முக்கியக் கண்ணி மகாபாரதமே. காஷ்மீரிலிருந்து கன்யாகுமரி வரை அனைவருக்கும் அறிமுகமான இதிகாசமது. அந்த வகையில் தமிழில் மகாபாரதம் பற்றிய மறுவாசிப்பை நாவலாக மாற்றிய முதற்படைப்பு இதுவே.

இந்நாவல் தற்போது ஆங்கிலத்தில் மொழிபெயர்க்கப்பட்டு வெளி வரவுள்ளது மகிழ்ச்சியளிக்கிறது.

இதனை வெளியிடும் தேசாந்திரி பதிப்பகத்திற்கும், என்னையும் எழுத்தையும் நேசிக்கும் மனைவி சந்திரபிரபா, பிள்ளைகள் ஹரி மற்றும் ஆகாஷ், ஆசான் எஸ். ஏ.பெருமாள், கவிஞர் தேவதச்சன் ஆகியோருக்கு மனம் நிரம்பிய நன்றிகள்.

அட்டை வடிவமைத்த ஹரிபிரசாத்திற்கும், நூலாக்கம் செய்த மணிகண்டன் இருவருக்கும் அன்பும் நன்றியும்.

மிக்க அன்புடன்
எஸ் ராமகிருஷ்ணன்
15.2.2018

இரண்டாம் பதிப்பிற்கான முன்னுரை

ரிஷிகேசத்தில் இறங்கி நிற்கிறேன். இருளில் கங்கை எந்த திசையில் போய்க் கொண்டிருக்கிறது என்றே தெரியவில்லை. காற்றில் குளிர் உதிர்ந்து கொண்டிருந்த ஊரில் தசரா கொண்டாட்டத்திற்காக தேவியின் அலங்கார விளக்குகள் ஆள் அற்ற தெருக்களிலும் எரிகின்றன. ஊர் சரிவில் அமிழ்ந்திருக்கிறது. கங்கையின் வழியைத் தேடி நடந்து போகிறேன். கல்தளம் பாவிய தெருக்கள், பசுக்கள் செவ்வந்தி தின்று கொண்டிருக்கின்றன. அரக்கு படிந்த வீடுகள். கையில் சிறிய மண் விளக்குகளுடன் நாலைந்து பெண்கள் நதியை நோக்கிப் போய்க்கொண்டிருக் கிறார்கள். பாதை நதியை நோக்கிதான் செல்கிறது என நடக்க நடக்க வழியில் திரிசடையும் கௌபீனமுமாக எரியும் தழல்களுக்கு முன்னால் விரல்களைக் காட்டியபடி அமர்ந்திருக்கும் சந்நியாசிகள், கமண்டலம் நிறைய பாலை வாங்கிக்கொண்டு நடக்கும் வயதான மனிதன் ஹரி ஹரி என சொல்லிக்கொண்டு நடக்கிறான். படித்துறையை ஒட்டிய பெரிய சதுக்கத்தில் குளித்துக் கரை ஏறியவர்கள் ஈர உடலுடன் நின்று கொண்டிருக்கிறார்கள். இப்போது அருகாமையில்தான் எங்கோ கங்கை ஓடுகின்றது என்பதை உணர முடிந்தது. கண்களில் கங்கையின் பிரவாகம் தென்படவில்லை. நடந்து, இருளின் மெல்லிய திரையை விலக்கி கூழாங்கற்கள் படிந்த மணலில் நடந்தபோது கங்கையின் இருப்பு ஒரு மூச்சுக் காற்றென சப்தமிடுகிறது. அதன் ஓசையைக் கேட்கத் துவங்குகிறேன். சீரான மூச்சொலி, நதி இருளினுள் புரண்டு கொண்டிருக்கிறது.

கங்கையில் இறங்குகிறான் ஒரு சந்நியாசி. ஆசைகளைக் களைந்து விடுகிறான். கைகளைக் குவித்து பத்து கவளம் தண்ணிரை அள்ளிக் குடிக்கிறான். அவன் கண்கள் தழுதழுக்கின்றன. கங்காமா என தாயை வணங்குவது போல முழங்காலிட்டு குனிந்து சிரசைத்

தண்ணீரினுள் கொண்டு செல்கிறான். சில விநாடிகளில் முழு உடலும் தண்ணீரினுள் அமிழ்ந்துவிடுகிறது. கங்கை நதியில் யாரோ தொலைவில் விட்ட பூக்கள் மிதந்து வருகின்றன. அந்த மனிதன் தண்ணீரோடு ஏதோ பேசிக் கொண்டிருந்தது முடிந்துவிட்டது போல எழுந்து கொள்கிறான். தன் கையில் கொண்டுவந்த பையைக் கவிழ்க்கிறான். சிறிய மண் விளக்கும் செம்மஞ்சள் பூக்களும் உதிர்கின்றன. விளக்கைக் கொளுத்திக் காட்டுகிறான். கங்கையின் பிரவாகம் தொலைவு வரை ஒளியில் பிரகாசித்து மறைகிறது. அவன் தண்ணீரினுள் விளக்கை மிதக்கவிடுகிறான்.

நான் கங்கையினுள் இறங்குகிறேன். எனது உடல், நடுக்கத்தைமீறி மெல்ல தண்ணீரினுள் அமிழ்கிறது. சில நிமிஷ நேரத்தில் கங்கையின் மெல்லிய விரல்கள் முதுகை, தோளைத் தொடுகின்றன. நதியினுள் அமிழ்ந்து கொண்டேயிருக்கிறேன். சஞ்சயா, சஞ்சயா என்ற குரல் எங்கோ கேட்கிறது. யாரோ அழைக்கிறார்கள். நிமிர்ந்து தலையை வெளியே சிலுப்பி கரையைக் காண்கிறேன். திருதராஷ்டிரன் தனது மனைவியை அழைத்துக்கொண்டு எரிந்து கொண்டிருக்கும் வனத்திற்குள் போய்க் கொண்டிருக்கிறான். பிள்ளைகளை இழந்தபிறகு இனி மீதமிருப்பது உயிர் மட்டும்தானே. அதை தானே ஒப்படைக்க போய்க் கொண்டிருக்கிறான். ஏனோ நெருப்பு தன்னைப் பற்றிக்கொள்ளும் முன்பாக ஒரே ஒருமுறை சஞ்சயனை அழைக்க வேண்டும் போலிருந்தது. நாவு துடிக்க அழைக்கிறான். சஞ்சயன் வரவில்லை. காடு பற்றி எரிகிறது. திருதராஷ்டிரன் சாவின் அருகாமையில் போய்க் கொண்டே இருக்கிறான்.

என் தலைக்கு மேலே நதி ஓடிக்கொண்டிருக்கிறது. தண்ணீரினுள் பார்வை சிதறுகிறது.

இருள் கொஞ்சம் கொஞ்சமாக விலகுகிறது. மனிதர்கள் நடமாடத் துவங்குகிறார்கள். நதி மெல்ல புலப்படத் துவங்குகிறது. ஒரு கல்லில் உட்கார்ந்துகொண்டு கண் எட்டும் தூரம்வரை விரிந்து கிடக்கும் கூழாங்கற்களின் படுகையைப் பார்த்துக் கொண்டிருக்கிறேன். விதுரன் யாரையும் பார்க்க மறுத்து வனத்தில் நிர்வாணியாக அலைகிறான். அவனைக் காண்பதற்காக வந்து நிற்கிறான் யுதிஷ்ட்ரன். வார்த்தைகள் தன் நாவில் புரண்டுவிடக் கூடாது என்பதற்காக கூழாங்கற்களை நாவினடியில் வைத்தபடி நிற்கிறான் விதுரன். யுதிஷ்ட்ரன் யாசிக்கிறான். விதுரன் கூர்மையான ஈட்டியைப்போல ஒரேயொரு பார்வை பார்க்கிறான். பின்பு மரங்களுக்கு இடையே மறைந்துவிடுகிறான். விதுரனின்

கூழாங்கற்கள் தெறித்து விழுகின்றன. அது பாஷையை விழுங்கிவிட்டது.

சூரியன் வெளிப்படும்போது கங்கையின் பிரவாகம் தென்படத் துவங்குகிறது. கண்கொள்ள முடியாத பிரம்மாண்டம். நதியின் குறுக்காக படகில் கடக்கிறோம். எதிரேயொரு படகில் யாத்ரீகர்களின் கூட்டம். யாரோ பாடுகிறார்கள்.

'வேடர்கள் மானைத் துரத்திக்கொண்டு ஓடுகிறார்கள். மீன்கள் நதியினுள் ஒளிந்து கொண்டுவிட்டன. வானம் ரத்த நிறம் கொள்கிறது. குதிரைகளில் வீராதிவீரர்கள் சண்டையிடுகிறார்கள். கங்கைதான் சாட்சியாக இருக்கிறாள். கங்கையின் கண்களைப் பாருங்கள். அதில் உங்கள் மூதாதையர்களின் சாடை ஒளிந்து கொண்டிருக்கும்.'

பாடல் நதியில் மிதந்து போய்க் கொண்டேயிருக்கிறது.

நானும் பார்த்துக்கொண்டேயிருக்கிறேன். ஆதி மனம் புனைந்த கதையான மகாபாரதத்தின் காட்சிகள் இப்போதும் திட்டுகளாக ஆங்காங்கே மிதந்து கொண்டிருக்கின்றன. பத்து அக்ரோணி வீரர்கள், ரதசாரதிகள், அதிரதர்கள், மஹா வீரர்கள், யானை குதிரைகள் என யாவும் மஹா பிரசன்னத்தில் கங்கையில் இருந்து உயிர்த்தெழுந்து ஒரு இரவு மட்டும் காட்சி தருகின்றன. இப்போதும் அந்தக் காட்சி மறைந்துவிடவில்லைதான் போலும், நான் அவர்களின் நடுங்கிய குரலைதான் கேட்டிருக்கிறேன்.

உப பாண்டவம் ஒரு நவீன நாவல், கதை எழுத்தின் வழியே மீளும் ஆதிவேட்கை, மகாபாரதத்தின் மீதான நவபுனைவு. இது விதுரனின் நாவில் அடங்கிய கூழாங்கல்.

முதல் பதிப்பு வெளியான சில மாதங்களில் தீர்ந்து போன பிறகும் இதை மறுபதிப்பு செய்வதற்கு மனதளவில் சிறிது கால அவகாசம் தேவைப்பட்டது. கொஞ்சம் பயணமும் தனிமையும் இப்போது அதை சாத்தியமாக்கியிருக்கிறது. முதல் பதிப்பு வெளியானபோது சரியான எதிர்வினை தந்த நண்பர் ஆனந்திற்கும், சிறப்பான புத்தக உருவாக்கத்திற்காக நண்பர் சி. மோகனுக்கும் அகத்திற்கும் தோழமையுடன் நன்றி.

விருதுநகர்   எஸ். ராமகிருஷ்ணன்
2.12.2002

முதல் பதிப்பிற்கான முன்னுரை

ஒரு சொல்லாகதான் முதலில் மகாபாரதம் எனக்கு அறிமுகமானது.

எனக்குப் பத்து வயதிருக்கும் அப்போது கார்த்திகை மாதத்தின் மாலை நேரம் ஒன்றில் கீகாட்டிலிருந்து அம்மாவும் நானும் சகோதரிகளும் வீடு திரும்பிக் கொண்டிருந்தோம். பனைகளின் இடையே சடசடத்து மழை கூடியது. ஓடி, நனையாமல் நிற்கக்கூட இடமில்லை. மூவரும் ஓடத் துவங்கிய நிமிஷத்தில் மழை எங்களைத் துரத்திப் பற்றி நனைத்தது. இடியின் பேரோசையும் மின்னல் வெட்டும்கூடிய வெளியில் அம்மாவும் சகோதரிகளும் ''அர்ச்சுனன் பேர் பத்து. அர்ச்சுனன் பேர் பத்து'' என வேகமாக இடியோசை முன் சொல்லிண்டிருந்தார்கள். ஒரு சே பார்வையிலே நானும் அதைச் சொல்ல வேண்டுமென்ற கட்டாயமிருந்தது. நனைந்து வீடு திரும்பிய இரவிலும் மழை நீண்டது. காற்றோடுகூடிய மழையானதால் மின்சாரமற்ற இருளில் ஊரே மூழ்கிக் கொண்டிருக்க, நனைந்த தலைகளைத் துவட்டியபடி அரிக்கேன் விளக்கின் முன்னால் நிழல்களைப் பெருக்கிச் சுவரில் நடமாட விட்டுக் கொண்டிருந்தோம். காற்று கதவைத் தள்ளித் திறந்து விடுமென உரலை நகர்த்தி அண்டக் கொடுத் திருந்தார்கள். பயமற்ற மனிதனைப்போல கதவைத் தட்டி ஓய்கிறது காற்று. கதவிடைவெளியில் தெருவைப் பார்த்தபோது ஒளிப் பூச்சிகள் அலைவதுபோல நீர்த்துளிகள் படபடத்துக் கொண் டிருந்தன. மின்னல் கொடி கிளைத்து பலத்த இடியோசையுடன் எங்கோ அருகாமையில் வீழ்ந்தபோதும் அதே அர்ச்சுனன் பெயரை சகோதரிகள் முணுமுணுத்துக் கொண்டிருந்தனர்.

அப்போது அர்ச்சுனன் மழைநாளில் மட்டுமே நினைவுகொள்ளக் கூடியவனாகயிருந்தான்.

யாரென அறியாமல் பீமனும், கர்ணனும், அர்ச்சுனனும் எனக்குள் பிரவேசித்தார்கள். அப்போதும் மகாபாரதம் என்ற கதை

அறிமுகமாகவேயில்லை. ஒருநாளின் இரவில் பெட்ரோமாக்ஸ் ஒளியில் சிலர் அமர்ந்து வடதெருவில் சாவோடு சொந்தம் கொண்ட வயசாளி ஒருவனுக்குப் பாரதம் படிக்கப் போகிறார்கள் என அறிந்து பயமும் ஆர்வமும் மீறிட இரவில் அந்த வீட்டின் திண்ணையில் கேட்ட பாரதம் ஒரு சொல்புரியாத பாடலாக இருந்தது. திருவிழா நாளின் மேடை நாடகத்தில் பார்த்த பாண்டவர்கள் எங்கள் பகுதி மனிதர்களின் சாயலும் பேச்சு வழக்கும் கொண்டிருந்ததால் கதை நிஜ சம்பவமென்றே பலராலும் அறியப்பட்டுவந்தது.

மகாபாரதம் ஒரு இதிகாசம், வியாசரால் எழுதப்பட்டதென எழுத்துருவில் வாசிக்கத் துவங்கிய நாளில் பால்யம் கடந்திருந்தேன்.

பள்ளி நூலகத்தில் கிடைத்த பாரதம் மிகச்சிறிய புத்தகம். அதனைப் படித்த காலத்தில் கதையைவிட குதிரைகளும், வில் அம்பும், பசுக் கூட்டமும், வனத்தில் சுற்றியலைவதும்தான் பிடித்திருந்தன.

பாரதம் வீட்டில் வைத்துப் படிக்கக் கூடாது என்ற எழுதப்படாத நியதி கிராமத்தில் எப்போதுமிருந்தது. ஊர் சாவடியில் இருக்கும் மரப்பெட்டி ஒன்றில் பாரதம் துணி சுற்றி வைக்கப்பட்டுள்ளது என்ற ஒரு தகவலைச் சொல்லிய ஸ்நேகிதன், அதை எடுத்துப் படிக்கும் ஆவலைத் தூண்டிப் போனான். அந்தப் பெட்டியில் கடவுளின் வஸ்திரங்கள். தூபக்கரண்டிகள், குறுங் கத்திகள் இருந்தன. அதன் சாவி பண்டாரத்திடம் இருந்தது. தினமும் பூ கட்டிக் கொண்டுவரும் அவர் எப்போதாவது பெட்டியைத் திறக்கும்போது பழுத்த காகித நுனி தெரியும். காத்துக் கொண்டே யிருந்தேன். அதனை வாசித்து விடுவதற்காக கோடையில் மழைக் கஞ்சி காய்ச்சும் நாளில் அந்தப் பெட்டியைத் திறந்த பண்டாரம் புத்தகத்தை வெளியே எடுத்து வைத்தபோது நான் அதைப் படிக்கலாமா என தயங்கித் தயங்கிக் கேட்டதும், அவர் தந்துவிட்டார்.

வீட்டில் வைத்துப் படிக்க முடியாத புத்தகமானதால் படிப்பதற்காக படிக்கிணறு ஒன்றைத் தேர்வு செய்தேன். பகலில் அதனுள் அமர்ந்து படித்தபோது ஏதோ ஒருவித வசன நடையிலிருந்தது. வாசித்துவிட வேண்டுமென்ற வேகம் தவிர வேறு எதுவும் என்னிடமில்லை. மூன்றுநாட்களில் நானூறு பக்கத்தினையும் புரட்டி வாசித்துவிட்டுக் கொடுத்தபின்பு நான் பாரதம் படித்தவன் எனப் பெயர்களை என்னிஷ்டம்போல சொல்லி அலைந்த நாளில் உற்சாகம் மீறியது. நான் படித்ததும் முழு பாரதமல்ல. அதுவும் கதைச் சுருக்கம்தான் என சொன்ன பள்ளிக்கூட வாட்ச்மேன் அது ஒரு லட்சம் பக்கம் உள்ள புத்தகம் என ஒரு இரவில் மிக ரகசியமாகச் சொல்லிப் போனான்.

கை கொள்ள முடியாத அந்தப் புத்தகத்தை விட்டு நானறியாமல் விலகிப் போனேன்.

ஒருவராலும் முழுமையாக படித்தறியப்படாத புத்தகமென பல தொகுதி கொண்ட மகாபாரதம் யாவராலும் படிக்கப்பட்டதுபோல அறியப்பட்டிருந்த விந்தை மீறிட ஏதேதோ சமயங்களில் எவரெவர் வீடுகளிலோ மகாபாரதத் தொகுதிகள் கண்களில் பட்டு மறையும். எழுதத் துவங்கிய காலத்தில் புத்தக வேட்டைக்காக நகரம் நகரமாக அலைந்தபோது மகாபாரத புத்தக வரிசை பல பாகமாக வெளியாகி உள்ளதாக சொல்லிய நண்பர், அவை மகா பாரதா பதிப்பகம், கும்பகோணம் என்ற முகவரியில் கிடைக்குமென்றதால் சுற்றியலைந்தபோது ஒருவருக்கும் அதன் சுவடே தெரியவில்லை. பின் தேடி சேகரித்து பாதுகாத்து வரும், ஸ்ரீராமானுஜாச்சாரியார் ஸ்கிருதத்தில் இருந்து முழு *14000* பக்கங்கள் மொழியாக்கம் செய்த மகாபாரதத் தொகுதி, தமிழில் வெளிவந்த மிகச்சிறந்த புத்தக வரிசை. அதை வெளியிட அவர் அடைந்த கஷ்டங்களும் துயரமும் யாவும் இன்று அடையாளமற்றுப் போய்விட்டன. இப்போது இந்திய அளவிலும் அந்தத் தொகுதி சிறந்ததாக மூலப்பிரதியோடு ஒப்பிட்டு நோக்கி உறுதி செய்யப்பட்டுள்ளது.

பத்து வருஷங்களுக்குப் பிறகு பாரதக் கூத்து நடக்கும் ஆற்காடு பிரதேச கிராமங்களில் சுற்றியபோது மகாபாரதம் எனும் எழுத்துப் பிரதி முதன்மையானதல்ல. அது ஒரு வாழ்வியல் என அறிந்தேன். ஒப்பனையாளர்கள் அதை ரகசிய சரித்திரம்போல கூத்தாடுவதும், மனிதர்கள் ரத்த உறவின் கதையென்பதாகப் புரிந்துகொண்டதால், மகாபாரதம் எங்கோ நடந்ததல்ல. அது நடந்து கொண்டே இருக்கிறது. நடக்கப் போகிறது. துரியோதனன் இனிமேல்தான் யுத்தகளத்திற்குள் பிரவேசிக்கப் போகிறான் எனப் பதற்றமுறும் மனிதர்களில் ஒருவனானேன். அஸ்தினாபுரம், இந்திரப் பிரஸ்தம், குருக்ஷேத்திரம், துவாரகை என வட மாநிலங்களிலும் சுற்றி வந்தபோது இந்தக் கதைப்பின்னல் பெரிய நிலவியலின் முடிவற்ற சொல் வடிவமென உணர்ந்தேன்.

மகாபாரதம் பற்றிய கதை எழுத்துகளையும், நாடகங்களையும் சொல் கதைகளையும், பாடல்களையும் தேடி அலைபவனாகச் சென்று கொண்டேயிருந்தபோது, இக்கதை சமூக வரலாறு, ஆதி குடிகளின் தோற்றவியல், நகரங்கள் உருவாகிய சூழலின் பிரதிபலிப்பு, ரத்த உறவுகள், பாலியலின் வேட்கை, தர்ம போதனை, இரும்பு எனும் உலோகம் நுழைந்த கால ஆயுதப் போட்டி என பல்வேறு பார்வை கொண்டவர்களோடு இரவுகளில் விவாதித்து

நீண்டநாட்களில், புத்தகம் வேறு ரூபம் கொண்டபடியிருந்தது. மூல பாஷையில் அந்தப் புத்தகத்தினை எவராவது வாசித்து அர்த்தம் சொல்லக் கேட்டுவிட வேண்டுமென ஆசை மீறிட, கர்நாடகாவில் உள்ள நஞ்சன்கோடு என்ற ஊரில் உள்ள ஒருவரைப் பார்த்து வரச்சொல்லி என் நண்பர் அனுப்பிய கடிதத்தோடு நான் சந்தித்த மனிதர் வயதானவராயிருந்தார். ஒன்றிரண்டு நாட்கள் தன்னோடு தங்கியிருந்தால் சில பகுதிகளைப் படித்துக் காட்டுவதாகச் சொன்னார். நானும் அவரோடு தங்கியிருந்தேன். பகலில் அவர் சில பாடல்களைப் பாடுவார். தானே அது தொடர்பான நினைவுகளை, தொடர்புகளை விவரிப்பார். தமிழில் உள்ள பாடபேதம்கூட சொல்வார். நல்ல ஆங்கிலத்தில் பேசும் திறமை கொண்டிருந்த அவர் ஏதோ அரசுப் பணியில் இருந்து ஓய்வு பெற்றவராக இருந்தார். பகலைப் போலவே இரவிலும் சில நேரம் படிக்கச் சொல்லிக் கேட்பேன். அவர் மிக மிருதுவான குரலில் படித்துப் பொருள் சொல்வார். ஒரு நாளின் பின்னிரவில் அவர் வீட்டில் ஒரு ஸர்ப்பம் புகுந்துவிட்டது. வயதான அவர் மனைவி சப்தமிட அவர் கதவைத் திறந்தபடி கைகளைத் தடவித் தடவி மூலையில் இருந்த கம்பை எடுத்து வந்தார். அப்போதுதான் தெரிந்தது அவருக்கு இரவில் பார்வை தெரியாது என. ஆனால் அவர் இத்தனை நாள் சரியாகப் பக்கத்தைப் புரட்டி, எப்படி வாசிப்பதுபோல சொல் சொல்லாக மகாபாரத சுலோகங்களைச் சொல்ல முடிந்தது? எதைத் தன் விரல்வழி வாசித்தார்? மகாபாரதம் அவரது சொந்தக் குறிப்பு போல சதா மனதில் அவருக்கு எழுதப்பட்டுக்கொண்டே இருக்கிறதோ, மறு நாளிலே நான் அங்கிருந்து புறப்பட்டுப் போனேன். சில மாதங்களின் பின்பு ஒரு நாள் கேரளத்தில் அர்ச்சுனனை விடவும் பீமன் சௌந்தர்ய வசீகரம் கொண்டவனாகத் தோன்றி கதையாடும் நிகழ்ச்சியைக் கண்டபோது முன்பு அறிந்திராத பீமரூபம் உருக்கொண்டது.

எழுதத் துவங்கிய பிறகே மகாபாரதமெனும் பிரம்மாண்டத்தோடு எதிர்கொள்ள வேண்டிய பின்னடைவுகள் தோன்றத் துவங்கின. பித்தேறிய நிலையின்றி வேறு கணம் சாத்தியமல்ல என்பதைப் போல எழுத்தின் முனை நெருக்குகின்றது. அலைந்து கொண்டேயிருந்த என் இயல்பின் வடிவமே இந்தப் புத்தகமும் கொள்கிறது. பயண வழியில் நர்மதா நதியில் மிதந்து கொண்டிருந்த இறந்த மனிதன் ஒருவனைக் கண்டபோது அவன் காலத்தின் ஆழத்தில் இருந்து தப்பி மிதப்பதாகவே தோன்றியது.

குளிர் நிரம்பிய ஜனவரி மாதமொன்றின் அதிகாலையில் இந்திரப் பிரஸ்தமெனும் டெல்லியில் நமது படைகளின் அணிவகுப்புப்

பயிற்சி நடந்துகொண்டிருந்த சாலையைக் கடந்தபோது பனி மூட்டம் படர்ந்திருந்தது. தொலைவில் குதிரைகள் நடந்து வரும் சப்தம் கேட்டபடி பனியினுள் நின்றிருந்தேன். எந்த உருவமும் தென்படவில்லை. சப்தம் மட்டுமே முன்னேறி வருகிறது. யார் வருகிறார்கள் எனப் புலப்படவில்லை. வெண் புகைபோல பனி கலைகிறது. நெருங்கி வரும் குதிரைகளில் பாண்டவர்கள்தான் கடந்து வருகிறார்கள் என ஒரு நிமிஷம் எழுந்த யோசனை விரிய படபடப்பும் ஆசையும் பெருகியது. பனியில் வெளிப்பட்ட மிலிட்டரி குதிரை வீரர்கள் பயிற்சி இசையை வாசித்துக் கடந்து சென்றார்கள். கடந்த காலத்தின் ஓசையை மட்டும் கேட்க முடிகிறது எனத் தனியே பேசியபடி திரும்பிய நான் ஏதோ முனையில் மகாபாரதத்தில் பிரவேசித்து எங்கோ விலகிவிட்டேன். எப்போதும் போலவே இந்தப் புத்தகம் எழுதும் நாளில் வீட்டின் நிகழ்வுகளும் பிறர் கவனமும் அறியாமல் நான் அலைந்தபோதும், எழுதிக் கொண்டிருந்த நாளிலும் தனிமையை அனுமதித்த மனைவி சந்திர பிரபாவையும், இதை எழுதத் துவங்கிய காலத்திற்குள் தங்கை களுக்குப் பிறந்த இரண்டு குழந்தைகளையும் எழுதியதைப் பற்றி விவாதித்தபடி நகரின் குறுகிய தெருக்களிலும் வேம்படியிலும் பேசித் தூண்டிய தேவதச்சனையும், புத்தகங்களைத் தேடியலைந்த போது உதவிய நண்பர்கள் கோணங்கி, ஸ்ரீரங்கம் கண்ணன், அ.ஐ. கான், அமைதி அரசு, அசோக் ஆகியோரையும் என் எழுத்துகளோடு நெருங்கி விவாதித்து வரும் வெளி ரெங்கராஜன், ரியாஸ் அகமது, ஜார்ஜ், சசிகாந்த், டி.எஸ். ரமேஷையும், ஏதேதோ ஊர்களில் உணவளித்து வழியனுப்பி வைத்த அறியாத நண்பர்களையும் எப்போதும் நினைவு கொண்டிருப்பேன்.

இந்தப் புத்தகம் வெளிவர மிகத் துணையாக இருந்த நண்பர் தேவேந்திர பூபதிக்கு மிகுந்த நேசமும் நன்றியுமுள்ளவனாகிறேன்.

கோடை முடிந்து முதல் மழை துவங்கிய நாளில் இதனை எழுதிக் கொண்டிருக்கிறேன். நான் சுற்றிய வழியெல்லாம் எதிர்ப்பட்ட என் சக யாத்ரீகனான மழையை எதிர்கொள்ள வேண்டிய ஆசையோடு திரும்புகிறேன். அஸ்வத்தாமாவின் நினைவு வருகிறது. இனி நானும் அவனைப்போல புத்தகத்தின் வெளியே அலைந்து கொண்டே இருக்க வேண்டியவன்தானே!

விருதுநகர் — எஸ். ராமகிருஷ்ணன்
10.6.2000

பீடிகை

மாசி மாதத்து இரவொன்றில் சமணர்களும், பௌத்தர்களும் நடமாடித் திரிந்த தொல்நகரமான காஞ்சியில் காத்துக் கொண்டிருந்தேன். காஞ்சி புராதனத்தின் பெருமூச்சை விட்டபடி வீழ்ந்து கிடந்தது. புதையுண்ட சிற்பங்களும், நூற்றாண்டுகளைக் கடந்து ரகசியம் காக்கும் கோயில்களும், கல் வரிகளும், துறவிகளின் மஞ்சள் தெறிக்கும் நடமாட்டமும், பசுக்களும், சிருஷ்டியும் ரணமும் கொண்டு மறைந்த சிற்பிகளின் நிசப்தமும் கொண்ட நகரம் நியான் வெளிச்சத்தில் உலர்ந்து கொண்டிருந்தது. இதே இடத்தில் எனக்கு முன்பாக ஒரு நாளில் யுவான் சுவாங் என்ற சீனபௌத்தனும் இன்னமும் நான் பிறக்கும் முன் நடமாடி அலைந்த போர்த்துக்கீசிய கனவான்களும் அரூபமாக நின்றனர். நான் எங்கோ தொலைதூர கிராமத்தில் நடக்க இருக்கும் துரியோதனன் படுகளம் காண்பதற்காகப் போகவேண்டிய புறநகர்ப் பேருந்திற்காகக் காத்துக் கொண்டிருந்தேன்.

ஆட்களின் மயக்கம் தோய்ந்த முகங்களும், செவ்வரியோடிய கண்களும், துண்டுபட்டுப் பேசும் மொழியுமாக, காற்றின் அலைக்கழிப்பில் இருந்தது நின்ற இடம். நான் போகவேண்டிய ஊருக்கான பேருந்து இனி இல்லை எனத் தெரிய வந்தபோது ஒன்றிரண்டு கடைசிப் பயணிகளே நின்றிருந்தனர். சில மைல் தூரம் நடந்துவிடலாம் என்றதன் வழி ஏறிக்கொண்ட பேருந்து நகரைச் சுற்றி மண்பாதைகளின் வழி வந்தபோது இருள் கூடியிருந்தது. மிகச் சில பயணிகளே இருந்தனர். எதன் பொருட்டாக அந்தக் குக்கிராமத்தை நோக்கிப் போகிறேன் என பேச்சுக் கொடுத்த நடத்துநரின் குரலுக்கு நிசப்தத்தைப் பதில் தந்தேன். அவனும் போய்விட்டான். இரவில் நட்சத்திரங்கள்கூட அருகியிருந்தன. நான்

இறக்கிவிடப்பட்ட இடத்தில் புளியமரத்தின் வாசனையும் இடிபட்ட கோயிலின் பீடமும் இருந்தது. பாதைகள் புலப்பட வில்லை. மின்சாரத்தின் நடமாற்றமற்ற இடமது. இருள் விரிந்து நீண்டிருந்தது.

பாதையின் சுவடு தெரியாமலே நடக்கத் துவங்கினேன். தொலைவில் எவரோ நடமாடிப் போவதுபோல் இருள் விலகிப் போகிறது. என் நடைச் சப்தம் கேட்டு யாரோ சீழ்க்கை ஒலி எழுப்பினார்கள். மின்மினிப் பூச்சி ஒன்றின் மினுப்பு சடசடத்த வெளிச்சத்தில் எவரோ நிற்பது தெரிந்தது. யாரோ ஒரு உயரமான மனிதன் நின்று கொண்டிருந்தான். அருகாமையில் வருவதற்குக் காத்திருந்தவன்போல அவன் தன்னிடமிருந்த தீப்பெட்டியால் உரசி ஒரு சுடரை காற்றின் ஊடாக என் முகத்தின் முன்பாகக் காட்டினான். அந்த வெளிச்சத்தில் எதிரே நிற்கும் மனிதனைக் கண்டேன். சட்டையில்லாத உடம்பு, தலையில் பெரிய தலைப்பாகை, நீண்ட தாடி, சுடர் மங்கிக்கொண்டே வந்தது. அவன் முகத்தில் மஞ்சள், சிவப்பு கலந்த கண்கள், மூப்பேறிய முகக் கோடுகள். அந்த மனிதனின் இறுகிய முகத்தை உற்று நோக்கும் முன் சுடர் அணைந்து இருளை கூடியது. அந்த மனிதனின் பேச்சுக்குரல் கேட்டது. எங்கே போய்க் கொண்டிருக்கிறேன் எனக் கேட்டான். துரியோதனன் படுகளம் காண்பதற்கு என்றவுடன் அவனும் அதற்காகவே வந்து கொண்டிருப்பதாகக் கூறினான்.

இருவரும் பேசிக்கொள்ளாமலே நடந்தோம். வேலி படர்ந்த பாதைகள். நள்ளிரவிற்கு முன்பே காற்றில் குளிர்ச்சி நிரம்பிக் கொண்டிருந்தது. என்னோடு நடந்து வந்தவன் ஒரு குடுகுடுப்பைக் காரன் என்றும், அவனைப் போன்ற குடுகுடுப்பை வாசிப்பவர்கள் ஒரு அருகாமை கிராமத்தில் வசிக்கிறார்கள் என்றும் தன் முன்னோர் கள் மராட்டியத்தில் இருந்து வந்ததாகவும் கூறினான். அந்த மனிதன் பிறந்ததில் இருந்து இந்தப் பிராந்தியம் சார்ந்தவனாக இருக்கக் கூடும். பாதைகள் அவனுக்கு உள்ளுணர்வில் தெரிந்திருந்தன. நாங்கள் எதையாவது பேசுவதும், பேச்சு தானாக துண்டிக்கப்பட்டு நிசப்தத்தினுள் மூழ்கிவிடுவதுமாகப் போய்க் கொண்டிருந்தோம். இரவு தொலைதூரத்தின் எல்லைவரை விரிந்து இருந்தது. பச்சைக் கற்பூரத்தின் வாசனையும் பழவாசனையும் அங்கங்கே அடித்தன. ஸர்ப்பங்கள் நடமாட்டம் இருக்கும் என்றும் ஸர்ப்பங்களைத் தாண்டக்கூடாது என்றும் சொல்லிக் கூட்டிப் போனான். மின்மினிப் பூச்சிகள் பெருகி அலைந்த ஒரு வேலிப் புதர் பாதையில் நடந்து திரும்பியபோது எதிரே சலனமற்ற ஒரு குளம் விரிந்திருந்தது.

மிகச்சிறிய குளம் என்றபோதும் இரவில் அது பிரம்மாண்டமாக இருந்தது. தண்ணீரின் இருப்பே தெரியவில்லை. பேசிக்கொண்டே வந்தவன் நிசப்தித்து விட்டான். குளக்கரை அருகில் வந்ததும் அவன் எதையோ அறிந்தவன்போல் சுற்றிலும் பார்த்தான். வெளிப்பட்டு விடக் கூடாத ரகசியம்போல என் முகத்தருகே முணுமுணுத்தான்.

'துரியோதனன்... துரியன்.'

ஓசைகள் அற்ற இடம், தண்ணீரின் இருப்பே தெரியவில்லை. மெல்லக் காற்றில் ஏதோ அலையும் ஓசை, எங்கிருந்தோ வரும் நாணல் காற்றில் உரசும் சப்தம். அவன் அந்த சப்தத்தைக் கேட்டவுடன் தன் கைகளைக் கூப்பி வணங்கிக் கொண்டான்.

அஸ்வத்தாமா...

நாங்கள் அந்த இடத்தின் மர்மச் சுழிப்பினின்று விலகி இருளில் நடந்தபிறகு அவன் மிகத் தணிவான குரலில் சொன்னான்.

'துரியோதனன் இருக்கற இடத்துல எப்பவும் அஸ்வத்தாமா இருப்பாரு.'

எனக்கு நடந்தவற்றின் தொடர்பும் அரூபத்தின் நடமாட்டமும் பிடிபடவில்லை. அவன் வெகுதூரம் வரை பேசாமலே வந்தான். பிறகு சொன்னான்.

'எந்த ஜீவராசியாலும் தீண்டப்படாமல் இருக்கும் தண்ணீரில் துரியன் எப்பவும் ஒளிஞ்சிருப்பான். யுத்தத்தில் செத்தது ஒரு துரியோதனன். இன்னும் எத்தனையோ துரியன் உள்ளே இருப்பான். துரியோதனனை ஜெயிக்க முடியாதுல்ல' என்றான்.

அந்தக் குரலில் இருக்கும் பற்றும் துடிப்பும் என்னையும் பற்றிக் கொண்டது. நான் அந்த மனிதனின் முகத்தைப் பார்க்க விரும்பினேன். இருளில் அதன் பாவம் தெரியவில்லை.

'ஆடு மேய்க்கிற பையன்களுக்கும் பெண்டுகளுக்கும் தெரியும். நானே கண்டிருக்கேன். உச்சி வெயில்ல தலைய மட்டும் தண்ணி மேலே காட்டிக்கிட்டு துரியோதனன் இருப்பான். யுத்தத்தில் பட்ட ரணம் ஆறாத வேதனையில் அவன் விடுற மூச்சு சப்தம் வெட்ட வெளியைச் சிதறடிக்கும்.'

நாங்கள் போய்க் கொண்டேயிருந்தோம். தொலைவில் பாடல்களின் மெல்லோசை காற்றினைக் கடந்து கொண்டிருந்தது. அருகாமையில் ஊர் இருக்கிறது என்பது புலப்படும் முன்பாகவே

தெரிந்துவிடுகிறது. இப்போது காற்று தனிப்பாதைகளில் எதையோ தேடுவதுபோல சுழற்றிக்கொண்டு சென்றது. குடுகுடுப்பைக்காரன் தன் கைகளைக் காட்டிச் சொன்னான்.

'எங்க துரியோதனன் படுகளம் நடந்தாலும் அஸ்வத்தாமா வந்துருவார். இப்ப அவரும் நம்மகூடதான் வர்றாரு. வேணும்னா பாருங்க, பொழுது விடிய திரும்பி நடந்து வரும்போது யாரோ விசும்பற சப்தம் கேட்கும். காட்டுறேன்.'

வெளிச்சத்தின் துணுக்குகள் வெளிப்பட்டன. நாங்கள் மூன்று பேரும் நடந்து கொண்டிருந்தோம். அஸ்வத்தாமாவுடன் நடக்கிறோம் என்றவுடனே உடம்பின் எல்லாக் கண்களிலும் விண்விண் என ரத்தம் முட்டுகிறது. வேட்கையால் தாகம் நிரம்புகிறது. நெருக்கமும் ஏதோ வசீகரமும் கூடுகிறது. நாய்களின் குலைப்பொலி கேட்கத் துவங்கியதும் காற்றின் வேகம் கலைந்தது. கிராமத்தின்மீது நடமாடி அலையும் மின்மினிகள் சுற்றிக் கொண்டிருந்தன. புளிய மரங்கள் அடர்ந்த வெட்டவெளியின் ஊடாக ஆர்மோனியத்தின் சப்தம் கேட்டுக் கொண்டிருந்தது. முக ஒப்பனையாளன் தன் நிறங்களைக் காற்றில் இழைத்துக் கொண்டிருந்தான். புஜ வீரியங்களைக் காட்டிக் கொண்டிருந்தனர் கூத்துக் கலைஞர்கள். மாரியம்மனின் தேர் வீதிவலம் வந்து கொண்டிருந்தது. புளிய மரத்தடியிலும் வெட்டவெளியிலும் துரியோதனன் வதம் காண்பதற்காகக் காத்துக் கிடந்தனர் மக்கள். தலைமுறையாக துரியோதனனின் சுதை உருவம் செய்யும் ஒரு ஆணும் அவன் மனைவியும் முப்பதடி உயரத்தில் வீழ்ந்து கிடக்கும் துரியோதனன் உருவத்தைச் செய்து கொண்டிருந்தனர். ஈரம் உலராத அவனது பாதத்தில் துடிப்பு தெரிந்தது. துரியோதனனுக்கு இரவோடு இரவாக அலங்காரம் செய்வதற்காக செப்புகளும் வர்ணங்களும் கொண்ட தேங்காய் சிரட்டைகளை ஒரு சிறுமி நிரப்பிக் கொண்டிருந்தாள். பெட்ரோமாக்ஸ் வெளிச்சத்தில் இனிப்புப் பண்டங்கள் விற்பவனின் முன்னால் ஆண்கள் குவிந்திருந்தனர். தோளில் குரங்குடன் வந்திருந்த மனிதன் தன் வித்தைகளைவிடவும் மயக்கும் துரியோதனனின் உருவத்தைக் கண்டுகொண்டிருந்தான். தொலைவில் நின்றபடி பெண்கள் துரியோதனனின் உருவத்தைக் கண்டுகொண்டிருந்தனர்.

செங்குழம்பைச் சிறிய கிண்ணத்தில் ஏந்தியபடி துரியோதனனின் விரல் நகங்களுக்கு வர்ணம் தீட்டிக்கொண்டிருந்த சிறுமி பாத மிருதுவை தடவித் தடவி வெட்கமுற்றவளாக நிறங்களைக் கலந்து கொண்டிருந்தாள். கனகாம்பரம் சூடிய கேசத்துடன் நீலநிறப்

புடவை அணிந்த இளம் பெண்ணுடன் அவளது சிநேகிதிகளும் துரியோதனனை அருகில் வந்து பார்க்க விரும்பியவர்களாக ஒவ்வொரு அடியாக எடுத்து முன் வந்தனர். பாதி இருட்டில் அந்தப் பெண்ணின் இயல்பான அழகு மினுக்கிக் கொண்டிருந்தது. அவளது உற்சாகமும் சிரிப்பும் தொற்றிய மற்ற பெண்கள் சுற்றிப் பார்த்தபடி முன் நடந்தனர். துரியோதனன் நெருக்கம் வர மனமற்றவர்களாக நின்றபோது துரியோதனனின் பருத்த மண் வயிற்றைத் தடவி மெருகேற்றியபடி இருந்த மனிதன் சொன்னான்.

'சும்மா கிட்ட வந்து பாருங்க. துரியன் உங்க சகோதரனைப் போலதான் இருப்பான். அர்ச்சுனனைப்போல பொம்பளை கிட்ட கள்ளத்தனம் பண்றவன் கிடையாது.'

அந்தப் பெண்களில் சிலர் வீழ்ந்து கிடக்கும் துரியோதனனின் சர்வ உடலையும் கண்டனர். அவர்களை அறியாமலே ஆசையும் துக்கமும் வந்திருக்க வேண்டும். திரும்பிச் சென்றுவிட்டனர். துரியோதனனின் அருகாமையில் அமர்ந்துகொண்டான் குடுகுடுப்பைக்காரன். அவனை உருவம் செய்பவனுக்கு நன்றாகவே தெரிந்தது. பல வருஷ காலமாக இருவரும் அறிந்திருந்தனர். இருவரும் துரியோதனனின் முகபாவத்தைக் கண்டபடி இருந்தனர். குடுகுடுப்பைக்காரன் சொன்னான்.

'இந்த வருஷம் முகத்தில சாந்தமில்ல கூடியிருக்கு...'

ஈரமண் கொண்ட விரலோடு உருவம் செய்துகொண்டிருக்கும் மனிதன் சொன்னான்.

'அவன் விருப்பம் அப்படி இருக்குது. நம்ம கையில என்ன இருக்கு சொல்லுங்க.'

நான் குனிந்து பார்த்தபோது அவர்களின் உரையாடல் நிஜமாக இருந்தது. சாந்தமோடிய முகம். அதில் உக்கிரம் இல்லை. திறக்கப்படாத கண்கள். எப்போதோ பால்யத்தில் பார்த்த நீல வண்ணக் கிருஷ்ணனின் படத்தில் கூடியிருந்தது போன்ற சாந்தம். இதை நான் சொன்னதும் அவர்கள் ஆச்சரியம் கொண்டவர்கள் போல தலையாட்டிக் கொண்டனர். மீண்டும் நிசப்தம் கூடியது. குடுகுடுப்பைக்காரன் தலையாட்டிவிட்டுச் சொன்னான்.

'சரியா சொல்லிட்டீங்க. எத்தனையோ முகபாவம் கண்டிருக்கேன். ஒரு வருஷம் பரிகாசம். ஒரு வருஷம் வீரம். ஒரு தபா ரெளத்திரம். ஒரு வருஷம் துக்கம். சொல்லி முடியலே. இந்த வருஷம் சாந்தம்ல கூடியிருக்கு.'

தன் முகத்தைத் தானே புனைந்துகொள்ளும் துரியோதனன் சுதை உருவத்தைக் காண நட்சத்திரங்கள் பெருகின. நட்சத்திரங்களை விடவும் மர்மச்சுழி கொண்ட இருள் துரியோதனனைக் கண்டு கொண்டிருந்தபோது கூத்து தொடங்கி இருந்தது. ஒப்பனை கூடிய கூத்துக் கலைஞர்களின் குரலும் இசையும் கூடின. இரவின் விசித்திரமான மடிப்புகளில் அமர்ந்தவர்களாக அவர்கள் மகாபாரதத்தின் யுத்த களத்திற்கு வந்து சேர்ந்தனர். பார்வையாளர் களிடம் விருப்பு வெறுப்புகள் இல்லை. துரியோதனனின் தனிமை அவர்களையும் கவ்விக்கொண்டது. சொந்த மகனைப் போரில் சாகவிட்டு, உயிரான நண்பன் கர்ணனை இழந்து துயரத்தின் கொடி சுற்றிய கால்களுடன் துரியோதனனின் தனிமை பெருகுகிறது. பாண்டவர்களின் வெற்றியின் சிரிப்பும், சாரதியான கேசவனின் தந்திரமும் பெருகின. யுத்த களத்தின் ஒரே வரிசையில் எதிரெதிராக நின்று வாதிடுகிறார்கள். ஒவ்வொரு பாட்டு முடியும்போதும் எழும் நிசப்தம் மிகப் பிரம்மாண்டமாக இருந்தது.

வெம்பா போல பனி பெய்யத் துவங்கிய பின்னிரவில் கூத்து மேடையில் குரல்கள் உயர்ந்து கொண்டிருந்தன. ஒரு சிறுமியும் பெண்ணும், துரியோதனனின் உருவத்திற்கு வர்ணம் தீட்டிக் கொண்டிருந்தவர்கள், நிமிர்ந்து மேடையில் சப்தமிடும் துரியோதனனைக் கண்டனர். பழகிய மனிதனைப்போல அவர்களுக்குள் நெருக்கம் கூடியது. குடுகுடுப்பைக்காரனைத் தேடியபோது அவனைக் காணவில்லை. அவன் எழுந்து போயிருந்தான். நானும் எழுந்துகொண்டு இருள் பதுங்கிய புளியமரத்தின் ஊடாக நடந்தேன். உறங்கியபடியும் பாதி மயக்கம் கொண்டபடியும் கிராமத்து மக்கள் அமர்ந்திருந்தனர்.

கைக்குழந்தையோடு முக்காடு இட்டபடி அமர்ந்த பெண், விழி திறந்தபடி உறங்கிக் கொண்டிருந்தாள். நான் கூட்டத்தை விலக்கி வெளியே வந்தபோது இடிந்த படல் ஒன்றின் பின் பாதை வழியே சிலர் போய்த் திரும்பிக் கொண்டிருந்தனர். நானும் நடந்தபோது உள்ளே குடுகுடுப்பைக்காரன் ஈய டம்ளரில் நாட்டுச் சாராயம் குடித்துக் கொண்டிருந்தான். அருகில் இருவர் அவனைப் போலவே குடித்துக் கொண்டிருந்தனர். அவன் அதிகம் குடித்திருக்க வேண்டும். கண்கள் வீங்கியிருந்தன. அவன் என் நெருக்கத்திற்கு வந்து பேசினான்.

‘எட்டு வயசுல இருந்து பார்த்துக்கிட்டு இருக்கேன், இப்ப வயசு நாப்பத்திநாலு ஆகுது. இந்தத் துரியன் லேசுப்பட்டவன் இல்லை. பிடிவாதக்காரன். தாய் மாமனாலதான் கெட்டான். சகுனியும் என்ன

செய்வான்? தங்கச்சி பிள்ளைக்கு நல்லதுதான் செய்தான். பிறப்பு அப்படி. தந்திரக்காரப் பய கிருஷ்ணன் செய்யற வேலை, துரியன் என்ன செய்வான்... அவன் இடுப்பில் கட்டியிருந்த அண்ணாக்கயத்தை அவுத்துவிட்டது வரை எல்லாம் கள்ளப்பய கிருஷ்ணன்தானே.'

துரியோதனன்மீது தீராத நெடுநாள் காதல் யாவருக்கும் ததும்பியது. குடுகுடுப்பைக்காரன் மட்டுமல்ல. குடித்துக் கொண்டிருந்த பலரும் துரியோதனனின் நெருக்கத்தில், பிரியத்தில் வசப்பட்டு இருந்தனர். இரவு போய்க்கொண்டே இருந்தது. விடிகாலையின் தருவாயில் பறவைகள் விழித்துக்கொண்டு பறந்து அலைந்தன.

துரியோதனன் சூரியனுக்கு முகம் கொடுத்து படுத்து இருந்தான்.

கூத்து நின்று படுகளம் என்ற இடம் நோக்கிப் பிரிந்து ரௌத்திரம் கொண்டு ஓடினர் பீமனும் துரியோதனனும். ஊரார் விழித்துக் கொண்டனர். ஆட்டுக் குட்டிகளும், பசுக்களின் சப்தமுமாகப் பிறந்த பகல்பொழுதின் தொடர்ச்சியில் உறக்கம் இல்லாது விரிந்த முகத்துடன் படுகளம் முன்பாகக் காத்திருந்தபோது, வீதிவீதியாக துரியோதனனும், பீமனும் சண்டையிட்டுக்கொண்டே சுற்றி வந்தனர். இருவரையும் நெருங்க விடாது துணிக் கயிற்றுத் தடுப்பில் நிறுத்தினர். ரௌத்திரம், வெறி கூடிய பீமன் துள்ளினான்.

துரியோதனனோ பீமனின் தாய், தகப்பன், மனைவி, பிள்ளைகள் யாவரையும் மிகக் கொச்சையான மொழியில் வசையிட்டான். கள்ளக் குழந்தைகளே, ஒரு தகப்பனுக்கு பிறக்காதவர்களே, அண்ணன் பெண்டாட்டியோடு படுப்பவனே என வசை திருகி பிறந்து கொண்டிருந்தது.

துரியோதனனின் மூர்க்க வார்த்தைகளைக் கூட்டத்தில் நின்று கேட்டுக் கொண்டிருந்த வயதான பெண் ஒருத்தி குறுக்கிட்டு அவனை மிகக் கேவலமாக, 'வீட்டுக்கு விலக்கானவளை அவுத்துப் பார்க்கக் கூட்டிவந்த கேவலமான ஈனப் பயலே...' என ஏசினாள்.

அவளிடம் துரியோதனன், 'மன்னிப்பு, மன்னிப்பு' என மூணு தரம் மாப்புக் கேட்டான்.

அவர்கள் தெரு சுற்றி வந்தபோது திரும்பவும் மூர்க்க வார்த்தைகளின் யுத்தம் துவங்கியது. தானியமும் நாணயமும் பெற்றுக்கொண்டு உடன் வந்த கூத்துக் கலைஞர்கள் படுகளம் திரும்பினர். நாய்கள் குரைப்பை மறந்து பின் ஒடுங்கி வந்தன. காகங்கள் வேம்பில் அமர்ந்து துரியனைக் கண்டன. படுகளத்திற்கு

உப பாண்டவம் | 23

வந்து சேர்ந்தபின்பு துரியோதனனின் மண் உருவத்தின் முன்பாக ஓடி விரட்டி ஓடி இருவரும் அடித்துக் கொள்ள, ஒரு நிமிஷ நேரம் பீமனின் கதை உயர்ந்து ஓங்கித்துள்ளி மண் உருவின் தொடையில் அடிக்க தொடையில் புதையுண்ட மண்கலயத்தின் செந்நீர் தெறிக்க பீமனான கூத்துக்காரன் நாவுகடித்து மயங்கிச் சரிய, துரியோதனன் அம்மா, அம்மா எனக் குரலிட்டு வீழ்ந்து இமை மூடியபோது, பெண்களும் ஆண்களும் துக்கம்கொண்ட தொண்டையும், ஈரம் கசியும் கண்களுமாக பரஸ்பரம் பேசவும் முடியாது கலைந்தனர். துரியோதனனின் உடலில் பூசப்பட்ட செந்நிறமும் மஞ்சளும் கலந்த மண்ணைக் கையளவு அள்ளி துணிகளில் முடிந்து, திருநீறு இட்டுக் கொண்டனர்.

விதைப்பாட்டின்போது எல்லா நிலத்திலும் துரியோதனனின் மண் தூவப்படும். அவனே மண்ணோடு கலந்து விடுகிறான். அவன் உடலில் நெல் முளைத்து விளைகிறது. ஒவ்வொரு நெல்லிலும் துரியோதனன் ஒளிந்து இருக்கிறான். கறுப்புச் சேலை கட்டி, பெரிய மர ஏணியில் அமர்ந்தபடி மார் அடித்து அழுது வரும் காந்தாரியைத் தூக்கி வருகிறார்கள். மார் அடிப்பின்மூலம் மகன் இறந்ததற்காக துக்கிக்கிறாள். பெண்கள் கலைகிறார்கள். யாவரும் கலைந்தபின்பு துரியோதனனின் உருவத்தின்மீது சிறுவர்கள் நடந்து அலைகிறார் கள். பறவைகள் இறங்கி அருகாமை வருகின்றன. சிறுவர்கள் அவன் பாதத்தைத் தடவுகின்றனர். அப்போதுதான் பார்த்தேன், சிறிது சிறிதாக பிடிமண் உருவங்கள் அங்கே இருந்தன. அவை யாரெனக் கேட்க அவர்கள் உபபாண்டவர்கள் என்றார்கள். பகலில் சூரியன் துரியோதனன் உடல்மீது மெல்ல நகர்ந்து கொண்டிருந்தது. இனி மழைக்காலத்தில் வரும் மழையும், தவளைகளும், குருவிகளும், நத்தைகளும் துரியோதனனைக் காணக்கூடும். கூத்து முடிந்து கலைந்த ஊரின் வெட்டவெளியில் அமானுஷ்யம் ததும்புகிறது. துரியோதனன் உருவம் செய்தவனும் கூத்தாடிக் கலைத்த கூத்துக் கலைஞர்களும் குளித்து ஈரம் சொட்டும் கேசத்தைக் கொண்டையிட்டு பாஞ்சாலி கோயிலில் சாமி கும்பிட்டனர். பீமனும் துரியோதனனும் அருகாமையில் வீழ்ந்து வணங்கித் தங்கள் குற்றம் யாவற்றையும் மன்னிக்க வேண்டினர்.

காந்தாரி வேஷமிட்ட ஆண் குளித்தபின்பும் அவன் முகத்தில் துக்கமும் செந்தூரமும் பரவியிருந்தது. அவன் கண்கள் அழுது வீங்கியிருந்தன. அவனும் வணங்கிக் கொண்டான். மகாபாரதம் என்ற இதிகாசத்தின் பக்கங்கள் உயிர்ப்புற்று மீண்டும் நிசப்தத்தில் சென்றுவிட்டன. பகலில் எந்த விநோதமும் கண்களில்

படுவதேயில்லை. அந்த ஊரிலிருந்து காலையில் வீடு திரும்பி வரும்போது தொலைவில் நாணல் சப்தம் கேட்கிறது. அஸ்வத்தாமா அலைந்து கொண்டிருக்கிறான். துரியோதனன் ஒளிந்த குளம் பகல் ஒளியில் ததும்புகிறது. ஒற்றைக் காகம் மட்டும் புளிய மரத்தின் கிளையில் இருந்து கத்திக் கொண்டிருந்தது. துரியோதனன் மூழ்கிய நிசப்தவெளி நீண்ட நிலவியலில் எப்போதும் துக்கத்தின் மோனம் விம்மியபடியிருக்கிறது. மகாபாரதம் ஒரு நிலவியல் என அறிந்தேன். அது தொன்மையானதொரு நிலப்பரப்பு. அது ஞாபகத்தின் நடனசாலை. நதிகளும், மலைகளும், மர்மச் சுழி கொண்ட மனிதர்களும், விசித்திர நகரங்களும் கொண்டதொரு நீள்வெளி எனத் தெரிந்த பின்னால் ஒரு பாணனைப்போல நடந்தலையத் துவங்கினேன்.

தொலைவில் காற்றில் அலைவு கொண்டிருக்கும் ஒரு இலையைப்போல அஸ்தினாபுரம் என்ற நகரம் எங்கோ மிதந்து கொண்டிருந்ததான இரவு நிரம்பியது. நிசப்தத்தின் முடிவற்ற வெளியில் புதையுற்ற அஸ்தினாபுரவாசிகளின் விரல்கள் அருகாமை வரை வந்து அழைக்கின்றன. யாத்ரீகனின் வேட்கையோடு தொலைவு நோக்கி நடந்துகொண்டேயிருந்தேன்.

~

நதி முகம்

எங்கோ தொலைவில் தண்ணீரின் ஓசை கேட்கிறது. நான் நடந்து கொண்டிருந்தேன். மகாபாரதம் எனும் வாக்கியங்களின் கட்டமைப்பு கலைந்து விரிந்து பெரும் நிலவியலாகி அதனூடே என் யாத்ரீகம் துவங்கியிருந்தது. மீறிய நிசப்தமும், தொலைவும் கூடிய இந்த நிலவியலில் தனியனாக நான் நடந்து கொண்டிருந்தேன். ஓசைகளையும் காட்சிகளையும் தீராத வேட்கையால் பருகியபடி சென்று கொண்டிருந்தேன். நதியின் தொலைவு என்னைத் தன் கரம் நீட்டி முன்னதாகவே அழைக்கின்றது.

நான் நடந்த பாதைகள் இப்போதும் வன விருட்சங்களாலும், அதிக நடமாட்டமற்ற பிராந்தியத்தின் கிளைப் பாதைகளாகவுமே இருந்தன. பறவைகளின் ஒலியோ, அல்லது வேறு பேச்சரவங் களோ ஏதுமில்லை. பகல் என்றோ இரவு என்றோ பிரிக்க முடியாத படியான ஒரு ஒளிபரப்பு எங்கும் பிரிவு கொண்டிருந்தது. அந்த ஒளிபரப்பில் ஒளியும் இருளும் கலந்து பரவியிருந்தன. ஏதோ வாசனையான படர்தல் எங்கும் பரவியிருந்தது. நான் கனவின் வெளிர் நிலவொளி போலிருந்த அந்த பிராந்தியத்தின் ஊடே நடந்து கொண்டிருந்தேன்.

நதியின் அருகாமையை முன்னதாகவே உடல் உணர்ந்துவிடுகிறது போலும், கால் விரல்களில், செவி நுனிகளில் குளிர்ச்சி பரவுகிறது. காற்றின் நீண்ட பாய்ச்சல் என்னைக் கடந்து செல்கிறது. மிகமிக அருகில் நீரோசை கேட்கத் துவங்கியதன் ஈர்ப்பு கொண்டவனாக நான் வனப் பாதைகளினின்று கிளைத்த சிறுவழியில் நடந்து சென்றபோது நதியின் பிரம்மாண்டம் தெரிந்தது. இந்த நிலவியலின் முதற்காட்சியே நதிதான் எனப் பட்டதும் சிலிர்ப்பும், நிலை கொள்ளாத ஆனந்தமும் கொண்டேன்.

நதி மிகவும் வேகத்தோடு எதிர் சென்றுகொண்டிருந்தது. அதன் விரிந்த பிரம்மாண்டமான பெரும்பரப்பில் கண்கள் நீந்துகின்றன. நதிப்பரப்பின்மீதே ஒரு சைன்யம் நின்று அணி வகுக்க முடியும் போன்றதொரு பெரு வெளியாக இருந்தது. மென் ஒளியின் நீர்ப்பரப்பில் சில துள்ளல்களும் காற்றின் நடமாட்டமும் அன்றி வேறு எவருமில்லை. நான் கடக்கவேண்டிய நதியின் முன்பாக நின்றிருந்தேன். மறுகரையின் தொலைவில் போகவேண்டிய நகரமிருந்தது. இந்த நதியைக் கடந்து போகவேண்டிய படகோட்டிக்காகக் காத்திருந்தேன்.

நதியின் தொலைவில் நீண்ட ஒற்றைப் படகும், அதில் தலை கவிழ்ந்த நிலையில் துடுப்போட்டும் ஒருவனும் தென்பட்டார்கள். அந்த மனிதனைப் பார்த்து என் கைகளை அசைத்துக் குரல் எழுப்பினேன். அவன் நதியின் அடித்தளத்தினுள் உரையாடிக் கொண்டிருந்தவனைப் போல சலனமற்று இருந்தான். படகு என் அருகில் வரத் துவங்கியது. நதியின் போக்கிற்கு எதிராக அவன் வந்து கொண்டிருந்தான்.

அருகாமை வந்தபோது பார்த்தேன். மத்திய வயதுடையவனாகவும் கூரிய கண்களும், விரிசடையும் கொண்டிருந்த அந்த மனிதன் படகோட்டி போலவே தோன்றவில்லை. அவன் கண்களின் ஆழம் விசித்திரமாக இருந்தது. அவன் என்னைத் தன் படகில் ஏறிக் கொள்ள அனுமதித்தான். என்னைத் தவிர வேறு எவரும் படகில் இல்லை. நதியின் ஊடாக நான் சென்று கொண்டிருந்தேன். தொலைவில் காட்சிகளும் மங்கித் தெரிந்தன.

அந்த மனிதன் என்னோடு உரையாட விரும்பாதவனாக இருந்தான். நான் அவனிடம் இந்த நதியைக் கடந்தால் அஸ்தினாபுரம் நோக்கிப் போக முடியுமா எனக் கேட்டேன். அவன் எல்லா வழிகளும் அஸ்தினாபுரம் நோக்கிதானே போகின்றன என்றான். அவன் தனிமை என்னையும் தீவிரமாகப் பற்றவே அதைக் கலைப்பதற்காக வாவது பேச நினைத்தேன். அவனிடம் கேட்டேன்.

‘இந்த நதியில் நீண்டகாலமாக படகோட்டிக் கொண்டிருக்கிறாயா?’

அவன் ஒரு விசித்திரமான புன்னகையை மட்டும் வெளிப்படுத்தினான். இந்த நதியைக் கடந்து சென்றவர்களைப் பற்றி நான் தெரிந்துகொள்ள விரும்பியவனாகக் கேட்டேன். படகோட்டிய படியே பதில் சொன்னான்.

"மறுகரையில் இருப்பவர் யாவரும் என்னால் இந்த நதியைக் கடந்து கொண்டுபோய் விடப்பட்டவர்கள். ஆனால் இதுவரை திரும்பி வரவேயில்லை" என்றான்.

அவர்கள் எவரெவர், எப்படியிருக்கிறது மறுகரை நகரம் என்ற நீண்ட கேள்விகளுக்குப் பதில் இல்லை. என்றாலும் பலரும் சென்ற அந்த வழியில் நானும் சென்று கொண்டிருந்தேன். துடுப்பை வலிக்க அவன் அதிக பலம் பிரயோகிக்கவில்லை. நதி படகிற்கான வழியை விட்டுப் பிரிந்து பிரிந்து போவது போலவேயிருந்தது. ஒரு நிலை தாண்டியதும் தண்ணீர் பளிங்குபோல துல்லியமாயிருந்தது. ஒரு மீனின் கண்கள் அசைந்தபடியிருந்தன. அதன்மீது வேட்கை கூடியது. அந்த நதியின் அடியாழத்தில் எண்ணிக்கையற்ற மீன் குஞ்சுகள் கடந்தன. அவன் நதியைக் கடந்து மறுகரை வரும்வரை பேசவேயில்லை.

"நான் திரும்பி வருவேன், அதுவரை நீ காத்திருக்க முடியுமா?" என படகோட்டியிடம் கேட்டேன்.

அவன் தான் ஒருபோதும் கரைக்கு வருவதில்லை என்றும் நதியின் ஊடே எப்போதும் காத்துக் கொண்டிருப்பதாகவே சொன்னான். திரும்பி வந்தால் தானே படகில் கொண்டுவிடுவதாகச் சொல்லிய படி திரும்பினான்.

நான் அந்த மனிதன் கொண்டுவிட்ட துறையினின்று இறங்கி தொலைவில் விரிந்த நிலப்பரப்பை நோக்கி நடக்கத் துவங்கினேன். நான் சில தப்படிகள் முன்னால் நடந்துவிட்டுத் திரும்பியபோது, அந்த நதியில் படகோட்டியபடி திரும்பிப் போய்க் கொண்டிருந்தான். நான் கரையிலிருந்தபடியே கேட்டேன்.

"படகோட்டியே... உன் பெயரென்ன?"

அவன் பதில் காற்றில் மிதந்து வந்தது.

"நான் கிருஷ்ண துவைபான வியாசன்."

~

1

'நதிக்கரையில் இருந்த அந்த நகரத்தில் ஒரு விசித்திரமான வழக்கமிருந்தது. நகரத்தில் எங்கு, எவர் வீட்டில் குழந்தை பிறக்கும்போதும் குழந்தையின் தகப்பனானவன் மூவிலை சூல அடையாளமிட்ட வெள்ளியிலான பத்ம முத்திரை ஒன்றை நதியில் வீசியெறிந்துவிட்டு வருகின்ற பழக்கமிது. நகரில் பிறக்கும் ஒவ்வொரு சிசுவினையும் நதி அறிந்துகொள்ள வேண்டுமென்பதற்காக இதைச் செய்து வருவதாக ஒரு வைசியன் சொன்னான். நதியில் வீசியெறியப்பட்ட பத்ம முத்திரையுள்ள நாணயம் போன்ற உருவை சில வேளைகளில் மீன் குஞ்சுகள் விழுங்கி விடுவதுண்டு. மீனவர்களில் எவனுடைய வலையிலாவது அகப்படும் மீனின் வயிற்றில் பத்ம முத்திரை காணப்பட்டால் அவன் அதிர்ஷ்டத்தினைப் பற்றி விட்டான் என்றும், அதன் பிந்தைய நாட்களில் அவன் மனைவி கர்ப்ப ஸ்திரீயாவாள் எனவும் நம்பி வந்தார்கள். நதியில் பத்ம முத்திரையை வீசி எறியச் செல்பவன் உதயத்தின்முன்பாக நதி முன்சென்று பிறந்தது பெண்ணா ஆணா என உரத்துச் சொல்லி வீசி எறிவதே முறையாகயிருந்தது. எனவே நதியில் இதுவரை நகரில் பிறந்த யாவரின் முத்திரைகளும் மூழ்கிக் கிடந்தன. வீசப்படும் முத்திரையின் எண்ணிக்கை பெருகிக் கொண்டிருக்கும் நாள் வரை நதி தன் போக்கினை மாற்றிக் கொள்ளாமல் ஓடுமென்றும், நதியில் வீசப்படும் முத்திரை குறைந்தால் நீரோட்டம் குறைந்து திசை மாறிவிடும் என்றும் ஸ்திரீகள் நம்பி வந்தார்கள். நான் அந்த நதியருகே நின்றபோது படிகம்போல தெளிந்த நீரினடியில் வெண்ணிற ஒளியொன்று நீந்திக் கொண்டிருப்பதைக் கண்டேன். சிசுக்களின் பிறப்பறிந்த நதி தெற்குநோக்கிச் சென்றுகொண்டே இருந்தது.'

- அறியாத நகரின் குறிப்பு

சூல்

நதியினைக் கடந்து சென்றபோதும் அந்த மனிதனின் குரல் கேட்டுக் கொண்டேயிருந்தது. அந்தக் கரிய மனிதன் ஏன் இத்தனை அலைக்கழிப்போடு நதியில் இருக்க வேண்டும்? அவன் கரைக்கு வருவதேயில்லை என்பதும் நினைவில் வந்தது. நான் பாதைகள் கிளை பிரியும் வழிக்கு வந்தேன். தொலைவில் நகரத்தின் இருப்பு இங்கிருந்தே தெரியத் துவங்கியது. குதிரைகளின் கால் தடங்களும் ரதங்கள் ஓடிய பாதைகளும் தெரிந்தன. நான் கிளைப்பாதை ஒன்றில் சென்று கொண்டிருந்தபோது எங்கிருந்தோ பறவைகளின் ஓசையும், சிலரின் நடமாட்ட சப்தமும் கேட்கத் துவங்கியது.

எவரோ அரிய குழல் இசையைப் பெருக்கியபடி வாழ்த்திப் பாடிப் போய்க் கொண்டிருக்கிறார்கள். நான் கடந்து போய்க்கொண்டிருக்கும் பலரையும் கண்டேன். அவர்கள் எங்கோ நடக்கவிருக்கும் யாகத்திற்காகச் சென்று கொண்டிருந்தனர். சில வேத விற்பன்னர்களோடு யாகப் பொருட்களைச் சுமக்கும் அடிமைகள் கல் உருவங்கள்போல தலைநிமிராது உடன் நடந்து சென்றனர். யாக பலிகளுக்காகக் கொண்டுசெல்லப்பட்ட பசுக்கள் எவ்விதமான அச்சமும் இன்றி பசிய புல்லைத் தின்றபடி சென்றன.

நான் பாடிக் கொண்டபடி போனவர்களோடு சென்றேன். அவர்கள் நகரின் வெளிவாசல் சந்திக்கும் ஒரு மையத்திற்கு வந்தனர். அங்கே தனியாகத் தங்குமிடங்களும் குதிரை லாயங்களுமிருந்தன. தங்குமிடங்களில் மக்கள் நிரம்பியிருந்தனர். எங்கும் உணவின் வாசமும், பேசிக்கொள்ளும் கிளிகளின் சப்தமும் கேட்டுக் கொண்டிருந்தன. சூதாடுபவர்களின் பகடைகள் வீழ்ந்து கொண்டிருந்தன. மூடு பல்லக்கில் எவரோ கடந்து சென்றனர்.

நான் தங்குமிடம் விட்டு மரத்தடுப்புகளைத் தாண்டி ஒரு சால விருட்சத்தின் அடியில் வந்து நின்றேன். அங்கே இருவர் படுத்திருந்தனர். அவர்களும் கதை பாடும் சூதர்களாகத்தானிருக்கக் கூடும். இருவர் கையிலும் தந்திக் கருவிகள் இருந்தன. அவர்கள் இரட்டையர்களைப்போல முகத் தோற்றம் கொண்டிருந்தனர்.

மரத்தின் அடியில் தலை வைத்தவர்களாகக் கால் மீது கால் போட்டபடி படுத்துக் கிடந்தனர். அவர்களின் அருகாமைக்குச் சென்றபோது, இருவரில் சுருள் கேசம் கொண்டவன் மற்றவனிடம் சொன்னான்.

'எதிரே நிற்பவன் நதியைக் கடந்து வந்திருக்கிறான் போலும். அவன் கண்களில் இன்னமும் நதி மறையவில்லை.'

மற்றவன் நிமிர்ந்து என்னைப் பார்த்துவிட்டுக் கைகளைத் தட்டி அருகில் வரச்சொல்லி ஓசை செய்தான். அப்போதுதான் பார்த்தேன், அவர்கள் நிறைய மயிலிறகுகள் வைத்திருப்பதை. அவர்கள் அருகில் அமர்ந்து கொண்டேன். என் வியப்பின் முன்பாக அவர்கள் பேசத் துவங்கினர்.

'அஸ்தினாபுரத்திற்கு இன்னுமொரு புதிய விருந்தாளி.' நான் அவர்கள் யாரெனக் கேட்டேன்.

'நாங்கள் சூதர்கள் கீதை பாடுவோர்' என்றான் ஒருவன். அப்போது தான் பார்த்தேன் இருவரில் ஒருவன் பார்வையற்ற வயஃதானவன். மற்ற இளைஞன், செவியுணர்வற்றவன். அவர்கள் தங்கள் கைகளினால் மீண்டும் ஓசை எழுப்பிக் கொண்டனர். முதியவனிடம் கேட்டேன்.

'நீங்கள் சகோதரர்களா? முகபாவம் ஒன்றாகயிருக்கிறதே?'

'நாங்கள் நட்பால் ஒன்றுசேர்ந்த இருவர். நான் எதையும் பார்ப்பதேயில்லை. கேட்கவும், நுகரவும் மட்டுமே செய்கிறேன். இவன் எதையும் கேட்பதேயில்லை. எனக்காகவும் பார்த்துக் கொண்டே இருக்கிறான். இருவர் அறிவதும் வேறு வேறல்ல. ஒன்றே.'

சூதர்களான அந்த இருவரையும் நான் பார்த்துக்கொண்டே இருந்தேன். அவர்களில் சுருள்கேசம் கொண்ட இளைஞன் என்னைப் பார்த்துக்கொண்டேயிருந்தான். பிறகு கேட்டான். 'நீ எதைத் தேடிக்கொண்டு வந்திருக்கிறாய் பயணியே?'

'கதைகளின் புனைவு இழைகளால் நெய்யப்பட்டு யுகயுகமாக சுழன்றுவரும் அஸ்தினாபுரத்தையும் அதன் மனிதர்களையும் காணவே வந்திருக்கிறேன்' என்றேன்.

‘அப்படி எந்த நகரமும் இங்கேயிருக்கவில்லையே... நீ தேடுவது வியர்த்தம்’ என முதியவன் பெருமூச்சிட்டான். நான் திரும்பவும் கேட்டேன்.

‘இது அஸ்தினாபுரம் இல்லையா?’

முதியவன் சிரித்தான். ‘அஸ்தினாபுரம் என்பது ஒரு கனவு. நிஜத்தில் அப்படி எதுவுமில்லை. நீ காணும் இந்த நகரம் ஒரு குமிழ், அதுவும் எங்கள் நாவில் பிறந்த ஓசையின் குமிழ். இதைச் சிலர் அஸ்தினாபுரம் என்கிறார்கள். இந்த நிலவியல் யாவும் எங்கள் நாவினின்றே விரிந்திருக்கிறது. எங்களின் நாக்கு அசைய அசைய இந்த நகரங்கள், இயக்கங்கள் யாவும் விரிவு கொள்கின்றன. இந்த நாவின் நடமாட்டம் நின்றுபோனால் இந்த நகரங்கள் வீழ்ந்துவிடும். அஸ்தினாபுரம் என் நாவின் நுனியில்தானிருக்கிறது. இது உனக்கு தெரிகிறதா?’

அவன் சொல்லிய விதம் எனக்கு உவப்பாகயிருந்தது. அவன் பேசுவதைத் தொடர்ந்து கேட்க விரும்பினேன்.

‘இது ஒரு விசித்திரமான நிலவியல் சூதர்களின் மனதின் விசித்திர ஆசைகளதான் இங்கே வெளியில் நகரமாக, நதியாக உருக் கொண்டிருக்கிறது. இவர்கள் எதையும் நாவினின்று சுழற்றிச் சுழற்றி சொல் உருக்களாய் பரவ விடுகின்றனர். இந்தக் காட்சிகள் அலைவு கள் யாவும் ஒரு நாவோட்டம். அஸ்தினாபுரம் என்பதே ஒரு சூதனின் நாவில் அரும்பி நீண்டு சொல் உருவாய் விரிந்துள்ளது. இதை இல்லை என்பவர்களுக்கு தெரிவதெல்லாம் எங்கள் புனைவின் நிழல் வடிவம்தான். அதை நிஜமென நம்புகிறார்கள். இதை ஒரு கறுப்பு ரிஷியின் உதடுகள் தோற்றுவித்ததாகவும் அவன் நதியில் படகோட்டுவதாகவும் சொல்வார்கள். நீ வழியில் அந்த படகோட்டியை கண்டாயா? அவன் விசித்திரமானவன். நாங்கள் அவனையும் சூதனாகவே கொள்கிறோம். அவன் மனம் விந்தை களைச் சுரந்தபடியிருக்கிறது. நாங்கள் இந்த நிலவியலின் ஊடே அவனது புனைவுகளைக் கடத்திக் கொண்டேயிருக்கிறோம். புனைவை மெய்க்காட்சியாக்கி அவன் பிறப்பித்ததுதான் யாவும். சிசுவும், தாயும் ஒரே நேரத்தில் உயிர்ப்பு கொள்கிறதில்லையா? அது போலவே சூதர்களின் கதையோட்டம் வழி கற்பனா நகரமும், நிஜமும் ஒரே நேரத்தில் இருக்கின்றன. இதில் நீ எதைப் பார்க்க விரும்புகிறாய்?’ ஆச்சரியம் கலையாமல் சொன்னேன்.

‘சூதர்கள் யாவற்றையும் தங்கள் புனைவின் தீண்டுதலால் உருமாற்றி விடுவார்கள் என கேள்விப்பட்டிருக்கிறேன். நீங்கள் சொல்வது

அப்படிதான் உள்ளது. நான் இருப்பும் இன்மையும் ஒரே நேரத்தில் காண விரும்புகிறேன்.'

'சூதர்களான நீங்கள் இந்த நிலவியலை முற்றாக கண்டு விட்டீர்களா?'

'இது முடிவற்றது. நான் ஒரு சூதனல்ல. சூதக் கூட்டமே தொடர்ந்து இந்த நிலவியலை உயிர்ப்போடு வைத்திருப்பதாக தன் நாவு அசைத்துப் பாடியபடியிருக்கிறது. ஒவ்வொரு சூதனும் எதையோ கண்டடைகிறான். அவன் நாவு ஒடுங்கும் நாளில் மற்றவனின் நாவு துடிக்கத் துவங்குகிறது. இந்த நிலவியல் வளர்ந்துகொண்டும், மாறிக்கொண்டுமே இருக்கிறது. அஸ்தினாபுரம் என்றோ, பாஞ்சாலம் என்றோ, துவாரகை என்றோ பெயர்களைக் கலைத்து மாற்றிக் கொள்கிறது.'

'நீங்கள் கண்டதையெல்லாம் நான் அறிந்துகொள்ள வேண்டு கிறேன். சூதர்களே, நீங்கள் கண்டதுதானென்ன...'

சூதன் நினைவைப் பெருக்கத் துவங்கினான்.

'இது நகரத்தின் கதையல்ல. நகரத்தின் வழி அதன் ஊடே மறைந்த மனிதர்களின், நிகழ்வின் சூழலோட்டம். பொம்மைகள் மாறிக் கொண்டேயிருக்கும். பாவையாட்டம்போல நகரம் எவர் எவரையோ மாற்றிமாற்றி அடுக்கி எதையோ சொல்கிறது. இதன் பாஷை கதையாகத் தன்னை புனைந்துகொண்டே வந்தது. நாங்கள் இருவரும் சுற்றிக் கொண்டேயிருக்கிறோம். நான் கேட்டதும், அவன் பார்த்ததும் ஒரே காட்சிகள்தான் என்றாலும், அவை வேறு வேறு நிகழ்வாகவே எங்களுக்குள் விழுகின்றன. நான் தொல் நாளில் இருந்தே ஒரு சப்தத்தினை மட்டும் கேட்டுக் கொண்டிருக் கிறேன். ஒரு சிசு இந்த க்ஷணத்தில் பிறந்து தன் உதடசைத்து வீறிடும் அழுகைக் குரலது. அதைத் தவிர வேறு எதையும், இந்த நிலவியலில் நான் வேறு எதையும் கேட்கவில்லை.இந்த முடிவற்ற உயிர் வெளியில் எங்கும் பிறப்பு எனும் ஆதி நிகழ்வு மட்டுமே தொடர்ந்து கொண்டேயிருக்கின்றது. தன் உதடு சுழித்து உடலை முறித்து குழந்தையொன்று முதல் அழுகையை வெளிப்படுத்தும் ஓசை இந்த விநாடியில்கூட கேட்கிறது. கவனமாகக் கேள். தொலைவில் ஒரு சுனையில் நீர் சுரப்பதுபோல அழுகைக் குரல் மெல்லப் பீறிடுவதை, பிறந்தது யார் என தெரியவில்லை. அரச வம்சத்தின் சிசுவோ அல்லது நகரவாசிகள், அந்தணர்கள், வேசைகள் எவரின் பிள்ளையோ தெரியவில்லை. ஆனால் காலத்தின் விரல்கள் சிசுவின் தலை பற்றி இழுக்க குழந்தை இந்த உலகின் ருசியை அறிந்து

சப்தமிடுகிறது. எத்தனை இனிமையான ஓசையது. இடைவிடாது இதை மட்டும்தான் கேட்டுக் கொண்டிருக்கிறேன். இந்த சிசுக்களுக்கு இன்றைய நாளின் வேதனைகள் இல்லை. துக்கத்தின் அலைகள் இவர்கள்மீது வீசுவதுமில்லை. நீ அறிந்த இந்த நிலவியலின் வீரபுருஷர்கள் யாவரும் இதேபோல ஒரு சிசுவாகச் சப்தமிட்டதை மட்டுமே நான் அறிவேன். அவர்கள் யாராக உரு மாறப் போகிறார்கள் என்பதை நான் அறிய முற்படுவதேயில்லை. அஸ்தினாபுரம் ஒரு பிரசவக்கூடம். இங்கே பிறப்பின் நடனம் முடியாமல் நடந்து கொண்டேயிருக்கிறது. யார் பிறக்கிறார்கள் எது பிறக்கிறது என்பதை அறிய நாங்கள் ஆர்வமாக இருப்பதில்லை.'

நான் இளையவனைக் கண்டேன். அவன் தீவிரமானவன் போலச் சொன்னான்.

'அவர் கேட்டதைதான் நான் பார்க்கிறேன். ஆனால் என் கண்கள் பலவீனமானவை. அவற்றால் எதையும் முழுமையாகக் காண முடியவில்லை. எனக்கு சிசுவின் உருவம் தெரிகிறது. பிறப்பின் கணம் தெரிகிறது. ஆனாலும் குழந்தையின் சிரம் பற்றி எடுக்கும் அந்த முதிய தாதியின் உருவம் தெரியவில்லை. அவள் இருப்பை என் உடல் உணர்ந்து கொள்கிறது. பயணியே, முன் காணாத அந்த முதிய தாதியினை உடலெங்கும் உணர்கின்றன. பிறப்பின் முனை எங்கு கீறும்போதும் அவள் பிரசன்னமாகிறாள். அவள் விரல்கள் அசைகின்றன. அந்த முதிய தாதியின் உதடுகள் எப்போதும் எதையோ முணுமுணுக்கின்றன. என் செவி எதையும் அறிவதேயில்லை.'

நான் அவர்களைக் கேட்டேன். 'யார் பிறந்தது? எங்கே பிறக்கிறார்கள்?'

முதியவன் பெருமூச்சிட்டான்.

பிறப்பின் இதழ்கள் எங்கும் அவிழ்ந்தபடியேயிருக்கிறது. பிறப்பைவிடவும் இங்கு பிறப்பு முன்கொள்ளும் சூல்தான் எத்தனை விசித்திரமானது. இந்த நிலவியலின் சாத்தியமற்ற சாத்தியங்களில் ஒன்றாக சூல்கொள்ளல் இருந்து கொண்டேயிருக்கின்றது. 'இந்த நிலவியல் முழுவதும் நான் எத்தனையோ சூல் கொள்ளலை அறிந்தேன். கேட்க செவி திறந்திருக்கிறதா பயணியே?'

இரு சூதர்களும் இந்த நிலவியலின் வெளியில் தாங்கள் கண்ட விசித்திரமான சூல் கொள்ளலைப் பற்றித் தங்கள் நினைவில் அலைவுறத் துவங்கினார். அப்போது பகல் நீண்டு கொண்டிருந்தது.

~

மகர சூல்

நதியின் சுழல்வழியில் படகோட்டிக்கொண்டு செல்லும் இளம் பெண்ணைத் தெரிகிறதா? அவள் துடுப்பருகே வந்த மீன் மகர சூல் கூட்டமொன்று அந்தப் பெண்ணைக் கண்டபடி கிசுகிசுக்கின்றன. அவள் புன்னகையைப் பரவவிட்டபடி துடுப்பிடுகிறாள். நீந்தும் மகரமொன்று தாடை விரித்து அழைக்கிறது.

'மச்சாளே... மச்சகந்தியே...'

படகோட்டும் மச்சகந்தியும் மீன்களின் கண்களைப்போல இமைமூடாது பார்த்துக் கொண்டிருக்கிறாள். மீன் கூட்டங்கள் அவளைத் தன் சகோதரியாக விளிக்கின்றன.

'மச்சகந்தியே... மச்சபுத்ரியே...'

அவள் கண்கள் நீரின் ஆழத்தினுள்ளும் பார்க்கின்றன.

என்றோ ஒரு நாளின் வெண்ணிறமான இரவில் வசுவெனும் அரசன் நதியில் நீராடுகிறான். ஞாபகம் தொலைவில் மையல் கொண்ட பெண்மீது பற்றிக்கொள்ள காமம் உடலை நிறைக்கிறது. உடல்மீறி வீரியம் நீரில் பாய்கிறது. அந்த உயிர்த்திரவத்தை ஏந்தி ருசிக்கின்றது, ஒரு மீன். முகம் கண்டறியாத அரசன், தன் பீறிட்ட காமம் தணிந்தவனாகக் கலைந்து போகிறான். மச்சம் மெல்ல ஆழத்தினுள் நீந்துகின்றது. மச்சம் ஏந்திய வீரியத்தினின்று கர்ப்பசிசுவாக உயிரோசை கொள்கிறாள் மச்சகந்தி. கர்ப்பம் மலர்ந்த வயிற்றோடு அந்த மீன் நதியினுள் அலைகிறது. கர்ப்பத்தினுள் இருக்கும் சிசுவிற்கு கண் திறக்காமலே காட்சி தெரிகிறது. நதியென்று பெயரேதும் இல்லாத நீரினின்று பிரிந்த வெளியில் மீன்கள் அலைகின்றனவோ.

அவள் நீரை அறிந்தாள். அதுவே அவள் உடலாகத் திரட்சி கொண்டது போலிருந்தது. பார்த்தறியாத உயிர்களின் அழகோடும், சதா முன்னோக்கிச் சென்று கொண்டிருக்கும் விசையோடும் மச்சகர்ப்பத்திலே அவள் நீரின் மர்மம் அறிந்தாள். மற்ற மச்சங்களினின்று துண்டித்து கர்ப்ப மீன் மட்டும் தனியே அலைகிறது. அதன் வாலசைவில் மிகுந்த வேதனை கொள்கிறது. அது எப்போதாவது நதியின் முகத்திற்கு வந்து மேற்பரப்பைப் பார்க்கும், தொலைவில் படகோட்டிகளும், படகில் அமர்ந்த உருவங்களும் தென்படுகிறார்கள். மீன் மீண்டும் நீர்வசமாகிறது. அது காத்துக் கொண்டேயிருந்தது. மீன் கூட்டத்தின்

முணுமுணுப்பையும், அலாதியான இசையையும் அறிந்தபடி கர்ப்ப வளர்ச்சி கொண்டாள். ஒரு செம்படவன் வலையில் அது சிக்குண்ட நாளில் கடைசியாக நீரின் அடியாழங்களை மர்ம இசையை மீன் கண்டது. செம்படவன் ஒருபோதும் அது போன்றதொரு மச்சத்தினைக் கண்டதேயில்லை.

தன் வீட்டிற்குக் கொண்டுவந்து மீன் உடலைத் திறந்தபோது சிசு வெளிப்பட்டது. பெண் மகவு. அதன் உடலினின்று மச்சவாசனை கசிகிறது. செம்படவனின் விரல்கள் சிசுவைப் பற்றி எடுக்கின்றன. மீனின் வயிற்றினின்று பிறந்த அவள் கண்கள் விரிகின்றன. அவள் வேறு காட்சிகளைக் காண்கிறாள். ஏனோ இக்காட்சிகளின் உலர்ந்த தன்மை அவளை ஈர்க்கவில்லை. அலைவு கொள்ளாத உலகமாக யிருந்தது. மச்ச நீந்துதலைத் துண்டித்தவளாக இருக்கிறாள். செம்படவனின் பெண்கள் குழந்தையின் கவிச்சி மணம் மீறி முத்தமிடுகிறார்கள். அந்த முத்த ருசி மீனின் ருசியாகவேயிருந்தது. அவள் கண்கள் நீந்திக்கொண்டே இருக்கின்றன. அவள் உதடுகள் பிரிந்து மூடுகின்றன. செம்படவன் அதிசயத்தின் நிழலிலே அமர்ந்திருக்கிறான். சிசு அவர்களின் குடும்ப மனுஷியாகிறது. அவன் மூன்றாம் நாளில் பிள்ளைக்குப் பெயரிட்டு அதன் செவியில் மூன்று முறை சொல்கிறான்.

'மச்சகந்தி, மச்சகந்தி, மச்சகந்தி...'

அந்தக் குரல் உடலெங்கும் ஓடி மறைகிறது. குழந்தை அழத் துவங்குகிறது. அது மீனின் சப்தம்போல கேட்பதாகத் தோன்றியது. மச்சகந்தி எனும் சிசு நதிக்கரையின் மீனவக் குடியிருப்பில் தன் வாழ்வைத் துவங்கியது.

'பயணியே... நீ என்ன சொல்கிறாய்?'

'பிறப்பின் முதல் அழுகையைக் கேட்டுவிட்டாயா? சிசு மச்ச கர்ப்பத்தினின்று உயிர்த்ததால் அதுவும் மீன் குஞ்சுதானே. ஒரு மீன் குஞ்சுதான் பெண் உருக்கொண்டுவிட்டது என்கிறாயா..? அவள் சிறுமியா மீன் குஞ்சா இளையவனே...' என நாவு மடிந்து சுருள் கிறது. அவள் மீன் குஞ்சும் சிறுமியும்தான். அது ஓர் உயிர் வடிவச் சுழல். மச்சகர்ப்பத்தினின்று பிறக்கிறாள். பிறப்பின் முதல் சுழிப்பு மச்சகர்ப்பத்தவளுக்கும் அழுகையாகவே கேட்கிறது.

அந்த ஓசை எனக்குப் பிடித்தமானதாகயிருக்கிறது. துல்லியமான எவ்விதமான களங்கமும் அற்ற துயரமற்ற ஓசை. சிசுவின் கர்ப்பவாசமிடமாக மச்சங்கள் அமையும் என்பது இந்த நிலவியலில் உண்டு என்பதை நதியறியும்.

‘சூதர்களே, அந்தச் சிறுமியின் ஞாபக அடுக்குகளில் தன் தாயின் முகமும் ஒளிந்திருக்குமா? நதியின் சுழல்கள் படிந்திருக்குமா? அவள் தன் தாய் அறிந்தவளில்லையா..?’ என்றேன்.

சூதர்களான இருவரும் மௌனித்துக் கொண்டனர். முதியவன் சொன்னான்.

‘அவள் உடலில் துளிர்க்கும் மீனின் வாசனைதான் அவள் பிறப்பு ஞாபகம். அவள் ஞாபகங்களின் வாசனையை பரவவிட்டுக் கொண்டே இருக்கிறாள். தான் நடந்தலையும்போது நதியின் அலைவையே அவள் கொண்டிருக்கிறாள். அவளொரு நீராள். நதியில் அலைந்துகொண்டே இருக்கிறாள். நிலத்தினை விடவும் நீர்வெளியே அவளுக்குப் பாதுகாப்பு தருகிறது. அவள் எவரும் ஒளிந்துகொள்ள முடியாத நீரின் அடிவயிற்றினுள் சென்று ஒளிய விரும்புபவளைப்போல நதியின் ஊடே அலைகிறாள். அவள் படகோட்டும் பெண்ணாக உருவளர்ந்துவிட்டாள். ரிஷிகளையும், காவல் வீரர்களையும், இளம் துறவிகளையும் நதியைக் கடக்க தன் படகில் ஏற்றிச் செல்கிறாள். அதோ. அதோ. ஒரு ரிஷி காத்திருக் கிறார் நதியைக் கடந்துபோக. படகு செல்கிறது. ஒரு மீனைப்போல நளினம் துள்ளச் செல்கிறாள் மச்சகந்தி. தன் அருகாமைக்குப் படகு வரக் காத்திருக்கிறார் ரிஷி. அவள் வாசம் முன் நீண்டு சென்று கொண்டிருக்கிறது.’

இருவரும் மௌனித்துவிட்டனர். நான் கடந்துபோன பகலைத் தாண்டியவனாகயிருந்தேன். இருவரும் ஏதோ அருந்துவதற்காக தங்கள் தலையடியில் இருந்த மூங்கில் குழல்களை எடுத்தனர். அதில் நெடிகூடிய மதுவொன்று அடைக்கப்பட்டிருந்தது. கொஞ்சம் கொஞ்சமாகக் குடித்துக் கொண்டனர். எவரும் நீண்ட நேரம் பேசிக்கொள்ளவில்லை. சங்கீதத்தால் காலம் சொல்லும் இசைஞர் களின் பாடல் தொலைவில் கேட்டது. இளையவனின் குரல் திரும்பவும் சொல்லத் துவங்கியது.

‘‘பயணியே, இது பிறப்பின் விசித்திரமில்லையா?

இரண்டாம் சூல்

ஒரு ரிஷி குமாரன் தண்ணீரினின்று குளித்துக் கரையேறுகிறான். அவனது தவ நாட்கள் கூடிக்கொண்டே போகின்றன. அவனது

கவனம் எதிலும் சிதறுவதேயில்லை. காற்று அவனைக் கடந்து போகும்போது சப்தமிடுகிறது.

'சரத்வான்... சரத்வான்...' என சரத்வான் நதிக் காற்றிற்குச் சிலும்பும் தலை மயிரோடு தன் கண்கள் மூடி நிஷ்டையில் வார்த்தைகளற்ற பெருவெளி சூழ்கிறது. யாரோ அவன் செவிகளில் குரலிடுகிறார்கள்.

'கௌதம குமாரா... சரத்வானே, திரும்பிப் பாரேன்.' சரத்வானின் செவி திறக்கவில்லை. சூரியன் ஒளிர்ந்து கொண்டேயிருக்கிறது. சரத்வானின் தீவிர தவம் வலுக்கிறது. தொலைவில் இந்திரனின் ஆசனம் நடுங்குகிறது. அசைவுகொண்ட ஆசனத்தினின்று இறங்கி இந்திரன் சரத்வானைக் காண்கிறான். அவன் கண்டபோது சரத்வானின் உதடுகள் உறைந்து இருக்கின்றன. இந்திரன் தனது ஜாலத்தைத் துவங்கினான். காற்று வலுத்துக் குமுறுகிறது. எங்கும் பேரிரைச்சல், சரத்வான் நிமிரவேயில்லை. இயற்கையின் சூழல்களால் அவன் நிசப்தம் கலைக்கப்படவில்லை. இந்திரன் தனது இறுதி அஸ்திரத்தை அனுப்பினான்.

ஜாலவதி

இந்த ரூபிணி மெல்ல நடக்கத் துவங்கினாள். இச்சையின் சிறுமலர்கள் எங்கும் அரும்பத் துவங்கின. மணம் நரம்புகளை அவிழச் செய்கின்றன. சரத்வானின் நாசிகள் தானே திறந்து கொண்டன. தாழம்பூவின் வாசம். அதன் நெருக்கமும் ஏதோ மயக்கமான உணர்வுகளும் உடல் எங்கும் ஓடுகின்றன. அவன் செவிகள் திறக்கின்றன. கண் இமை விரியத் துடிக்கின்றது. சரத்வான் நறுமணத்தின் சுழலில் சிக்குகிறான். அவன் கண்கள் விரிகின்றன. பருத்த ஸ்தனங்களும் காமம் மீறிய உடலுமாக ஜாலவதி நடமாடுகிறாள். அவன் கை தொடும் தூரத்தில் நிற்கிறாள். நதிக்கரையினின்று எழுந்து இரண்டு அடி நடந்தால் அவள் தன் வசமாகிவிடுவாள் என சரத்வான் எழுந்து கொள்கிறான். உடல் மிதமிஞ்சிய இச்சையில் அம்பென நிற்கிறது. முதலடி எடுத்து நடக்கத் துவங்கியதுமே அவன் வீரியம் பீய்ச்சித் தெறிக்கிறது. அவன் அதனைக் கடந்து நடக்கிறான். ஜாலவதியின் கை தன் வசமாகிறது. எவரோ சிரிக்கிறார்கள். சரத்வான் திரும்புகிறான்.

எங்கும் இந்திரனின் சிரிப்பு கேட்கிறது. ஜாலவதி அவன் பிடியிலிருந்து மறைகிறாள். தன் சக்தி இழந்த சரத்வான் துயரம் ததும்ப கத்தி ஓடுகிறான். தெறித்த இரு துளியான வீரியத்தை ஏந்துகின்றது நாணல், நாணலின் கர்ப்பத்தில் உயிர் வளர்கிறது. இனி சரத்வான் அங்கில்லை. இந்தச் சிரிப்பு ஓய்ந்து போன பேரமைதி. நாணலின் கர்ப்பத்தினின்று மெலிந்த உடல் உயிர்களாக அசைகிறார்கள் இருவர். ஒரு பெண், ஒரு ஆண். இரு சிசுக்கள். சதா காற்றின் ஓசையைக் கேட்டுக் கொண்டேயிருக்கின்றன. காற்று நாணலைக் கடந்து போகிறது. வலிமையும், குரலும் சுற்றுகின்றன. நாணல் அசைந்தபடியேயிருக்கின்றது. நாணலின் கர்ப்பத்தில் வளரும் சிசுக்கள் காற்றை மழையின் துளிகளை உணர்கிறார்கள். நதியின் ஓசை அவர்களுக்குள் பெருகுகிறது. கர்ப்ப நாள் முடிந்து ஜனிக்கும் இருவரும் நாணலின் நிறமே கொண்டிருக்கின்றனர்.

நாணல் தன் உடல் பிளந்து கிடக்கிறது. எவரோ நதி நோக்கி வருகிறார்கள். கண் திறந்து வீறிடும் சிசு முன்பாகக் குனிந்து பார்க்கிறார்கள். சந்தனு அரசன் சிசு முன் நிற்கிறான். அவர் சிசுக்களைத் தூக்குகிறார். எடையற்றதுபோல அவை இருக்கின்றன. காற்று எதையும் சொல்லவில்லை. ரதம் புறப்படுகிறது. நாணலின் கர்ப்பத்தினின்று சூல் வளர்ந்த இருவர் நகர் நோக்கிச் செல்கிறார்கள். அரசனின் முகம் சலனமற்று நீள்கிறது. காற்றின் பாடலைக் குடித்து வளர்ந்த இரு சிசுக்கள் நகரின் அரண்மனைக்கு வருகின்றன. தாதிகளின் வெம்மையான மார்புகள் பாலைச் சுரக்கின்றன. நாணலின் வெடவெடப்பும் மெலிவும் கொண்டு வளர்கின்றன. பிள்ளைகளைக் கிருபன் கிருபி எனப் பெயரிட்டு அழைக்கிறார்கள். பயணியே, நாணலின் கர்ப்பத்தில் உயிர்த்த சிசுக்களுக்கு அதன் உடல்வாகே வந்துவிட்டது. நீண்டு மெலிந்தவர்களாக அவர்கள் வளர்ந்துகொண்டே இருந்தார்கள்.

~

துரோண சூல்

துரோணம் என்ற கோப்பையைப் பற்றி நீ அறிந்திருக்கிறாயா அது ஒரு மரத்தாலான பாத்திரம். நீர் கொள்ளலாம். இதோ மற்றொரு ரிஷியின் மோகம் தூண்டப்படுகிறது. அவர் தன் இந்திரியத்தினைக் கட்டுப்படுத்த முடியாமல் பீய்ச்சுகிறார். அது ஒரு துரோண கலத்தில் நிறைகிறது. வீரியத்தின் படர்தலில் துரோணம் மூடிக் கொள்கிறது.

ஒரு மரக்கலத்தின் வயிற்றில் சிசு வளர்கிறது. அது எதையும் கண்டதேயில்லை. இருளும் வெதுவெதுப்பும் மட்டுமே கண்டு வளர்கிறது. துரோணகலம் வெடித்துச் சிதறுகிறது. சிசு பிறக்கிறது. வனவாசிகள் அதைக் கண்டு எடுக்கிறார்கள். துரோணர் எனப் பெயரிடுகிறார்கள். அந்தக் கர்ப்பம் வேடுவச்சியால் தூண்டப் பட்டதுதானே. பிறந்த சிசு வேடுவத்தின் சாயலைக் கொண்டதால் தானோ என்னவோ அது வில்லாளியாக வளரத் துவங்கியது.

~

நியோக சூல்

ருது எய்திய பெண்கள் காத்திருக்கிறார்கள். கர்ப்பப்பாதை உலர் கின்றது என தனித்துப் புலம்பும் ஒரு பெண்ணின் குரல் கேட்கிறதா? பயணியே, அதோ நிற்கும் அவளைத் தெரிகிறதா? மச்சகந்திதானே? இல்லை. இல்லை. அவள் இப்போது அஸ்தினாபுரத்தின் அரசி சத்யவதி எனும் பரிமளகந்தி. அவள் தன் பூர்வ ஞாபகங்களைத் துண்டித்துவிட்டாள். அவள் தன் வம்ச சுழற்சிக்காகக் காத்திருக் கிறாள். அவள் குரல் தொலைவில் சாம்பல் பூமியில் அலைவுறும் ரிஷியின் காதில் கேட்கிறது.

ரிஷிகுமாரனாக அலைந்த மச்சகந்தியின் மகன் அந்த வார்த்தை களைத் தானும் கேட்கிறான். தாய் தன்னை விலக்கி, சந்தனு ராஜனை மணந்துகொண்ட பின்பு இப்போதுதான் திரும்ப அழைக்கிறாள். தாயைக் காண வேண்டுமென ஆசை பிறக்கிறது. பலிசடங்குகளும், உருவற்ற பூதங்களும் உலவி அலையும் சாம்பல் பூமியில் எண்ணற்ற உயிர்ப்பலிகள் நடந்தேறிவிட்டன. தன் தகப்பன் பராசுரமுனிகூட துஷ்ட விலங்கால் புசிக்கப்பட்ட கோரமும் கண்டாயிற்று. ரிஷி குமாரன் அலைந்து கொண்டேயிருந்தான். என்றாலும் உலரும் கர்ப்பப் பாதையின் குரல் கேட்கிறது. அவன் மனதில் நடக்கப் போகின்றதன் நிகழ்வுகள் துளிர்க்கின்றன. அவன் தன் மனதைத் திருப்புகிறான்.

காத்திருக்கிறாள் சத்தியவதி. பலவீனர்களான தன் பிள்ளைகள் அற்ப ஆயுளில் இறந்து போனபின்பும் யௌவனம் கலையாமல் இருக்கும் மருமக்களின் ருது காலத்தையும் அவர்களின் உலர்ந்த உதடு களையும் காண்கிறாள். காமத்தின் சிறு புழு மெல்லத் தன் உடல் சுருண்டு அசைகிறது. ஒரு கனியைப்போல பெண்கள் மிகு நிசப்தத்தில் உறைந்திருக்கிறார்கள்.

ரிஷி குமாரன் நகரம் வந்து சேர்ந்தான். ரிஷி குமாரன்மீது எவர் கவனமும் கூடவில்லை. குதிரைகளின் லாயத்தையும் காவல் வீரர் களையும் தாண்டி அவன் அகன்ற பாதங்கள் கடக்கின்றன. சத்தியவதி அவனைப் பார்க்கிறாள். அவன் நதியின் ரூபமும் நிறமும் கொண்டவன் போலவேயிருக்கிறான். அவன் கண்களைக் கூட நேரிட்டுப் பார்க்க முடியவில்லை. தாயை வணங்குகிறான். தகப்பனைப் போலவே உடல்வாகு கொண்டிருக்கிறான் என்பதைக் கண்டாள்.

தான் அழைக்கப்பட்ட காரணத்தை மிகுந்த மரியாதையாகக் கேட்டான். சத்தியவதி அவன் உண்பதற்காகப் பழங்களைக் கொண்டுவரச் சொன்னாள். அவன் எதையும் உண்ணவில்லை. இரவு அவனைச் சந்திப்பதாகச் சொல்லி தங்குமிடத்திற்கு அனுப்பி வைத்தாள். தகப்பனோடு அவன் பல தேச மாளிகைக்கும் போயிருக் கிறான். அஸ்தினாபுரத்து மாளிகையில் உற்சாகமேயில்லை என்பதைக் கண்டான். பகல் நீண்டு கொண்டேயிருந்தது. இரவு கூடியது. சத்தியவதி அவனை நதி முகத்திற்கு வரச் செய்திருந்தாள். பந்தங்கள் எரிந்து கொண்டிருந்தன. நதிநீர் தெரியவில்லை. அவள் நடந்து கொண்டேயிருந்தாள். ரிஷி காற்றின் விசையைக் கண்டவனாகக் காத்திருந்தான்.

தாயின் குரல் கேட்டது.

‘நட்சத்திரங்களைப்போல அரண்மனைப் பெண்கள் தனித்து நடுங்கிக் கொண்டிருக்கிறார்கள்.’

‘பாதுகாப்பிற்குதான் கங்கையின் மைந்தன் இருக்கிறாரே...’

‘வியாசர், யாரும் அவர் காவலைக் கோரவில்லை. அஸ்தினாபுரத்தின் அரியணை காலியாக கிடக்கப் போகிறது. வம்ச விருத்தியில்லை. மூன்று ஸ்த்ரீகள் காத்துக் கொண்டேயிருக் கிறார்கள். வேறு வழியற்றுப் போனதால் நியோகம் முடிவாகியுள்ளது. நியோகியாக உன்னைத் தேர்வு செய்வதை கங்கா புத்திரரும் ஒத்துக்கொண்டுவிட்டார். உனது சம்மதத்திற்காகக் காத்திருக்கிறேன்.’

தான் பீஷ்மரைச் சந்திக்க விரும்புவதாகச் சொன்னான் ரிஷி. சத்தியவதி அனுமதித்துவிட்டாள். அவன் கங்காபுத்திரனைக் கண்டான். ரிஷி கேட்க விரும்பியதை அறிந்தவராக அவரே சொல்கிறார்.

‘நான் எப்போதோ பெண்களைச் சுகிப்பதில்லை என முடிவு கொண்டுவிட்டேன். நீ செய்ய இருப்பது ஒரு தானம், நதியினைக்

கடந்துபோக ஒரு படகு தேவைப்படுவதுபோல வம்ச விருத்திக்காக நீ தேவைப்படுகிறாய். இதில் உன் தவறு எதுவுமில்லை.'

ஆனாலும் ரிஷி மனம் சமாதானம் கொள்ளவில்லை. இரவு நிறை கிறது. ஒப்பனைக்கான அலங்காரர்கள் ரிஷியின் அறைக்குள் வருகிறார்கள். வாசனைத் திரவியங்களின் மணம் நாசியில் ஏறுகிறது. ரிஷி மறுத்துவிட்டான். குளிர்ந்த நீரை வாய் அகன்ற பாத்திரத்தில் ஏந்தி நிற்கும் மனிதனை அதனை வைத்துவிட்டுப் போகச் சொல்கிறான். தண்ணீர் சலனமற்று இருக்கிறது. தன் சகோதரர்களின் மனைவியல்லவா என்ற குழப்பம் பீறிடுகிறது.

தண்ணீரில் தன் உருவினை நீண்ட நாட்களுக்குப் பிறகு ரிஷி காண்கிறான். கோரை பீடித்த தாயின் சாயல் கொண்ட முகம். கண்கள் மட்டும் தெறித்துப் பாய்கின்றது. தனது உடல் அலைந்து அலைந்து உருமாறியுள்ளது. தனது பிம்பத்தினையே கண்டு கொண்டிருந்தான். மற்ற ரிஷிகளைப்போல உடல் செழுமை கொள்ளவில்லை. மெலிவாகியும் இறுகியுமே உள்ளது. சலனமற்ற நீர்பிம்பம்போலதானே தனது இருப்பும் என சொல்லிக் கொண்டவ னாக முகத்தினைக் கழுவினான். முன்னறியாத அறையெங்கும் கமழ்ந்து கொண்டிருந்தது. சதந்யவதி வருகிறாள்.

'மகனே நீ காண்பது ஒரு ஸ்த்ரீயை. அவள் ஒரு இளம்பெண். அதிலும் ருது பொங்கியவள். நீ ஒரு துளி நெருப்புப் பொறியைப் போல தெறித்துவிட்டால் போதும். அவர்கள் பற்றி எரிவார்கள். ஒரு இசைக்கருவியை மீட்டுவதைப்போல கூடிவிடு. அவர்கள் உயிருள்ள கருவிகள்.'

பின் சம்மதம் கொள்கிறான். நியோகமெனும் சுக்ல தானமிடும் ஒரு இரவிற்குத் தயாராகிறான். அவன் உடல் எங்கும் ஒளிர்ந்த கண்கள் திறக்கின்றன. இரவு எப்போதும்போல அஸ்தினாபுரத்தின் மீது கவிகிறது.

'இளையவனே நீ கேட்டிருக்கிறாய். ஸ்த்ரீகளின் அறைகளில் உள்ள பதுமை விளக்குகள் தங்களுக்குள் பேசிக் கொண்டதைக்கூட நீ அறிந்திருக்கிறாய். அந்தப் பிறப்பின் மர்ம முடிச்சை நீ அவிழ்க் கிறாயா? இந்த நிலவியலின் இரவுகளில் எங்கும் காமத்தின் பேரலை வீசி அடிக்கிறது. உயிர்த்திரவம் தன் சுனை சீறிப் பாய்கிறது. இளையவனே, நீ கேட்டது என்ன... மடல்களில் பட்டுத் தெறித்த வார்த்தைகள் எதை ரகசியம் ரகசியம் என மறைத்தன, சொல்லேன்...'

இளையவன் சொல்ல விருப்பமற்றவனைப்போல இருக்கிறான். அவன் இப்போதுதான் நிகழ்வின் கதி துவங்கியிருப்பது போலவும் அதைத் தன் செவி இந்தக் கணத்தில் கேட்டுக் கொண்டிருப்பதைப் போலவும் சொல்கிறான்.

'யாத்ரீகனே, நியோகம் என்றோ நடந்து முடிந்ததல்ல. இதோ இந்த விநாடியில் நடக்கப்போகிறது. அதோ ரிஷிகுமாரன் சென்று கொண்டிருக்கிறான். அவனை இரவு கண்டுகொள்கிறது. பறவைகள்கூட சப்தமிட மறந்து மரக்கிளைகளில் இதைக் காண்கின்றன. எங்கும் நறுமணத் தைலங்களின் வாசனை. ரிஷி குமாரன் தன் விரிசடையைக் கலைக்கவில்லை. அலங்காரமில்லை. இச்சை ததும்பவில்லை. அவன் யாருமற்றவனாக வனப் பிரதேசங்களில் நடப்பவனைப்போல தனியேதான் செல்கிறான். அவன் விரல்கள் தட்டும் அறையில் சர்வ அலங்காரியாக காத்திருக்கிறாள் அம்பிகா. அதோ பதுமை விளக்கின் சுடர்கள் தங்கள் வெட்கம் மீறி காண்கிறதே... யாரை எதிர்பார்க்கிறாள் அம்பிகா? வரப்போகின்றவர் சந்தனு புத்திரன் கங்கையின் மைந்தன் பீஷ்மன் என்றுதானே சொல்லியிருக்கிறார்கள். அவள் மனதின் ரகசிய ஆசையில் புதையுண்டிருந்த பீஷ்மரின் முகம் ததும்புகிறது. வேட்கையின் சுனைகள் திறக்கின்றன. பீஷ்மரின் பாத ஒலியைக் கேட்டுப் பழகிய அவள் கண்கள் திரும்புகின்றன. அறைக் கதவு சாத்தப்படுகிறது. பதுமை விளக்கின் சுடர் திரும்புகிறது. அவள் கண்ட ரிஷியின் தோற்றம் ஒரு விநாடியில் தன் மனதின் சித்திரங்களை அழித்துக் கலைக்கிறது. மூர்க்கம் கலையாத முகம். அந்த மனிதன் கிரகங்களின் சேர்க்கைக்கான காலத்துளிகளைக் கணக்கிட்டுக் காத்திருக்கிறான். கிரகங்கள் என்றைக்கும்போல மெதுவாகத் தன் இயக்கத்தில் நகர்கின்றன. நடுக்கம் தொற்றிய பெண் உடலினைத் தொடுவதையும் தவிர்த்து நிற்கிறான் ரிஷி. கிரகங்கள் சுழன்று திரும்புகின்றன. அவன் தன் உடலின் வசத்திற்குள் அவளைக் கொண்டுவருகிறான். அவள் தன் கண்களை இறுக்கிக் கொள்கிறாள். மனம் எதையும் பார்க்க மறுப்பதாகச் சுருண்டு கொள்கிறது. உடல் வெளிறி, கொள்ளும் உறவினின்று பிரியும் அவள் ரிஷியின் பக்கம் திரும்பவும் மனமற்றுக் கிடக்கிறாள்.'

உன் மனதின் ஆசையே கர்ப்பத்தின்மீதும் கவியும். உனக்குப் பிறக்கும் சிசு எதையும் காண முடியாதவனாக இருப்பான். இது உன் விருப்பத்தின் குழந்தை' எனப் பிரிகிறான். அம்பாலிகா ஓடி விடுகிறாள். அந்த இரவின் நெடிய மணம் அறையெங்கும் நீள்கிறது.

மறுநாள் பகலில் தனித்திருக்கும் அறைக்கு சத்தியவதி வருகிறாள். அவள் நடந்தவையெல்லாம் அறிந்திருக்கிறாள்.

'உன் வெம்மையைத் தாளமுடியாது உடல் வெளிறிவிட்டது மகனே, தவறு அவளுடையதுதான்' என்கிறாள்.

'அவள் எதிர்பார்த்துக் காத்திருந்த மனிதன் நானல்ல. தவறு என்னுடையது. பார்வையற்றவனால் தேசத்தை ஆளமுடியாது மகனே. இன்றிரவு அம்பாலிகா காத்திருக்கிறாள். நீ மறுக்கக் கூடாது.'

அன்றிரவில் அம்பாலிகா யாவும் அறிந்துவிடுகிறாள். அவள் தன் உடலைத் தருவதற்காகத் தயார்ப்படுத்துகிறாள். மனம் அவள் வசமற்றுக் கலைகிறது. துயரமும் பீடித்த நடுக்கமும் குறைய வில்லை. அவள் தான் எவரெவர் கைகளிலோ சரிந்து சரிந்து சென்று கொண்டிருப்பதாக வேதனையைத் துளிர்க்கிறாள். அவளின் இரவு திரும்புகிறது. ரிஷி குமாரன் காத்திருக்கிறான். அவன் உறவில் உடல் வெளுக்கிறாள். உணர்தலின் நடுக்கம் கூடுகிறது.

'பெண்ணே உன் புலனும் குறைபாடுள்ளது. உன் சிசு அதையே கொள்ளும் உனக்குப் பிறக்கும் சிசு இச்சை தீராதவனாகவும் அதை அடைய முடியாத பலவீனனாகவுமிருப்பான்' என வியாச ரிஷி சொல்லிப் போகிறான்.

புலன் தடுமாற்றத்தினை அறிந்துவிடுகிறாள் சத்தியவதி. இன்னொரு முறை அம்பிகாவிற்கான இரவு ஓர் இரவு. அது சரியாக்கிவிடும் என்கிறாள். அந்த இரவு அம்பிகா தயாராகவில்லை. அவள் தன் பணிப்பெண் சுபாவை அலங்கரிக்கிறாள். சுபாவின் உடல் விம்முகிறது. ரிஷியின் இரவிற்குக் காத்திருக்கிறாள். அவளிடம் நடுக்கமில்லை. ரிஷி அவள் முகத்தைக் காண்கிறான். அதில் சலனமில்லை. துயரத்தின் அலைகள் மட்டுமே படிந்துள்ளன. அவன் தன்வசப்படுத்துகிறான். மோகம் பீறிடுகிறது. வன விருட்சங்கள் முறிவு கொள்வதுபோல உடலின் சாறு வெடித்து நிரம்புகிறது. வலிய அம்பென சுக்கிலம் பாய்கிறது. அன்றிரவு ரிஷி புறப்படும் முன் தாயிடம் சொல்கிறான்.

'தாதியின் கர்ப்பவாசி பூர்ணமானவன். அவன் தடுமாற்றமற்ற புலன் உடையவன். அவன் விதுரன்.'

'மூன்று சிசுக்கள் அவரவர் தாயின் இயல்போடும், அவர்களின் புலன் நிழல்போல பிறக்கிறார்கள். திருதராஷ்டிரன் பார்வையற்றவனாக, பாண்டு வெளிறிய நடுக்கமுற்றவனாக, விதுரன் அறிவு நுட்பனாக

தாயின் உணர்வுகளைத் தாங்கிய கோப்பைகளைப்போல இவர்களின் பிறப்பு நிகழ்கிறது. மூன்று பெண்கள்தான் சிசுக்களாகி விட்டார்களா..? நாம் யாவரும் பல்வேறு ஆசைகளை வடிவமெடுத்துப் பிறந்தவர்கள்தானா அல்லது புலன்கள்தான் பிறந்துள்ளதா... சொல் பயணியே.'

~

சூல்வாக்கு

'பயணியே, இந்த நிலவியலின் சில பிறப்புகளைப் பற்றி அறிந்ததுமே உன் விழிகள் திகைப்பில் சொருகிக் கொண்டதை அறிந்தேன். பிறப்பின் விசித்திர வழிகள் எவரெவர் தனியறைகளை நோக்கியோ போகின்றன. துர்வாச ரிஷியின் முன்பான சேவையில் தன்னை முழுவதுமாக அர்ப்பணித்திருக்கிறாளே ஒரு இளம் பெண் ப்ரீதா, அவள் துர்வாசரிடம் ஏதோ ஒரு ரகசிய வாக்கினைப் பெறுகிறாள். என் காதில் அது விழுகிறது. துர்வாசர் புறப்பட்டு விடுகிறார். தனியே அறையில் காத்திருக்கும் இளம் பெண் மனதிற்குள் அந்த வார்த்தை சுழன்றுகொண்டே இருக்கிறது. அந்த வார்த்தைகளை ருசித்துவிட நினைக்கிறாள். அவள் அறையில் பகல் துவங்கியிருந்தது. எல்லையற்ற வானம் தொலைவில் விரிந்துள்ளது. அவள் இச்சைமீறி விழைக்க அந்த வார்த்தையைத் தன் உதட்டினால் சூரியனை நோக்கி உச்சரிக்கிறாள். நகர்ந்துகொண்டே இருக்கும் ஒளித் தேவன் ஒரு நிமிஷம் அசைவற்று நிற்கிறான். அவனை அழைக்கும் கன்னியின் குரல். அந்த உதடுகளினின்று பீறிட்ட வார்த்தைகள், சூரியனின் ஒரு ஒளிக்கற்றை தனித்துச் சுருண்டு அவளை நோக்கிப் பயணிக்கிறது. அந்த இளம் பெண்ணின் அறையில் ஒளிப் புருஷனின் தோற்றம் புலனாகிறது. அது தன் வசீகரக் குரலில் அவளை அழைக்கிறது. 'உன் வாக்கினால் உருக்கொண்டவன் நான். பெண்ணே உன் மனம் வேண்டுவது தானென்ன?'

அவள் ஒளியுருவின் முன்னதாக நின்றபடி செய்வதறியாது நிற்கிறாள். ஒரு வார்த்தை உயிர்த்து நிற்கிறது. அவள் இமைகள் தாழ்கின்றன. தான் நோக்கமற்று அந்த வார்த்தைகளை வெளிப்படுத்தியதாக முணுமுணுக்கிறாள். அப்போது வெளியில் ஒரு சூரியன் வானத்தில் அலைந்து கொண்டிருக்கின்றது. அருகில் நிற்கும் ஒளிதேவனோ, தான் அழைப்பில் தூண்டப்பட்டு

விட்டவன். என் உடலில் உன் ஆசை பற்றி எரிகிறது என்கிறது. அவள் செய்வதறியாது நிற்கிறாள். வாக்கின் உருவம் அவன் உடல் சேர்கிறது. கன்னிமையின் இலைகள் உதிர்கின்றன. ரத்த நாளங்களில் ஒளியோடிப் பரவுகிறது. வாக்கின் உருவம் மறையும்போது அவள் இறைஞ்சுகிறாள்.

'இனி நான் எப்படி கன்னிமை கொள்வேன்...?'

ஒளியுருவம் அவளைப் பிரியுமுன் சொல்கிறது.

'இந்த நிகழ்வுகள் உனக்குள் நினைவுகளாக சேகரமாகாது. நினைவு மட்டுமே கன்னிமையை அழிக்கக் கூடியது. நீ இஷ்ட சொப்பனத்தில் இருந்து விடுபடுவதுபோல இந்தக் கர்ப்பத்தின் பிறப்பு அன்று யாவும் உன் நினைவிலிருந்து மறைந்து போகும். நீ காண்பது கனவிலிருந்து பறிக்கப்பட்ட ஒரு மலரைக் கையில் வைத்திருப்பது போல குழந்தையை வைத்திருப்பதுதான் ப்ரீதா.'

அவள் வாக்கினால் உருப்பெற்ற கர்ப்பம் கொள்கிறாள். அந்த சிசு ஒளியின் உடலாகப் பிறக்கிறது. ப்ரீதா அந்த சிசுவினைப் பிரிந்தவளாகத் தன் நினைவுகள் கலைத்துப் போகிறாள். உலகின் அநாதி வெளியை நோக்கி பயணிக்கிறது ஒரு குழந்தை. அதன் பயணம் நீண்ட நதியின் போக்கில், எங்கோ அழுகுரல் துவங்குகிறது. தன் ஞாபகம் அழிந்து ப்ரீதா கன்னிமை கொள்கிறாள். கனவைப் போல யாவும் நடந்து மறைகின்றன. காத்திருக்கிறாள். துர்வாச ரிஷி தனக்குச் சொல்லிய வார்த்தைகள் கனவிற்குள் பிரவேசித்துத் திரும்பி வரும் அற்புதச் சாவி போலவே அவளுக்குத் தோன்றியது. பின் அவள் யாவும் மறந்துவிடுகிறாள். காலம் சுழல்கிறது. பாண்டுவின் மனைவியாக இருக்கிறாள் ப்ரீதா என்ற குந்தி. வனவெளியில் அலையும் அந்த மூவரையும் பின்பற்றி என் கண்கள் செல்கின்றன. பயணியே, அந்த மனிதன் மிகுந்த பலவீனனாக இருக்கிறான். அவன் உடன் செல்லும் பெண்களில் ஒருத்தி வசீகரி, மற்றவள் உடல் பருத்தவள். அவன் வசீகரியான மாத்ரியை அழைத்தபடி செல்கிறான். வனவெளியின் பசுமை விரிகிறது. மான்கள் கடந்து செல்கின்றன. அருவிகளின் ஓசையும் தனிமையும் பரவுகிறது. அரசன் பாண்டு வனக்குடியில் வந்து சேர்கிறான். தாவும் மான்கள் அவனுக்குள் இச்சையின் முனை முறிப்பை நினைவுபடுத்திக் கொண்டேயிருக்கிறது. அவன் தன் சோர்வுற்ற உடலால் இனி உயிர்ப்பு தரமுடியாது என உணர்கிறான். அவன் ருதுவின் மலர்ச்சி கொண்ட இரு பெண்களையும் அழைக்கிறான். ப்ரீதா தான் வார்த்தைகளின் வழியோடு கூடி கர்ப்பம்

கொள்ள முடியும் என்பதை அறிவிக்கிறாள். அவளைத் தனியே அழைத்துச் செல்கிறான்.

‘அந்த வார்த்தைகள் தனக்குரியவனையே கொண்டுவந்துவிடுமா..?’

‘இவை வாக்கல்ல. வாக்குருவங்கள். வார்த்தைகளினின்று அந்த மனிதன் பிரசன்னமாகிவிடுவான். எவர் உருவின் வார்த்தை வேண்டும்?’

பாண்டு வனவெளியில் தனியே செல்ல விரும்புவதாகச் சொல்கிறான். அவள் தன் மனதின் விருப்பம் கொண்டபடி இச்சா வார்த்தைகளைப் பிறப்பித்துக் கொள் என்கிறான். பாண்டு இரு பெண்களையும் விடுத்துச்செல்கிறான். ப்ரீதா தன் பூப்பு நாட்களுக் காகக் காத்திருக்கிறாள். அவள் உடலில் ரத்தம் புதுப்பெருக்கு கொள்கிறது. அவள் ஒரு விருட்சத்தின் அடியில் நின்றபடி தன் இச்சா வார்த்தையைச் சொல்கிறாள். வார்த்தை கரைகிறது. அவள் தான் கனவில் உலவுபவள்போல அதற்கு தன் உடல் தந்து விடுகிறாள். அந்த மனிதன் போகும்போது அவள் விழிப்புக் கொள்கிறாள். ஒரு கனவு நிகழ்வு கொண்டு முடிகிறது. இனி அவள் சூல் கொள்வாள்.

பாண்டு திரும்புகிறான். தன் மனைவியின் வயிற்றில் உருக் கொண்டதன் வரவிற்காகக் காத்திருக்கிறான். வன மலர்கள் உதிர்கின்றன. சிசு பிறக்கிறது. அதோ அந்த சிசுவை தன் முகத்தருகே கொண்டு செல்கிறாள். அந்த சிசு தான் கண்ட மனிதனை இமைத்துப் பார்க்கிறது. பின் உதடு வலித்து அழுகிறது. ஒரு முறையல்ல. மூன்றுமுறை அவள் தன் மனதின் சொல்லால் கர்ப்பம் கொள்கிறாள். பின் அதே வார்த்தைகளைத் தன் இளையவளான மாத்ரிக்கும் அறியச் செய்கிறாள். ஒரு முறை உச்சரித்து முடித்ததும் சொற்கள் மறந்து போய்விடும் என்கிறாள் குந்தி. அதோ மாத்ரியின் உதடுகள் வார்த்தைகளால் இரட்டையர்களை நோக்கி அழைக்கிறது. இரு அஸ்வினி தேவர்கள் கூடுகிறார்கள். அவள் இரு குழந்தைகளின் தாயாகிறாள். பாண்டு தன் பிரியத்துக்குரிய மாத்ரிக்கு இன்னொரு முறை அதே வார்த்தைகளைச் சொல்லித்தரச் சொல்கிறான். குந்தி மறுத்துவிடுகிறாள். அவள் மனம் மாத்ரியினை விடவும் வேகமாக எதிர்காலத்தைக் கணக்கிடுகிறது. இனி அந்த வாக்கு தனக்கும் மறந்து போகட்டும் என்கிறாள். அது மறைகிறது. பஞ்ச பாண்டவர் கள் என்ற ஐந்து சிறுவர்கள் வனவெளியில் விளையாடுகிறார்கள் அவர்களின் பிறப்பு ரகசியம் அறியாமல். விருட்சங்கள் யாவும் கண்மூடி மௌனித்திருக்கின்றன.

விருட்ச சூல்

காந்தாரியின் கர்ப்பம் நீண்டுகொண்டே செல்கிறது. கிரகங்களின் சுழற்சியைக் கேட்கிறான் திருதராஷ்டிரன், கர்ப்பிணி காத்திருக் கிறாள். ரிஷிகள் அவள் கர்ப்ப நாட்களைக் கணக்கிடுகிறார்கள். அது நாட்களைத் தாண்டிப் போய்க் கொண்டேயிருக்கிறது. இது கஜகர்ப்பம், இரு வருஷம் கொள்ளும் என்கிறாள் மருத்துவச்சி. தன் மனவலிவுதான் திரண்டு குழந்தைகளாக உருக் கொண்டுள்ளது என்று நம்புகிறாள் காந்தாரி. ஆனால் வனத்தில் பாண்டுவிற்குப் பிள்ளை பிறந்ததை அறிகிறான் திருதராஷ்டிரன். இனியும் தன்னால் காத்துக் கொண்டிருக்க முடியாது என பிதற்றுகிறான். ரிஷியின் மாற்று வழிகளுக்காகக் காத்திருக்கிறார்கள். தன் கர்ப்பத்தைத் தானே வலிமையால் மோதிச் சரிக்க கர்ப்ப பிண்டம் வெளிப்படுகிறது. அதை நூறு கலயங்களில் இடுகிறார்கள். நூறு குழந்தைகள் பிறக்கிறார்கள். சிசுக்களின் அழுகையொலி கேட்டு அஸ்தினாபுரம் நடுங்குகிறது. காந்தாரியின் பிள்ளைகள் தாயைக் கொண்டிருந் தார்கள். என்றாலும் முட்டையுடைத்து வெளிப்படும் பறவை களைப்போல கலயம் வெடித்துப் பிறக்கிறார்கள். கொண்டாட்டங் கள் நிரம்புகின்றன. காந்தாரி ஒரு கனி. ஒரு கனி வெடித்து நூறு விதைகள் பெருகுவதில்லையா... ‘இவள் கர்ப்பமும் கனிபோல பெருகி வெடிக்கிறது எனில் இவள் யாராம்... ஒரு விருக்ஷமா?’ எனக் குரல்கள் கடக்கின்றன.

~

பேதசூல்

நான் இரு சூதர்களின் ஞாபகங்களின் துள்ளோட்டத்தைக் கண்டுகொண்டிருந்தேன். இருவரும் இந்த நிலவியல் எங்கும் கேட்கும் பிறப்பின் விசித்திரக் கிளைகளைக் கண்டபடி வியப்பும் வசீகரமுமாகச் சொல்லிக் கொண்டிருந்தனர். சிசுக்களின் வழியே காலம் தன் உருவைப் பல்கிப் பெருக்குவதைக் கண்டிருந்தனர். சூதர்களின் வழியே நான் கண்டறியாத சென்றடையாத நிலவியல் காட்சிகள் புலப்படத் துவங்கின. எல்லா இரவுகளையும்போல இரவு கவிந்தது. நான் மௌனத்தில் ஆழ்ந்துவிட்ட இரு கதையாளர்களோடு அமர்ந்திருந்தேன். வேட்கையின் பெரும் பரப்பு

விரிந்த இரவில் நட்சத்திரங்கள் பிறந்திருந்தன. குதிரைகளின் சப்தமும், இரவின் மெல்லோசையும் கலந்திருக்க அவர்கள் குடிப்பதற்காகக் கொண்டுவந்திருந்த இலுப்பைச் சாராயத்திலிருந்து கொஞ்சம் பருகிக்கொண்டனர். ஏதோ ஒரு சூதன் தொலைவில் அஸ்தினாபுரத்தினைப் பற்றிப் பாடுகிறான். அதன் வார்த்தைகள் மிதந்து கொண்டிருக்கின்றன.

'துரதிர்ஷ்டத்தின் ஊற்றுதான் அஸ்தினாபுரம். அது ஒரு ஸர்ப்பத்தைப் போல நாவைத் துடித்தபடியிருக்கிறது. யாவரும் அதைப் பருகியபடி நடக்கிறார்கள். காற்றும் நடுங்கி அலைகிறது. யாவர் உருவங்களும் கலைகின்றன. நகரம் தன் நீள் உடலைச் சுற்றி வளையமிடுகிறது.'

அந்தப் பாடலின் வார்த்தைகள் காற்றில் மிதந்து அலைகின்றன. சூதன் குடி மயக்கம் கலைந்தவனாகச் சொல்கிறான்.

'எதைப்பற்றிச் சொல்லத் துவங்கினாலும் அது கடந்த காலமென்னும் தாழியில் போய் விழுந்துவிடுகிறது. நான் பகடையை வீசுவதோ எதிர்காலமென்னும் வரைகட்டத்தில் இளையவனே. நினைவின் முகிழ்வு உனக்கும் பெருகிவிட்டதா?'

'மூத்தவனே... நினைவுடன் பிறப்பதைப்போல துரதிர்ஷ்டம் எதுவுமிருக்கிறதா..? நினைவோடு பிறப்பவர்கள் எப்போதும் துக்கத்தின் மணிகளை உருட்டியபடி தனிமையின் வேதனையிலே கழிக்கிறார்கள். நினைவு அரு மருவைப்போல அவர்கள் நெஞ்சில் அழியாது இருக்கிறது.'

'நீ சொல்லும் பிறப்பையும் கண்டிருக்கிறேன். பயணியே... கேள். ஒரு சிசு தன் பூர்வ ஞாபகத்தோடு பிறக்கிறது. அது புதிய உயிர்தானா..? அல்லது உயிர் தன் உடலை மாற்றிப் பிறந்துள்ளதா..?'

ஒரு தாதியைப்போல நான் அந்த அறைகளுக்குள் நடக்கிறேன். பிரசவிக்கப் போகும் ஸ்த்ரீ உடல் நடுங்கப் படுத்திருக்கிறாள். ஆருடக்காரர்களின் விரல்கள் கிரகங்களின் காலடியைக் கணக்கெடுக் கின்றன. சிசு வாசல் திறக்கவில்லை. ஒரு முறை கர்ப்பிணி கண்திறந்து பார்க்கிறாள். மயக்கமான விதானங்கள், நறுமணம் அலையாடும் விளக்கு, எவரெவர் முகங்களோ... ஏதோ மூலிகையின் சாறு உதட்டில் படிகிறது. அவள் இமைகள் தானே மூடிக்கொள்கின்றன. மருத்துவச்சியின் விரல்கள் பற்றுகின்றன சிசுவின் தலையை. ஒரு சிசு தன் உலகிற்குள் வருகிறது. அவள் குழந்தையைத் தன் கைகளில் தூக்கிப் பார்க்கிறாள். அது ஒரு பெண்

சிசு. தன் சந்தோஷக் குரலில் சொல்கிறாள், 'பெண் பிறந்திருக்கிறாள்.'

குரல் கடக்கிறது. வெளியே எவரெவர் செவிகளிலோ தாவி குழந்தையின் தகப்பன் முன் நிற்கிறது. தண்ணீர் அறிகிறது சிசு உடல், தகப்பனின் கைகள் சிசுவினைத் தூக்கிப் பார்க்கின்றன. அவன் முகம் மாறுகிறது. சந்தோஷத்திற்குப் பதிலாக அவன் குரலில் கோபம் பீறிடுகிறது.

'இளவரசன் பிறந்திருக்கிறார். பெண் என சொன்ன தாதி யார்...?'

இரு கண்கள் திரும்பவும் குழந்தையைக் காண்கின்றன. அது ஆண் மகவு. தாதியின் உடல் நடுங்குகின்றது. அவள் தன் கைகளால் பற்றி வாங்குகிறாள். இரு மருத்துவச்சிகள் தங்கள் உயிராசையில் குழந்தையைக் கையிலேந்தி வாங்குகிறார்கள். அவர்கள் கண்களில் சிசு தெரிகிறது. பெண் மகவு. இருவரும் பரஸ்பரம் தங்களைப் பார்த்துக்கொண்டு தாங்களாகப் பேசுகின்றனர். பெண் குழந்தைதானே..? அரசனின் கைகளில் குழந்தை மாறுகிறது. அவன் காண்கிறான்.

'ஆண் குழந்தை...'

பார்ப்பவன் கண்களுக்கு ஏற்றபடி மாறும் சிசுவும் பிறக்கிறது. சிகண்டி என்ற அந்தக் குழந்தை ஆண், பெண் என மாறிமாறி அழைக்கின்றனர். தாய் கண்விழித்துப் பார்க்கிறாள். அவள் கண்களில் அது பெண். தகப்பன் பார்வையில் ஆண். அரசனின் கோபம் தூண்ட விரும்புபவர் எவர் இருக்கிறார்கள். ஆண் ஆண் என எங்கும் செய்தி சுற்றுகிறது. பெண்கள் மௌனித்து விடுகிறார்கள். மருத்துவச்சி தாயிடம் சொல்கிறாள். குழந்தையின் உடலில் இருந்து நெருப்பு வாசனை வருகிறதென. தாய் முகர்கிறாள். அது தைல வாசனை. குழப்பத்தின் மாறாட்டம் பெருகுகிறது. சிசு அழுவதைவிடவும் எரிந்து கொண்டிருக்கும் விளக்கினைக் கண்டபடி இருக்கிறது. சுடரின் குரல் கேட்கிறது.

'அம்பா... அம்பா...'

சிசு திடுக்கிட்டு உடலசைக்கிறது. சிகண்டி எனும் சிக அம்பாதானே..? அம்பா தன் பூர்வ ஞாபகம் கலையாமல் பிறந்திருக் கிறாள். இளைய சூதனே, சிசு தன் பிறப்பிலே ஆண், பெண் உருக்கொண்டு விடுகிறதா? பார்ப்பவன் கண்களில் பால்பேதம் கொள்கிறதா? இந்த மயக்கம் எனக்குத் தீரவில்லை. மூத்தவனே, சிகண்டி முன் பிறக்காத சிசுவல்ல. அது பிறந்து அவமதிக்கப்பட்டு இறந்து, பின் பிறந்த அம்பா. ஞாபகங்களின் உரு வடிவம்.

துர்சகுனங்கள் பெருகுகின்றன. சாஸ்திரிகள் கணிக்கிறார்கள். கழுதைகளின் சங்கீதமும் கோட்டானின் பாட்டும் நகரில் பரவுகின்றன. சிகண்டி பிறந்த பகலில் சில நட்சத்திரங்கள் ஒளி விடுகின்றன.

'சூதர்களே... உங்கள் கதைகள் வழியாக நான் உருமாறிக் கொண்டே யிருக்கிறேன். நான் காண விரும்புவது இதன் நிலவியலை, அதன் விசித்திரப் பாதைகளை...

நீங்கள் என்முன் காட்டுவதோ மயக்கத்தின் கூடாரத்தினை. நிலவியல் என்பதுதானென்ன..?' என்றேன் நான்.

இளைய சூதனின் சிரிப்பு கேட்டது.

நிலவியல் என்பதே சில வேட்கைகளின் விரிந்த வெளிதான். அந்த வேட்கைகள் எவர் வழியாவது வெளிப்பட்டு, தன்னை தீர்த்துக் கொள்ளும் தீராத இச்சைகளின் வேட்டை மைதானம்தான். இந்த நிலவியல் இதன் வடிவம் அதன் வேட்கையாகவே தீர்மானிக்கப் படுகிறது.

~

பத்மகேந்திரம்

மூத்த சூதன் தன் குரலை சாந்தமாக்கிச் சொன்னான்.

"பயணியே, நீ நடந்துவரும் இந்தப் பாதைகள் உன்னை நினைவின் வெளிக்குள்தான் கூட்டிப்போகின்றன. காலமென்னும் விசை யாவையும் சுற்றிவிடுகிறது. நீ காலத்தின் ஜன்னல்களைத் தட்டித் தட்டித் திறந்து பார். தெரியும்.

காலம் தன் ஒரு காலை எடுத்து வைத்து மறுகால் தூக்கும்போது நாங்களும் உடன் தொற்றிவிடுகிறோம். அதன் நெடிய கூந்தலில் ஒளிந்து விடுகிறோம். கதையென்னும் விசித்திர நெய்தலில் கேட்பவனின் செவி திறந்து யாவும் புகுகின்றன.

மூத்தவனே நான் கேட்டிருக்கிறேன். சிசுவிற்கு முதலில் கண் திறப்பதில்லை. செவிதான் திறக்கிறது. அது கர்ப்பவாசத்தில் தன் செவியைத் திறந்துவிடுகிறது. உலகின் ஓசைகள் யாவும் அதற்குக் கேட்கின்றது. அச்செவிதான் அதன் உடலோ என்னவோ. நான் கேட்டிருக்கிறேன். அதோ விருஷிணிகளில் சிறந்தவன் தன்

தமக்கையின் முன் அமர்ந்து எதிர்காலத்தின் சித்திரங்களைக் கண்டபடி பேசிக் கொண்டிருக்கிறான். சிசு கேட்டுக் கொண்டிருக் கிறது. அவன் இயற்கையின் சூட்சும அடுக்கினைச் சொல்கிறான். கேட்கிறதா..? ஏ... யாத்ரீகனே... விருஷிணிகளில் வசுதேவ கிருஷ்ணன் அந்த சிசுவின் கர்ப்பவாசத்தில் நுழைகிறான். அவன் அதன் தாயிடம் பேசவில்லை. சிசுவோடுதான் பேசுகிறான். நான் பதற்றமுற்றேன். அவர்கள் எங்கோ தொலைவில் பார்க்கிறார்கள். ஏதோ ஆழங்களில் கேட்கிறார்கள். என்ன காட்சிகள் அவர்களுக்குப் புலப்படுகின்றன. எது புலப்படுதலின் ஆழம் என நான் யோசனை களின் சூழலில் இருந்தபோது இளையவன் மீண்டும் சொல்லத் துவங்கினான். வசுதேவனின் மனம் விந்தைகளை விரிக்கிறது. நீ காணும் யாவும் அதனதன் உள்வடிவமைப்பு. ஒரு மலரின் உள் அடுக்கினை விடவும் வடிவ நேர்த்தியும், ஒருமையும் கொண்ட அரண் எதுவும் உலகிலில்லை. எல்லாத் தோற்றங்களும் சில வடிவங்களே. சிசுவே நான் உனக்கு எது வடிவமாகிறதோ, அதைக் காட்டுகிறேன். நீ தெரிந்துகொள். உன் கர்ப்பம் ஒரு நீர்ப்பரப்பு. நீ ஒரு பத்மம். ஒரு பத்மம்போல நீ பல் இதழ்களால் உருவாக்கப் பட்டிருக்கிறாய். தாமரையின் இதழ் அடுக்கினுள் அது தானே மலராத வரை எது உட்புக முடியும்? ஒரு பத்மத்தினை அறிந்து கொள்வது உயிரை அறிந்துகொள்வதுதான். இது ஓர் உயிர் ரகசியம். பத்மத்தின் தண்டுதான் பத்மத்தின் உயிர்நுனி, அதுதான் நீர் வெளியையும் பத்மத்தினையும் இணைக்கும் வாசல், நீ அதன் வாசலில் நிற்கிறாய். இதன் ஊடாக நீ முன் செல். அங்கே தனித் தனியாகவும், ஒருங்கே இணைந்தும் ஒரு வடிவம் உருக் கொண்டுள்ளது. இது ஒரு கர்ப்ப ரகசியம். இதன் உள்ளே பிரவேசிப்பவன் தன் திரும்புதலுக்கான வழி அடைபட்டுக் கொண்டே வருவதை அறியவேண்டும். நீ ஒரு முறைகூட காலத்தின் பின்னே நடந்து நேற்றின் நிகழ்வுகளில் திரும்பிவிட முடியுமா... அதுவும் பத்மமே, உன் பத்மயாத்ரா, ஒரு சுழற் புதிர்பாதை நீ வெளியேறும் வழிகள் இல்லை. வெளியேற வழியற்று அகப்படுபவனைக் கொன்று அழிக்கும் ருத்ர சூட்சுமம் அந்த வடிவத்திலேயிருக்கிறது. ஒரு வண்டினைப்போல கணநேரமும் தாமதிக்காது மலரின் உள்புகுந்து வெளியேறிவிட வேண்டும். நான் பத்ம சூட்சுமம் சொல்கிறேன். நீ செல்லும் பாதை என்பது அதன் மூலாதாரத்தை வேறு இடத்தில் கொண்டிருக்கிறது. பத்ம மையம் அதன் நடுவில்லை. அது பிறிதொரு இடம். அந்த பத்மகேந்திரம். தெரிகிறதா..?

விழித்துக்கொண்டு விடுகிறாள் ஸ்த்ரீ. செவி மூடிக்கொள்கிறது சிசு, அவள் தன் சகோதரனைப் பார்த்து என்ன பத்மம் எனக் கேட்கிறாள். அவன் சிரிப்பை உதிர்க்கிறான். சிசு அவள் துயிலை வேண்டுகிறது. வசுதேவன் போய்விடுகிறான். அந்த பத்மம் சிசுவினுள் சுருண்டு விட்டது. அபிமன்யு பிறக்கிறான். தன் தாயின் கர்ப்பத்தில் தான் கேட்டறிந்த பத்ம கேந்திரமென்னும் வடிவினை நினைவு கொண்டவனாக, அவன் அதைச் சொன்ன மனிதன் யாரென அறிந்து கொள்ளவேயில்லை. அது ஒரு குரல் என்பது மாத்திரமே இருக்கிறது. அக்குரல் திரும்பவும் தன்னிடம் பத்மகேந்திரத்தைத் தெரிவிக்காதா எனக் காத்திருக்கிறான். அக்குரல் கேட்கவே இல்லை. அவன் வசுதேவ கிருஷ்ணனை ஒருபோதும் குரலுக்கு உரியவனாக அடையாளம் கண்டுகொள்ளவேயில்லை.

‘சூதர்களே நீங்கள் சூழல் விசிறியைப்போல காட்சிகளை மாற்றி அடுக்கிக் காட்டி வீசுகின்றீர்கள். இது நிலவியலில் இப்படியொரு காட்சியாகதான் கலைக்கப்படுகிறதா...?’

இளையவன் தனக்குத் தானே சொல்லிக் கொள்கிறான்.

‘பயணியே, புலன்களின் சரிவில் நிற்கிறாய். அது சரிந்துகொண்டே இருக்கிறது.’

நான் கேட்டுவிட்டேன். அந்த அம்பின் ஓசையை. அதோ. காற்றின் வழி கிழித்துச் செல்கிறது. அது கர்ப்ப வாசலை மூடிவிடும் அம்பு. பாண்டவ வம்சத்தின் கர்ப்ப சிசுவைக்கூட அழித்துவிடக் கூடியது. உத்திரையின் கர்ப்பத்தில் பரிசித்து மிதக்கிறான். அஸ்வத்தாமாவின் வில்லினின்று விடுபட்டுவிட்டது பாசுபதாஸ்திரம். அது மரணத்தின் நாவு தீண்டாமல் திரும்புவதேயில்லை. வசுதேவன் அஸ்திரத்தைத் திரும்ப அழைக்குமாறு சொன்னான். அஸ்வத்தாமா தன் வில் ஒருபோதும் திரும்பவும் அம்பினை ஏற்றுக்கொள்வதில்லை என்கிறான். உத்திரையின் கர்ப்பம் மூடிக் கொள்கிறது. உயிரோசை அடங்கியது. அஸ்வத்தாமா போய்விடுகிறான். இனி பிறப்பின் ஓசையில் இந்த நிலவியலின் பிறப்பிற்குள் அஸ்வத்தாமாவின் அஸ்திரம் சொருகப்பட்டுவிட்டது. கண்ணீர் கொண்ட ஸ்த்ரீகள் புலம்புகிறார்கள். உத்திரையின் வலி பெருகுகிறது. அவள் பேறு கொள்கிறாள். சிசு உயிர் கொள்ளாது பிறக்கிறது. உத்திரைக்கு வசுதேவன் தந்த வாக்கு கலைகிறது. அவள் குழந்தையோடு அரற்றுகிறாள். இறப்பு இப்போதுதான் பிறக்கிறது. ஒரு பிறப்பு இறப்பிலே துவங்குகிறது.

அதன் நெற்றியை வருடுகிறான் கேசவன், பரிசித்துவின் உயிரோசை துவங்கிவிட்டது. அஸ்வத்தாமாவின் அம்பு முறிகிறது. உயிர்ப் பாதையின் முகம் திறக்கிறது. அதோ சிசு என்றும்போல் முதல் குரலை வெளிப்படுத்துகிறது. அழுகை எனும் இன்னிசையைக் கேட்டபடி நீள்கிறது.

நாங்கள் இந்த நிலவியலில் பிறப்பின் நிழலைப் பின்தொடர்ந்த வர்கள். இதுவே நிலவியல், நாங்கள் இதுவன்றி வேறு எதையும் காண்பதேயில்லை.

~

2

‘நுட்பமான சில பொறிகளை சிருஷ்டிக்கும் ஆற்றல் கொண்ட மரத் தச்சர்கள் உள்ள தேசத்திற்கு வந்திருந்தேன். அவர்களில் சிலர் மரத்தினை தாம் செய்ய விரும்பும் பொருளாக உருவாக்கும் முன்பாக மரம் அவ்விதப் பொருளாக உருமாற சம்மதிக்கிறதா என அறிந்தே தொழில்பட்டார்கள். அதாவது ஒரு மரம் இசைக் கருவியாவதையோ, ரதச் சக்கரமாவதையோ, ஊஞ்சலாக மாறவோ, படுக்கையறைக் கட்டிலாக, சிறார் விளை யாடும் சிறுதேராக மாறுவதையோ விரும்புகிறதா என்பதை அறிவதே வேலையின் ரகசிய நுட்பமாகியிருந்தது. ஒரு மர ஆசனத்தைச் செய்ய விரும்புபவன் தனக்குரிய மரத்தினைத் தேடிச்செல்வான். தகுந்த சில விருட்சங்களைக் கண்டடைந்ததும் வெட்டுவதற்கு முன்பாக தன் விருப்பத்தினைத் தெரிவிப்பான். மரத்தின் பதில் அவன் மட்டுமே அறிந்துகொள்ளும் சூட்சும சைகையாக இருந்தது. விருப்பம் மீறி வெட்டப்பட்ட மரம் ஆசனமாக செய்யப்பட்டபோது அது ஏதோ வகையில் தன்னிச்சையை வெளிப்படுத்தி அதில் அமரும் மனிதனின் குணத்தினை மாற்றி மூர்க்கம் கொள்ளச் செய்துவிடுவதோடு, தொடர்ந்து எவரும் அதில் அமர முடியாதபடி செய்துவிடுமெனச் சொல் வார்கள். சில தச்சர்கள் அஸ்திரப் பயிற்சிக்குத் தேவையான பொறிகளை உருவாக்குவதில் மிகுந்த தேர்ச்சி கொண்டிருந் தார்கள். மரத்தால் செய்யப்பட்ட பறவையொன்றை ஒரு கம்பத்தில் சுழலவிட்டிருப்பதை நானும்கூட கண்டேன். அந்தப் பறவையின் கண்கள் திறப்பதும் மூடுவதுமாக சுழன்று கொண்டிருந்தது. ஒருமுறை கண் இமைப்பதற்குள் அதனைத் தன் அஸ்திரத்தால் இமைத்தலை நிறுத்துவதே பயிற்சியாக இருந்தது.

இதைப் போலவே ஒரு பதுமையைச் செய்து அதன் பிரதிபிம்பம் மட்டுமே தண்ணீரில் தெரியும்படி அமைத்திருப்பார்கள். பிம்பத்தினை இலக்காகக்

கொண்டபடி பதுமையின் சிரசை அறுக்கும் வித்தை முறையிருந்தது. நதியில் சிறுவர்கள் நீந்தும் பயிற்சிக்கு முதலை போன்றதொரு மர உருவத்தினைச் செய்திருந்தார்கள். அதில் படுத்துக்கொண்டு நதியில் மிதக்கும் சிறுவன் அந்தப் பொறியால் நீந்திக் கற்க முடியும். தச்சர்களில் மூத்தவனான ஒருவன் தன் நுட்பமெல்லாம் கூட்டி செய்ததொரு மணிக்கம்பமொன்றைக் கண்டேன். அதில் எட்டு வகையான மணிகள் இருந்தன. சூரியோதயம் துவங்கி அஸ்தமனம் வரையில் உள்ள காலத்தை அறிய, சூரிய நகர்வால் தானே ஒலிக்கும் நான்கு மணிகளும் இருந்தன. இதுபோலவே இரவின் கதியை நிலவின் வழி சொல்லும் நான்கு மணிகளும் இருந்தன. நாள் துவங்கும்போது இந்த மணிகள் எழுப்பும் ஓசை இனிமையாக தொலைவுவரை நீண்டு ஒலிப்பதைக் கேட்டேன். அதன் பொறியமைப்பு மிக நுட்பமாக ரகசியமாக யாருமறிய முடியாதபடி அலாதியாக இருந்தது.'

- தட்ச சூத்திரம்

பால்ய விருட்சம்

நான் நடந்து சென்றேன், பயணிகளின் இரைச்சலும் வணிகர்களின் குரலும் நிரம்பிய அஸ்தினாபுரத்தின் வீதிகளுக்குள். இந்த நகரின் வெளி வாயிலில் சுற்றுக் கோட்டையுள்ளது. குதிரைப் பயணிகள் வந்து தங்குவதற்கான இடங்கள் காணப்படுகின்றன. முத்து வியாபாரிகள் எங்கிருந்தோ முத்துக்களைக் கொண்டு வந்திருந்தனர். பெண்களின் சிரிப்பொலியும் சிவிகைகளும் கலைகின்றன. வேடுவர்கள் எங்கிருந்தோ வனங்களில் பிடித்த பட்சிகளோடு நகரில் அலைகின்றனர். காட்டுப் பறவைகள் எந்த அச்சமும் இன்றித் தானே பாடுகின்றன. வேடுவன் கழுத்து உயர்ந்திருக்கிறான். அவன் தோள் வரை தலைமயிர் அடர்ந்திருக்கிறது. காது வளையமிட்டிருக் கிறான். அவன் பாஷை பறவைகளின் கீச்சொலி போலதான் இருக்கிறது. நகரின் முதன்மைச் சந்திப்புகளில் ஒற்றர்கள் அலை கிறார்கள். ஏதோ நாடக ஒத்திகைக்கான முகப் பூச்சுகளுடன் சிலர் அரிதாரமிட்டவர்களாகத் தெருக்களில் அலைகிறார்கள். வாசனைத் திரவியங்களும் நறுமணப் பொருட்களும் விற்கும் சிறு வணிகர் களின் அங்காடிகள் தென்படுகின்றன. சூத்திரர்கள் பல்லக்கின் அடியில் மறைந்து திரிகிறார்கள். அண்மை விடுதிகளில் தாள ஓசை கேட்கிறது. தானியங்களின் பெருக்கமும், பெண்களின் வனப்பும் நிரம்பின.

அஸ்தினாபுரத்தில் குதிரைகள் நிரம்பிக் காணப்படுகின்றன. தனித்தனியாக நின்ற அரச மண்டபங்களும், வேதியர்களின் வீடுகளும், தர்க்க சாஸ்திரிகளின் நடமாட்டமும் தென்படுகின்றன. மான் மாமிசம் புசிக்கும் ரிஷிகள் அலைகிறார்கள். அஸ்திரப் பிரயோக சாலைகள் தென்படுகின்றன. நான் அலைந்து திரிகிறேன்.

மதுவின் நெடி பரவுகிறது. எண்வகை சாராயங்கள் விற்கப் படுகின்றன. நகரினின்று உள்வரும் தெருக்களிலும் வெளியேறும் வீதிகளிலும் நடமாட்டம் ஓய்வதேயில்லை. நதியோரக் காற்று என்பதால் சீரற்று அலைகிறது. நான் சுற்றி அலைகிறேன். சூதர்களின் நாடென்று கிளைத்த நகரமாதலால் அதனின் வசீகரம் கூடுகிறது. சிறுவர்கள் உற்சாகமாக ஓடித் திரிகிறார்கள். பந்தாட்டமும் கேலியும் தெறிக்கின்றது. நான் அவர்களைப் பார்த்தபடி இருக்கிறேன்.

என்னைக் கவனித்தபடி மதுவில் வீழ்ந்து கிடக்கும் சூதன் ஒருவன் அருகில் அழைக்கின்றான். அவன் அருகாமைக்குப் போனதும் அவன் தனக்கு இன்னமும் மது வேண்டுமென்கிறான். தனக்கு மது கிடைத்தால் தான் யாரும் பார்த்தறியாத நகரின் சில இடங்களைக் காட்டுவதாகச் சொல்கிறான். மதுக் குடுவைகள் நிரம்புகின்றன. மூர்க்க விலங்கினைப்போல மது உறிஞ்சுகிறான். மது அவனை உற்சாகியாக்குகிறது.

'தூரதேசப் பயணியே... நான் உனக்குக் காட்டும் இடங்கள் யாவும் முன் கண்டிராதவை. வா.'

அவன் நகரினைவிட்டு அழைத்துப் போகிறான். அவன் என்னைக் குதிரை லாயங்களைத் தாண்டியும், இடிபட்ட கோட்டை மதில்களுக்கு அப்பாலும் கூட்டிப் போகிறான். நான் பின்தொடர்ந்து சென்றபடியிருக்கிறேன். நகரினைவிட்டு வெளியே வந்து விட்டேன். பறவை ஒலிகள் தொலைவில் கேட்கின்றன. நதி நோக்கிச் செல்லும் கல்தளம் பாவிய ஒரு வரிசை தெரிகிறது. அதன் பீடம் போன்ற ஒரு கல்லின் மறைவில் உட்காரச் சொல்கிறான். அந்தக் கல்லின் தொலைவில் ஒரு மனிதன் வந்து நின்று நதியை நோக்கியவாறு இருப்பது தெரிகிறது. சூதன் அவனைக் காட்டிச் சொல்கிறான்.

'அதோ தொலைவில் ஒரு விருட்சம் தெரிகிறதா... அதுதான் பால்ய விருட்சம்.'

அதன் அடியில் பலரும் அமர்ந்திருக்கிறார்கள். அருகருகே யாவரும் அமர்ந்திருந்தபோதும் ஒருவர் இருப்பது மற்றவருக்குப் புலப் படாது. அது பால்ய விருட்சம். அதன் அடியில் சென்று அமர்வதால் ஏற்படும் சாந்தியும் நிம்மதியும் அளவிட முடியாதது. இந்த விருட்சம் நித்யமானது. இதன் வேர்கள் மண்ணில் புதையுண்டிருக்க வில்லை. குளிர்ச்சியும் மனம்விட்டுப் புலம்பத் தேவையான நிசப்தமும் எப்போதும் நிரம்பியுள்ளன.

‘அருகில் சென்று பார்த்து வருகிறாயா? இங்கிருந்தே தொலைவைப் பார்’ என்றான்.

உருவம் தெளிவாகவில்லை. சூதன் காட்டிய தொலைவில் எவரெவரோ நிற்பது மட்டுமே தெரிகிறது. நான் சூதனிடம் கேட்கிறேன்.

‘அங்கே என்ன செய்து கொண்டிருக்கிறார்கள்?’

‘பால்யத்தின் இலைகள் உதிர்கின்றன. அதோ நிற்பவர்தான் பீஷ்மர்.’ அவன் பேசினான்.

‘அவர் தன் பால்யத்தின் நினைவு பீறிட வந்திருக்கிறார். இந்த நிலவியலில் பலரும் தங்கள் பால்யத்தின் ருசியை, கசப்பை மறக்க முடியாது அலைக்கழிபவர்கள். பால்யத்தின் சிறு நதியொன்று இந்த நிலவியலின் எல்லாப் பக்கமும் கிளை விரிந்து பாய்கிறது. நான் அதன் கரைகளில் நடந்து திரிந்தவன். அதோ நிற்கும் கங்கையின் புதல்வன். நினைவிருக்கிறதா... தன் தாய் தனக்கு முன் பிறந்த ஏழு சிசுக்களை நதிக்குள் வீழ்த்திவிட்டு அறை திரும்பிய துயரமும் தகப்பனின் பேசமுடியாத தவிப்பும் அதோ எட்டாவது குழந்தையோடு நடந்து போகிறாள். துயரம் தாளாது சந்தனு அரசனின் கைகள் தட்டி ஓசையெழுப்புகின்றன. அவள் திரும்பு கிறாள். ‘‘கங்கா, இந்த ஒரு குழந்தையாவது மிஞ்சக்கூடாதா..? எதன் பொருட்டு இத்தனை உயிர்பலி’’ என மனம் துவளக் கேட்கிறான். கங்கை தன் வாக்கினை மீறிய புருஷனின் கேள்விகளைத் தீர்க்கிறாள். ‘‘இறந்தவர்கள் யாவரும் வசுக்கள் சந்தனு ராஜனே. இதோ என் கையில் இருக்கும் உன் மகன் உரிய வயதில் உன்னிடம் வருவான்’’ என நதி நீரினுள் போகிறாள். தன் பால்யத்தின் காட்சிகள் சுழல்வதை கங்கா புத்திரன் கண்டுகொண்டுதான் இருக்கிறான். அவன் பால்யம் நதியோடு கூடியது. ஒரு நீர் உயிரிபோல அவன் நீரின் ஊடாக வாழ்கிறான். என்றாலும் சுழித்து உருமாறும் நதி அவனை வலியவனாக்குகிறது. தகப்பனின் நேசமறியாத முகம் பார்த்து வளராத கங்கையின் மைந்தன் தண்ணீரின் குணத்தையே பெற்றிருக்கிறான். அவன் பால்யம் ஓடிக்கொண்டே இருக்கக் கூடியது. தனிமையும் ஏகாந்தமும் கூடியது. நண்பர்கள் என எவருமில்லை. ஆனாலும் அவன் தனியனாக இல்லை. அவன் அஸ்திர சாஸ்திர பயிற்சி கொள்கிறான். வலிய வீரனாகிறான். அவன் கண்கள் எப்போதும் மினுங்கிக் கொண்டேயிருக்கின்றன. நதியில் தனக்கு முன் பிறந்து தான் பார்த்து அறியாத சகோதரர்கள் விளையாடியலைவதை உணர்ந்து கொண்டேயிருக்கிறான். நதியை நோக்குகின்றன பீஷ்மரின் கண்கள். தண்ணீரின் சயனம்

தியானமென விரிந்திருக்கிறது. காற்று கடந்து அலைகின்றது. நதி அதன் தாய் என்பதால் சர்வ சுதந்திர விளையாட்டாக இருக்கிறது. அவை எவரையும் காண்பதும் இல்லை. பின் திரும்பவும் இல்லை. தகப்பனின் ஒரு கேள்வி தன்னை உயிர்ப்பித்திருப்பதை நினைவு கொள்கிறான் கங்கையின் மைந்தன். இல்லாவிட்டால் தானும் இதே நதியில் ஒரு மிதக்கும் இலைபோல அலையாடிக் கொண்டிருக்க வேண்டும். கண் கசிவு கொள்கிறது. நதியின் பரப்பில் பால்யம் மறைந்திருக்கிறது. அவன் மேகங்களின் தாவலோசையை அறிந்திருந்தான். மழை என்னும் மாயவலை விரிவதையும் நட்சத்திரங்கள், காற்று, சூரியன், விருட்சங்கள், வன உயிர்கள் என பிரபஞ்ச இயக்கத்தின் மோனப் பொருட்கள் யாவற்றிலும் அவனது பால்யம் பட்டுத் தெறிக்கிறது. நதியோட்டத்தில் உருமாறும் கூழாங்கல்லைப்போல அவன் பால்யம் திரண்டு மௌனித்திருக் கிறது. அதற்குள் போய் காண்பவர் எவர்? காற்றில் படபடக்கும் இலையைப்போல தன் பால்யம் படபடக்க யாவும் தன்னுள் புதைத்துத் திரும்புகிறார் பீஷ்மர்.'

~

ஒரு இலை உதிர்கிறது. அதன் சுழல் மொழி தெறிக்கிறது.

யாரோ அஸ்தினாபுரத்தின் ராணி அம்பிகாவின் அறைக் கதவைத் திறக்கிறார்கள். நடமாட்ட சப்தத்தின் ஓசையைக் கேட்டதும் விழித்துக் கொண்டுவிட்டாள். அந்தக் காலடி ஓசையைக் கேட்கும் போதெல்லாம் அவள் மனம் துயரமடைகிறது. சில நேரங்களில் குரு வம்சத்தின்மீது தீராத ஆத்திரம் வருகிறது. திருதராஷ்டிரன் கேசம் அலைபாய நடந்து வருகிறான். உலகின் காட்சிகள் எதுவும் அவன் அறியவேயில்லை. அவன் தொலைவில் கேட்கும் குதிரைகளின் வேகத்தைக் கேட்டபடி தாய் அருகே வந்தமர்ந்தான். அவன் அஸ்தினாபுரத்தை விட்டு ஒருபோதும் வேறு இடங்களுக்குச் சென்றதேயில்லை. குதிரைகள் அவனை பரவசப்படுத்துகின்றன. தாய் அருகாமை வந்ததும் அவனறியாமல் கோபமும் கசப்பும் வந்து விடுகின்றன. அவனை அருகில் வரச் சொன்னாள் அம்பிகா. அவன் அசைவற்று நின்று கொண்டிருந்தான். உடல் நல்ல வலுவேறி யிருந்தது. மற்றவர்களைப் போலவே அவனும் தேகப்பயிற்சிகள் பெற்றான். அஸ்திரங்களைக்கூட பிரயோகிக்கப் பழகியிருந்தான்.

தான் கண்டறியாத தகப்பனின்மீது கோபமும் ஆத்திரமும் அவனுக்குப் பெருகியது. திருதராஷ்டிரன் அரண்மனையின் எல்லா அறைகளையும் அறிந்திருந்தான். இரவு கவியும் நேரம் ஒலிக்கும்

மணியோசைகள் மட்டுமே அவனை சாந்தம் கொள்ளச் செய்தது. ஒலியின் சிறு துளி தன்னைக் கடந்து போகும்போதுகூட அது எதன் ஒலி என அறிந்துவிடுகிறான். என்றாலும் தகப்பனற்றுப்போய் நேசமறியாத பிள்ளையாகவே அவன் வளர்ந்து கொண்டிருந்தான். அவனுக்குக் கனவுகள் தினமும் நிறைகின்றன. ஏதேதோ தேசங் களில் தான் குதிரைகளில் சுற்றியலைவதாகவும் முன் கண்டிராத மலைப் பிராந்தியங்களில் சூரியன் ஒளிர்வதையும் கருத்த நீர்ச்சுழல்களில் தன்னுடல் சிக்கி மூழ்குவதுமாக சொப்பனங்கள் அவனை நிறைத்தன. திருதராஷ்டிரன் என்ற அந்தச் சிறுவன் தன் வன்மத்தின் வலிமையைக் காட்டுவதற்காகக் காத்துக் கொண்டே யிருந்தான். பால்யம் என்ற கைப்பைக் குடித்துக் குடித்து அவன் உடல் மூர்க்கம் கொண்டிருந்தது. என் கண் திரும்பி வேறு திசை நோக்குகிறது. அதே விருட்சத்தின் அடியில் அமர்ந்திருக்கிறான் விதுரன். அவன் தன் வேதனை ததும்பும் அவமதிப்பின் நாட்களை விதைகளைப்போல வெகு ஆழத்தில் புதைக்கிறான். தகப்பனின் நெருக்கம் அறியாதவனல்லவா... ''விதுரனே...'' என நான் அழைக்கிறேன். என் அருகாமையில் இருந்த சூதன் திரும்பி அவனைப் பார்த்துக் கூப்பிடுகிறான்.

'சகோதரா, ப்ரிய சூதனே...' விதுரனின் மனம் பின்னோக்கி வெகு தொலைவு சென்றுவிட்டது.

~

இரண்டு சிறுவர்கள் விளையாடிக் கொண்டிருந்தார்கள். பார்வை அறியாத சிறுவன் பகடை ஓசையால் விளையாட்டினை அறிந்து கொள்கிறான். எதிரே உருட்டிக் கொண்டிருந்த உடல் வெளுத்தவன் தன் கையினின்று வீழ்ந்த பகடையை எண்ணுகிறான். மூன்றாமவன் சாட்சியைப்போல பார்த்துக் கொண்டேயிருக்கிறான். பகடை ஒலி கேட்கிறது. அந்தகம் கொண்ட சிறுவனின் கரம் பகடையைக் குலுக்குகிறது. அவன் பகடை விழுந்த எண் புரண்டு திரும்புமுன் விரல்கள் அதைத் தீண்டி மாற்றுகின்றன. வெளுத்த சிறுவன் அதை ஒத்துக்கொள்ள மறுத்துக் கூச்சலிடுகிறான். பகடையைக் கண்காணிக்கும் சிறுவன் அதை ஒத்துக்கொள்ள மறுத்துக் கூச்சலிடுகிறான். பகடையை உருட்டியவன் கோபம் கொள்கிறான்.

'விதுரா, கள்ளக்குழந்தையே... நீ யார் விளையாட்டில் தவறு சொல்ல?' என சினக்கிறான். விதுரன் கோபம் கொள்ளாமல், 'திருதராஷ்டிர அண்ணா, பகடைகள் நீ இளவரசன் என்பதை

அறிந்திருக்கவில்லை. அதனால்தான் தன் இஷ்டப்படி விழுகின்றன. கோபித்துக் கொள்ளாதே’ என்கிறான்.

திரும்பிச் சொல்கிறான், ‘பாண்டு அண்ணா, மூத்தவனின் தவறுக்காக நான் மன்னிப்பு கேட்டுக் கொள்கிறேன். விளையாட்டைத் தொடருங்கள்’ என்ற விதுரன் விழுந்த எண்களைச் சொல்கிறான். விழிகளற்ற சிறுவனின் கோபம் பீறிடுகிறது.

‘கள்ளப் பிறப்புடையவனே… சூதனே, நீ யார் என் விளையாட்டின் விதியை நிர்ணயிக்க?’

அந்தச் சிறுவன் தன்மீதான வசைகளை ஏற்றவனாகச் சொல்கிறான். ‘அண்ணா, விளையாட்டின் விதிகள் எல்லோருக்காகவும் ஏற்படுத்தப்படுவதில்லை. அவை பொதுவானவை.’

‘நீ என்னைவிட இந்த ரோகியோடுதான் இணக்கம் கொள்கிறாய். நான் உன்னை வெறுக்கிறேன். நீ போகலாம். நீச சூதனே.’

சிறுவன் எழுந்து கொள்கிறான். வெளுத்தவனின் குரல் கேட்கிறது.

‘விதுரா, போகாதே. நீ ஆட்டத்தின் நீதிபதி.’

விதுரன் எவர் குரலுக்கும் பதிலற்று நடந்து வெளியே வருகிறான். அவன் வெளியேற்றம் கண்ட இளைய சகோதரன் பாண்டு விளையாட்டைக் கலைத்துப் போகிறான். மூத்தவன் திருதராஷ்டிரன் பகடைகளைத் தானே உருட்டிக் கொண்டிருக் கிறான். விதுரன் தனக்கு விருப்பமான அந்த சாலமரத்தடியில் அமர்கிறான். அந்த மர இலைகள் அசைகின்றன. அவன் தனிமையில் விசும்புகிறான். வார்த்தைகள் சுற்றுகின்றன. என்ன பிறப்பு… சூதன். நீச சூதன். பிறப்பின் துயர் பீறிடுகிறது. தானே வருந்திக் கொண்டிருக்கிறான். காலடி ஓசைகள் நெருங்கி வரும் சப்தம் கேட்கின்றன. எதிரே மூத்தவன் வந்து கொண்டிருக்கிறான். அவன் முகம் இறுகியிருக்கிறது. அவன் கால்கள் உறுதியாக நடக்கின்றன. சருகுகளில் அவை நடக்கும்போது வன விலங்கின் ஓசையை ஏற்படுத்துகின்றன. அவன் விதுரனைத் தொலைவில் நின்று கூப்பிடுகிறான்.

‘ப்ரிய விதுரனே…’ விதுரன் அந்த வார்த்தைகளுக்கு செவி தரவில்லை. இன்னமும் அருகாமை வந்தவனாக மூத்தவன் சொல்கிறான். ‘இளையவனே. விதுரா…’ விதுரன் எழுந்து அருகாமைக்கு வருகிறான். திருதராஷ்டிரனின் விரல்கள் விதுரனின் மூச்சுக்காற்றை அறிகின்றன. அதன் உஷ்ணம் கைகளைச் சுடுகிறது.

‘சகோதரா, என்னை மன்னித்துவிடு. நான் தோற்பதை விரும்பாதவன். தோல்வி என்னை பரிகசிக்கும்போது நான் மூர்க்கமாகிறேன். சகோதரனே, நீ என் பார்வை. என் வழிகளை நீதான் உருவாக்குகிறாய். உன்மீதான என் ப்ரியம் இந்த விருட்சத்தினைப்போல நிசப்தமானது.’ இரு சிறுவர்கள் நேசத்தோடு கட்டிக் கொள்கிறார்கள். விதுரன் யாவும் மறந்தவனாக சிரிக்கிறான். இலைகள் காற்றில் நடனமிடுகின்றன. அவமதிப்பும், மரியாதையும், விலகலும், நெருக்கமும் ஒரே சுனையில் கசியும் ஊற்றாகயிருக்கும் மூத்தவனின் அருகே இணைந்து நடக்கிறான். பால்யம் விரல்களை அசைத்தபடியேயிருந்தது. நான் தொலைவு வரை கண்டேன்.

~

வனவெளியின் முடிவற்ற பிராந்தியங்களில் சுற்றியலைகிறார்கள். ஐந்து சிறுவர்கள். பசுமையோடும் மரங்களும், அணில்களும், பாறைகளில் ஒளிவுகொண்ட ஸர்ப்பங்களும், பறவைகளின் சிறகடிப்பும் கேட்கின்றன. எங்கிருந்தோ கிளைத்துப் பாய்கிறது நதி. ஒருவன் காட்டு மரங்களில் ஏறி பழங்களைப் பறித்து உண்ணுகிறான். மற்றவன் தண்ணீர் வரும் திசைநோக்கி நடந்து பாறையில் அமர்ந்து நீர் வழியைக் காண்கிறான். இரண்டு சிறுவர்கள் காட்டுக் குதிரைகளின் சுழிகளை அறிகிறார்கள். வனவாசிகளைப் போல அந்த ஐந்து சிறுவர்களும் சுற்றி வருகிறார்கள். வேடுவர்கள் போல கைகளில் வில்லும், கத்தியும் கொண்டு அலைகிறார்கள்.

வேடுவன் வீழ்த்திவந்த மான் கறியும், சுட்ட மீனும் உண்கிறார்கள், பருத்து உயர்ந்த மரங்களில் காற்று பேரிரைச்சல் கொள்கிறது. ஒரு வேடுவன் அவர்களுக்கு அஸ்திரப் பயிற்சி தர அழைத்துப் போகிறான். புதர்களின் அடியில் எழும்பும் சிறு ஓசைக்குக்கூட அவர்கள் காதைப் பழக்குகிறான். வேட்டையில் முயல்களும் காட்டுப் பன்றிகளும் வீழ்கின்றன. விதவிதமான பூக்களையும், அதன் நறுமணம் பரப்பும் நிழலையும் அறிகிறார்கள். சிறுவர்களில் பீமன் சுவையான மீன்களை வேடுவர்களோடு சேர்ந்து ருசிக்கிறான். சூரிய உதயம் வானவெளியில் பெரும் காட்சியாக விரிகிறது. பகலிலும் கூட அவர்கள் தொலைதூர ஓசைகளின் எதிரொலியைக் கேட்கின்றனர். திடீரென பகல் கவிழ்ந்து மழை மேகங்கள் திரள்கின்றன. மேகம் சிதறி மழை கூடுகிறது. ஒளிவதற்கும் வழியற்றவர்களாக விருட்சங்களைப் பற்றியபடி நடுங்கி மழையில் நிற்கிறார்கள். இலை இலையாகத் தாவி மழை தரைக்கு வருகிறது.

வனவெளியெங்கும் பெய்யும் பெருமழையின் ஊடே தாயின் குரல்கள் தேடுகின்றன. அவர்கள் மழையின் ஊடாகவே நடந்து அலைகின்றனர். பகலைவிடவும் மீறிய இருள் நிரம்பிய இரவு வருகிறது. மான் துள்ளுவது போலவும் பன்றி வேட்டை போலவும் நட்சத்திரங்கள் இடம் மாறி உருக்கொள்கின்றன. ஆழ்ந்த தூக்கத்திலும்கூட வன வண்டுகளின் ரீங்காரம் கேட்டபடி இருக்கிறது. வானவில் பாய்ந்த வெளியும், வண்ணத்துப் பூச்சிகளு மான வனவாசிகளாக அலைந்த அவர்கள் வனத்தின் பூர்வகுடிக ளான வன மூப்பர்களோடு சேர்ந்து அவர்களின் துடியான தாய்க் கடவுளை வணங்குகிறார்கள். மிருகங்கள் அவர்கள் கனவில் நடமாடுகின்றன. பால்யம் பாண்டவர்களுக்கு ஒரு வனமாக விரிவு கொண்டிருக்கிறது.

தொலைவில் ஒரு ஆசிரமம் அகில் புகை படர இருக்கிறது. அங்கே தகப்பனின் கண்களிலே அலைகிறான் அஸ்வத்தாமா. எந்நேரமும் அவன் பெயரைச் சொல்லி அழைத்தபடியிருக்கிறார் துரோணாச்சாரி. பிறப்பில் பிராமணனாகயிருந்தபோதும் க்ஷத்திரியர்களைப்போல அஸ்திரப் பிரயோகங்களில் தன்னிகரற்றுப் பேர் வாங்கிய குலகுருவல்லவா அவர், தன் பிள்ளையை வில்லாளியாக்கவே ஆசை கொண்டிருக்கிறார். அஸ்வத்தாமா தகப்பனின் வேட்கையை அறிந்துகொண்டு விட்டான். வில்லாயுதம் அவன் சொற்படி கேட்கிறது என்றாலும் தான் அறிந்த எல்லா பிரயோகங்களையும் தன் மகன் மட்டுமே அறிந்துகொள்ள வேண்டுமென்கிறார் துரோணர்.

அவரது குருகுல மாணவர்களில் இருவரே விரல்நுட்பம் கண்டவர்கள். அவர்கள் பரஸ்பரம் ஒருவர்மீது ஒருவர் பொறாமை கொண்டேயிருந்தனர். தன் தகப்பன் தன்மீது காட்டும் நேசிப்பை மீறியதொரு பந்தத்தினைக் காட்ட விரும்பும் அர்ச்சுனனை அஸ்வத்தாமா கசப்போடு சகித்துக் கொண்டான். பரஸ்பரம் இருவருக்கும் இடைவெளி உருவாகிக்கொண்டே போனது.

அர்ச்சுனனின் அலட்சியம் சதா அஸ்வத்தாமாவின் மனதில் வடுவை ஏற்படுத்தியிருந்தது. அவன் தகப்பனாரிடம் தனக்கு மட்டுமே மந்திர வலிமை கொண்ட அஸ்திரப் பிரயோகங்களைக் கற்றுத்தர வேண்டும் என பிடிவாதம் கொள்கிறான்.

பிள்ளையின் குரலை மீறாத குரு யாவரையும் அழைக்கிறார். பஞ்ச பாண்டவர்களுக்கும் மண் குடங்களைத் தந்து தண்ணீர் கொணரச் சொல்கிறார். அவர்களோடு அஸ்வத்தாமாவும் தண்ணீர்க் குடம் ஏந்திச் செல்கிறான். தகப்பன் அவனுக்கு மட்டும் வாய் அகலமான

குடத்தைத் தந்திருந்தான். அது விரைவில் நிரம்பிவிடும். மற்றவர்கள் வந்துசேரும் முன்பாக அஸ்வத்தாமா குருகுலம் வந்துவிடுவான். மற்றவர்கள் வரும் முன்பு ஒரு மந்திர அஸ்திரப் பிரயோகம் கற்பித்துவிடலாம் என ஏற்பாடு. தகப்பன் உதடுகள் அவசரமாக மந்திரங்களை முணுமுணுக்கின்றன. அந்த வார்த்தை முடியும் முன்பே வாசலில் அர்ச்சுனன் நிற்கிறான். அவன் கண்கள் குருவினைக் காண்கின்றன. அது தாழ்ந்து கொள்கிறது. அஸ்வத்தாமா மீது கொண்ட பொறாமை பற்றி எரிகிறது. மறுநாளில் அதே குடத்துடன் மறுபடியும் தண்ணீர் கொண்டுவரச் செல்கிறார்கள். வாயகன்ற அஸ்வத்தாமாவின் குடம் நிரம்பும் அதே நேரத்தில் குறுகிய வாய் கொண்ட அர்ச்சுனன் குடமும் நிரம்புகிறது. இருவரும் ஒரே கணத்தில் குருவை அடைகிறார்கள். மறுக்க முடியாமல் இருவருக்கும் தன் அஸ்திர சாஸ்திரத்தினைச் சொல்லிக் கொடுக்கிறார். அஸ்வத்தாமாவின் மனதில் பகைமை சுடர்விட்டுக் கொண்டே இருக்கிறது. தனது இருப்பின்மீது எப்போதும் ரணப் படுத்திக்கொண்டே இருக்கும் சக சிறுவனான அர்ச்சுனனை வெறுக்கிறான் அஸ்வத்தாமா. தனக்கு வாலிபம் ஒரே நாளில் கூடிவிடாதா, தான் அர்ச்சுனனை வீழ்த்திவிட முடியாதா என தனிமையில் துயர் கொள்கிறான். மகனின் தீராத துயரம் கண்டபடியே தன் சீடனுக்கு யாவும் கற்றுத் தருகிறார் குரு. குருகுலத்தின் வடு நிரம்பிய உடலோடு அஸ்வத்தாமாவின் பால்யம் அம்பென உதிர ருசிக்காகக் காத்திருக்கிறது.

~

நூறு சகோதரர்களின் ப்ரியம் யாவரையும் கவ்வுகின்றன. பெயர் களைச் சொல்லி அழைத்து விளையாடும் அவர்கள் நீர் விளையாட்டில் குதிக்கின்றனர். மூத்தவன் துரியோதனன் வலிமை யானவனாக இருக்கிறான். சகோதரர்கள் நீரில் கூச்சலிடுவதைக் கண்ட குதிரைகள் பயந்து திரும்புகின்றன. அரச வாழ்க்கையின் போகங்களும் சுவையும் நிரம்பிய பால்யம் கொண்ட கௌரவர்கள் வலியவர்களாக வளர்கிறார்கள். பாண்டவர்கள் தகப்பனை இழந்தவர்களாக அஸ்தினாபுரம் திரும்பியது துரியோதனனால் தாள முடியாததாக இருந்தது. அதிலும் காட்டுக் கனிகளை உண்டு வளர்ந்த பீமன் சாப்பிடுவதும் தன் பருத்த உடலால் எதையும் மோதி உடைப்பதையும் அவன் வசமாகும் எவரும் உடல் நொய்ந்து போவதும் அறிந்தபோது மனம் வேதனையைப் பெருக்கியபடியே இருந்தது. யாவரிலும் துரியோதனன் பீமன்மீதே தன் கடுமையைக் கொண்டிருந்தான். பீமனோ துரியோதனனின் சகோதரர்களை

உப பாண்டவம் | 65

விளையாட்டாகத் தூக்கி எறிந்து சிரித்துக் கொண்டிருந்தான். பழக்கப்படுத்தப்படாத யானையைப்போல பீமன் அலைவதை அவர்களால் காண முடிவதேயில்லை. துரியோதனன் தன் தாயின் அறையில் சென்று முறையிடுவான். பருத்த அந்த வன மூடனை தான் கொல்லப்போவதாக காந்தாரி அவனை சமாதானம் கொள்ளச் செய்வாள். துரியோதனனோ பீமனைக் கொல்வதற்காக அவனை நதி விளையாட்டிற்குக் கூட்டிப்போய் கல்லைக் கட்டித் துக்கிப் போட்டான். நதி பீமனை தன் அடிவயிற்றினுள் ஈர்த்துக் கொண்டது. பீமன் இல்லாத இரவில் துரியோதனர்கள் கொண்ட சந்தோஷம் அளவிட முடியாதது. ஆனாலும் பீமன் பிழைத்து வந்துவிட்டான். அவன் இருப்பு எப்போதும் மாறாத வடுவைப்போல பால்யத்தினின்று ஆழமாக ரணமாகியிருந்தது.

குதிரையின் வாலசைவைக் கண்டபடியிருந்தான் அந்தச் சிறுவன். அவன் முகம் எப்போதும் காரணம் புரியாத சோகம் கொண்டிருந்தது.

ராதேயா, என அழைக்கும் தாயின் ஓசையைக் கூட மறந்து நின்றான். தனிமை அவனைக் கவ்வியிருந்தது. அவன் தேர்ந்த வில்லாளி யாகவே விரும்பினான். தகப்பனோ அதில் ஆர்வம் காட்டாமல் அவனை ஒரு குதிரையோட்டியாக வளர்ப்பதையே ஆசை கொண்டிருந்தான். அஸ்திரப் பயிற்சி தருபவர் எவரும் அவனைத் தங்கள் குருகுலங்களில் சேர்த்துக் கொள்ளவில்லை. பிறப்பு அவனைத் தடை செய்தது. புறக்கணிப்பின் துயரம் பெருக தானே அஸ்திரப் பயிற்சிகளைச் செய்து வந்தான். தன் தாயும் தகப்பனும் தன்னோடு ப்ரியம் கொண்டபோதும் ஏதோ விலகல் கொண்டிருப்பது போலவே அவனுக்கு இருந்தது. அவன் கனவுகளில் அஸ்திரங்கள் மிதந்து கொண்டிருந்தன. அதிரதனின் வீட்டில் நிறைவேறாத பால்ய கனவுகளால் நிரப்பப்பட்டவனாகக் காத்திருந்தான் ராதேயன் என்ற கர்ணன்.

~

சிறிய குளத்தின் அருகே அமர்ந்திருந்தான். அருகில் எவருமே இல்லை. படிகம்போல தண்ணீர் உறைந்திருந்தது. தன் உருவம் அதில் தெரிவது கண்டு பார்த்துக் கொண்டேயிருந்தான் ஒரு சிறுவன் முகம் ததும்புகிறது. முத்துமாலைகள் சரசரக்கின்றன. பட்டாடை கள் சரிகின்றன. தனது கேசத்தைச் சரிசெய்கிறான். மணிமுடி தாண்டி கேசம் சரிகிறது. வாசனைத் தைலங்களும், நறுமணப்பொருட்களும் கொண்டு குளித்த உடல் மணம் பரப்பிக் கொண்டேயிருக்கிறது.

தன்னையே பார்த்துக் கொண்டிருக்கிறான். தான் உன்னத அழகன் என்பதைக் கண்டவனைப்போல சிரித்துக் கொள்கிறான். தன் உருவத்தை மெல்ல ரசித்துக் கொண்டிருக்கிறான். உலகில் வேறு எதுவும் இத்தனை வசீகரமாக அவனுக்குத் தோன்றவேயில்லை. அவனிடம் சிரிப்பு கசிகிறது. தன் மனம் எப்போதும் சந்தோஷத்தில் மின்னுவதை அறிந்தபடி தன் உருவத்தைத் தானே பார்த்துக் கொண்டிருக்கிறான். காற்று மெல்லக் கடந்து போகிறது. உருவம் மெல்ல அசைகிறது. தன் நிஜ கேசம் கலைவதுபோல நினைத்து தலையைச் சரிசெய்கிறான். யாரோ சிரிக்கிறார்கள். திரும்பிப் பார்க்க அர்ச்சுனன் நிற்கிறான்.

'நகுலா, உன் அழகை நீயே வியந்தது போதும். போகலாமா...' எனக் கூப்பிட பெண்களைப்போல நகுலனுக்கு வெட்கம் கவ்வுகிறது. இருவரும் போனபிறகு தண்ணீரைக் கடக்கும் காற்று தான் பார்த்த வசீகர முகம் காணாது விலகிச் செல்கிறது.

~

தனிமையாளன்

அஸ்தினாபுரத்து அரண்மனையின் அறைகள் ரகசியத்தாலும் மர்மத்தின் சுனைகளாலும் நிரம்பியவை. அவை அறிந்த விசித்திரங் களுக்கும், திகைப்புகளுக்கும் அளவேயில்லை. பின்னிரவில் விம்மும் பெண்ணின் குரலை அது கேட்டுக்கொண்டே இருக்கிறது. குரலுக்குரியவர் யார் என்பதை அது அறிய ஆவல் கொள்ளவேயில்லை.

ஏதோ ஒரு பெண். அது காந்தாரியோ, குந்தியோ, யோசன கந்தியோ, பணிப்பெண்ணோ, நோயுற்ற ஸ்த்ரீயோ, மது மயக்கம் தீராத பெண்ணோ எவர் என அறிய முகம் பார்க்கவேயில்லை. என்றாலும் விதுரன் அந்த அறையின் சப்தங்களை அறிந்திருக்கிறான். அரண்மனையின் ஒவ்வொரு சுவரிலும் படிந்துள்ள ஒளியும் மர்மமும் அவன் காலடி ஓசையைக் கேட்டு விழித்துக் கொள்கின்றன. தீராத ரோகிகளை சொஸ்தப்படுத்துகிறவனைப் போல அவன் எவரும் அறியாமலே வேதனையின் கொடி படர்ந்த பெண்களுக்கு சாந்தம் கொள்ளச் செய்கிறான். மூத்தவரின் அறையை நோக்கிச் செல்லும் விதுரன் இன்றும் கதவைத் தட்டும் முன் தயங்கி நிற்பதைக் காவல் வீரர்கள் பார்த்தும்கூட கண்களைத்

தாழ்த்திக் கொள்கிறார்கள். அவன் விரல்கள் மிக மெதுவாகவே சப்தம் எழுப்புகின்றன. அவன் தட்டிய கதவு உடன் பிறந்தவனின் அறையல்லவே. அஸ்தினாபுரத்தின் அரியணைக்குரிய அரசனின் அறையல்லவா.

திருதராஷ்டிரன் மெல்லிய வஸ்திரங்களை அணிந்து வாசனை பரிமளிக்கப் படுத்திருக்கிறான். அருகில் எவருமே இல்லை. தொலைவில் காவல் வீரர்கள் நிற்கிறார்கள். விதுரன் ஓசைக்குப் பழகிய அவன் கைகள் உள்ளே அழைக்கின்றன. சகோதரனை விடவும் அதிக தயக்கமும் பயமும் கொள்ளவும் செய்தவனாகி விட்ட விதுரனை உள்ளே அழைக்கிறான். விதுரன் என்றைக்கும் போலவே நிதானியாக நடந்து போகிறான். அவன் ரகசியங்களின் தீராத சுமையைச் சுமந்து திரிகிறான். திருதராஷ்டிரன் சகோதரனின் முன் குனிந்து சொல்கிறான்.

'மன்னரே...'

திருதராஷ்டிரனின் செவி திறந்தேயிருக்கிறது. அது ஓய்வு கொள்வதே இல்லை. அவன் இந்தக் குரலுக்குப் பழகியவனாக எரிச்சல் ததும்பச் சொல்கிறான், தன்னைத் தனிமையிலாவது சகோதரனாக நடத்தக் கூடாதாவென. சகோதரர்கள் இருவரின் இடைவெளியை நிரப்பும் அந்த அறியாத தகப்பன் முகம் எழுந்து ததும்புகிறது. விதுரன், அழைக்க மனமற்று இருக்கிறேன் என்றவனாக திருதராஷ்டிரனின் முன்பு சொல்கிறான்.

'அந்த ஸ்த்ரீக்கு ஆண் குழந்தை பிறந்திருக்கிறது.'

ஈடுபாடு அற்றவனைப்போல திருதராஷ்டிரன் முகத்தில் சலனமில்லை.

அவன் கேட்கும்படியாக திரும்பவும் சொல்கிறான்.

'குருவம்சத்திற்கு இன்னொரு ஆண் பிறந்திருக்கிறான்.

தயக்கமின்றி மறுதலிக்கிறான் திருதராஷ்டிரன்.

'இல்லை அது குரு வம்சத்துப் பிள்ளையில்லையே...'

விதுரன், அது உங்கள் குழந்தை இல்லையா எனக் கேட்க விரும்பித் தயக்கத்துடன் நிறுத்திக் கொள்கிறான். அந்த வைசிய ஸ்த்ரீ முகம் நினைவிற்கு வந்தது. அவள் தன் அழகை முற்றாக வெளிப்படுத்திக் கொள்ளாமல் தனக்குள்ளாகவே நிறுத்திக் கொண்டிருந்தாள். தூண்டிவிடப்படாத விளக்கைப்போல அவள் வசீகரம் உள்ளோடியிருந்தது. வைசியப் பெண் காந்தாரியின் அறைத்

தோழியாக இருந்தாள். அவள் குரலும் உடலினின்று பிறக்கும் சுகந்தமும் திருதராஷ்டிரனை மயக்கியபடியே இருந்தது. அவன் மெல்ல தன்னை இழந்துகொண்டே இருந்தான். அவளை ருசிக்க வேண்டும் என்ற ஆசை சுரந்து கொண்டேயிருந்தது.

விதுரன் சலனமற்ற சகோதரனின் முகத்தைப் பார்த்தான். தகப்பனின் குணத்தை அப்படியே கொண்டிருக்கிறான் எனத் தோணியது. அதனாலே நெருங்கி உறவாட வேண்டும் என்றும், விலக்கிப் புறக்கணிக்க வேண்டும் என்ற ஆசையும் ஒரே சமயத்தில் துளிர்விட்டது. விதுரன் திரும்பவும் கேட்டான்.

'அந்தக் குழந்தையை நீங்கள் காண விருப்பமில்லையா?' திருதராஷ்டிரன் எதையோ சொல்ல விருப்பமுற்றவனாக தயங்கி பின் சொன்னான்.

'குழந்தையைக் காணுமளவு தைரியமில்லை.'

விதுரன் எரிச்சலுற்றவனைப்போல சொன்னான்.

'தாயையும் பிள்ளையையும் வேறு தேசத்திற்கு அனுப்பி விடலாம்...'

திருதராஷ்டிரன் உணர்ந்து கொண்டுவிட்டான்.

'விதுரனே... நீ என்னை குற்றத்தின் நிழலடியிலே தங்கச் செய்துவிட முயல்கிறாய். அதன் கடுமையில் என்னை மிதக்கச் செய்கிறாய்.'

விதுரன் இனி பேச எதுவுமற்றவனாக நிசப்தித்து விட்டான். அந்தப் பெண் இதே அறையில் நடமாடிக் கலைந்த காட்சிகள் அவனுள் தோன்றின. அவள் பெயரைக்கூட விதுரன் அறிந்ததில்லை. தகப்பனற்ற ஸ்த்ரீயான அவள் அரண்மனை சேவகத்தில் இருந்திருக் கிறாள். அவளைக் காணவேண்டும் என்பதுகூட எத்தனை வேதனை தருவதாக இருக்கிறது. விதுரன் கையறுபட்டவனைப்போல தானே எதையோ பேசிக் கொண்டான். பின்பு விடைபெற்றுக்கொண்டு அறையைவிட்டு வெளிப்படும்போது திருதராஷ்டிரனின் தனிமை அவனையும் கவ்விக் கொண்டது. அந்த அறையின் வாசலைத் திறந்தபோது வெளிப்பட்டுக் காத்திருக்கும் பெண் ஒருத்தி அவனைக் காண்பதற்காக காந்தாரி காத்துக் கொண்டிருக்கிறாள் என்றாள். விதுரன் இதை முன்பே எதிர்பார்த்திருந்தான். அவன் காந்தாரியின் அறைக்குள் சென்றபோது அது திருதராஷ்டிரனின் அறையைப் போலவே இருந்தது. அந்த அறையில் பொருட்கள் எதுவுமே இல்லை. ஆசனங்களும்கூட சுவர் ஓரமாகவே போடப்பட்டிருந்தன.

விதுரனின் வருகையை அவள் துல்லியமாக அறிந்திருந்தாள். இருவரும் முகம் பார்த்துப் பேசமுடியாதபடி திரையிடப் பட்டிருந்தது. அவள் எதிர் திசையைப் பார்த்தபடி நடந்து கொண்டிருந்தாள். விதுரனின் மூச்சு சப்தம் பிரம்மாண்டமான ஓசையாய் அவளுக்குக் கேட்டுக் கொண்டிருந்தது. அவள் சீரான குரலில் கேட்டாள்.

'மன்னர் என்ன சொல்கிறார்?'

விதுரன் பதில் சொல்லவில்லை. அந்த ஸ்த்ரீயின் குழந்தையைப் பற்றி காந்தாரி அறிந்திருப்பாள் என்பதால் அவன் மிகுந்த நிதானத்தில் இருந்தான். பின்பு அவளை நோக்கிச் சொன்னான்.

'மறுத்துவிட்டார்.'

அவள் பரிகாசம் கலந்த குரலில் சொன்னாள்.

'தகப்பனின் சுபாவம் மாறாத வம்சமல்லவா? பிறந்திருப்பது யாரென தெரிகிறதா? உங்களால் அந்தக் குழந்தையை நேரில் பார்க்க முடியுமா?'

அவள் கேட்டுக் கொண்டேயிருந்தாள். காந்தாரியின் நடை ஓய்வு கொண்டது. விதுரன் மனவேதனையுற்றவனாகச் சொன்னான்.

'துயரம் என்னைப் பற்றி எரிகிறது. அக்குழந்தையை நான் பார்ப்பது என் பிறப்பைப் பார்ப்பது போலதானே..?'

காந்தாரியும், விதுரனும் பேசிக்கொள்ளவில்லை. விதுரனைப் போலவே பணிப்பெண்ணின் மூலமாக இன்னொரு பிள்ளை குரு வம்சத்தினுள் பிறந்திருக்கிறது. மகாமுனி வியாசருக்கும் அம்பிகாவின் பணிப்பெண்ணிற்கும் பிறந்த விதுரனின் புறக்கணிப்பும் அவமானமும் கொண்ட பாதையில் இன்னொரு சிசுவும் அதே வழியில் நடக்கப் போகிறது. அவன் நிசப்தத்தின் சுருளில் மிதந்து கொண்டிருந்தான். பின்பு அவன் கேட்டான்.

'அந்தப் பெண்ணை சூல் கொள்ளச் செய்த ரகசியம் நீங்கள் அறியாததல்லவே?'

அவள் இதைக் கேட்டதும் கோபமுற்றவளாகச் சொன்னாள்.

'நான் அதை அறிந்து செய்யவில்லை. அவள் மன்னரை அறிந்ததன் துயரம் என் வகைப்பட்டதில்லை.' விதுரன் அதைக் கேட்டுக் கொள்ளவேயில்லை என்றாலும் காந்தாரி அந்தத் தோழியை அறிந்திருந்தாள். அவளின் வசீகரமும் தனிமையும் அறிந்திருந்தாள்.

விதுரனை அவள் எப்போதும் ஆண் உருவாகக் கண்டபோதும் அவனைத் துயருற்ற பெண்ணைப் போலவே கருதியிருந்தாள். காந்தாரி, வைசியப் பெண்ணை அனுமதிக்கத் தானே காரணம்தானோ என யோசித்துக் கொண்டிருந்தாள். மன்னரைப் பற்றி எரியும் காமத்தின் முன் மண்டியிட அவளை அனுப்பி வைத்தது அவள்தானோ? அவள் பேசிக் கொள்ளவேயில்லை. என்றாலும் அவள் அவர்களின் உறவிற்காக கதவினைத் திறந்து வைத்திருந்தாள். காமத்தின் நெடிய சுழல் அவர்களைப் பற்றிக்கொண்டது. ஆனாலும் சூல்கொண்ட பின்பு சூத ஸ்த்ரீயை மன்னர் அறியாமலே அப்புறப்படுத்தினாள். ஏனோ காந்தாரியால் அந்தப் பெண்ணை மீண்டும் நேரில் முகம் பார்க்க தயக்கம் கூடியது. அவளை அரண்மனையை விட்டே புறக்கணிக்கச் செய்தாள்.

அரண்மனையின் அறியாத குடியிருப்பின் இருளில் அவளை இருக்கச் செய்தாள். அந்தப் பெண் நிராதாரியாக தன் தனிமையை நீடிக்கச் செய்தவளாக தன் வாழ்வை ஒடுக்கிக் கொண்டுவிட்டாள். காந்தாரியைப்போல அவள் கண்களைக் கட்டிக் கொள்ளவில்லை. இமைகள் அவள் துயரில் தானே மூடிக் கொண்டுவிட்டன. அந்தகாரத்தின் இசையைக் கேட்டவளாக அவள் தன் சூல்கொண்ட உயிரை ப்ரியம் கொண்டவளாக தனித்திருந்தாள்.

காந்தாரி அவளை மறந்திருந்தாள். தகப்பனைப் போலன்றி வசீகரமான சிசு பிறந்துள்ளதாக மருத்துவச்சி வந்து சொன்னபோது தான் அந்தப் பெண்ணைப்பற்றி திரும்பவும் யோசித்தாள். அஸ்தினாபுரத்து அரண்மனையோடு ரத்தசுகம் கொண்ட பெண்களைக் கவ்விக் கொள்ளும் அவமதிப்பைத்தான் இந்தப் பெண்ணும் பரிசாகப் பெற்றிருக்கிறாள் என்பதன்றி வேறென்ன? ஆனாலும் காந்தாரி விதுரனின் முன்பாக அமர்ந்தபோது தாயின் முன்பாகக் குற்றத்தை மறைக்கமுடியாத சிறுமியைப்போல இருந்தாள். விதுரன் தான் என்ன செய்வதென்று அறியாமல் காத்திருந்தான். காந்தாரியின் குரல் கம்மியது.

'அந்த சிசு மன்னரின் முகபாவமே கொண்டிருக்கிறது.'

விதுரன் கேட்டுக் கொண்டேயிருந்தான். பின்பு அவன் தன் பிறப்பைத் தானே காணச் செல்லும் மனிதனைப்போல ஆவலும் பயமும் கொண்டவனாக தனியே புறப்பட்டுச் சென்றான். நான் இவர்களின் உரையாடலின் முடிவற்ற நிசப்தத்தில் நீந்தியபடி அங்கேயே இருந்தேன். குரு வம்சத்தின் விதையைத் தன் கர்ப்பத்தில் தாங்கிய பெண்ணின் முகம் சிறிய குடியிருப்பில் ததும்புகிறது.

பிறந்த சிசுவின் வாசனைதான் எத்தனை வசீகரமானது. அதன் தூய்மையும் அழகும் வேறு எதற்கு வாய்க்கக்கூடும். சிசுவின் கண்கள் இந்தப் பிரபஞ்சத்தை மெல்ல ருசிக்கின்றன. ஒரு கனியைத் தின்பதைப்போல மெல்ல துளித்துளியாகக் கடித்து தன் புறக் காட்சியை உண்ணுகின்றன. உலகம் அதன் எதிரில் தன் நடனத்தை நிகழ்த்திக் காட்டுகிறது. தன் மர்மமான இசையாலும் அசைவாலும் அது இப்போது பிறந்த சிசுவைத் தன்னோடு சேர்த்துக்கொண்டு நடனமாட அழைக்கின்றது. கர்ப்ப ஞாபகம் தீராத சிசு இப்போதும் மயக்கம் தீராமல் தான் முன்காணாத உலகினை விரல்களால் அழைத்தபடி மொழியற்று அசைவு கொள்கிறது. ரத்தத்தின் சுழற்சியில் யாரும் அறியாத மாயமொன்று வலம் வருகிறது. பிறந்த சிசுவின் முன் எவரும் கள்ளம் கொள்ளவோ, எதையும் மறுதலிக்கவோ முடியாது என்பதை விதுரன் அறிந்திருந்தான். பசிய இலைகளைப்போல சிசு தன் இயக்கத்தைத் துல்லியமாக வெளிப்படுத்திக் கொண்டிருந்தது. விதுரன் ஓசை எழுப்பாமல் அந்த அறைக்குள் போனான்.

நோயுற்ற ஸ்த்ரீயைப்போல கூந்தலை அவிழ விட்டவளாக உடல் நொய்ந்து படுத்திருந்த ஸ்த்ரீ இருந்த அறையில் ஒரேயொரு எண்ணெய் விளக்கு மட்டுமே பகலிலும் எரிந்துகொண்டே இருந்தது. அதன் சுடர் குழந்தையைக் கண்டு கொண்டேயிருந்தது. குழந்தையின் முகத்தில் பாய்ந்த மஞ்சள் ஒளியை உதடுகள் விரிய ருசித்தது. விதுரன் இருளும் மெல்லிய மஞ்சள் ஒளியும் நிரம்பிய அறைக்குள் வந்தான். அஸ்தினாபுரத்துப் பெண்களின் அறைகள் யாவற்றிற்கும் ஒரே சாடைதானோ, அந்தப் பெண்கள் யாவரும் ஒருவர்தானோ என்ற மயக்கம் வந்தது. காந்தாரியின் அறையைப் போல விஸ்தாரமாக இல்லாதபோதும் அந்த அறையின் இருப்பும் வாசமும் காந்தாரியின் அறையை நினைவுபடுத்தியது. மங்கி எரியும் சுடரின் முன்பாக அவள் தன் குழந்தையை விட்டு தன் வலக்கரத்தை விலக்கியவளாக எழுந்துகொள்ள முற்பட்டு மரியாதைக்குரிய வார்த்தைகளைச் சொல்லி கையை உயர்த்தியபோது விதுரன் விம்மும் குரலில் சொன்னான்.

'தாயே எனக்கு மரியாதைகள் தேவையற்றது, நான் இயலாதவன்.'

அவள் கண்கள் மூடிக்கொண்டிருப்பதைக் கண்டவனாக தன் குரலைத் தாழ்த்திக் கொண்டான்.

'புலன் சாதனங்களை மூடிக் கொள்வதால் புலனை அழித்துவிட முடியாது தாயே...'

அவள் பதிலேதும் பேசவில்லை. தன் கண்கள் தானாகவே மூடிக்கொண்டு விட்டதாகச் சொன்னாள். அவள் குழந்தை மஞ்சள் ஒளியில் எதற்கோ சிரித்துக் கொண்டிருந்தான். அந்தச் சிசுவின் முகத்தைப் பார்த்தபோது விதுரனுக்கு நடுக்கம் கண்டது. இதே போலதான் தானும் தாயின் அரவணைப்பில் இருள் அறையில் ஒரு மகவாக இருந்திருக்கக்கூடும். இக்காட்சி பிறப்பின் அறியாத சுனையருகே கையேந்திக் குடிப்பதைப் போலவே இருந்தது. தன் பிறப்பைத் தானே பார்ப்பதுபோல பார்த்துக் கொண்டிருந்தான். வைசியப் பெண் எதையுமே கேட்டுக் கொள்ளவில்லை. தனது புறக்கணிப்பின் அவலம் அறியாமல் குழந்தை தன் கால்களை ஆகாசம் நோக்கி தூக்கி ஆட்டிக்கொண்டிருந்தது. விதுரன் அந்தக் குழந்தையைத் தன் கைகளால் ஸ்பரிசித்தான். ரத்தச் சூடு சுழன்று கொண்டிருந்தது. தன் உடலெங்கும் ஒரு இயக்கம் கூடுவதைக் கண்டான். அந்தப் பெண் விதுரனை நோக்கிச் சொன்னாள்.

'இந்தப் பையனுக்கு நீங்களே பெயரிட வேண்டும்.'

விதுரன் ஆழ்ந்த மூச்சிட்டவனாக எதையோ யோசித்து பின்பு அவன் தாயின் முகத்தைப் பார்த்தான். பெயரைக் குழந்தையின் காதில் மூன்றுமுறை சொன்னான்.

'யுயுத்சு... யுயுத்சு... யுயுத்சு.'

திருதராஷ்டிரனுக்கும் வைசியப் பெண்ணிற்கும் பிறந்த கௌரவ வம்சத்தின் நூற்றிரண்டாவது பிள்ளையான யுயுத்சு தன் ஜனனத்திலே விதுரனைப் போலவே புறக்கணிப்பிற்கும், தனிமைக்கும் உட்படுத்தப்பட்டான். அவன் தாய் விலக்கப்பட்ட ஸ்த்ரீயைப்போல ஒதுக்கப்பட்டாள். என்றாலும் ரத்த சுழற்சி அவள் உடலில் எல்லா நரம்புகளிலும் கிளைவிட்டு ஏறியது. அவன் விதுரன் தன் காதில் சொல்லிய மூன்று வார்த்தைகளைத் தன்னுள் நிரப்பிக் கொண்டான். யுயுத்சு விதுரனையே தன் தகப்பன் என்றான். தன் தாயின் மௌனத்தையும், அவள் யாருமற்றவளாகக் கொண்ட நிர்க்கதியையும் புரிந்துகொண்ட சிறுவனைப்போல அந்த அறையிலேயே இருந்தான். யுயுத்சுவிற்கு பால வயது நடந்து கொண்டிருந்தது. அவன் விதுரனோடு சுற்றி அலையவே ஆசைப்பட்டான். விதுரன் தன் மூத்தவனின் சாயலான யுயுத்சுவின் மேல் ஆசையும், குற்ற உணர்விற்கு சாந்தி செய்யும் காரியம்போல கடமை கொண்டவனைப்போல எப்போதும் காண்பதும், அறிவதுமாக இருந்தான். காந்தாரி தன் பிள்ளைகள் அருகாமையிலே சுழன்று கொண்டேயிருந்தாள். விதுரன் நீண்ட இரவொன்றில்

அரண்மனையில் இருந்து விடுபட்டுப் போகும்போது சகோதரனின் குரல் அவனை நிறுத்தியது.

'விதுரனே, அந்தக் குழந்தையை நீதான் வளர்க்கிறாயா?' விதுரன் பதிலேதும் சொல்லவில்லை. திருதராஷ்டிரன் மெதுவாகச் சொன்னான்.

'நான் அவனைக் காண விரும்புகிறேன். அழைத்து வர முடியும்தானே?'

விதுரன் அதற்கும் பதிலேதும் சொல்லவில்லை. அவன் விடை பெற்றுக் கொண்டுவிட்டான். தன் மூத்த சகோதரனின் ரத்தத்தில் வன்மையும் மிருதுவும் சுற்றி வருவதாகவே கண்டான். மறுநாளின் காலையில் யுயுத்சுவைத் தன்னோடு கூட்டிக்கொண்டு அரண்மனை வந்தபோது பார்த்தவர் யாவரும் அந்த முகச்சாயலில் விதுரனின் பாவத்தையே கண்டனர். அது விதுரனின் பிள்ளைதானோ எனப் பேசிக் கொண்டனர். அவர்கள் திருதராஷ்டிரனின் தனியறைக்குள் சென்றனர். திருதராஷ்டிரன் ஒரு சிறுவனின் வருகையை அறிந்து விட்டவனைப்போல திரும்பினான். இருவரும் நிசப்தமாக வந்தனர். திருதராஷ்டிரன் தன் நுண் உணர்வாலே அறிந்துகொண்டு விட்டான், தாயின் வாசனை கலையாத மகனாக இருப்பதை. விதுரன் அந்தச் சிறுவனை திருதராஷ்டிரனின் முன்பாக நிறுத்திச் சொன்னான்.

'இதோ யுயுத்சு வந்திருக்கிறான்.'

திருதராஷ்டிரனின் விரல்கள் அந்த முகத்தில் ஊர்ந்து கடந்தன. சிறுவன் யுயுத்சு பார்த்துக்கொண்டே இருந்தான். அவன் உடலில் வெம்மை கூடியது. திருதராஷ்டிரன் அந்தச் சிறுவனுக்கு உண்பதற்காக பாலும் கனிகளும் தரச்சொல்லி பணியாளை அழைத்தான்.

அவர்கள் சிறுவனைக் கூட்டிப் போனார்கள். திருதராஷ்டிரன் பெருமூச்சு விட்டான். பின்பு விதுரனை அழைத்துக் கேட்டான்.

'விதுரனே, இவன் என்னையே கொண்டு பிறந்திருக்கிறான்.'

விதுரன் நிதானத்துடன் சொன்னான்.

'தாய் பணிப்பெண்ணாக இருந்தபோதும் விதைதானே வளர்கிறது.'

திருதராஷ்டிரன் சொன்னான்.

'அவன் நெருக்கம் என்னைக் குளிரச் செய்கிறது. ஏனோ மனம் சாந்தி கொள்கிறது. அவனையும் அந்த அரண்மனையிலே இருக்கச்

செய்துவிடுகிறாயா..? அதை காந்தாரி அனுமதிப்பாளா..? தடுமாற்றமாக உள்ளது.'

விதுரன் சொன்னான்.

'அவள் நூறு குழந்தைகளின் தாய்.'

அவசரமின்றி உடனே திருதராஷ்டிரன் சொன்னான்.

'இருக்கலாம். இது சொந்த உதிரமல்லவே. பணிப்பெண்ணின் மகன்தானே.'

'நீங்கள் விரும்பினால் அவன் இங்கேயே வளரலாம்.'

யுயுத்சு திரும்பியிருந்தான். அவன் பார்வையற்ற மனிதனின் முன்பாக நிற்கும்போது தாயின் அருகாமையில் நிற்பதைப் போன்ற உணர்வே கொண்டான். திருதராஷ்டிரன் யுயுத்சுவிடம் கேட்டான்.

'நீ இங்கேயே இருந்து கொள்கிறாயா..?'

அவன் விதுரனைப் பார்த்துச் சொன்னான்.

திருதராஷ்டிரன் வியப்புற்றவனைப்போல விதுரன் பக்கம் திரும்பியபோது விதுரன் யுயுத்சுவின் முகத்தைப் பார்த்த படியிருந்தான். யுயுத்சு சொன்னான்.

'தந்தையே, போகலாமா..?'

விதுரனின் விரல்களைப் பற்றிக்கொண்டான். திருதராஷ்டிரனுக்கு துக்கமும் ஆறுதலும் ஒரே நேரத்தில் கனிந்தன. அவன் விதுரன்மீது கோபம் கொண்டான்.

'விதுரனே உன் சுபாவம் மாறவேயில்லை. நீ என்னை குற்ற உணர்வின் பள்ளத்தாக்கிலே தள்ளிவிடுகிறாய். போ... போய் விடு. போய்விடுங்கள்.'

அவர்கள் திரும்பிப் போனார்கள். காந்தாரி அறிந்துவிட்டாள். அவள் குழந்தை விதுரனோடு இருக்கும் பட்சத்தில் அவன் தன் சொந்தக் குழந்தைகளைவிடவும் வலிய மனிதனாக அறிவார்ந்தவனாக வளர்ந்துவிடுவான். அதுவும் தன் கணவனைப்போல விதுரன்முன் பேசத் தயங்கி நிற்பவனைப்போல, தன் பிள்ளைகளும் மாறிவிடக்கூடாது என யோசித்தாள். அவள் திருதராஷ்டிரனின் பிள்ளையை விதுரனைவிட்டு விலக்கிவிட வேண்டும் என்று முடிவு கொண்டாள். வம்சத்தின் உள்ளேயே பகையை வளர்க்கக் கூடாது என அவள் மனம் துவர்ப்பேறியது. விதுரன் அரசியின் ஆணையை

அறிந்திருந்தான். எப்போதும் போலவே பணிப்பெண் தன் பிள்ளையை அரண்மனை அழைத்துக் கொண்டபோதும் பதில் ஏதும் பேசவில்லை. தனித்து விம்மினாள். யுயுத்சு காந்தாரியால் அழைத்துக் கொள்ளப்பட்டான். அவன் தகப்பன் விதுரன் அல்ல. மன்னன்தான் என்பதை அறியச் செய்யப்பட்டான். மற்ற சகோதரர் களின் ஊடே வளர்க்கப்பட்டான். என்றாலும் இருளில் ஒற்றைச் சுடருடன் உரையாடுபவனாக தனித்திருந்தான். அவனைத் தேடிவரும் விதுரனின் முன் காந்தாரியின் செய்கைகளைப் பற்றிய குற்ற உணர்வில் சொல்லும்போது அவன் மௌனித்திருந்தான். யுயுத்சு தன் பால்யத்தின் கசப்பின் ரசத்தைக் குடிக்கத் துவங்கி விட்டான். அவனுக்கு இவர்கள் யாவரையும்விட விதுரனின் முன்பாக மட்டுமே நெருக்கம் கொள்ள முடிந்தது. எப்போதும் தனக்குள்ளாகவே சொல்லிக்கொள்வான்.

'என் தந்தை விதுரன் இருக்கும் இடத்தில்தான் நான் இருப்பேன்.' குருகுலத்திலும் தனுர்வேதம் கற்பதிலும் அவமதிக்கப்பட்டவன் யுயுத்சு. அவன் மற்ற சகோதரர்களின் ஊடாக வளர்ந்தபோது அவர்கள் யுயுத்சுவைச் சொந்த சகோதரனாகப் பாவிக்கவேயில்லை. திருதராஷ்டிரன் அதை உணர்ந்து கொண்டுவிட்டான். அவன் விதுரனால் மட்டுமே யுயுத்சுவைக் காப்பாற்ற முடியும் என்றான். காந்தாரியின் மனப்போக்கு யுயுத்சுவை விழுங்கிவிட்டது. அவன் தன் தனிமையின் கோப்பைக்குள் விழுந்துவிட்டான்.

யுயுத்சு பாண்டவர்களையும், கௌரவர்களையும் விடவும் அஸ்தினாபுரத்தின் சாமான்ய மனிதனில் ஒருவனாகவே இருக்க விருப்பமுற்றான். விதுரன் அவனை வீரனாக ஆக்குவதைவிடவும் கல்வித்திறன் கொண்ட புத்திமானாக்குவதற்காகவே வளர்த்துக் கொண்டு வந்தவராக தன் மனத்திற்குரிய சீடனாக அவர் யுயுத்சுவையே கொண்டிருந்தார்.

விதுரனின் குரலும் செய்கைகளும் யுயுத்சுவிடம் வந்து சேர்ந்தன. என்றாலும் அவன் தன் தகப்பன் திருதராஷ்டிரன்மீது ப்ரியம் கொள்ளவே இல்லை. சொந்த சகோதரர்களிடமும் நட்புக் கொள்ள வில்லை. அவன் தனியனாக இருந்தான். திருதராஷ்டிரன் அவனை அழைத்துப் பேசும்போதெல்லாம் விலக்கமும் தாங்க முடியாத அவமானமும்தான் கொண்டான். அஸ்தினாபுரமும் அரண்மனையும் அவனுக்கு துயரத்தின் விளைநிலமாகவே இருந்தன. தன் பால்யம் முழுவதும் யுயுத்சு குற்ற உணர்வாலே பீடிக்கப்பட்டான். அவன் கௌரவர்களில் ஒருவனாக கொண்டாடப்படவில்லை. இதோ பால்ய விருட்சத்தில் மோதும் சுழிக்காற்று சப்தமிடுகிறது.

அவமதிப்பின் மௌனத்தை ஏந்தியபடி யுயுத்சு காத்துக் கொண்டிருக்கிறான் என இலைகள் சப்தமிடுகின்றன.

பருத்து உயர்ந்த உடலுடன் வலிய உருவமாக இதே மரத்தின் அடியில் தன் தவிப்பை வெளிப்படுத்தக்கூட தெரியாதவனாக இருக்கும் அந்த மனிதனைக் காண முடிகிறதா... பயமறியாத, அவனும்கூட இந்த இடத்தில்தான் காத்திருக்கிறான். தான் அடைய முடியாத நேசத்திற்காக தான் முன் கண்டறியாத தகப்பனின் முகத்தினைக் காண வேண்டுமென அவன் பலமுறை தன்னைத் தானே பார்த்துக் கொண்டிருந்தான். தகப்பனின் சாடை கொண்டிருப்பதாக அவன் தாய் இடும்பி சொல்லிக் கொண்டிருப் பாள். தன்னைப் போலதான் தகப்பன் இருப்பான் என்பதால் தன் உருவத்தின் பிம்பத்தை தன் தகப்பனாக நினைத்துப் பார்த்துக் கொண்டேயிருப்பான்.

ஒரு வார்த்தைகூட சப்தம் செய்யாத தன் பிரதிபிம்பத்தைப் போலதான் தன் தகப்பனும் தொலைவில் இருக்கிறான் என்ற வேதனை கவ்வும். பருத்த வயிறும் பசியும் அப்படியே தகப்பனைக் கொண்டிருப்பதாக தினமும் அவன் அம்மா ஞாபகம் கொள்வாள். அவன் ஒரு வனவாசியாக இருந்தபோதும் அவன் குணம் கலப்பு கொண்டிருந்தது.

தனது தகப்பன் பாண்டவர்களில் ஒருவன் என்பதை அவன் அறிந்தபோது உடன் விளையாடும் அசுர ஸ்நேகிதர்கள் அவனும் பாண்டவர்களைப்போல தேசத்தின் அதிபதியாகிவிடுவான் என்றும் அந்த தேசத்தில் களியாட்டமும் சந்தோஷமும் பெருகியிருக்கும் என்றும் பேசிக் கலைவார்கள். இவை யாவையும் நிஜமென்று நம்பியவனாயிருந்த நாளில் அவன் தனது தாயிடம் தகப்பனைப் பற்றிப் பேசும்போதெல்லாம் அவள் சூறைக்காற்றால் தான் பீடிக்கப்பட்டதைப் போலவே அவனுடைய தகப்பனின் வலிய சேர்க்கையால் பீடிக்கப்பட்டிருந்ததாக நினைவு கொள்வாள். அசுர ஸ்த்ரீகள் எவரும் எந்த ஆணின் பொருட்டும் காத்துக் கிடப்பவர் களில்லை. இடும்பியும் எல்லா ஸ்த்ரீகளைப்போலவே தனக்குரிய ஒருவனோடு இணைந்து வாழத் துவங்கியிருந்தாள். அந்த புருஷனால் அவளுக்கு புத்திரர்கள் உண்டானார்கள். தனது சகோதரர் கள் பலரையும் விட அவனுக்கு மிகுந்த பலமிருந்தது.

இடும்பியின் சகோதரனும் பீமனால் கொல்லப்பட்டவனுமாகிய இடும்பனின் பிள்ளைகள் சிறுவயது முதலே கடோத்கஜனின்மீது துவேசத்தை வளர்த்துக் கொண்டிருந்தார்கள். பீமன் என்ற முகமறியாத தகப்பனை நினைவுகொள்ளும்போதெல்லாம் அந்த

துவேச வன்மமும் பெருகத் துவங்கும். ஒரு இரவில் அவன் தாயுடன் அவர்கள் தகப்பனின் தேசத்திற்குப் போய்வர வேண்டுமென ஆசைகொண்டான். இடும்பி அவனை அழைத்துக்கொண்டு புதிய நகரத்திற்குள் பிரவேசித்தாள். இந்திரபிரஸ்தம் என்ற நகரமானது வனப்புமிக்கதாக இருந்தது. தனது தகப்பனால் நிர்மாணிக்கப்பட்ட நகரமென தாய் காட்டியபோது வீதிகளையும் மாளிகைகளையும் ஆசைதீரக் கண்டபடி நடந்தலைந்தான் கடோத்கஜன். அவர்கள் பீமனின் அரண்மனைக்குப் போனபோது அவன் திரௌபதையை தனதாக்கிக் கொள்ளும் மறுநாளுக்காகக் காத்துக் கொண்டிருந்தான். அவர்கள் இருவரையும் நுழைவாயிலிலே கண்டுவிட்ட ஒற்றர்கள் குந்தியிடம் தெரிவித்ததும் அவள் அசுர ஸ்த்ரீயினை பீமனின் பார்வையை விட்டு விலக்கிட வேண்டுமென முடிவு கொண்டவளைப்போல அவளைத் தனது அறைக்கு அழைத்துவரச் செய்தாள்.

இடும்பி அப்போதுதான் அத்தனை அலங்காரம் கொண்ட அறைகளைப் பார்க்கிறாள். அந்த அறையில் குந்தி மட்டுமே இருந்தாள். இடும்பி தனது புத்திரனோடு வணங்கியதும் அவள் இடும்பி எதன் பொருட்டு இந்த நகரத்திற்கு வந்திருக்கிறாள் என அறியாதவளைப் போல கேட்டாள். இடும்பி தனது மகனை தகப்பனின் முன் அறியச் செய்திடவே வந்திருப்பதாகச் சொன்னாள். இது பாண்டவர்களின் தேசம். இங்கே சூத புத்திரர்களுக்கு இடமில்லை என்றாள் குந்தி. அரசபோகத்தின் பொருட்டு அங்கு வந்துசேரவில்லை என இடும்பி ரௌத்திரமாகச் சொன்னாள். குந்தி, பீமன் தனது புதிய பதவிக்காகக் காத்திருப்பதாகவும் அவன் இடும்பியைக் காண விருப்பமற்றவனாகிவிட்டான் என அவளை தேசம் விலக்கி போகச் செய்தபோது அந்த நகரமே அவளைப் பரிகசிப்பதுபோல இருந்தது.

அவள் தனது தேசம் வரும்வரை மிதமிஞ்சிக் குடித்தபடியே மிகக் கோபமானவளாகி கூச்சலிட்டு வந்தாள். முதிய ஸ்த்ரீயான பாண்டவர்களின் தாயைத் தனது கைகளால் முறித்துக் கொன்றிட வேண்டுமென கோபப்பட்டாள். தகப்பனின் உருவம் காணாது திரும்பிய கடோத்கஜன் தாயின் முகத்தில் படிந்த வெறுப்பைத் தனக்குள்ளும் நிரப்பிக் கொண்டவனாகவே இருந்தான். காற்றைப்போல் வலிமையானவனும் கதாயுத்தத்தில் வீரனுமான பீமனின் மகன் தான் என்பதில் அவன் எள்ளளவும் ஆர்வம் கொள்ளவில்லை. கோபமுற்றவனாக தனது தாயை தன் இனவாசிகளை, தங்களின் ரத்த வழியாக ஏற்காத பாண்டவர்களை அவன்

வெறுத்தான். ஆனாலும் தகப்பனின்மேல் அவனுக்குத் தீராத ஆசையிருந்தது. காத்துக்கொண்டே இருந்தான்.

பருத்த கைகள் கொண்ட தகப்பனை மோதி வீழ்த்த வேண்டுமென ஆசையிருந்தது. தாக்கி வீழ்ந்தவனின்மீது அமர்ந்து முத்தமிடுவதே தன் ஆசையாகக் கொண்டிருந்தான். ஆனாலும் கடோத்கஜன் என்ற பீமனின் கறுத்த மகன் அசுரர்களைப்போல வனவாசியாகாமலும் பாண்டவர்களைப்போல அரச வாழ்வு கொள்ளாமலும் துண்டிக்கப் பட்டவனாக இருந்தான்.

பால்ய விருட்சத்தில் அவமதிப்பின் வடுக்களும் சந்தோஷத்தின் சாறும் நிரம்பியே இருக்கின்றன.

3

கவனகமென்னும் மனக்கலை அறிந்த சிலரைக் கண்டேன். அவர்கள் கண்களாலே எதையும் கணிக்கும் திறமை கொண்டிருந்தார்கள். ஒரு கவனகனை நான் நகரப் பொதுவெளியில் பார்த்தேன். வணிகர்கள் கூடுமிடத்தருகே வந்து பெரிய வேப்பமரத்தடியில் அமர்ந்து கொண்டான். தானிய விற்பனை சூடுபிடித்திருந்த காலமது. ஒரு வணிகன் மரக்காலில் தானியம் அளந்து போட்டுக்கொண்டிருந்தான். வாங்கும் மனிதனின் நார்பெட்டி நிறைந்து கொண்டிருந்தது. தன் இடத்திலிருந்தபடியே கவனகன் சொன்னான்.

'ஒரு மரக்காலுக்கு நூறு தானியங்கள் குறைவாக அளக்கப்படுகிறது.' இதைக் கேட்டதும் வணிகன் கோபமானான். அவன் உனக்கு எப்படித் தெரியுமென கேட்டான். கவனகன் ஒரு மரக்காலில் பத்தொன்பதாயிரத்து நானூற்றுப் பதினாறு தானியமணிகள் இருக்குமென்றும் வணிகன் அளந்ததில் நூறு குறைவாக உள்ளதென்றும் சொன்னான். உடனே வணிகன் தனது தானியப்பொதியில் இருந்து ஒரு மரக்கால் அளந்து எண்ணச் செய்தான். இருவர் வேகமாக எண்ணத் துவங்கினர். சொன்னபடியே நூறு தானியமணிகள் குறைவாக இருந்தன. அவனை ஒரு கவனகன் என அறிந்து யாவரும் வியப்பு கொண்டனர். சிதறிய தானியமணிகளைத் தின்பதற்காக வானில் குருவிகளின் படையொன்று இறங்கிக் கொண்டிருந்தது. ஆர்வமிகுதியற்ற ஒருவன் கவனகனிடம் குருவிகளில் எது முதலில் தரைக்கு வருமெனக் கேட்டான். கவனகன் வானைப் பார்க்காமலே சொன்னான். 'ஆகாசத்தில் முப்பத்து மூன்று குருவிகள் வருகின்றன. இதில் இரண்டு பழுப்பு, இரண்டு செம்மை, நான்கு தவிட்டு நிறமுடையது. ஒன்றின் கழுத்தில் வரி விழுந்துள்ளது. இந்தப் பறவைகளில் வலப்புறமிருந்து இரண்டாவது முதலில் தரைக்கு இறங்கும். எட்டுக் குருவிகள் தாமதமாகத்

தரையிறங்கும். இதில் இரு குருவிகள் சப்தமிடாது.' அவன் பேசி முடிக்கும்போது சொன்னபடியே குருவிகள் தரையிறங்கின. வயதான ஒருவன் இதை மிக அலட்சியமாகச் சொன்னான், செப்பிடுவித்தையிது என. கவனகன் தான் அமர்ந்திருக்கும் சந்தையில் உள்ள இரு வேப்பமரங்களின் இலைக் கணக்கைச் சொல்கிறேன் எண்ணிக்கொள்ளுங்கள் என்றான்.

'இங்குள்ள மரங்களில் இருக்கும் இலைகளைவிட உதிர்ந்த இலைகளின் எண்ணிக்கை இரண்டாயிரம் அதிகம், மொத்தம் மரத்தில் நாற்பது லட்சம் இலைகள் உள்ளன. மூன்றாயிரம் பழங்கள் உள்ளன. ஒரு மரத்தில் நாகமொன்று ஒளிந்துள்ளது. காக்கைக் கூட்டில் மூன்று முட்டைகள் உள்ளன. காற்று வலப்பக்கம் அடிக்கும்போது முதல் மரத்தின் மூன்றாவது கிளையின் கடைசி இலையடுக்கில் நான்கு இலைகள் உதிரும். அப்படி உதிரும் இலைகளில் வெண்புள்ளியடித்த இலை முதலில் தரைக்கு வரும்.' கண்களால் மரத்தினை சல்லடையாகத் துளையிட்டு எண்ணக்கூடிய மனிதனை நான் வெகு ஆச்சரியமாகப் பார்த்தபோது தரைக்கு வெண்புள்ளியடித்த வேப்பிலையொன்று உதிர்ந்து வந்துகொண்டிருந்தது.

- சந்தையில் ஒரு கவனகன்

உதிரவாசிகள்

இந்த தேசத்தில் தன் தாயைவிட வயதில் மூத்த மகன் ஒருவன் இருக்கிறான் என்ற விசித்திரமானதும் நிஜமானதுமான ஒரு செய்தியைச் சூதன் சொல்லியிருந்ததைக் காணவேயடி நான் தேடியலைந்தேன். அவன் பெயர் புருவென்றும் யயாதியின் கடைசி மகன் எனவும், தகப்பனின் தீராத வேட்கைக்காக தனது இளமையைத் தந்துவிட்டு யயாதியின் முதுமையைத் தனதாக்கிக் கொண்டவன் எனவும் அறிந்தேன்.

உலகில் இதுவரை எந்த மனிதனும் தனது தாயைவிட வயதான வனாக இருந்ததேயில்லை. தாயை ஒரு கன்னியாக, வசீகரத்தின் வாசனையைப் பரவவிட்ட இளம் பெண்ணாக மகனால் ஒருபோதும் காணமுடியாது. யாவரும் தன் தாயை அவளின் துள்ளலான நாட்களில் காணமுடியாதபடி காலம் தன் திரையை உருவாக்கி யிருக்கிறது.

இங்கோ யயாதியின் புதல்வன் புரு தன் தகப்பனின் முதுமையைத் தனதாக்கிக் கொண்டான். எனில் அவன் தன் தாயை விடவும் வயது அதிகமான மனிதனாகி விட்டான் அல்லவா. உலகிலே ஒரேயொரு மனிதன், புரு மட்டும்தான் காலத்தின் உள்ளும் மீறியும் ஒரேநேரத்தில் வாழ்கிறான். தகப்பன் இளமையாவதில் என்ன விந்தையிருக்கிறது. யயாதி இளமையாக இருந்தவன்தானே. அதை நீடிக்கச் செய்வதில் என்ன விசித்திரம் இருக்கப் போகிறது.

ஆனால் புருவோ முதுமையை அறிந்தவனில்லை. முதுமை மெல்ல துளித்துளியாக நாள்தோறும் பெருகி உடல் அசதியுற்று வயோதிகம் கொள்ளும் மனிதர்கள் முன்பாக புரு ஒரே நாளில், நிமிஷத்தில்

வயோதிகனாகிவிட்டான். நினைவுகளின் திரட்சிதானே முதுமை யாகிறது. ஒரே நிமிஷத்தில் முதுமையென்றால் நினைவுகள் என்னவாகும்... இது சாபமா, வரமா? தாயைவிட மூத்த மகனை தாய் எப்படி உறவுகொள்வது, மகனாகவா அல்லது தகப்பனாகவா? புரு கண்ட உலகியல் காட்சிகள் எத்தனை விசித்திரமாக இருக்கும்... புருவிற்குள் முதியவனின் ஞாபகங்களும் நிரம்பிவிடுமா என்ன? அல்லது உடல் முதுமையிலும் மனம் வாலிபத்திலுமாக இருநிலை கொள்வானா?

புரு ஒரு மர்மச் சுழி. இந்த விந்தையால் தூண்டப்பட்ட புருவின் தாய் முதல்முதலாக தன்னைவிட வயதான தன் மகனைக் காண வருகிறாள் என்பது வியப்பாக இல்லையா? அவளுக்கு நினைவு முட்டுகிறது.

யயாதி அஸ்தினாபுரத்து அரசன். சதா போகத்தில் வாழ்ந்து கொண்டிருந்தவன். இன்னமும் தான் சுவைக்காத போகம் மிஞ்சியுள்ளதே, அதற்குள் தனக்கு வயதானதே என கவலை கொண்டு ரிஷிகளைத் தஞ்சமடைய, எவராவது தன் இளமையை தானமாகத் தந்தால் மீண்டும் இளைஞனாகி விட முடியுமென அறிந்து தேடிக்கொண்டேயிருக்கிறான். தனது மகன்களை தானம் கேட்க புரு மட்டுமே அதை ஏற்றுக் கொள்கிறான். இருவரும் தங்கள் வயதைப் பரிமாறிக் கொள்கிறார்கள் சில காலத்திற்கு. யயாதிக்குள் வாலிபம் நிரம்புகிறது. முதுமை என்ற ஊஞ்சலில் தனித்து ஆடிக் கொண்டிருக்கிறான் புரு. நான் யயாதியின் மகன் புருவின் கதவைத் தட்டுகிறேன். அது மூடிக் கொண்டிருக்கிறது. அவன் மூப்பின் கைகளுக்குள் தன்னை ஒப்படைத்துவிட்டான். ஒரே நாளில் மூப்பு அவனைப் பற்றிக் கொண்டுவிட்டது. புற உலகின் காட்சிகளில் இருந்து தன்னைத் துண்டித்துக் கொண்டவனாக தன்னை மூடிக் கொண்டு விட்டான். இமை மயிர்கள்கூட நரையேறிவிட்டன. முதுமை அவனை உருமாற்றிவிட்டது.

உடல் அசதியும் சோர்வும் கொண்டுவிட்டது. முதுமையின் இசையைக் கேட்டுக்கொண்டபடி அவன் தனிமையின் கிண்ணத்தினுள் ஒளிந்துகொண்டுவிட்டான். யயாதியின் மகனான அவன் தகப்பனின் பொருட்டு தான் ருசிக்காத இளமையை யாசகம் தந்துவிட்டான்.

வெளியே குதிரைகளில் துள்ளியபடி புலன்வேட்டைக்குப் புறப்பட்டுப் போகிறான் யயாதி. அவன் குதிரைகளின் வேகம், முன்னாளில் வனவேட்டையின் பொழுதில் பாழுங்கிணற்றின்

உள்ளே வீழ்ந்துகிடந்த சுக்கிராச்சாரியின் பெண் தேவயானியைப் போல எவராவது தன்னால் காப்பாற்றப்பட வேண்டி காத்திருக்கக்கூடுமோ என்பது போலிருக்கிறது. யயாதியின் கண்கள் அலைகின்றன. ஸ்த்ரீகளின் மென் உடலில் நீந்துகின்றன.

புருவின் அறைக் கதவுகள் தட்டப்பட்டுக்கொண்டே இருக்கின்றன. அன்றைய பகலில் வெளிறிய முகமும் நடுக்கமுமாக யயாதி அவன்முன் இறைஞ்சி நின்றபோது புரு முடிவெடுத்துவிட்டான். இளமையை வேண்டி நிற்பது சந்தோஷம் தருவதைப் போலவே முதுமையை ஏற்றுக் கொள்வதும் சந்தோஷமாகவே இருந்தது. அது காலமற்ற நிலை. அவனிடம் முதுமை மட்டும் வந்துசேரவில்லை. அவன் வாழ்ந்து கடந்திருக்க வேண்டிய நாட்களும், ஞாபகங்களும், நிகழ்வுகளும் ஒரு க்ஷணத்தில் முடிந்துவிட்டன. விளையாட்டின் கடைசிப் பகடையை உருட்டக் காத்திருப்பவனைப்போல முதுமையை ஏற்றுக்கொண்டான். அவன் கதவை யாரோ தட்டுகிறார்கள்.

'யயாதியின் புதல்வனே... திற.'

அந்தக் குரல் தன் தாயின் குரல் என புரு கண்டுவிட்டான். அவளது குரலில் கசப்பும், துக்கமும் கூடியிருந்தன. தகப்பன் மகனின் வாலிபத்தை பெற்றுக் கொள்வதைச் சகிக்கமுடியாத அவள் மௌனத்தைக் கலைக்கிறாள்.

'புரு உனக்குத் தெரியாது. நான் பணிப்பெண்ணைவிடவும் அடிமையாக நடத்தப்பட்டேன். தேவயானியின் பணியாளாக அனுப்பப்பட்டபோதும் நான் அசுரகுல இளவரசி, என் மயக்கம் தீராது யயாதி அரசனுக்கு. புரு உன் கண்களை உற்றுப்பார், அவை உன் தகப்பனைப்போல இல்லையா?'

புருவிடமிருந்து பதில் இல்லை. மீண்டும் அறைக்கதவு தட்டப்படுகிறது. அந்த ஓசை எனக்குக் கேட்கிறது. இதுவும் பெண் குரல், அது தேவயானியின் குரல். அவள் குரலில் வேதனை கசிகிறது. 'மகனே... உன் தகப்பனின் கால் பெருவிரல் துடித்து தலைவரை காமம் ததும்புகிறது. வேட்கையின் சுழற்சியில் அலைகிறான். மூப்பின் சித்திரங்கள் உன்னைப் படர்ந்துவிட்டதே.'

புருவிடமிருந்து பதில் இல்லை. அவனுக்கு முதுமை வேறு காட்சிகளைக் காட்டிக்கொண்டிருக்கிறது. தான் பார்த்துவந்த காட்சிகள் உருமாறுகின்றன. அவன் யாவும் உணர்ந்தவன்போல மௌனமாகின்றான். யயாதியின் நாவு உலகை ருசிக்கிறது.

தாயை ஒருமுறை கால மாறுபாட்டில் கண்டுவிட்டால் பின் அவளை யாராக ப்ரியம் கொள்வது... யாராக மனதில் நிறுத்துவது, மகளாகவா? தாயாகவா? மகன்-தாய் என்பது காலத்தின் இருமுகங்களா? ஒன்றா? புரு குழம்பியிருந்தான். கதவு திறக்கப் படவேயில்லை.

புரு மூப்பின் படிக்கட்டில் தனியாக அமர்ந்திருக்கிறான். விசித்திர ஆசை கொண்ட தகப்பன் என்றாவது தன் இளமையைத் திருப்பித் தருவான் என முதுமையின் தாரைகள் அவனுள் நிரம்பின. இது ஒருவிதத்தில் ஞாபகங்களின் மீறல்தான். காலத்தின் சுருளில் பதுங்கி மேல் ஏறவேண்டிய அவசியம் அவனுக்கு இல்லை. மூப்பு ஞாபகங் களை விரிக்கிறது. இரண்டு தைலங்கள் கொண்ட புட்டியைப்போல அவனுள் முதுமையும் வாலிபமும் கலக்காது பிரிந்து நிற்கின்றன. தகப்பனோ புலன்களில் இரவில் சுற்றியலைகிறான். யயாதிக்கு ஞாபகங்கள் சேகரம் கொள்வதேயில்லை போலும். அவன் நெடு நாட்களாக தீராத தாகம் கொண்டவனைப்போல புலன்களின் ரசத்தைக் குடித்துக்கொண்டே இருக்கிறான். யயாதி அவனைச் சந்திப்பதேயில்லை. குதிரைகள் இரவிலும் துள்ளுகின்றன. எங்கோ மயக்கம் தீராது அவன் சென்று கொண்டிருக்கிறான். யயாதி கொள்ளும் பயம்தான் என்ன? ஒரு வேளை அவன் புருவை தன் தகப்பனைப்போல நினைக்கிறானோ, ரத்தத்தின் கொடிகளில் கிளைவிடும் உறவு இன்று எதிர் முடிச்சிட்டுக் கொண்டுள்ளது. பெண்களும் மயக்கமான ரசங்களும் உலகில் என்றுவரை தீர்ந்து போகவேயில்லையோ, அதுவரை யயாதி தணியப்போவதில்லை. புருவின் ப்ரியத்துக்குரிய பெண்ணொருத்தி தொலைவில் நின்றபடி மூடிக்கிடக்கும் புருவின் அரண்மனைக் கதவுகளைப் பார்த்து விம்முகிறாள். புரு மூப்பை சந்தோஷமாக ஏற்றிருக்கிறான். அவனது அறைக்கே அந்த சுகந்தம் வந்துவிட்டது. சில நாட்களுக்குப் பிறகு உலகம் அவனுக்கு எளிமையாக புலப்படத் துவங்கியது. தகப்பன் மகன் என எவருமில்லை, எவருமில்லை என தனியே புலம்பி அலைகிறது காற்று. அதன் சப்தம் எனக்குக் கேட்டுக்கொண்டே இருக்கிறது. நான் காற்றின் வழியில் நடந்து கொண்டே இருந்தேன்.

இன்னொரு மூடிய கதவொன்றின் முன் நிற்கிறது காற்று. அங்கு எவரோ மெல்லிய குரலில் தனக்குத்தானே பேசிக் கொண்டிருக் கிறார்கள். மோகத்தின் குமிழ்கள் கொந்தளிக்கின்றன.

காற்று கதவைத் தட்டுகிறது.

‘சந்தனு... சந்தனு...’

நான் சந்தனுவின் அறை முகப்பில் நிற்கிறேன்.

கதவு திறக்கவில்லை. அஸ்தினாபுரத்தின் சக்கரவர்த்தி, யாரும் வெல்லமுடியாத வீரன் சந்தனு ராஜன் தனிமையில் விம்மிக் கொண்டிருக்கிறான். அவன் குரல் யயாதியை நினைவுபடுத்துகிறது. மூடிய அறையிலிருந்து காமத்தின் சுகந்தம் கசிந்து கொண்டிருக் கிறது. அலைக்கழிப்பு கொண்டவனாக இருக்கிறான். தான் மோகித்து விடுபட்ட செம்படவப் பெண்ணின் உருவமும் அவள்மீது துளிர்க்கும் பரிமளமும் அவரது உடலைத் தூண்டிக் கொண்டே இருக்கிறது. ஒரு நாணலைப்போல அவர் அலைந்து கொண்டிருந்தார்.

ஏழு குழந்தைகளைப் பறிகொடுத்தபோது ஏற்பட்ட துக்கத்தினைப் போல இன்றும் மனம் மீறி துக்கம் பீறிடுகிறது. உடலின் ருசி இன்னமும் மறையவில்லை. மோகத்தின் சிறகுகள் படபடத்துக் கொண்டே இருக்கின்றன. சந்தனு குழப்பமும் மயக்கமும் கொண்டவனாக இருக்கின்றான். பிரிந்துபோன மனைவியின் நினைவும் பெருகுகிறது. தன் மகன் தேவவிரதன் தன் அறையின் கதவைத் தட்டிவிடக் கூடாதே என்ற பதற்றமும் இருக்கிறது. காற்றின் குரல்கள் அவனுக்குப் பழகியிருந்தன. நதி எப்போதும் அவனிடம் ப்ரியம் கொண்டேயிருக்கிறது. தன்னை விட்டுப் பிரிந்து போய்விட்ட கங்கைதான் மீண்டும் செம்படவப் பெண்ணைப் போல அலைகிறாளோ என்று மன மயக்கம் கொண்டான். எவரின் நடமாட்ட சப்தமோ கேட்கிறது. தன் மகனின் சப்தம்தான் என அறிந்துவிட்டான். கதவு தட்டப்பட இருக்கிறது. மகனின் கண்களைச் சந்திக்க முடியாத தவிப்பு நிரம்புகிறது. யாரோ கதவின் முன்வந்து நிற்கிறார்கள். கதவு தட்டப்படவில்லை. கடந்து போய்விடுகிறார்கள். சந்தனு அரற்றுகிறான்.

குதிரைகள் புறப்படுகின்றன. தேவ விரதன் எங்கோ புறப்படுகிறான். அவன் அறிந்துவிட்டான். தகப்பனின் விசித்திர வேட்கையைத் தீர்க்கப் போகிறான். நதியின் தொலைகரையில் இருந்த அந்த மீனவப் பெண்ணின் வீட்டுக் கதவு தட்டப்படுகிறது. 'நான் தேவ விரதன். யுவராஜன்.' செம்படவனின் தலை தெரிகிறது. அவன் காரணம் அறிந்தபிறகு சொல்கிறான்.

'எனக்கு சம்மதம். ஆனால் என் மகளின் வாரிசுகளே தேசமேற்க வேண்டும். இனி நீ யுவராஜன் இல்லை. உனக்கு சம்மதம்தானே?'

ஏற்றுக்கொண்டுவிட்டான். புருவின் முதுமையைப்போல மௌனமாக சத்தியம் செய்து கொடுத்துவிட்டு, அந்தப் பெண்ணைத்

தன்னோடு கூட்டிப் போவதற்காகக் காத்திருக்கிறான். கங்கை நதியில் படகுகள் மிதக்கின்றன. வசீகரம் ததும்பும் அவள் தலை குனிந்திருக்கிறாள்.

தகப்பனின் பொருட்டு அழைத்துப் போகும் அவன் முகத்தைப் பார்க்கிறாள். வாலிபத்தின் ரேகைகள் ஓடுகின்றன. என்றாலும் அவன் ஒடுங்கிக் கொண்டிருக்கிறான். அவள் கண்களை நேர்கொள்ளவும் முடியாமல் அவன் நதிக்காற்றைப் பார்த்துக் கொண்டிருக்கிறான்.

கதவு திரும்பவும் தட்டப்படுகிறது.

சந்தனு அந்த வாசனையை உள் இருந்தபடியே பெண் சுகந்தம் என அறிந்துவிட்டான்.

அவன் கைகள் நடுங்குகின்றன.

கதவைத் திறக்க யத்தனிக்கிறான். அந்தப் பெண்ணின் உருவம் தெரிகிறது. அவள் பின்னால் நிற்பது தேவ விரதன்தானோ எனத் திகைத்துப் பார்க்கிறான். யாருமில்லை. அவன் இச்சையின் தூண்டலில் அவளைப் பற்றுகிறான். தகப்பனின் கண்களை நேர் கொள்ளவும் முடியாமல் பீஷ்மர் விலகிச் செல்கிறார். சாஸ்திர முறைப்படியான தகப்பனின் திருமணத்திற்கான காரியங்களைக் கவனிக்க அவர் முன்சென்று கொண்டேயிருக்கிறார்.

~

நான் மோகிகளின் சுழிப்பில் அலைந்து கொண்டே இருக்கிறேன்.

அந்த மனிதன் வெகுவேகமாக தன் முன்னால் போய்க் கொண்டேயிருக்கும் ஸ்த்ரீயைப் பின்தொடர்கிறான். அவள் அறிந்துகொண்டுவிட்டாள். தயங்கி நிற்கிறாள்.

'மாத்ரி... மாத்ரி...' என குரல் சரிகிறது.

தகப்பனின் பின்னாலே அவன் அறியாது தொடர்கிறான் யுதிஷ்ட்ரன். பருவம்கூடிய வயதிலிருந்து அவன் அறியாமலே தகப்பனைக் கண்காணித்துக் கொண்டிருக்கிறான். அன்று பல்குணனின் ஜென்ம தினம். விருந்தும் உபசாரமும் கொண்டாடப் படுகின்றன. மாத்ரி மட்டும் வானவெளியின் முடிவற்ற சரிவுகளில் நடந்து செல்கிறாள். தன் தகப்பனின் வேகமும் துடிப்பும் அறிந்த மகன் தகப்பனே என அழைக்கவும் மனமற்று மறைந்து பின்தொடர்ந்து போகிறான். மாத்ரியை நெருங்குகிறான் பாண்டு.

உடலின் தெறிப்பு அவனை ஈர்க்கிறது. தான் அறியாமல் அவளை ருசிக்கத் துவங்குகிறான்.

மாத்ரியின் உதடுகள் வேண்டாமென்கின்றன. உடல் அனுமதிக் கின்றது. தொலைவில் நின்றபடியே யுதிஷ்ட்ரன் அறிந்துவிட்டான். காப்பாற்றும் குரல் அற்று நிழலைப்போல வெளிறிப் போய் திரும்புகிறான். விலங்குகள் தாகம்தீர்க்கும் ஓசைபோல கேட்கிறது. அந்தப் பெண்ணின் வன்மை. அவன் தொலைவு சென்றபோதும் கேட்கிறது. அவன் தாயைக் கண்டவுடன் நடுக்கம் கொள்கிறான். அவள் குரல் கேட்கிறது.

'யுதிஷ்ட்ரா... மன்னனை கண்டாயா?'

யுதிஷ்ட்ரன் பதில்பேச மனமற்றவனாகத் தலை தாழ்கின்றான். பீம, அர்ச்சுன, நகுல, சகாதேவர்கள் வருகிறார்கள். அண்ணா அண்ணா எனக் குரல்கள் பெருகுகின்றன. தகப்பனின் ஆசிக்காகக் காத்திருக் கிறான் அர்ச்சுனன். குந்தி பீமன் முன் திரும்பி சொல்கிறாள்.

'மன்னரைப் பார்த்து வருகிறாயா பீமா?'

யுதிஷ்ட்ரன் தடுத்துவிடுகிறான். மௌனமாக தாயின் கண்கள் அவன் முகத்தை ஊடுருவுகின்றன. அவள் மாத்ரியைத் தேடுகிறாள். மாத்ரி தென்படவில்லை. யுதிஷ்ட்ரன் தடுக்கிறான். குந்தி ஓடுகிறாள். அவள் காத்திருந்தது பயனற்றுப் போய்விட்டது.

'அண்ணா, அது தாயின் குரல்.'

பெண்ணின் அழுகுரல் துல்லியமாகக் கேட்கிறது. நகுலன் அறிந்துவிட்டான். யாவருக்கும் புரிகிறது என்றாலும் யுதிஷ்ட்ரனின் கைகள் தடுக்கின்றன. உடல் வெளிறி இறந்து கிடக்கும் கணவனின் முன்பாக கரைந்து நிற்கிறாள் மாத்ரி. அவளால் குந்தியின் முகத்தை ஏறிட்டுப் பார்க்கவும் முடியவில்லை. புணர்ச்சியின் மணம் அடங்கவில்லை. வெளிறிய உடல், பாதங்கள் திருகியிருந்தன. தாடை கட்டிக் கொண்டது. மாத்ரியின் உடலில் இருந்து புனுகு வாசனை கசிந்து கொண்டிருந்தது. இரண்டு பெண்களும் மனம் விட்டு அழுதனர். குந்தி கோபமும் வேதனையுமாக சொல்கிறாள்.

'மாத்ரி, பிள்ளைகள் வருகிறார்கள். எழுந்து கொள்.'

யுதிஷ்ட்ரன் மட்டுமே வருகிறான். தொலவில் சகோதரர்கள் நடந்ததறியாது நிற்கிறார்கள். இரண்டு பெண்களையும் பார்ப்பதைத் தவிர்த்து அருகே கிடக்கும் உடலைக் காண்கிறான். குந்தியின் குரல் கேட்கிறது.

'யுதிஷ்ட்ரா... அருகே வரவேண்டாம்.'

தந்தையின் மரணச் செய்தியோடு திரும்பி வருகிறான். அந்தப் பெண்கள் இருவரும் ததும்புகின்றனர். நடந்ததன் சேதிகள் தெரிகின்றன. நிசப்தம் பீடிக்க ஐவரும் காத்திருக்கிறார்கள். இரண்டு பெண்களும் அந்த உடலைக் கொண்டுவருகிறார்கள். துக்கம் அலையோடுகிறது. நகுலன் தன் தாயின் அருகாமைக்குச் செல்கிறான். அவள் விலக்கிவிட எத்தனிக்கிறாள். மாத்ரியை குந்தியின் கண்கள் ஊடுருவிக் கொண்டேயிருக்கின்றன. அவள் அதன் வேதனை தாளாது நிற்கிறாள். தந்தையோடு மாத்ரி தீப்பாய்ந்துவிட எத்தனிக்கிறாள் என்பதை அறிந்து யுதிஷ்ட்ரன் தனிமையில் விசிக்கிறான். குந்தி அவளைத் தடுக்கவில்லை. வேறு வழியில்லையோ... தன் குரல் அடங்கிவிட்டதா? அந்தக் காட்சிகள் தொடர்கின்றன. பிரேமையின் முன் சென்ற தகப்பனைக் கூப்பிட மறுத்த குரல் எங்கு சென்று ஒடுங்கிவிட்டது? யுதிஷ்ட்ரன் அந்தக் காட்சிகளை மறக்க முயன்றான். அஸ்தினாபுரம் நோக்கி இறந்த உடல்களோடு அவர்கள் திரும்பி வரும் நாள்வரை தகப்பனின் நினைவிலிருந்து மீள முடியவேயில்லை. மையலின் சுருளில் சிக்கிய தகப்பனின் சாவு முன் நிசப்தமாகிப் போகிறான் யுதிஷ்ட்ரன், அவன் நிசப்தம் துயரமானதில்லையா?

~

'வேண்டாம் பிரகஸ்பதி. உங்கள் புணர்வை நான் அனுமதிக்க மாட்டேன்' என்ற குரல்கேட்டு கூடுதலில் இருந்த பிரகஸ்பதியும் மமதாவும் திடுக்கிட்டார்கள். யார் இதைச் சொல்வது எனத் தெரியாமல் திகைத்த பிரகஸ்பதி திரும்பவும் தனது சகோதரன் மனைவியைத் தழுவியபோது குரல் கேட்டது.

'இது ஒருவர் மட்டுமே இருக்கப் போதுமான இடம். இதில் நீயொரு பங்கை உண்டாக்காதே. நான் முதலில் வந்தவன்.'

தனது சகோதரன்தான் மனைவியைப் பாதுகாப்பதற்காக ஏதோ மந்திர வேலைகளைச் செய்திருக்கிறான் போலும் என அறிய முற்பட்டபோது, 'மூர்க்கனே...' எனத் திரும்பவும் குரல் கேட்டது. இப்போது குரல் வந்தது மமதாவின் அடிவயிற்றிலிருந்து எனக் கண்டவனாக சொன்னான்.

'மமதா, உன் பிறவா சிசு கண்டுகொண்டிருக்கிறது நமது சம்போகத்தை.'

‘குற்ற உணர்வால் பீடிக்கப்பட்டவர்களுக்கு யாவும் மாயம் போலதான் தெரியும்’ என்றாள் மமதா.

திரும்பவும் அவளை எடுத்துச் சேரும்போது குரல் வன்மமாகக் கேட்டது.

‘நான் உன்னை அனுமதிக்கவே மாட்டேன்.’

பிரகஸ்பதி தனது மோகத்தின் குறுக்கே எழுந்த குரலை அறிந்தவனாக தனது சகோதரனின் வித்வத்தால் பிறவா சிசு இப்போதே உலகை அறிந்துகொள்ளத் துவங்கிவிட்டதை உணர்ந்தவனாக தனது வீரியத்தை வெடிப்புறச் செய்து, ‘நீ இனி அந்தகத்தில் மூழ்கிப் போவாய். உனது புலன்கள் ஒடுக்கமடையட்டும்’ என்றான்.

நீண்ட விம்மலோசையொன்று சிசுவிடம் வெளிப்பட்டது. பின்பு அதுவும் அடங்கிப் போய்விட்டது. மமதா அறிந்துவிட்டாள். தன்னைப் பிடித்த காமம்தான் அந்தகமென தனது குழந்தையின்மீது கவிந்துவிட்டதாக உணர்ந்து புணர்ச்சியிலிருந்து விடுபட்டு ஓடினாள். சகோதரனின் மனைவியைக் கூடிய பிரகஸ்பதி வெளிறியவனாக நதியை நோக்கி நடந்தான். சிசுவின் குரல் மனதில் கேட்டுக் கொண்டேயிருந்தது.

காமம் ஒரு எரிகல், அது உடலில் சரிந்து வெடிப்புறச் செய்கிறது என தனியே புலம்பியபடி நிற்கும் பிரகஸ்பதி தன் சகோதரன் வருவதற்காகக் காத்துக் கொண்டேயிருந்தான். நதியின் கரையில் இருந்த ஆசிரமத்தில் அவனிருந்தபோதும் சதா உடல்வெக்கை கொண்டும் நாவு உலர்ந்தவனாகவும் வெளிறிக் கொண்டவனாகவும் இருந்தான். அந்த ஆரண்யத்தில் அவனும் அவனது சகோதரனும் மட்டுமே இருந்தார்கள். கடுமையான நிஷ்டைகளை அனுசரிக்கும் சகோதரன் நியமங்களின் நெடிய பாதையில் பிரவேசித்துக் கொண்டிருந்தான். எங்கிருந்தோ ஒரு நாளில் அவன் வெண்ணிற மான பசு ஒன்றை தானமாகப் பெற்று வந்தான். யாக காரியங் களுக்குத் தேவையான பாலும் நெய்யும் வேண்டிப் பெற்ற பசுவை தனது சகோதரன் வசம் தந்தவனாக தனது காரியங்களில் மூழ்கிப் போனான். பிரகஸ்பதி சகோதர வாஞ்சை நிரம்ப அவனுக்கு உதவுபவனாக இருந்தான். பின்பு ஒருநாள் தூர தேசம் சென்று திரும்பும்போது அவன் எள் நிறமுள்ள குதிரை ஒன்றைப் பெற்றுவந்தான். அதுவும் பிரகஸ்பதிக்கே சொந்தமானதாகியது. பின்னொரு நாளில் வசீகரமும் ரூப அலங்காரமும் கொண்ட பெண் கொண்டு வந்த நாளில் பிரகஸ்பதி தானறியாமல் அந்தப் பெண்ணின்மீது இச்சை மீறினான். சகோதரனோ அந்தப்

பெண்ணின் உடலால் பிணைக்கப்பட்டவனைப்போல அவளது வனப்பிற்குள்ளாகவே இருந்தான். பிரகஸ்பதிக்குள் அந்தப் பெண் மெல்ல காமத்தின் நடுக்கத்தை உணரச் செய்யத் துவங்கினாள்.

மமதா என்ற அந்தப் பெண்ணை பெயர் சொல்லி சகோதரன் அழைக்கும்போதெல்லாம் பிரகஸ்பதி தீராத ஏக்கம் கொண்டவனாக இருப்பான். அந்தப் பெண் வந்துசேர்ந்த சமயம் வனத்தின் ருதுபர்வமாக இருந்தது. எங்கும் மலர்களும் பறவைகளும் நிரம்பிக் கொண்டிருந்தன. பிரகஸ்பதி விடிகாலையில் நதிக்குப் போகும்போது பார்ப்பான். மமதா நீரினுள் மூழ்கி எழுந்தவளாக சிகையை தாழச் செய்தபடி கலையாத இருளைக் கண்டபடி நீரினுள் நிற்கும்போது நதி முழுவதும் நெருப்பின் சுடர்கள் கிளைத்து கொடி விடுவதுபோல இருக்கும். அவன் தன்னைத் துளையிட்ட படியிருக்கும் மோகத்தின் கூரிய அலகிற்கு பயந்தவனாக காத்துக் கொண்டேயிருந்தான். வன வெளியில் பிரவேசித்திடும் அசுரர்கள் ரிஷி பத்தினிகளைத் தூக்கிப் போய்விடுவார்கள் என்பதால் பிரகஸ்பதியை தனது மனைவிக்கு காவல் இருக்கச் செய்துவிட்டு அவனது சகோதரன் பிரிந்துபோன நாளில் பிரகஸ்பதி தனது சகோதரனைப் போலவே அவளைப் பெயர் சொல்லி அழைத்தான். மமதா வந்த நாளிலே அறிந்துவிட்டாள். கம்பீரமும் அழகும் கூடிய பிரகஸ்பதி அவளைத் தனது கண்களால் பருகிக் கொண்டேயிருக் கிறான் என தனிமையில் அவள் பிரகஸ்பதியின் வெக்கையை உணர்ந்தவளாக தானொரு கர்ப்பஸ்திரியென விலகிட முற்படும் முன்பே அவளை அடைந்துவிட்டான் பிரகஸ்பதி.

சிசு பிறந்தபோது அதன் உடலில் தீராத ரணங்கள் இருந்தன. அது தனது புலன்களை இழந்திருந்தது. மமதா, வன்மமான கூடுதலில் கொண்ட ஒடுக்கம்தான் சிசுவின் குறைபாடென்ற துக்கம் பெருகிப் போனாள். பிறந்த குழந்தையிடமிருந்து பேச்சற்ற மூங்கையொலி ஒன்றைக் கேட்டவனாக பிரகஸ்பதி நிம்மதியற்று அலைந்து போனான். சிசு, மோகத்தின் குருட்டு அஸ்திரத்தால் பீடிக்கப்பட்ட தாக தனது நடுக்கத்தை பெருவெளியெங்கும் பரவ விட்டபடியே இருந்தது நெடுங்காலமாக.

~

4

அங்கிருந்து புறப்பட்டு மேற்குமுகமாக இரண்டு நாட்கள் பயணம் செய்தால் சமங்கை என்ற நதியோடும் இடம் வருகிறது. இந்த நதிக்கரையில் மிகப் பெரிய சிறகுகள் உள்ள வல்லூறுகளையும் பருந்துகளையும் நிறைய பார்க்க முடிகிறது. செம்மஞ்சள் நிறத்தில் ஓடும் நதிக்கு கிழக்குப் பக்கமாக நகரமிருந்தது. அந்நகரில் பகல்பொழுது மிக நீண்டதாயிருந்தது. நானிருந்த நாள் ஒன்றில் ஒரு மனிதனை மொட்டையடித்து கைகளை வளைத்துக்கட்டி நடத்தி கூட்டிப் போய்க் கொண்டிருந்தார்கள். மெலிந்த உடலும், இறுகிய கேசமும் கொண்ட அந்த மனிதன் இளைஞனாக இருந்தான். அவன் முகத்தில் கலக்கமே இல்லை. ஏதேதோ தேசங்களில் சுற்றியலைந்து கற்றவனாக அந்த நகருக்கு வந்து சேர்ந்தவன், நேற்று பகலில் ஒரு அந்தணன் வரும் பாதையில் பிரவேசித்து எதிர்வர அவனை விலகிப்போகச் சொல்லி குரல் கொடுத்ததற்கு மறுத்தவனாக அருகாமை வந்தபோது அவன் நிழல் எதிரில் வந்த அந்தணன் மீது விழுந்தது. இத்தீட்டை அனுமதிக்க முடியாதென கூச்சலிட்டு நியாயசபைக்குப் போனபோது இதை நீசக் குற்றமென முடிவுசெய்து தண்டனையாக உயிருடன் நீரில் மூழ்கிடச் செய்து கொல்ல முடிவு செய்யப்பட்டது. அதனை நிறைவேற்றுவதற்காகவே அவனை நதிமுகம் நோக்கி கூட்டிப் போய்க் கொண்டிருந்தார்கள். அந்தணனும் பல்லக்கில் முன் சென்று கொண்டிருந்தான். அவனது சீடர்களும் ஒன்றிரண்டு வீரர்களும் உடன்வர அவர்கள் நதிநோக்கி நடந்து கொண்டிருந்தார்கள். மூழ்கிடப் போகும் மனிதன் இன்னமும் விடியாத காலையின் மெல்லொளியில் தெருக்கள் வசீகரம் கொள்வதையும் பசுக்களின் சப்தத்தையும் மந்திரம் சொல்லும் சிறுவர்களையும், ஸ்த்ரீகளின் நடமாட்டத்தையும் கடந்து சென்று கொண்டேயிருந்தான். அவனுக்குரிய தண்டனையை நிறைவேற்றம் செய்வதற்காக இரண்டு சூதர்கள் நதிக்

கரையில் எடையுள்ள கற்களைப் பிணைத்து முறுக்கியபடி காத்திருந்தார்கள். அவர்கள் நதிமுன் வந்தபோது குளிக்கும் சிலர் இது பழகிய காட்சிதானே என்பது போல வேடிக்கை பார்க்கவும் மனமற்று தொலைதூர படித்துறையில் கரையேறினர். அவன் ஒரேயொரு முறை சூரியனை வணங்கிட உத்தரவு கேட்டான். பிணையை விடுவித்து அனுமதித்தார்கள். நதியில் இறங்கி நின்று மூழ்கி ஈர உடலோடு சூரியனைப் பார்த்தபடி நின்றான். மேகங்களுக் கிடையே சூரியன் நகர்ந்து கொண்டிருந்தது. ஏதோ எதிரில் நிற்கும் மனிதனோடு பேசுவதுபோல சூரியனோடு பேசினான். பின்பு மௌனமாகி தொலைவை வணங்கினான். முதியவன் தன்னை விலக்கிக் கொண்டவனாக முகம் சுழித்தான். இரண்டு சூதர்களையும் தன் கண்களாலே ப்ரியம் செய்தான். அவர்கள் எடையை அவன் உடலோடு பிணைத்தார்கள். நதி சலனமற்று ஓடிக் கொண்டிருந்தது. இரண்டு சூதர்களும் அவனை அழைத்தபடி நதிக்குள் நடந்தனர். உலகியல் காட்சிகளினின்று தன்னைத் துண்டித்தபடி அவன் சிரம் நீரினுள் புதைவுகொள்ளத் துவங்கியது. வல்லூறுகளும் பருந்துகளும் மிதக்கப்போகும் அவன் உடலுக்காக இப்போதே காத்திருக்கத் துவங்கின. பதிலற்ற கேள்வியொன்றை சுமந்தபடி அவன் மூழ்கிக் கொண்டிருந்தபோது முதியவனின் பல்லக்கு நகரம் நோக்கித் திரும்பிக் கொண்டிருக்க சூரியன் கிழக்கில் பிரகாசித்துக் கொண்டிருந்தது.

- சமங்கை நதிக்குறிப்பு

நகரங்களின் உரையாடல்

நான் சூதர்களின் வழித்தடங்களில் சுற்றி முன்னறியாத நகரங்களைக் கண்டேன். ஞாபகத்தின் தொன்மை பீடித்த அஸ்தினாபுரத்தையும், தொலைவுவரை வேர் படர்ந்த வனம் அழிந்து உருவான இந்திர பிரஸ்தத்தையும் அவமானத்தால் கவிழ்ந்திருக்கும் பாஞ்சாலத்தையும், கேளிக்கைகளும் இடம் பெயர்தலுமாக யாதவர் கள் நிரம்பிய துவாரகையையும் கண்டேன். இந்த நகரங்களில் சுற்றித் திரியும்போது ஒன்று மற்றதன் சாடையைக் கொண்டிருப்பதைக் கண்டேன். இந்த நகரங்கள் தங்கள் சுபாவத்தைதான் மனிதர்கள் வழியே வெளிப்படுத்துகிறதோ.

காணும் நகரின் உள்ளே காணாத நகரங்கள் புதைந்திருப்பதைக் கண்டேன். ஒரு நகரம் என்பது எங்கே துவங்குகிறது என்ற மயக்கம் தீரவேயில்லை. வீடுகளும் தெருக்களும் தங்களைத் தாமே உருவாக்கிக் கொண்டதுபோல வடிவம்கொண்டு விடுகின்றது. நகரம் ஒரு மாய வடிவம். இது தன்னை மாறிமாறி புதுப்பித்துக் கொண்டும் உருமாற்றிக் கொண்டுமிருக்கிறது. கோட்டைச் சுவர்களின் நீண்ட மௌனங்களுக்குள் நகரம் தன்னைச் சுழற்றிக் கொண்டேதான் இருக்கிறது. நட்சத்திரங்களோ தனித்தனி நகரமாக எதுவுமில்லை என்பதையும் உள்ளங்கையில் நின்று விரல்கள் யாவையும் பார்ப்பதுபோல எல்லா நகரத்தையும் ஒருசேரப் பார்த்து சிமிட்டி நகர்கின்றன. ஒரு நகரம் என்பதுதான் என்ன? ஞாபகத்தின் ஒரு மொக்குதானோ? ஏதோ ஒரு பயணி இந்த நகரத்தினைப் பற்றிய தன் புலன் பதிவுகளைச் சிதற விடுகிறான். அந்தச் சிதறலில் ஓடுகின்றன குதிரைகள், பசுக்கள், வீரர்கள் மற்றும் ஸ்த்ரீகள்.

நான் கண்ட நகரத்தில் சில விசித்திரமான வடிவ சிக்கல்களும், வடிவமற்ற வடிவங்களும் விரிந்திருந்தன. நகரம் ஒரு தொல் விலங்கினைப்போல எப்போதும் பெருமூச்சு விட்டபடி படுத்துக் கிடக்கிறது. இதன் விரிந்த விலா எலும்புகளைப் போலவே தெருக்களும் வீதிகளும் உள்ளன.

ஒரு சூதன் சொன்னதுபோல ஒவ்வொரு நகரமும் ஒரு சுவைதானோ. துவாரகை எப்போதும் பாலின் சுவையையும் அஸ்தினாபுரம் கைப்பின் சுவையையும், இந்திரப்பிரஸ்தம் துவர்ப்பையும், பாஞ்சாலம் கடுப்பையும் கொண்டிருக்கிறது என்பது நிஜம்தானா? நகரங்களுக்கு என தனியே சுவையிருக்க முடியுமா என்ன? இருக்கக்கூடும். நகரத்தின் திறந்த நாவில்தான் சுவை அரும்புகள் மலர்கின்றன. இடைவிடாத சுரப்பு கசிந்து சுவை எல்லோர் கண்களிலும் உதடுகளிலும், காற்றிலும் பற்றி எரிகிறது. சுவையினை தன் நுண் நரம்புகளில் ஏற்றியபடி அலைகிறார்கள் மனிதர்கள். பகல் விரிவதைப்போல சுவை யாவர் வீட்டு உள் அறைகள் வரை நிரம்புகின்றன. இதன் காற்றை ருசித்து வளரும் நகரவாசிகள் இதையன்றி வேறு எதையும் சுவைப்பதை வேறுபாடாக நினைக் கிறார்கள். ஆனால் தொலைதூரப் பயணியொருவன் சுவைகளைப் பேதம் பிரித்துக் கண்டறிந்துவிடுகிறான். அவன் கண்கள் நகரின் மீதான நகர்விலே தாவி அந்தச் சுவையை உணர்ந்துவிடுகிறது. இது என் நாவிலும் அரும்பிக் கிடக்கிறது.

நகரங்கள் ஒன்றையொன்று கண்டதில் வழிப்பயணியாக இருந்தவன் சொல்லியதற்கு உடன்வந்த ரோகி சிரித்துக்கொண்டு பதில் செய்தான். நகரங்கள் ஒன்றையொன்று பார்த்துக் கொண்டும், பழகிக் கொண்டும்தான் இருக்கின்றன. அவை பார்ப்பதற்கும் பரஸ்பரம் நெருக்கம் கொள்ளவும் நம்மைப் பயன்படுத்திக் கொள்கின்றன. உங்களை நான் சந்திப்பது என்றால் நகரங்கள் ஒன்றையொன்று சந்திப்பதுதான். முட்டாளே, புரியவில்லையா என உரத்துச் சப்தமிட்டான். எனக்குத் தலை சுற்றியது. நிஜமாகதான். இப்படியும் நடக்கிறதா? என்னோடு வந்தவர்கள் சிரித்துக் கலைந்தார்கள். நான் ரோகியின் பாதையில் நடந்தேன். அவன் என்னைப் பார்த்தபடி சொன்னான்.

‘நகரங்கள் மிதமிஞ்சிய வேட்கை கொண்டவை. அதன் உதடுகள் எப்போதும் இச்சையில் துரத்திக் கொண்டேயிருக்கின்றன. ஒரு வேசியைப்போல லஜ்ஜையின்றி தன் விரல் அசைத்து நம்மை அழைக்கிறது. நாமும் இதன் கண் மயக்கம் தீராது அதன் உடலில்

சென்று ஒடுங்கி விடுகிறோம். மீள்வதேயில்லை. அதுவே ஒரு புகலிடம்போல மாறிவிடுகிறது. நகரம் திறந்த உடலைப்போல நம்மை வசீகரித்து ஈர்க்கிறது. நான் நகரங்களின் முடிவற்ற திருப்பங்களில் சுற்றியலைந்தவன். எதிர்பாராது திறக்கும் தெருக்கதவுகளுக்குள் உட்புகுந்தவன். அங்கே ஸ்த்ரீகள் சல்லாபம் செய்கிறார்கள். மது பெருகுகிறது. எவரோ உரத்துப் புலம்புகிறார் கள். பின் நீண்ட மௌனம். நடனத்திற்குப் பிந்தைய ஆழ்ந்த நிசப்தம் போன்றதொரு வெளி எவரும் எதையும் ஊடுருவ முடியாத துயரம். மெல்ல அதன் கிளைகள் விரிகின்றன. இதன் பாய்ச்சலில் இருந்து விடுபட எவனோ தன் முழுத் திறம் கொண்டு நிமிர்கிறான். விடுபட்ட பெண் உடல் மயங்கி வீழ்கிறது. குதிரைகள் தலை தூக்குகின்றன. இசை பரவுகிறது. சப்தம் தெறிக்கிறது. பின் மதுக் குடுவைகள் அலைபடுகின்றன. முத்தத்தின் பேரோசை. இரவின் இடைவிடாத துடிப்பு. எங்கோ மரணத்தின் மிருது போன்றதொரு மென்மை. பயணியே, நீ நகரங்களை இரவில் ஊடுருவிப் பார். அது தன் சுகந்தத்தை கசியவிட்டுக் காத்திருக்கிறது.'

நான் அவன் அருகே அமர்ந்து கொண்டேன். அவன் என்னோடு அமர்ந்த நகரம் அஸ்தினாபுரம். அஸ்தினாபுரம் ஒரு வாழைப்பூவைப் போல தனக்குள் இதழ் இதழாகச் சுருண்டும் பூக்களை வரிசையாக அடுக்கியதுபோல வீடுகள் கொண்டுமிருந்தது. இந்நகரம் எங்கள் வழி அறியாத இன்னொரு நகரத்தோடு இப்போது உரையாடிக் கொண்டிருக்கிறது. இது ஒரு ரகசிய சங்கேதம். அதன் பாஷை காற்றின் அடுக்குகளில் பரவிச் செல்கின்றது. இந்த நகரங்கள் எதைத்தான் பேசுகின்றன. தன் மனிதர்களையும், விசித்திர நிகழ்வையுமா? ரோகி தூங்கத் துவங்கியிருந்தான். விழித்துக் கொள்ளும் வரை என்னால் காத்திருக்க முடியாது. எழுந்து நடக்கத் துவங்கினேன்.

அஸ்தினாபுரம் திறந்து கிடக்கிறது. எங்கிருந்தோ பயணியை இடைவிடாது வசீகரித்துக் கொண்டிருக்கும் இந்த நகரின் முதல் மனிதன் யார்? இந்நகரைக் கண்டவர்தான் எவர்? ஒரு கனவுதான் இந்த நகரமாக விரிந்திருக்கிறதோ? என்றாலும் அஸ்தினாபுரம் தன் பூர்வ கதையைத் தனக்குத்தானே சொல்லிக்கொண்டுதானிருக் கிறது. ஆரண்யத்தினின்று விலகி இரு மனிதர்கள் பரஸ்பரம் நட்பு கொண்டு ஆற்றின் பாதையில் இந்த இடத்தைத் தேர்வுகொண்டு இருந்தனர். அவர்கள் ஒரு ஸ்த்ரீயை தற்செயலாக நதியின் ஓட்டத்தில் கண்டு மணந்துகொண்டு தகப்பனாயினர். இருவர் பிள்ளைகளும் அந்த இடத்திலே சுற்றியலைந்தனர். மழையும்,

காற்றும் வீசிக் கடந்த இடத்தில் அவர்கள் மூர்க்கமாயினர். இருவரில் ஒருவன் வனவேடன். அவன் எந்தத் தடயமுமற்று தன்னோடு இருந்த சகோதரனைக் கொல்ல விரும்பினான். நிர்வாணியாக ஆற்றில் குளித்துக் கரையேறிய இளையவனை தன் ஆயுதம் கொண்டு வன்கொலை செய்து திரும்பியபோது எதிரே காற்று ஒடுங்கியிருந்தது. அந்தப் பெண் அறிந்துவிட்டாள். என்றாலும் அவன் தன் மௌனத்தைத் திறக்கவில்லை.

வீடு திரும்பாத தகப்பனைத் தேடிச்சென்ற பிள்ளைகள் அவன் இறந்த உடலைக் கண்டு திரும்பியபோது மூத்தவன் காத்திருந்தான். அவர்களும் அறிந்துவிட்டார்கள். ரத்தத்தின் ஓசை பெரிதாக கேட்கத் துவங்கியது. காத்திருந்தார்கள், தன் தகப்பனின் மரணத்திற்குக் காரணமானவர்களைக் கொல்ல. பின்னொரு பகலில் தங்களின் நிழல் அசையும் வெளியில் சென்றுகொண்டிருந்த வேடனின் முன்பாக நின்று வெறித்தனர் இளையவனின் மக்கள். அவன் எதிர் நிற்பவர் களின் கண்வழியே மரணத்தின் நாவு துடிப்பதைக் கண்டான். என்றாலும் கொல்லப் பாய்ந்தான். ஒரு கனி துண்டிக்கப் படுவதுபோல வேடனின் சிரம் துண்டிக்கப்பட்டு வீழ்ந்தபோது எதிர் நிற்பவன் குனிந்திருந்தான். ரத்தம் பீய்ச்சியடித்தது. பின் அதன் ஈரம் உலரவேயில்லை.

இக்கதைகளைச் சொல்லிய சூதன் ஒருவன் இதனை முன் நடந்த கதையாக, நிஜ ஒன்றாக்குவதற்கான காரணங்களை உருவாக்கிக் கொண்டிருந்தான். இது அவன் கற்பனையில் மிதந்த கதையுருதான். எனினும் இது ஒரு வன்மம். மறுக்கமுடியாத ஒரு தோற்றம். அஸ்தினாபுரம் தனது தோற்றம் பற்றி மறுக்கமுடியாத பல கதைகளை உருவாக்க வழி தந்துகொண்டேயிருக்கிறது.

கரிய யானைதான் இந்நகரம் என மறு புனைவை உருவாக்கும் மனிதனும், இந்நகரின் வாசல் மூடப்படுவதேயில்லை, நகர மனிதர்கள் எப்போதும் அலைக்கழிப்பு மிக்கவர்கள் என்றும் மறு கதைகள் பெருகுகின்றன.

என்றாலும் திருதராஷ்டிரன் அஸ்தினாபுரத்தை ஒரு கோப்பை மதுவைப்போல பருகிக் கொண்டேயிருக்கிறான். பிறப்பின்வழி அது அவனை வந்துசேர்ந்த பொருள். ஆனால் அவன் கண் மூடியிருப்பதற்கும் தேச உரிமைக்குமான பேதம் உருவானதை அவனால் பொறுக்க முடியவேயில்லை. திருதராஷ்ட்ரன் தான் கண்ணால் கண்டிராத இந்த நகரினை தன் உடலால் அறிந்திருக்கிறான்.

காந்தாரியைப்போல நெருக்கமாக, உடலோடு உடல் உரசிக் கொண்டு அவன் வசமாகியிருக்கிறது அஸ்தினாபுரம். ஒருவேளை அவனைப்போல அதன் கண்களும் கட்டப்பட்டுதான் இருக்கிறதோ? இருக்கவும் கூடும். நகரம் தன் பார்வையை ஏதோ ஒரு திறவியால் மூடிக் கொண்டும்தானே விடுகிறது.

அஸ்தினாபுரம் என்ற சொல் அவன் காதில் வீழ்ந்து மறையும்போது அவன் எண்ணிக்கையற்ற மனிதர்களை அஸ்திரர்களை, தேரோட்டி களை, அந்தணர்களை ஸ்த்ரீகளை, பசுக்களை நினைவு கொள்வதே இல்லை. அவனளவில் அது ஒரு முடிவற்ற மைதானம்.

குதிரைகளைப் பழக்கப்படுத்தும் ஒரு மைதானம். அங்கே இடைவிடாத சீற்றமும், அடங்குதலும், காற்று சுற்றியலையும் அந்நகரம் அவன் கைகளை விட்டுப் போய்விடாதபடி ஏதோ அவன் விரலிலிருந்து பிரிந்து நகரைக் கட்டிவிடுகிறது. தன்னைவிடவும் இளையவனான பாண்டுவின் மெலிந்த தேகம் இந்நகரத்தின் மூர்க்கத்திற்குத் துணை சேராது, அது அவனைத் தூக்கி எறிந்து விடும் என நம்பியவான். என்றாலும் பிரிவின் வடு அவனைத் துளைத்தது. திருதராஷ்டிரன் அந்த நாட்களில் தன் விரல்களால் துழாவி நகரைத் தேடுவான். அது அவன் கைகளுக்கு வெளியே சுற்றிக் கொண்டிருந்தது.

பாண்டு நகரங்களின் தீவிரம் தாங்காதவன். அவன் வெளிறியவன். பாண்டு நகரைவிட்டு நீங்கி வனம் செல்லத் தலைப்பட்டதும் திருதராஷ்டிரன் தீராத மதுவைக் கொண்டாட்டத்தில் குடித்தான். இந்நகரம் இனி தன் விரல் மோதிரம்போல சுற்றிக் கொண்டிருக்கும். அதன் ஓசை, வசீகரம் யாவும் தனக்குரியது என அவன் சந்தோஷித்தான்.

திருதராஷ்டிரனுக்கு இன்றுவரை அஸ்தினாபுரம் ஓசையின் நகரமாகவே இருக்கிறது. அந்த ஓசையை அவன் ஒரு இசைக் கோர்வை போலவே அறிந்திருக்கிறான். அந்த இசையின் மீது தொடர்பும் விலகலும் அவனுக்கு ஒரே நேரத்தில் நடந்தேறியது. தனது முடிவற்ற கனவின் பகுதியாகவே இந்த நகரத்தை ருசித்துக் கொண்டிருக்கிறான். அவன் விரல்களைப்போல அது எப்போதும் நெருங்கியும் விலகியும் அலைவு கொள்கிறது.

அஸ்தினாபுரம் எனும் நகரின் விதியைப் பெண்கள்தான் தீர்மானிக்கிறார்கள் என்பதில் திருதராஷ்டிரனுக்கு ஐயமேயில்லை. வேட்கையும் காமம் பீறிட்ட கண்களும் கொண்ட ஆண்களின் மீறிய இச்சையின் வலைபடர்ந்த பெண்ணொருத்தி நகரின் விதியை

எழுதத் துவங்குகிறாள். ஸ்த்ரீயின் வசீகரமும் வன்மமும் நகரெங்கும் படர்ந்துள்ளது.

நெடுநாட்களின் முன்பு இதே நகரத்தில் தகப்பன் மீறிய காமத்தின் வசமாக, மகன் மௌனித்த இரவை அறிந்து சென்றது. ஒரு மேகம் போல நிகழ்வுகள் நகரின்மீது சுற்றிச் செல்கின்றன. ஒரு பெண் காற்றேறி அலையும் சிறகைப்போல எங்கிருந்தோ அலையாடி வரத் துவங்குகிறாள். அவள் இந்நகரினை தனது உக்கிரத்தால் அலைக் கழிக்க வருகிறாள். அஸ்தினாபுரம் எனும் இந்நகரம் ஒரு நதியின் காதலை அனுமதித்தது. அந்தப் பெண் அதிரூபவதியாக இருந்தாள். அப்போது சந்தனு ராஜனின் மாளிகையில் இருந்து வந்த சூதர்கள் கர்ப்ப ஸ்த்ரீ கேட்க கதைகளாக இந்த நகரின் கதையினைதான் சொல்லினர்.

ஒரு கதைசொல்லியின் உதடு வழியே முன் மறைந்த மனிதர்கள் மறுபடியும் பிறந்து அலைவு கொண்டனர். கங்கை எனும் ரூபவதி சந்தனு ராஜனின் மூடுதிரை கொண்ட அறையொன்றில் இருந்து கேட்டுக் கொண்டிருக்கிறாள். பிறக்காத சிசுவின் செவியும் திறந்தே இருக்கிறது. பாடுகிறார்கள். முடிவற்ற சந்தோஷத்தின் விதை களைத் தூவியபடி சூதர்கள் பாட்டு பிறக்கிறது.

அவள் பிரசவித்த சில நிமிஷங்களில் அறை செல்லும் தாதி அந்தக் குழந்தையின் விரல்களில் படர்ந்த செந்நிறம் கலையாமல் இருப்பதைப் பற்றி சந்தோஷிக்கும் முன்பாக அவள் ஆற்றில் குழந்தையை விட்டுவிடுகிறாள். நதி யாவையும் வாங்கிக் கொள்கிறது. அஸ்தினாபுரம் என்ற நகரம் முகம் திரும்பி அழுகிறது, இப்போதும் முதல் அழுகையிடாத சிசுவை ஏந்திய நதியைப் பார்த்து. துயரத்தின் காற்று சுற்றிய நகரினை அவள் தன் செயல்களால் துண்டாடினாள். பின் தகப்பனுக்கும் மகனுக்கும் ஊடே கண்ணில் பட்டவளாக இருந்த மச்ச ஸ்த்ரீயால் நகரம் துண்டாடப்பட்டது.

காந்தாரி என்ற காந்தார தேச இளம்பெண் நகரம் நோக்கி வரும்போதே உணர்ந்து கொண்டுவிட்டாள். இந்த நகரம் ஒரு கறுப்பு நகரமென அவளது சகோதரன் அவளை தொலைவு நோக்கிக் காட்டினான். அதோ அஸ்தினாபுரத்தின் மாலை சரிந்து கொண்டிருக்கிறது என அவள் தனது ஊரைவிடவும் இங்கே மனிதர்கள் வேகமும், ஆக்ரோஷமும் அதிகம் கொண்டிருப்ப தாகவே கண்டாள். தனது கணவன் சதாநேரமும் தன் சகியைப்போல இந்த நகரைப் பற்றியே கனவு கண்டு கொண்டிருந்தான்.

அஸ்தினாபுரம் எதைப் புலம்பி அலைகிறது? நகரங்களின் தனிமை மிகவும் அலாதியானது. எந்த நகரமும் தன்னைப்போல இன்னொரு நகரமிருப்பதை அனுமதிப்பதே இல்லை. அது தன் வடிவத்தை மிக ரகசியமாகக் கொண்டிருக்கிறது. அதன் சூட்சுமத்தைப் புரிந்து கொள்ளவோ, அதன் வடிவத்தைப் பிரதியெடுத்துக்கொள் வதையோ அது அனுமதிப்பதே இல்லை.

காலத்தின் மழை நகரத்தின்மீது எப்போதும் பெய்துகொண்டே இருக்கிறது. இடைவிடாத இந்த மழையால் கட்டடங்களும், மனிதர்களும், விருட்சங்களும்கூட மாறுதல் கொள்கின்றன. அவை பரஸ்பரம் ஒன்றையொன்று வேறுபடுத்திக் கொள்கின்றன. வளர்கின்றன. வீழ்ச்சியுறுகின்றன. என்றாலும் நகரின் மீது பெய்யும் இந்த அரூப மழை நிற்பதேயில்லை. இதன் மிருதுவும் ரகசியமும் கண்டும் கேட்டும் அறிந்தபடி அதன் ஈரத்திற்குள்ளாகவே உழல்கிறார்கள் யாவரும். நகரினின்று துண்டிக்கப்பட்ட யாவும் நகரின் ஏதோ ஒரு அடுக்கில் சென்று மறைந்து விடுகின்றன. புதையுண்ட அசையும் உருவங்களும், உடல்களுமாக நகரம் தன் படிவ அடுக்குகளை நிரப்பிக்கொண்டே இருக்கிறது.

நகரங்கள் தங்களுக்குள் பேசிக் கொள்வதுதானென்ன? அதன் பீடித்த தனிமையை அது எப்படிதான் கழிக்கிறது? நான் சுற்றியலைந்த வீதிகளின் வழியே இதற்கான பதிலைக் கண்டடைந்தேன்.

அது புலம்பும் குடிகாரர்கள் வார்த்தைகளில் தன்னை வெளிப் படுத்திக் கொள்கிறது. போதையும், கொஞ்சம் புலன் மயக்கமும் கொண்டவர்களுக்கு இந்த நகரம் தண்ணீரின் படுகையைப்போல சுகமாக இருக்கிறது. நகரம் நோக்கிவரும் கணிகைகளும், இசை வாணர்களும், பசித்த அந்தணர்களும், சூதாடிகளும், சமையற் காரர்களும் நகரின் ஏதோ வீதிகளில் சென்று பதுங்கிக் கொள்கின்றனர்.

வணிக வீதிகளில் எப்போதும் பணத்தின் சப்தமும் இடைவிடாத பேச்சும் நிரம்புகின்றன. முத்துக்களைக் கொண்டுவந்து வெண் கலயங்களில் உருட்டுகிறார்கள். ஒரு சூதனின் பாட்டு பிறக்கிறது. அது காணாத மனிதனின் கதையைப் பாடுகிறது. வன்குற்றத்திற் காகப் பிடிக்கப்பட்டு மரணத்தை எதிர்பார்த்துக் காத்திருப்பவர்கள் தான் முத்துக் குளிப்பதற்காக அழைத்துப் போகப் படுகிறார்கள். அதோ அவர்களின் நெடிய உருவமும் கைப்பேறிய கண்களும் எப்போதோ மரணம் அறிந்துவிட்ட அவர்களும் விலங்கிடப்பட்டு கடலில் அலையாடச் செல்கிறார்கள்.

ஒரு மூர்க்க விலங்கைப்போல அவர்கள் படகில் காத்திருக்கிறார்கள். கடலின் இருண்ட அலைகளின் ஊடே அவர்கள் மூழ்குகிறார்கள். காதோரம் கடந்து செல்லும் மீன்களைத் தாண்டி சிப்பிகளின் படுகைகளை நோக்கிப் போகிறார்கள். அவர்களின் சுவாசப் பை ஒரு நூறு கிளையுள்ள விருட்சமென விரிகிறது. முத்துள்ள சிப்பிகளோடு அவர்கள் படகிற்குத் திரும்ப வரும்போது குற்றவாளியின் உதட்டில் பூக்கிறது சிரிப்பு. குற்றத்தின் எந்தச் சுவடுமற்று திறக்கப்படும் சிப்பியின் உள்ளிருந்து வெண்நிறம் ரீங்காரமிட சுழல்கிறது முத்து.

'வணிக வீதியில் அலைபடும் முத்து அடையாளமற்றுப்போன குற்றவாளியின் உருவத்தை நினைவுபடுத்தவில்லையா? அவன் சாவின் முன் அமர்ந்து கொண்டுவந்த அற்புதப் பரிசு எனத் தெரிய வில்லையா?' எனப் பாடி அலைகிறான். வணிக வீதிகள் இந்தப் பாடல்களில் செவிசாய்ப்பதில்லை. அவை பொற்காசுகளின் ஓசைக்கு மட்டுமே செவி திறக்கக்கூடியவை.

வணிக வீதிகளில் தண்ணீர் சுமப்பவர்களும், கழுதையோட்டி களும், பணிப்பெண்களும் இந்தக் கதையைக் கேட்டுக் கொண்டிருக் கிறார்கள். யாரோ ஒரு பெண், குற்றவாளியின் விரல்தடவிய முத்தை, தான் நேசிப்பதாக தனக்குத்தானே புலம்பிப் போகிறாள்.

அஸ்தினாபுரத்தில் கோயில்கள் இல்லை. ரணபலிகள் கொடுக்கும் பீடங்கள் மட்டுமே இருந்தன. இங்கே உக்கிரமான சொரூப மிருந்தது. அதன் உடலில் கபாலங்களும் நெற்றியில் செங்குழம்பு மிருந்தன. ருத்ரம் நிரம்பிய பெண் தெய்வத்தின் விழா நாட்களில் அங்கே எருமைகள் பலி கொடுக்கப்பட்டன. நான் கண்டபோது பல காலமாக பலி கொடுக்கப்பட்ட எருமைகளின் கபாலங்கள் ஒன்று சேர்ந்து கிடப்பதைக் கண்டேன். எப்போதாவது ரகசிய இச்சையின் வேட்கையில் நரபலியும் நடப்பதாக அறிந்தேன். ருத்ர தெய்வத்தின் விழாநாளின் இரவு புலன்களின் இரவாகவே கொண்டாடப் படுகிறது. போதையின் மயக்கம் ததும்பிய உடலோடு துடியான இசை பெருக நடனமிடுகிறார்கள். பலியிடக் காத்திருக்கும் எருமைகளின் கொம்புகளில் சுற்றப்பட்ட வர்ண மலர்கள் காற்றில் அலைபடுகின்றன. ரத்தம் பீய்ச்சிய இரவு மூர்க்கம் கொள்கிறது. பெண்களின் கவிழ்ந்த கூந்தலும் குழைவாடையும் இரவில் முறுக்கேற்றுகின்றன. ஆதி தெய்வங்களும், உணர்வுகளும் உயிர் பெற்று இறுக்கம் கொள்ள விலங்கின் ரூபம் கொண்டு விடுகிறார்கள். எருதின் ரத்தம் பெருகியதைத் தன் இரு கையால் வாங்கிப் பருகுகிறான் ஒருவன். அவன் முகமெங்கும் செம்மை

பரவுகிறது. மறுநாளின் பகலில் கபாலங்களும் எரிந்த நடன மேடையும் சங்கு வளைகளும் கிடக்கின்றன.

நகர வீதிகளில் வரும் ரோகிகள் தன் கையில் உள்ள தடிகொண்டு ஊன்றி சப்தமிட்டு வருகிறார்கள். அந்த சப்தம் கேட்டதுமே யாகசாலை பணிகளுக்குப் போகும் அந்தணர்கள் தெருவினின்று விலகி சண்டாளனின் நிழல்கூட தன்மீது பட்டுவிடாது கடந்து போகிறார்கள். இவர்களைவிடவும் பகலில் வீதிகள் மட்டுமல்லாது ஊரின் எந்தப் பகுதியிலும் நடமாட அனுமதிக்கப்படாத பல தாழ்ந்த இனக்குழுக்கள் இருந்தனர். அவர்கள் இரவானதும் மெல்ல இருப்பிடம் விட்டு வெளியே வந்து உணவு தேடிக் கொள்வார்கள். பகலின் பேரியக்கத்தில் அவர்கள் ஒரு அடிகூட நடக்க அனுமதிக்கப் படவே இல்லை.

வனவேடர்கள் எங்கிருந்தோ வருகிறார்கள். அரிய பட்சி இனங்களையும், வீட்டில் வளர்க்க பழக்கப்படுத்தப்பட்ட பறவை களையும் கொண்டுவந்தபடியோ, வேட்டையாடிய குரங்குத் தலைகளுடனோ அவர்கள் அஸ்தினாபுரத்தில் அலைகிறார்கள். வேடர்களின் கண்கள் மிகக் கூர்மையானவை. அவர்கள் நல்ல உடற்கட்டும் வலிமையும் கொண்டிருக்கிறார்கள். மதுவேறிய உதடுகள் புதைந்து கிடக்கின்றன. வேடவர்களின் சிகை சுருட்டிக் கட்டப்பட்டு அதில் ஏதாவது ஒரு பூ சூடப்பட்டு இருக்கும். வேடுவனின் இடுப்பில் தொங்கும் கத்தி மிகச் சிறியதாயிருக்கும். அவர்கள் பறவைகளை பாடக் கற்றுத் தருபவர்களாகக்கூட இருந்ததால் வணிக வீதிகளில் அவர்களைக் கண்டதும் பெண்கள் உள் அறைகளில் இருந்தே ரகசியக் குரல் கொடுப்பார்கள். வேடுவம் மலைவிட்டு நகரிலும் அலைந்தேறியது.

குதிரை வியாபாரிகளும், வாசனைத் தைலங்கள் கொண்டுவரும் சிங்காரர்களும் அடிக்கடி வந்து போயிருந்தனர். அஸ்தினாபுரத்தின் வீதிகள் இயங்கிக்கொண்டே இருந்தன. அதற்கு அரண்மனையின் பிதாமகர்களின் மீதோ, அரசின் மீதோ ஆசை கொண்ட யுவராஜாக் களின் போட்டிகளின் மீதோ ஈடுபாடே இல்லை.

பகலைவிடவும் அஸ்தினாபுரத்திற்கு வரும் இரவு வெகு அந்தரங்கமானது. இந்த மையலில் நகரவாசிகள் யாவரும் சுருண்டு கொண்டிருக்கிறார்கள். சுற்றியலையும் ஒற்றர்கள்கூட இந்த நகரத்தின் இரவில் விழிப்புற்று இருப்பது போகத்தை விலக்கிய வேதனை தருவது என்பதை உணர்ந்திருக்கிறார்கள். பழக்கப் படுத்தப்பட்ட கிளிகள் குதிரைகளின் குளம்படி சப்தத்திலிருந்தே வருபவர்கள் யாரென அறியும்படி பழகியிருந்தன. தனது நேசிப்பிற்

குரிய மனிதனின் ஓசை கேட்ட கிளியொன்று ஆர்வமிகுதியால் தெருவில் பறந்து தட்டலைகிறது. கிளியின் கீச்சுக்குரல் கேட்கும் தெருக்களில் காதலின் வேகம் மீறிக் கொண்டிருக்கிறது.

பௌர்ணித்த நாளின் இரவில் நகரின் வெண்ணிற ஒளியில் குதிரைகள் கடந்து சென்று கொண்டேயிருக்கின்றன. வன விருந்திற் காகச் செல்கிறார்கள். குதிரைகளின் குளம்படி ஓயாத அந்த இரவில் நகரமே ஒரு கேளிக்கை மைதானம் போலாகிறது.

தனியறைகளில் அடைபட்ட போகப் பெண்கள் தங்களை அழைத்துக்கொண்டு நிலவொளிக்குப் போவார் எவருமின்றி நிலவொளியில் நகரத்தைப் பார்க்கவும் கொண்டாடவும் வழியற்ற வர்களாக தனியறைகளில் மன தைரியம் அற்றவர்களாகத் தங்களது கண்களை மூடியவர்களாக உறங்குவதுபோல பாவனை கொள்கிறார்கள்.

வெண்மை ததும்பி அறைகளுக்குள் பிரவேசிக்கிறது. ஒரு பெண்ணின் இமை திறக்கிறது. அவள் தனிமை விம்ம சப்தமிடு கிறாள். விளையாடுவதற்காகக் கொண்டுவந்து வைத்த குன்றி முத்துக்களை தரையில் சிதற விடுகிறாள். அது ரத்தம் புஷ்பித்திருப்பதுபோல ஓடுகிறது.

இரவில் வேட்டையாட விரும்பிய அரச யுவர்களில் சிலர் பாதிமயக்கம் தோய்ந்த கண்களுடன் சப்தமின்றி வனத்தினுள் நடந்து போகிறார்கள். மிலா ஒன்று வெளிச்சத்தை மேய்ந்தபடி அலைந்து கொண்டிருக்கிறது. இரவின் நெடிய வெளியில் குருதி பெருகிட வீழ்த்திக் கொண்டுவரப்பட்ட மிருகத்தை சமைக்கத் தயாராகிறார்கள். எங்கும் உணவின் வாசனை. கூச்சலும் கொண்டாட்டமுமாக இரவு நிரம்புகிறது. அஸ்தினாபுரத்தின்மீது படியும் வனவாழ்வின் சாயலை எல்லா இரவுகளிலும் யாவரும் உணர்ந்தே கொண்டாடுகிறார்கள்.

~

இந்திரப்பிரஸ்தம்

தனக்கு என்ன பெயரிடப்பட்டிருக்கிறது என எந்த நகரமும் தெரிந்துகொள்வதில்லை. எல்லா நகரின் பெயர்களும் ஏதோ ஒரு பெயரிலிருந்து மாறுபடவே அடையாளமிடப் பட்டிருக்கக்கூடும். காண்டவ வனம் எனும் ஆரண்யமும் அது சார் நிலவெளியையும்

பாண்டவர்கள் நெருப்பிட்டு அழித்தனர். பாறைகளும் கரடுகளும், செம்மையுறாத காட்டுச் செடிகளும் கிளைத்த நிலப்பகுதியைச் செம்மையாக்க எங்கிருந்தோ பூர்வகுடிகளை அழைத்து வந்தார்கள். அவர்கள் நதியோரமான இடங்களில் தங்கிக்கொண்டு, நீண்ட பகலில் காடுகளை அழித்துக் கொண்டிருந்தார்கள்.

நகரம் ஒரு கனவு. இதைத் தொடர்ச்சியாகக் கண்டு வருபவர்கள் அதன் விசித்திர வடிவினின்று மீளமுடியாது சிக்கிக் கொள்வார்கள்.

காண்டவ பிரஸ்தம் என்ற நகரம் திட்டமிடப்பட்டு உருவாக்கப் பட்டது. அதன் அகன்ற தெருக்களும் உயர்ந்த மதிற்சுவர்களும், சாலைகளும், அறையமைப்பும், குதிரை லாயங்களும் நேர்த்தியாக உருவாக்கப்பட்டபோதும் அந்த நகரம் ஒரு சாயை ஒரு நிழல்.

அது அஸ்தினாபுரத்தின் பிரதிபிம்பம்.

அந்த நகரில் அஸ்தினாபுரத்துவாசிகள் மட்டும்தான் இல்லை. அது தண்ணீரில் ஒளிரும் நகரின் பிம்பம் போல தொலைவில் மிதந்துக் கொண்டிருக்கிறது. பாண்டவர்கள் ஒவ்வொருவரின் நினைவிலும் அஸ்தினாபுரத்து வடிவமே பதிவு கொண்டிருக்கிறது என்பதால் அவர்கள் தங்கள் நகரினை அஸ்தினாபுரம் போலவும் அதன் தோற்றம் போன்றதொரு புதிய வடிவும் வடிவமைத்தனர். என்றாலும் நகரத்தின் அடியில் புதையுண்ட மிருக எலும்புகளின் ஓசையை நகருக்கு வந்து வேலை செய்யும் பூர்வ குடியாளர்கள் கேட்டுக் கொண்டிருந்தனர். கட்டடத்திற்கான தோண்டுதலில் பருத்த கபாலமும் நொறுங்கிய பற்களும் கொண்ட தொல் விலங்குகளின் உருவினை அவர்கள் தோண்டி எடுத்தனர். நகரம் பல புதையுண்ட உயிர் அடுக்கில் எப்போதும் தீராத வேதனையை புதைவுறச் செய்திருக்கிறது.

இந்திரப் பிரஸ்தம் என காண்டவ பிரஸ்தத்தின் பெயரை மாற்றினார்கள். அந்நகருக்கு வந்தவர்கள் யாவரும் குடியேறிகள். நகரத்தின் வெகு தொலைவிலேதான் அவர்களுக்கு விவசாயத்திற் கான நிலமிருந்தது என்றாலும் அங்கு உழுது பயிரிட மிகக் கடினமாகவே உணர்ந்தனர்.

இந்திரப்பிரஸ்தம் ஒரு கேளிக்கைக் கூடம். இங்கே எங்கிருந்தோ வந்துசேர்ந்த இசைவாணர்களும் கவிபாடுபவர்களும், கூத்தர் களுமே இருந்தனர். இவர்கள் உல்லாசிகளைப் பெருக்கவே முனைந்தனர். இந்திரப்பிரஸ்தத்திற்கு யாகப் பணிகளுக்காக வந்து சேர்ந்தவர்களும், வேதியர்களும், சாஸ்திர விற்பன்னர்களும் வந்து

சேர்ந்தனர். இந்நகரம் தனக்கென எந்த சுய அழகையும் கொள்ளவில்லை.

பாண்டவர்கள் எதையும் மூர்க்கமாக அனுபவிக்கப் பழகியிருந்தனர். வனம் அவர்களை அப்படி உருக்கொள்ளச் செய்திருந்தது. காடியேறிய மதுவும், மான், மச்ச இறைச்சிகளும், கூக்குரலும் அவர்களோடு தொடர்ந்தது. அதிலும் உணவுக் கூடங்களின் வாசனை மிளிரும் இனிப்புப் பண்டங்களும், பாலில் செய்த பதார்த்தங்களும் மிருதுவும் உணவின் போகியாக்கின.

பசுக்களையும், குதிரைகளையும் எங்கிருந்தோ ஓட்டிக்கொண்டு வந்தனர். பசுக்களின் கண்கள் அந்தப் புதிய நகரினைக் கண்டன. நகரம் எல்லாப் பக்கமும் திறந்திருந்தது. மிதமிஞ்சிய போதையுற்ற மனிதன் ஒருவனின் கிழிபடும் குரல் கொண்ட கண்கள் உறங்குவதே இல்லை.

இந்த நகரத்திற்கு புதிது புதிதாக எங்கிருந்தோ ஸ்த்ரீகளைக் கொண்டுவந்தபடி இருந்தனர். வட தேசங்களில் இருந்தும், மத்திய நிலவெளியில் இருந்தும் மூடுபல்லக்கில் கொண்டுவரப்பட்ட பெண்கள் நறுமணத் தைலங்களைப்போல வாசனையைப் பரவவிட்டபடி இருந்தனர். புதிய நகரம் கோலாகலத்தின் பிறப்பிட மாக இருந்தது. பெண்களின் சிரிப்பொலி கூடுவதும் துண்டிப் பதுமாக இருந்தது.

எங்கிருந்தோ முனிவர்களும் தண்டிக்கப்பட்டு மூக்கு அறுபட்ட குற்றவாளிகளும்கூட நகரம் வந்து சேர்ந்தனர். பாண்டவர்கள் ஐவரின் விருப்பத்தின்படியும், எங்கிருந்தோ ஆட்கள் கொண்டு வரப்பட்டுக் கொண்டேயிருந்தனர்.

பீமன் தன் நண்பர்களுடன் போஜன சாலைக்குப் புதிதாக வந்திருக்கும் சமையற்காரர்களைப் பரிசோதித்துக் கொண்டிருந் தான். எல்லாப் பொருட்களும் எங்கிருந்தோ வாங்கிக் கொண்டு வரப்பட்டன. பசுவின் நெய் காய்ச்சப்பட்டுக் கொண்டேயிருந்தது. அஸ்திரக்காரர்கள், குதிரையோட்டிகள், அதிரதர்கள் என யாவரையும் அழைத்துக்கொண்டே இருந்தனர்.

மாபெரும் விடுதியைப்போல அந்த நகரம் வந்தேறிகளுக்காகத் திறந்துவிடப்பட்டிருந்தது. அதன் மயக்கமும் தள்ளாட்டமும் நிரம்பிய தெருக்களில் உற்சாகம் பீறிட்டது. ஆனாலும் வந்து சேர்ந்தவர்கள் சில நாட்களிலே அதன் வசீகரம் கலைந்தவர்களாக அந்த நகரம் தாங்கள் வசிப்பதற்கான பூமியல்ல என உணர்ந்தே

இருந்தனர். அதற்கான தூண்டுதல்கள் தொடர்ந்து எல்லா வழிகளிலும் இருந்துகொண்டே இருந்தன.

தினமும் புதுப்புது முகங்கள் பெருகிக்கொண்டே இருந்தன. எங்கிருந்தோ வந்து சேர்ந்த சூதாடிகளின் பகடைகள் உருண்டு கொண்டே இருந்தன. இந்திரப்பிரஸ்தம் ஒரு நாடகசாலையைப் போல காட்சிகளைப் புதிதாக உருமாற்றி காட்டிக்கொண்டே இருந்தது. நான் புதிய நகரின் மனிதர்களில் ஒருவனாக சுற்றியலைந்தேன். நகரிலிருந்து விடுபட்டு தன் கழுதைகளுடன் தொலைதூர ஊரை நோக்கித் திரும்பிப் போக முயன்ற ஒரு மனிதனைக் கண்டேன். அவன் ஒரு பணியாளனாகக் கொண்டுவரப் பட்டிருந்தான். நடனசாலையில் தன் அலங்கார ஒப்பனைகளால் பெண்களை அலங்கரிப்பவனாக இருந்தான். தன் பயணக் கழுதைகள் இந்த நகருக்கு வந்துசேர்ந்த நாளிலிருந்து இரவில் இருப்புக் கொள்ளாது விசித்திரமான குரலில் கத்துகின்றன என்றும் அதன் ஓசை நரியின் சப்தம்போல தனக்குக் கேட்கிறதென்றும், கழுதைகள் நின்று நிசப்தித்து சாந்திகொள்ள முடியாத இடத்தில் மனிதர்கள் அதிக காலம் வாழ்ந்துவிட முடியாதென்றான்.

அவன் கழுதைகள் எப்போதும் பதற்றமுற்றேயிருந்தன. அதன் காதுகள் விறைப்புற்றிருந்தன. அவன் தன் குடியேறிய கண்களுடன் சொன்னான்.

'இந்த நகருக்கு வரும் இரவு எத்தனை வன்மமாக இருக்கிறது கண்டீர்களா? இது எல்லா ஓசைகளையும் பருகிக்கொண்டு தன் பிசுத்த விரல்களால் யாவரையும் மீறி எழுந்துவிட முடியாதபடி தன் வசப்படுத்தி விடுகிறது. இந்த நகரத்தின் துயில் மரணத்தின் துயிலைப்போல அமுக்குகிறது ஆளை. நான் இந்த நகரை விலக்கிப் போகிறேன். இந்த நகரம் இரவில் அதன் அடியில் புதைவு கொண்டுள்ள வனத்தின் ஆயிரம் கைகளால் சுற்றி யாவரையும் வளைத்துக்கொண்டு விடுகிறது' என்றான்.

நான் இரவில் அந்த நகரில் அலையும்போது அவன் சொன்னது போல துயிலின் அமுக்கத்தினைக் கண்டேன். இமை பிரியாது இறுகின. இந்திரப்பிரஸ்தத்தின் பகலைவிடவும் இரவு மிகத் தொன்மையானது. அது எதையோ மறக்கச் செய்து மாபெரும் அசதியை உண்டாக்கிவிடுகிறது. இந்தக் களைப்பில் விடுபட்டு தன்னைப் புத்துருவாக்கிக்கொள்ளவே பகலில் கேளிக்கைகளில் ஈடுபடுகிறார்கள். இப்படி மாறிமாறி தன் இரு சுழிகளுக்குள் யாவரையும் உருக்கொள்ளச் செய்தபடி இந்திரப்பிரஸ்தம் அலைந்து கொண்டிருக்கின்றது.

புராதனமற்ற எந்த நகரமும் வசிப்பிடமாக இருப்பதற்கு உகந்ததாகத் தெரியவே இல்லை. புதிய நகரங்கள் தன் வசீகரத்தைக் காட்டித் தன் வெளிறிய வேதனையை மறைத்துக் கொள்கின்றன. எங்கிருந்தோ பசுக்களை ஓட்டியபடி இந்திரப்பிரஸ்தம் என்ற நகருக்கு வரும் இடையர்களுக்கு அது ஒரு காடி மதுவைப்போல கிளர்ச்சி தருவதாகவே இருக்கிறது.

ஆண்களைவிடவும் இந்த நகரின் இயல்பையும் துல்லியத்தையும் பெண்கள் முன்னதாகவே உணர்ந்து விடுகின்றனர். இந்த நகரில் தன் வம்சாவளியானது பல்கிப் பெருகாது என அறிந்தபோதும் ஆண் வசமின்றி மீளமுடியாத தன் ஆசைகளைப் பிறர் அறியாமல் தனக்குள்ளாகவே பேசி அலைகின்றனர். இத்தனை வேகமும், பரபரப்பும் கொண்ட நகரமாகயிருந்தாலே அதன் நிசப்தம் மிகத் துயரமானதாக இருக்கும் என அறிந்தே பெண்கள் தங்கியிருந்தனர்.

புதிதாக அமைக்கப்படும் நகரங்கள் தங்கள் குணத்தை நிச்சயித்துக் கொள்வதில்லை. அது தனது சுபாவமாக வந்து போகிறவர்களின் சுபாவத்தை ஏற்றுக்கொள்கிறது. இந்த சுபாவம் எப்போது கலையும், எப்போது கூடுமென்பதை அறிந்தவர்களில்லை.

புதிய நகரங்களுக்கு மனிதர்களை வரச் செய்துவிடுவதுபோல பறவைகளை வரச்செய்வது இயல்பானதில்லை. ஒரு காலத்தில் இங்கு அடர்ந்திருந்த விருட்சங்களில் பதுங்கிய பறவைகளும் தொலைவிலிருந்து வந்து சேரும் பறவைகளும் வனம் எரிக்கப்பட்டு அக்னி வெக்கை தீராது வெதும்பிக் கொண்டிருந்த பாறைகளை விட்டு பறந்து விலகிய பின்பு அவை அந்த நகரின் திசைக்குக் கூட பறக்கத் தயங்குகின்றன. சில வேளைகளில் கூட்டமாகப் பறந்து செல்லும் கொக்குகளைக் காண்பவர்கள் அது தங்கள் நகரத்தினுள் இறங்கிவிடாதா எனப் பார்ப்பார்கள். கொக்குகள் அப்படியொரு நகரமிருப்பதையே அறியாததுபோல பறந்து செல்கின்றன.

கொக்குகளை விடவும் நாய்கள் புதிய நகரத்திற்குப் பழக நெடுநாட்களாகின்றன. அவை சதா விழிப்புற்றபடி இருக்கின்றன. எங்கிருந்தோ மாறிமாறி கேட்கும் ஓசைகளும் எதிர்பாராத திசையிலிருந்து பிரவேசிக்கும் ஆட்களையும் கண்டதும் அது குரைத்தபடி தனது கணிப்பைக் குறிகொள்ள முடியாது தத்தளிக்கின்றன.

என்றாலும் புதிய நகரத்தின் வாசனையை எவர் எளிதில் புறந்தள்ளிவிட முடியும்? அது ஒருவிதமான கலவையான மணம். ஒரே நேரத்தில் புலனைக் கிளரச் செய்வதும், விலக்கியும்,

தாண்டியும், அடங்கச் செய்வதுமான மணம், பாண்டவர்களின் இந்த நகரம் சூதாட்டப் பலகையைப்போல சதா வசீகரம் கொண்டே யிருந்ததை அறிந்தவனாக வெளியேறினேன்.

~

விராடதேசம்

தன் உருவை ஒளித்துக்கொண்டு ஒளிந்து வாழும் மனிதர்களுக்குதான் நகரமென்னும் மாபெரும் விலா எலும்பின் ஒவ்வொரு முடிச்சும் தெரியும். ஒளிந்து வாழ்பவர்கள் சதா நடுக்கம் கொண்டேயிருக்கின்றனர். ஒவ்வொரு அசைவிலும் தாங்கள் அடையாளம் காணப்படுவோம் என்பதுபோல உள்ளுணர்வு கொண்டவர்களாக இருக்கிறார்கள். ஒளிந்து வாழ்பவர்கள் எளிதில் நகரங்களைத் தேர்ந்தெடுத்து விடுவதில்லை. தனது நடமாட்டத்திற் கான ஒளிந்து பதுங்குவதற்கான சாலைகளும் பரஸ்பரம் சந்தேகம் கொள்ளாத மனிதர்களும் நிரம்பிய நகரங்களையே தேர்ந்தெடுக் கின்றனர். இதுபோன்ற நகரங்களில் எப்போதும் நகரின் கவனம் வேறு ஏதோ ஒரு முனையில் பதிந்திருக்கிறது. சில நகரங்களுக்கு அது விளையாட்டாக இருக்கலாம். சில நகரங்களுக்கு அது இசையாக, கட்டடங்களாக இருக்கக்கூடும். ஒளிந்து வாழ்பவர்கள் நகரின் தன்மையில் ஒருபோதும் ஆர்வம் கொள்வதில்லை. ஆனால் நகரின் உயிர்நாடியை அந்த நகரவாசிகளை விடவும் முன்னதாக துல்லியமாக அறிந்து கொள்கிறார்கள்.

ஒளிந்து வாழும் மனிதன் தன் உருவினையே மாற்றிக்கொண்டு விடுகிறான். தன் ஞாபகத்தின் அடுக்குகளை மட்டுமே கொண்ட இரண்டாம் மனிதனாகிவிடுகிறான். வேறு பெயர், வேறு வகையான வேலை, வேறு வகையான உணவு, வேறு பாஷை, வேறுவிதமான நடமாட்டம் என, கடந்து போகும் கண்களின் ஆழம் வரை ஒரு பார்வையிலே அறிந்துவிடப் பழகிவிடுகிறார்கள். தங்களை யாரென அவர்கள் காட்டிக்கொள்வதற்கான சிறிய செயல்களையும் மேற்கொள்வதில்லை. தங்கள் துயர்களைப் பற்றிய முணு முணுத்தல் இல்லை. தாங்கள் அறிந்திராத தொழிலைப் பற்றிய பயமில்லை. அவர்கள் நகரின் அகன்ற பாதைகளில் நிசப்தமாக நடந்து செல்கிறார்கள். ஒளிந்து கொள்பவனுக்கு நகரம் ஒரு புகலிடம், தன்னை மறைத்துக்கொள்ள அணியும் ஒரு

ஆடையைப்போல நகரத்தையே தன் உடல்மீது போர்த்திக் கொள்கிறான்.

விராட தேசம் ஒளிந்து கொள்பவர்களுக்கான நகரமாகிறது. இந்த நகரின் கவனமெல்லாம் பசுக்களின்மீதே குவிந்திருக்கின்றது. வேறு எதன்மீதும் மக்களும் அரசும் நாட்டம் கொள்ளவேயில்லை. விராட தேசத்தில் பசுக்கள் பெருகிக்கொண்டே இருந்தன. அதன் பாலின் சுவையும், பாலில் செய்த இனிப்புப் பண்டங்களின் ருசியும் பழகிய மக்கள் அதன் சுபாவமே கொண்டிருந்தனர். மூர்க்கம் தணிந்த நகரமாயிருந்தது. சதா பசுவின் ஓசையும், தொலைவுவரை சென்று மேய்ச்சல் காட்டித் திரும்பக்கூடிய நிலங்களும், நீர் நிலைகளும் இருந்தன. பாலின் தித்திப்பு பெருகிய பெண்கள் நடனத்திலும் ஒப்பனைகளிலும் விருப்பம் கொண்டிருந்தனர்.

~

எங்கிருந்தோ பசுக்களை வேண்டி வரும் வணிகர்களுக்குக் காட்டப்படுவதற்காக பல நூறு பசுக்கள் உலவும் மைதானங்கள் இருந்தன. ஒளிந்துகொள்ள விரும்பும் மனிதனுக்கான உணவும், இடமும் எளிதில் வசமாகக் கூடியதாக இருந்தது. விராட தேசத்தின் காற்றை நுகர்ந்த பீமனுக்கு தொலைவிலே அது ருசித்தது. விராட தேசத்தில் அவரவர் தன் உருக்களை ஒளித்துக்கொண்டு அலைவதற் கான சாலைகள் நீண்டு இருந்ததை அவர்கள் உணர்ந்திருந்தனர். பாண்டவர்கள் மட்டுமல்ல, அவர்களோடு துணைக்கு அலையும் வனவாசிகள்கூட தங்கள் உருவை மறைத்துக்கொண்டு நகரில் சென்றனர்.

விராட தேசத்தினுள் சூதாடியாகப் போவதென தர்மன் முடிவு செய்தான். அவனுக்கு அந்த நகரில் பகடை ஒரு எளிமையான பரிமாற்ற விளையாட்டென்றும், அது சூதின் எந்த ஒரு துர்குணமும் கொள்ளவில்லை என்றும் தெரியும். பகடையாடுவதில் தனி விருப்பம் கொண்டிருந்த அவர்களில் எவரும் அந்த விளையாட்டின் சூட்சும விதிகளை அறிந்தேயிருக்கவில்லை. அது ஒரு பெண்களின் விளையாட்டைப் போலவே இருந்தது. அவர்கள் பந்தயம் வைத்து ஆடுவதில் சொற்பப் பொருட்களே இழந்து மீண்டனர். பகடை யாட்டம் விராடதேசத்தில் சோழியாடுவதைப் போலவே பழக்கப் பட்டிருக்கிறது.

பீமன் பாலின் ருசி பெருகிய நகரில் சமையல்காரனாக மாறுவதையே கொண்டான். சமையற்கூடங்களுக்கு அதிகம்

வேலையிருக்கவில்லை. அதன் பரிமளம் விரைவிலே கூடி விடுகிறது. பீமன் தன் நாவின் துள்ளலுக்குப் பணிந்தவனாக அந்த நகருக்குள் ஒரு சமையற்காரனாக பணிந்தான்.

அர்ச்சுனன் தன் உருவை பெண்களைப்போல மாற்றிக் கொண்டான். இந்த நகரில் அஸ்திரக்கூடங்களோ, அஸ்திரம் பயின்றவர்களோ மூர்க்கர்களாகவே அறியப்பட்டனர். இந்த நகரம் ஒரு இசைக்கூடம். பெண்களின் நளினம் கொண்ட இதில் ஆடல், பாடல் செய்வதே தன் விருப்பத்தின் வழியாக இருக்கக் கூடும் என்றான். விராடதேசத்துப் பெண்களின் நெருக்கமும், அவர்களின் மெல்லொலியும் அவனைப் பெண்ணாக்கிவிட முயன்றது. அர்ச்சுனன் உருக் கன்னிகையானான்.

நகரில் உள்ள பசுக்களை கவனிப்பவனாகவும், ஜோதிடக் கலையில் ஆர்வம் கொண்டவர்களாகவும் நகுல சகாதேவர்கள் உருமாறினர். விராட தேசத்தில் பாஞ்சாலி ஒப்பனை செய்யும் பெண்ணாக மாறினாள்.

தப்பிச் சென்று வாழும நகரில் பெண்கள் ஆண்களைவிட தன் உணர்ச்சி அதிகம் கொண்டிருக்கிறார்கள். அவர்கள் தங்களை முற்றாக மறைத்துக் கொண்டிருக்கிறார்கள். ஆனாலும் பாது காப்பின்மையின் பயம் மெல்ல அவர்களைச் சுற்றிக்கொண்டே இருக்கிறது. ஒவ்வொரு அசைவிலும் அவர்களும் தங்களை ஏதாவது கண்கள் கவனித்துக் கொண்டிருப்பதை அறிந்து விடுகிறார்கள். சிறிய ஓசைகூட அவர்களுக்குக் கேட்டுவிடுகிறது. ஒளிந்துவாழும் மனிதர்கள் தாங்கள் நடமாடி அலைய திறந்திருக்கும் நகரின் சுவையை அருந்தி அந்த நகரின் குணத்திற்கு மாறிவிடக் கூடுமோ என பெண்கள் கவனம் கொள்கின்றனர். ஒளிதலுக்கு முந்தைய காலத்தின் வடுக்களை, ரணங்களை அவர்கள் மறக்காமல் அதை பெருக்குகின்றனர். தன்வசம் மாறி கடந்துபோக முயலும் எவரையும் கொல்லவும் பெண்கள் தயங்குவதில்லை.

பாலும், ருசியான உணவும் பழகித் திரிய பசுமையான இடங்களும் பகடையாட்டமும் பாண்டவர்கள் ஐவரை விராட தேசத்தின் மனிதர்களாக உருமாற்ற நினைக்கும் ஒவ்வொரு துளியிலும் பாஞ்சாலி தன் தீராத வன்மத்தின் வெறுப்பை அவர்கள் மீது பாய்ச்சி இழந்த கோபத்தை மீட்டெடுக்கச் செய்கிறாள். தன்னைச் சுற்றி வதைக்கும் எந்த ஆணின் ரத்தத்தையும் பருக அவள் துடித்துக் கொண்டே இருக்கிறாள். தங்கள் வேதனையை மறந்து பாலின் ருசியில் சுவைமாறிட முயலும் ஐவரையும் பாஞ்சாலியின் செயல்கள் விழிப்புறச் செய்கின்றன.

சைரந்திரியான பாஞ்சாலியின் கண்களில் முன் எப்போதையும்விட ரௌத்திரம் தீவிரமாகி இருப்பதை பீமன் அறிந்துகொள்கிறான். சுகந்தமான காற்று பரந்த விராட தேசத்தில் அவள் மட்டும் சதா கொதிநிலையில் தன்னை வருத்திக்கொண்டே இருப்பதைக் காண்கிறான்.

சைரந்திரி நகரில் என்னதான் காண்கிறாள்? அவள் இந்த நகரின் மென்மை, யாவற்றையும் சுபாவம் மாற்றிவிடும் என்பதை வந்த சில நாட்களிலேயே அறிந்து கொண்டுவிட்டாள்.

சதா பகடைகளின் சுழற்சியில் தன்னையே மறந்தாடும் யுதிஷ்ட்ரனின் கண்களையும், வெற்றியில் அவன் ஈட்டிய பொருட்களின் குவியலையும், எல்லாவற்றையும் விட அவன் சிரிப்பொலியையும்கூட கேட்டாள். பிருகன்னளை விராட குமாரிக்கு நடனம் கற்றுத்தரும் சலங்கையோசை எப்போதும் அவளுக்குத் தாங்க முடியாததாக இருந்தது.

திரௌபதை தான் விழித்துக்கொண்டே இருக்க வேண்டு மென்கிறாள். பாண்டவர்கள் தங்கள் முந்தைய நாட்களை மறந்து மெல்ல சுபாவம் மாறித் திரிந்து கொண்டிருக்கிறார்கள். சுபாவம் கலைந்துவிட்டால் பின்பு அவர்கள் ஒருபோதும் மூர்க்கம் கொள்ள முடியாது என்ற நிஜம் அவளை வன்மையாக்குகிறது. அவள் தன்னைச் சுற்றியலையும் கீசகனைக் கொண்டு அவன் உயிர்க் கொலையை யாசிப்பதன்மூலம் பீமசுபாவம் விழித்தெழவே முனைகிறாள். கீசகனைக் கொன்ற பீமன், அந்தக் குருதியை தன் உதடுகளால் ருசிக்கும் திரௌபதையைப் பார்த்துக்கொண்டே இருக்கிறான்.

பாஞ்சாலியின் உதடுகள் ஒரு மிருகத்தைப்போல அந்த மனிதனின் குருதியை ருசிப்பதைக் கண்டவனாயிருந்தான். அவனுக்கு இந்த சைரந்திரியைப் பிடித்திருந்தது. அவளை அணைத்துத் தன் வலிய உதடுகளால் முத்தமிட விரும்பினான். ஆனால் அவளைத் தொடுவதைக்கூட அனுமதிக்காத சகோதரர்கள் மீது கோபம் துளிர்த்தது. சைரந்திரியை தான் வனத்தில் சந்தித்துப் புணர்ந்த இடும்பியின் தோற்றம் போலவே கண்டான்.

பாஞ்சாலி இடும்பியைப்போல குருதியின் தீட்டுப் படிந்த உதடுடன் நடந்து செல்வதைக் காண்பது பீமனுக்கு ப்ரீதி தருவதாக இருந்தது. அந்தக் காட்சியின் வன்மம் அவனைத் தூண்டியது. அவன் விழித்துக் கொண்டுவிட்டான். விராட தேசம்போல் ஒரு நகரம் எப்போதும் ஒளிந்து வாழ்பவர்களுக்காக திறந்தேயிருந்தது. இந்த நகரின்

சுபாவத்தினைத் தனதாக்கிக் கொள்கின்றனர். நகரத்தின் உடலில் சுற்றியலைந்து வெளியேறுபவர்கள் இந்த வாசனையை எப்போ தாவது நினைவுபடுத்திக் கொள்கின்றனர். நெடிய சாலைகளில் மேய்ச்சலுக்குச் செல்லும் பசுக்களையும் ஓட்டிச் செல்லும் மேய்ப்பாளர்களையும் கடந்து செல்லும் காற்று விராட தேசத்துப் பால் ருசியைத் தன்னுள் ஏந்திக் கொண்டே செல்கிறது. இந்த ருசிப்பேறிய நகரம் நிகழ்வுகளை மென்மையாக்கிக் கொண்டே யிருக்கிறது. விராட தேச ருசியை அறிந்த நானும் வெளியேறி பசுவின் கால் தடங்களின் வழி தூர தேசம் நோக்கி நடக்கிறேன்.

பாஞ்சாலம்

அவமானத்தால் வீழ்த்தப்பட்டிருக்கும் இந்த நகரைக் காண்பவர்கள் இங்கு சதா நடக்கும் யாகங்களையும் தேசத்தைப் பீடித்துள்ள மயக்கமான சேதிகளையும் அறிந்திருந்தார்கள். கடந்த காலத்தின் சுவடை அழித்துவிட இந்த நகரம் தொடர்ந்து முயல்வதாக ஒருவன் சொன்னான். இரு பாதியாகப் பிரிவுற்ற நகரை ஒரு பாதியை ஒரு அந்தணனும் மறுபாதியை அரசனும் உரிமை கொண்டிருந்தார்கள். ஸ்நேகம் மீறிய இரு மாணவர்கள் தங்கள் பால்ய நாட்களில் கொண்ட ப்ரிய ஒப்பந்தத்தால் தேடிவந்த நண்பனுக்கு தேவையான எதையும் தரத் தயாராகயில்லை என பாஞ்சால மன்னன் சொன்னதைக் கேட்டு அவமதிக்கப்பட்டுப் போன அந்தணன், துரோணன் எனும் பெரிய வில்லாளியாகி தனது ஐந்து சீடர்களோடு இந்த தேசத்தைச் சூறையாடி வென்றதன் பகை மறையவே யில்லை. நகரின் பெரிய கோட்டை வாசலில் நெடுநாட்களாக ஒரு மாலை தொங்கிக் கொண்டே இருந்தது. அதை எடுத்து அணிபவர்கள் வில்லாளிகளின் பிதாமகனான பீஷ்மனைக் கொல்லக்கூடும் என நம்பி வந்தார்கள். ஒரு பெண் குழந்தை அதை எடுத்து அணிந்து கொண்டதாகச் சொன்னார்கள். அது பெண்ணல்ல ஆண்தான் என்றும் அதன் பெயர் சிகண்டி எனவும் தேசமெங்கும் பரபரப்பாகப் பேசப்பட்டு வந்தது. தொடர்ந்து நடைபெறும் யாகங்களுக்கு தானம் தர கொண்டுவரப்பட்ட பசுக்களின் ஓசை பெருகிய நகரில் யாக அக்னியில் ஒரு பெண்ணும் ஒரு ஆணும் பிறந்தார்கள் என சிலரும், அப்படியல்ல அது இரண்டும் வனவாசிகளின் பிள்ளைகள்; அரசன் வனவாசியான ஸ்த்ரீ

ஒருத்தியை ரகசியமாகக் கூடி குழந்தைகளைப் பெற்றிருந்தான். அந்தப் பெண் இறந்துபோனதால் இவர்கள் தேசத்திற்கே வந்துவிட்டார்கள். அதனால்தான் பிள்ளைகள் உடல் இத்தனை கறுப்பு கொண்டுள்ளது என பலரும் பேசியபடி இருந்தனர். வனபுத்ரியாக ரகசியமாக பேசப்பட்ட கிருஷ்ணை என்ற அந்த இளவரசி அவர்கள் சொல்லியது போலவே எதையும் மூர்க்கமாக நுகரவே பிரியம் உள்ளவளாக இருந்தாள். அவமானத்தை திரும்பத் துடைக்க பாஞ்சால நகரம் சதா வெம்மை கொண்டபடியேயிருந்தது.

~

துவாரகை

பசுக் கூட்டத்தினைப்போல ஒரு இடம்விட்டு மற்றோரிடமாக நகர்ந்து போய்க் கொண்டிருக்கிறது இந்தத் துவாரகை நகரம், ஒரு நாளில் கடலின் அடியிலே சென்று சேகரமாகிவிடும் என்பதை யாதவர்கள் அறிந்திருப்பார்களா என்ன? கிருஷ்ணன் நிச்சயம் அதை அறிந்திருக்கக்கூடும். துவாரகை என்ற நகரம் சதா மாறிக்கொண்டே இருந்தது. யாதவர்களின் கேளிக்கையும், முன்கோபமும், வனப்பு மிக்க யாதவப் பெண்களின் சிரிப்பொலியும் கூடின. துவாரகை நகரம் மேய்ச்சல் நிலம் தப்பி மேயும் பசுக்களைப்போல தன் இருப்பிடத்தினை மாற்றிக்கொண்டே வந்தது. யாதவர்கள் வீரர்கள் என்பதைவிடவும் உழைப்பாளிகள். அவர்கள் சுற்றிக்கொண்டே இருந்தார்கள். துவாரகை என்ற நகரின் தெருக்களில் மத்தின் ஓசையும், பசுங்கன்றின் சப்தமும் கேட்டபடியிருக்கின்றன. பசுக்கூட்டத்தினை ஓட்டிச்செல்லும் பெண் தேசத்தின் வனப்பைச் சுழலவிட்டுச் சென்றாள்.

அந்த நகரம் எப்போதும் ஒரு அரை மயக்கத்திலே இருந்தது. துவாரகையில் பெரிய அரண்மனைகளோ, வலிமையான கோட்டை களோ, எண்ணிக்கையற்ற பாதுகாப்பு வீரர்களோ கிடையாது. அந்த நகரம் ஒரு கேளிக்கையை, உற்சாகத்தைப் பெருக்கியபடியிருந்தது. அது அழியும் நாளில்கூட இடைவிடாத குடி வெளியேறிய கூச்சலும், போதையின் நிதானமற்ற சிரிப்பும் கேட்டபடியிருந்தது. யாவரும் குடித்தனர். ஆண்களும் பெண்களைப் போலவே நடனமாடினார்கள். மிகு உற்சாகம் அவர்கள் செய்வதை அவர்களே அறிய முடியாமல் செய்தது. பெண்கள் தங்கள் மோகத்தினை

தடுப்பற்று வெளிப்படுத்தினார்கள். இந்தச் சுழற்சியில் வசுதேவனின் வீடும் தப்பவில்லை. அவன் மகன் சாம்பன் வாலிபனாகவும், வசீகரனாகவுமிருந்தான். அவனது வசீகரம் ததும்பிய வாலிபத்தை நேசித்த பெண்கள் அவனோடு சுகிக்க ஆசை கொண்டனர். தனது அந்தப்புரத்தில் தன் மனைவியரோடு ஆடைகளற்று நீந்தி ஜலக் கிரீடை செய்த கிருஷ்ணனைக் காணவந்த சாம்பனைக் கண்ட பெண்கள் யாவும் மறந்து ஆசை பீறிட கரையேறி வணக்கமிட, கிருஷ்ணனின் நாவு அவனைக் குஷ்டரோகியாக் கியது. உடல் மெல்ல அழுகிவர அவன் ரோகி போலாகி நகரைப் பிரிந்து செல்லும்போதே நகரின் அழிவு துவங்கிவிட்டது. அதிலும் யாரோ ஒருவனின் பரிகாசம் தெறித்துப் பிறந்த வசையில் நகரின் துர்வினை துவங்கியது. இரும்பு உலக்கை பிறந்து நகரினை அழிக்குமென சொல்லிய ரிஷி மறைந்து போனான்.

அதன்படி ஒரு ஆணிற்கு இரும்பு உலக்கை பிறந்ததாகவும், அதனைப் பொடித்து கடலில் இட்டதாகவும் பலரும் ரகசியமாகப் பேசிக் கவலையுற்றனர் இதன் விசித்திரம் நகருக்குப் புதியதாகவே இல்லை. ஆயினும் நகரம் தடுமாறிக்கொண்டே வந்தது. துர்நிமித்தங்கள் தோன்றின.

ஆடுகள் நரிகளாக ஊளையிட்டன. தூங்குகின்றவர்களின் நகங்களையும், கூந்தல்களையும் எலிகள் தின்றன. நாய்களிடம் பூனைக் குட்டிகள் பிறந்தன. வாத்தியக் கருவிகளில் இருந்து கழுதையின் குரல் வெளிப்பட்டது. நிலவு முன்னதாகவே இருட்டிக் கொண்டு அமாவாசை ஆனது. யாவரும் நகரைப் பிரிந்து தங்களுக் கான மது, இறைச்சி உணவோடு வெளியேறினர். கடற்கரைப் பகுதிக்கு மனைவியரோடு திருவிழா கொண்டாடப் போன அவர்கள் போதை மீறி பரஸ்பரம் தாக்கிக் கொண்டனர். மரணத்தின் வேட்டைக்காடாகியது.

தன் முன்னாலே தன் மகன்கள் கொல்லப்பட்டதை கிருஷ்ணன் கண்டார். பெண்கள் துகிலுரியப்பட்டனர். போதை கலையாத மனிதன் உறக்கத்தில் இறந்தான். பரஸ்பரம் நடந்த சண்டையால் நகரம் அழிவுற்றது. கிருஷ்ணரும் ஒரு அம்பினால் உயிர் துறந்தார். கள்வர்கள் யாதவப் பெண்களைத் தூக்கிப் போயினர். காண்டீபம் பலமற்றுப் போனது. அர்ச்சுனன் பலமற்று விதவைகளைக் கூட்டி வந்தான்.

அந்த நகரம் கடல் வசமானது. அதன் கேளிக்கையின் கடைசி நடனத்தை முடித்துக்கொண்டு நிசப்தமாகியது. அதன் கூச்சல்கள்,

சிரிப்பு, வாத்திய இசைகள் முடிவுற்றுவிட்டன. துவாரகையை நினைவுபடுத்திய வசுதேவனும் விடுபட்டுவிட்டான். நகரம் கடலின் அடியில் ஒரு பசுவைப்போல அழிவுற்ற துவாரகையின் பிசுபிசுப்பேறிய பார்வை அவைகளுக்கு அடியில் மினுங்கிக் கொண்டே இருக்கின்றது.

கேளிக்கையின் துள்ளல் முடிவுற்ற, துர்வினைகளின் சுழி சுற்றிய துவாரகை என்ற நகரம் முடிவுறாத நினைவின் சுருளில் சேகரமாகிறது.

~

5

தேசம் மழையில்லாது பாழ்நிலமாகி விரிந்த நாளில் பெண்ணை அறிந்திராத ஒருவனை தேசத்தினுள் அழைத்து வந்தால் மழை பெய்யக் கூடுமென்ற ஐதீகத்தில் சுற்றியலைந்த நகரவாசிகள் வனவெளியில் பெண்ணறியாத ஒரு ரிஷி புத்திரன் இருப்பதாகவும் அவனை ரகசியமாக தேசத்திற்குள் அழைத்துவர ஒரு கணிகையை அனுப்பியிருந்தார்கள். வன இருளில் அலைந்து திரிந்த ரிஷிபுத்திரன் பால்பேதம் அறியவே இல்லை. அவன் தாய் ஒரு மானென சொன்னார்கள். அதனால் அவன் பெண்களை அறியவேயில்லை. ரிஷிபுத்திரன் விருட்சங்களின் ஊடே அலைந்துகொண்டே இருந்தான். வேட்டை மட்டுமே அவனுக்குப் பழகியிருந்தது. ரிஷிபுத்திரனை அவனறியாமல் மயக்கி தேசத்திற்குள் அழைத்துவரப் போன கணிகை, நதி கடந்ததும், தன் உருவினை மாற்றம் செய்தவளாக ஆண் வேஷம் கொண்டாள். தொலைவில் ரிஷி குமாரனை அல்ல, மழையினை அழைத்துப் போக தான் வந்தவளாகவே தன்னை உணர்ந்தபடியே அவனைக் கண்டாள்.

ரிஷிகுமாரன் தன்னைவிட வசீகர ஆண் ஒருவனை முதலாகக் கண்டபோது அவனறியாமல் ஈர்ப்பு கூடியது. தன் அருகாமை வந்து வசீகர ஆணின் குரலும் இயல்பும் நளினம் மிக்கதாக இருந்தது ருசி ஏற்படுத்தியது. ஆண் வேஷமிட்ட பெண் தானும் ரிஷிகுமாரன் என்றதும் அவன் அவளை ஸ்நேகிக்க விரும்பினான். கணிகை, முதலாக ஆண் பெண் என்ற பேதமறியா ஒரு ஆணைக் கண்டவளாக காமம் என்ற விளையாட்டின் முதலாடலை அவள் நிகழ்த்தத் துவங்கி இருந்தாள். அவள் ருசித்த கனிக்கு சுவை கூடுவதும் பேச்சில் சதா கிறக்கம் பிறப்பதும் கண்ட ரிஷியின் உடல் வேகம் கொண்டபடி இருந்தது. கணிகை, அந்த ரிஷி குமாரனை முதன்முதலாக முத்தமிட்டாள். அவன் கனியைவிட ருசித்த அந்தச் சுவையிலிருந்து விடுபட

முடியாமல் தவித்துக்கொண்டே இருந்தான். அவனுக்கு அப்போதும் பெண் என்ற பேதம் அறியவேயில்லை. ருசிமிக்க ஸ்நேகமாகவே அவளை அறிந்தான். தன்னோடு வந்தால் அவனை மிருதுவானவனாக்க முடியுமென சொன்ன கணிகை, தன்னோடு அவனையும் அழைத்துக்கொண்டு படகில் வனம் விட்டுப் புறப்பட்டாள்.

தேச எல்லையில் ரிஷிகுமாரன் காலடி வைத்ததும் ஈரக்காற்று வீசத் துவங்கியது. கணிகையைவிட்டு அவனைப் பிரித்து விட எத்தனித்தார்கள். தன்னைப் பிரியும் முன் மூர்க்கம் மீறியவனாக ரிஷி ஸ்நேக ஆணைப் பற்றி முத்தமிட உதிரம் துளிர்த்தது. அவள் உதட்டு ரத்தம் சிந்திய இடத்தில் அது உலரும் முன்பு மழை கூடியது. கணிகை மறைந்து போனாள். ரிஷிகுமாரன் தனது சிகை எங்கும் மழை மேகங்களைச் சுருளவிட்டு வந்தவனைப்போல தன்னை விட்டுப் பிரிந்த ஆணைத் தேடி நகரமெங்கும் குரலிட்டு அலைந்தபோது மழை அடர்ந்து பெய்தது. அவன் தனது ஸ்நேக மனிதனைத் தேடி துயரம் மீறி அரண்மனையின் வாசலில் வந்தபோது, நளினமிக்க தனது ஸ்நேகிதனைப்போல பலர் வேறு ரூபங்களில் நின்றிருந்ததைக் கண்டான்.

அரண்மனை ஸ்த்ரீ ஒருத்தி ரிஷிகுமாரனை தனதாக்கிக் கொண்டாள். அவனுக்கு வனத்தைவிடவும் வியப்பாகவும் ரத்த வேகத்தை அதிகப்படுத்துவதாகவும் இருந்தது நாடு. அவன் வந்த சில நாட்களிலே உருபேதம் அறிந்துவிட்டான். அவன் கொண்டுவந்த மேகங்கள் கலைந்து போய்விட்டன. உல்லாசியாகிவிட்டான். திரும்பவும் அந்த தேசத்தில் மழையற்ற பஞ்சகாலம் வந்தது. பெண்ணை அறியாத ஆணை அழைத்து வந்த ஸ்த்ரீயைத் தேடிக் கூட்டி வந்தால் மழை கூடுமென்றார்கள். அவளோ தடயமற்று மறைந்துபோனாள். அவளது உதிரம் பீறிட்ட மண்ணில் ரத்தம் உலராமல் நகரம் அழிந்த பிறகும் துளிர்த்து ஒரு சுனையாக தனியே உருபேதமற்ற பாலியலைப் பற்றிய சேதிகளை மௌனத்தில் சுழற்றியபடி இருந்தது.

- உருபேதம்

இரு உடலாளர்கள்

உணவின் வாசனை பரிமளித்துக் கொண்டிருக்கும் அன்னசாலைக்கு வந்திருந்தேன். இங்கே எங்கிருந்தோ வந்து சேர்ந்த நாடோடிகளின் கூட்டமும், நடனக்காரர்களும், கணிகைகளின் ஏவலாட்களும், குதிரைகளில் மறுதேசம் செல்பவர்களும் தங்கியிருந்தனர். குதிரைகள் இளைப்பாறுவதற்கான லாயமொன்று அருகாமையிலே இருந்தது. அன்னசாலையிருந்த கட்டடம் மிகச் சிறியதாகவும், அதன் அருகே கற்றூண்கள் கொண்ட பெரிய மண்டபம் போன்றதொரு கட்டடமும் இருந்தன. எங்கும் இருளின் மிதப்பே இருந்தது. ஒன்றிரண்டு எண்ணெய் விளக்குகளே எரிந்தன.

எங்கும் பசியின் மூச்சு பெருகிக் கொண்டிருந்தது. அன்னசாலையின் பிரம்மாண்டமான அடுப்பின் முன் அமர்ந்த கரிய உருவங்கள் வடிசல்களைத் தயாரித்துக் கொண்டிருந்தன. அன்ன சாலையின் பின்புறமிருந்த சிறிய தோட்டமொன்றில் படல் திறந்து கிடக்க, அதனுள் நடந்து சென்றேன். சாலைக் கல்லும் நீண்ட கல்தளமிட்ட மேடை ஒன்றுமிருந்தன. கலைந்த மேகங்களால் நட்சத்திரங்கள் தெரியவில்லை. ஏதோ ஒரு பூ பூத்து வாசனையைப் பரவவிட்டபடி இருந்தது. பசி தாளாது ஒருவனின் உரத்த குரல் கேட்டது. தோட்டத்தில் பசுக்கள் கட்டப்பட்டிருக்க வேண்டும், அதன் நடையும் இடைவிடாத தலையசைப்பும் தெரிந்தன.

உணவு தயாரானதன் சப்தம் கேட்டதும் யாவரும் அவசரமாக உள்ளே சென்றனர். நான் தோட்டத்தினின்று விடுபட்டு குதிரை லாயம் வழியாக நடந்து வரும்போது ஒரு கிழக் குதிரையோட்டி ஒருவனைக் கண்டேன். அவன் தன் குதிரையின் பிடரி மயிரைத் தடவியவனாக அதன் உடலைத் துடைத்துக் கொண்டிருந்தான்.

அந்த லாயத்தில் ஒரேயொரு விளக்கு மட்டும் எரிந்து கொண்டிருந்தது. குதிரையோட்டி என்னைக் கண்டிருக்கக்கூடும். அவன் குரலை கனைத்துக்கொண்டு குதிரையோடு எதையோ கொண்டிருந்தான். நான் அவனைக் கடக்கும்போது அவன் குரல் கேட்டது.

'ஏய் தூரதேசி. விசித்திரங்களின் பெருவழியில் அலைபவனே. உனக்கு அருகாமையிலேயே விசித்திரம் சுடர்விட்டுக் கொண்டிருப் பதைப் பார்க்காமலா போகிறாய்...'

அவன் என்னோடுதான் பேசுகிறான் எனத் தெரியாது நின்றபோது அவன் என் அருகாமைக்கு வந்து முகத்தை நேர்கொண்டு பார்த்தான். ஆர்வமடங்காத அவன் விழிகள் தத்தளிக்கின்றன.

'தூர தேசியே அது நூதன பதுமை விளக்கு. அதன் அருகாமைக்குப் போய் பாரேன்.'

நான் எரிந்து கொண்டிருக்கும் ஒரு விளக்கின் முன் சென்றேன். ஒரு தூணில் உள்ள சிற்பமொன்றின் கையில் ஏந்தி நிற்கும் சிறு உருவத்தின் நாவில் இருந்து சுடர் எரிந்து கொண்டிருந்தது. நான் அந்த உருவத்தை அப்போதுதான் பார்த்தேன். அது இடுப்பிற்கு மேல் பெண் உருவும், கீழ் ஆண் தோற்றமும் கொண்டிருந்தது. விசித்திரமான அந்த உருவைப் பார்த்தபோது வியப்பாகவுமிருந்தது. குதிரையோட்டி அருகாமையில் வந்தவனாகச் சொன்னான்.

'விளக்கை ஊதி அணைத்துவிடு.'

என் மூச்சுக் காற்றால் சுடர் ஒடுங்கி மறைந்தது. இருள் ததும்பிக் கொண்டிருந்தது. கண்கள் இருள் பார்க்க சில நிமிஷமானது. அப்போது இருளில் பசுமையான தேசல் ஒளியோடு அந்தச் சிறிய விளக்கு தெரிந்தது. ஆனால் அதன் இடுப்பிற்கு மேலே இப்போது ஆணாகவும், கீழே பெண்ணாகவுமிருந்தது. எப்படி இந்த உருமாற்றம் எனப் புரியாமல் நான் திகைப்புக் கொண்டேன். குதிரை யோட்டி சொன்னான்.

'விளக்கின் ஒளி சுடரித்தால் இதன் உடலின் மேல்பாதி பெண்ணாகி விடும். இருள் பிடித்தால் அதுவே ஆணாகிவிடும். இது ஒரு இரு உடல் சுடர்' என்றான்.

சாத்தியமின்மையின் சாத்தியங்களில் இதுவும் ஒன்றா என நான் திரும்பவும் விளக்கினை ஏற்றினேன். பசுமை மறைந்து மஞ்சளோடிய சிவப்பில் திரும்பவும் பெண் உடலில் சுடர் அசைந்து கொண்டிருந்தது.

குதிரையாளன் சொன்னான்.

‘இங்கே பதுமை விளக்குகள் மட்டுமல்ல. இரு உடலாளர்களே இருக்கிறார்கள். நீ இரு உடலில் அறியப்படாத சிகண்டியைக் கண்டதில்லையா? அவமானத்தின் வடுவேறிய துருபத நாட்டின் வாரிசான சிகண்டி என்ற பால் சிதைவுற்ற உருவினைப் பார்க்க வேண்டாமா?

தூரதேசியே, சிகண்டியின் அறை மூடியே இருக்கிறது. ருதுவெய்திய பெண்ணைப்போல அவன் தனிமையிலே இருக்கிறான். அவன் அறையிலும் இது போன்றதொரு பதுமை விளக்கு எரிந்து கொண்டே யிருக்கிறது. அவன் உறக்கமற்றவனாகத் தனித்திருக்கிறான்.’

தனிமையில் விழித்திருப்பவர்கள் நினைவின் சுழலில் நீந்தி அலைகிறார்கள் என்பார்கள். சிகண்டியோ நெடிய நிசப்தத்தில் காத்துக் கொண்டிருந்தான்.

இரு உடலாளியின் அறைக்கதவு மூடப்பட்டிருக்கிறது.

தாதி தொட்டுத் தூக்கி விளக்கின் வெளிச்சத்தில் பார்த்தபோது அந்தக் குழந்தை பெண்ணாக இருந்தது. அவள் பிரசவித்துக் கிடக்கும் ராணியை விழிக்கச் செய்யவும் மறந்தவளாக சேடிகளிடம் துருபதனிடம் செய்தியைச் சொல்லி அனுப்பினாள், பெண் பிறந்திருப்பதாக.

துருபதன் தன் தேசத்தின் பெண் சிசுவைக் காண்பதற்காக வந்து சேர்ந்தான். அவன் கையில் பட்டுத் துணி போர்த்திய இமை துடிக்கும் சிசுவை ஏந்தித் தந்தாள் தாதி, அவன் தன் வலது கையால் குழந்தையைத் தூக்கிப் பார்த்தான். அது சப்தமிட்டது. குழந்தையின் அழுகையொலியை ரசித்தவனாகப் பார்த்தபோது அது ஆண் குழந்தையாக இருந்தது. பிறந்தது பெண்ணா, ஆணா என்பதைக்கூட அறியாது தந்த தாதியின்மீது கோபமுற்றவனாக அவன் குரலிட்டான். பயத்தில் விரல்நடுங்கிய தாதி குழந்தையைத் தன் கைகளில் ஏந்திப் பார்த்தாள். பெண் மகவின் குறி கொண்டிருந்தது. அவள் பதிலற்றவளாக விளக்கினை அருகாமைக்குக் கொண்டு வந்து குழந்தையைப் பார்த்தாள். அது பெண் மகவுதான். அவள் தணிவான குரலில் சொன்னாள்.

‘தேசத்திற்குரியவள் பெண் வாரிசுதான் அரசே. என் கைகளில் உள்ளது.’

சந்தேகத்தின் நிழல் வீழ்ந்த துருபதன் தன் கைகளில் குழந்தையைத் திரும்பவும் பார்த்தான். ஆண், ஆணின் அம்சம்தானே

கொண்டிருக்கிறது. கிழத் தாதியின் கண்கள் பழுதடைந்து வருகின்றன போலும் என்றவனாக தாதியிடம் சொன்னான்.

'உன் கண்களை சரிசெய்து கொள். பிறந்திருப்பது இளவரசன்.'

அவள் நடுக்கமுற்றாள். குழந்தை உடல் அசதியில் விழித்துக் கொண்டவளாக குரல் கொடுத்தாள். துருபதன் தன் கைகளில் குழந்தையை ஏந்தியபடி அருகாமைக்கு வந்தான். இரு விளக்குகள் எரிந்து கொண்டிருந்தன. வேம்பின் வாசனையும் தைல நெடியும் பெருகின. அவன் ஆண் குழந்தையென அவள் அருகாமைக்குக் கிடத்தினான். அவள் தன் வெளிறிய உதட்டால் குழந்தையை முத்தமிட்டவளாக நெஞ்சுக்குத் தூக்கியதும் அது பெண் எனக் கண்டாள். அவள் ரத்தம் சுண்டிய குரலில் சொன்னாள்.

'எப்போதும் இளவரசனின் வருகைக்காக காத்திருப்புதானா..? பிறந்திருப்பவள் எனைப் போன்ற ரூபவதி.'

துருபதனுக்கு எதுவும் புரியவில்லை. அவன் திரும்பவும் ஆண் மகவைதான் பார்த்தான். குழந்தை ஆண்கள் பார்வைக்கு ஆணாகவும், பெண்கள் பார்வைக்குப் பெண்ணாகவுமான இரு உடலாளியாகப் பிறந்திருப்பதை அவர்கள் அறிந்துகொள்ளவே இல்லை. கிரக நிலைகளைக் கவனிப்பவர்களும் மாந்திரீகம் அறிந்தவர்களும் குழந்தையைக் கண்டவர்களாக இது ஆணெனக் கொள்வதே நாட்டிற்கு உகந்தது என்றார்கள். பெண்களோ தம் ரகசிய ஆசைகளில் அதனைப் பெண்ணாகச் சீராட்டவே விரும்பினார்கள். வாரிசுக்குரியவனாக உள்ள ஆணாக அவனைக் கொண்டாட துருபதன் சிகண்டி என பெயரிட்டான்.

~

பால்ய வயதில் விளையாட்டு கொள்ளவில்லை சிகண்டிக்கு. சிகண்டி ஆணாகவே அறியப்பட்டான். அவன் தனிமையிலே இருந்தான். தனக்கு விரைவிலே வயது அதிகமாகிவிடாதா என அவன் தாதிகளிடம் கேட்டுக் கொண்டிருப்பான். அவன் தனிமையில் வேதனையும், தீராத கசப்பும் பீறிக் கொண்டிருந்தது. அவன் ஆணைப் போலவே வில்வித்தைகளும், மற்போரும் கற்றுக் கொண்டான். ஆனாலும் அவனின் வடு மறையவேயில்லை.

சிகண்டியின் அறையில் இருந்த சுடர் அவனை அறிந்திருந்தது. அவன் சுடரின் முன்பாக படுக்கையில் அமர்ந்திருந்தபோது அதன் மெல்லிய குரல் ஒலியைக் கேட்பான். அது 'அம்பா... அம்பா...' என

பிதற்றிக் கொண்டேயிருக்கும். அதன் குரலை அவனால் தடுத்து நிறுத்த முடியாது. சுடரின் உரையாடல்தான் எத்தனை துயரமானது. சுடர் அவன் முன்னே நடுங்கிய குரலில் பேசும்.

'அம்பா மறந்துவிட்டாயா? புறக்கணிப்பு உனக்குள் கரைந்து உருமாறிவிட்டதா..? அம்பா வேட்கையின் துரத்துதலில் உன் கேசம் பற்றி எரிந்ததன் வேதனை நினைவில்லையா..?'

அம்பா அம்பா என சுடரிடும் குரலின் முன்பாக சிகண்டி தன் நிலை மறந்து அமர்ந்திருக்கிறான். சிகண்டி என ஒருவன் இல்லை. அம்பாதான் சிகண்டியாக உருக்கொண்டு இருக்கிறான். சிகண்டி என்ற உருவம் அம்பாவின் ஞாபகத்தால் நிரம்பி வழிகிறது. அவன் காத்துக்கொண்டே இருக்கிறான்.

வில்லாளிகளில் தேர்ந்த சிகண்டி உடல் உள்ளே எரிந்துகொண்டே இருந்தது. அவன் பீஷ்மரின் உயிரைத் தன் அம்பால் குடிக்கும்போது மட்டுமே குளிர்ச்சிகொள்ள இயலும் எனக் காத்திருக்கிறான். காதலின் தீராத இர்சையால் அம்பா அலைக்கழிக்கப்பட்டே இருந்த காட்சிகள் காற்றில் ததும்பிச் செல்கின்றன.

அதோ குதிரைகள் துள்ளி வருகின்றன. சுயம்வரத்திற்கான மண்டபத்தில் எங்கிருந்தோ வந்த அரச குமாரர்கள் காத்திருக் கிறார்கள். கங்கா புத்திரனின் குதிரைகள் அடங்காது வந்து நிற்கின்றன. அவன் தன் வில்லோடு மண்டபத்திற்குள் வருகிறான். காத்திருக்கும் மூன்று பெண்களையும் தனது சகோதரர்களுக்கான மணப்பெண்களாகத் தூக்கிக்கொண்டு புறப்படுகிறான். அந்தப் பெண்ணின் குரல் அவன் காதில் விழவேயில்லை.

துரத்தி வருபவர்களைத் தன் வில் திறத்தால் வீழ்த்தியபடியே முன்னேறுகிறான். காசி அரசனின் மூன்று பெண்களும் அஸ்தினா புரத்திற்குள் வந்தபோது நகரமே ஆரவாரமானது.

அம்பா மறுத்துவிட்டாள். தான் சால்வன்மீது கொண்டிருந்த நேசத்தின் பொருட்டு அவள் அரசர்கள் இருவரையும் மறுத்து விட்டாள். கங்கையின் புத்திரன் அவளை சால்வனிடமே திருப்பி அனுப்புகிறான்.

வேதனையான பயணம். தனியே செல்கிறாள் அம்பா, தான் முன் கண்டிராத நிலவெளிகளில் அடையப் போகும் வேட்கையின் நினைவு பீறிட அவள் போய்க் கொண்டிருக்கிறாள். அவமானத் தாலும், கங்கை மைந்தனுக்கு எதிராக வில் உயர்த்த முடியாத தோல்வியாலும் சால்வன் துக்கித்திருக்கிறான். அவன் ஆசை

கொண்டிருந்த அம்பா இப்போது அஸ்தினாபுரத்திற்கு உரியவளாகி விட்டாள். ஒரு வில்லின் முன்பாக யாவரும் அவமதிக்கப்பட்டு விட்டனர். சால்வனின் அரண்மனைக்குள் வந்து சேர்கிறாள் அம்பா. சால்வன் அது தன் கனவின் பகுதிதானோ என குழம்பிப் போகிறான். ஆனாலும் அவன் மனம் அவமானத்தின் மீதே சுழல்கிறது. தான் திருப்பி அனுப்பப்பட்ட எதையும் ஏற்றுக் கொள்வதில்லை. 'அம்பா நீ பறிக்கப்பட்டுவிட்டாய். விருட்சத்தினின்று பறிக்கப்பட்ட கனி ஒருபோதும் மீண்டும் விருட்சத்தில் இணைய முடியாது. போய்விடு. உன் இருப்பு என்னைத் தீவிரமாக அவமானத்தின் வெளியில் தள்ளுகிறது.'

அம்பா எதிர்பார்க்கவில்லை. அவள் தேசத்தின்மீது சுருண்டிருந் தாள். இருபுறமும் மாற்றிமாற்றி துரத்தப்படும் வேட்டை விலங்கினைப்போல மருட்சி கொண்டாள். அவளால் சால்வனின் வார்த்தைகளைத் தாங்கமுடியவில்லை. கண்ணீரும், துக்கமும் பெருகுகின்றன. சால்வனின் சிறு நிழல் கிடைத்தால்கூட போதும் என அவள் இமைகள் துடிக்கின்றன. சால்வன் போய்விட்டான்.

நிசப்தம். மரணத்தினைப் போன்றதொரு மௌனம் மட்டுமே மிஞ்சியிருக்கிறது. யாருமற்ற தனிமையில் அம்பா நிற்கிறாள். இனி தான் போகவேண்டிய இடம் எது? சந்திக்கவேண்டிய மனிதன் யார்? எதுவும் தெரியவில்லை. தகப்பனின் தேசத்திற்குத் திரும்பிப்போக முடியுமா? தூக்கிச் செல்லப்பட்ட பெண் அந்த தேசத்தின் அகதிபோல விரட்டப்பட்டவள்தானா? அக்குழப்பம் தன்வசமாக்கிக் கொண்டது. குதிரைகள் காத்துக்கொண்டிருந்தன. இனி தான் யாரை நோக்கிப் போவது? அம்பாவின் இதயம் வன்மை கொள்ளத் துவங்கியது.

தான் தனிமையின் கரையில் வீசி எறியப்படுவதற்குக் காரணமானவ னான கங்கை புத்திரனின் முகம் ததும்பியது. அவள் தயக்கமின்றி குதிரையோட்டியிடம் சொன்னாள்.

'அஸ்தினாபுரத்திற்கு செல்.'

அவள் திரும்பும்போது காட்சிகள் உருமாறத் துவங்கியிருந்தன. அவள் கண்ணில் படும் மரங்கள், பாறைகள், மேய்ந்து கொண்டிருக்கும் பசுக்கள் யாவும் தனிமை பீடித்தவையாகவே தெரிந்தன. அவள் காட்சிகளினின்று தன்னைத் துண்டித்துக் கொள்ளவே விரும்பினாள். உலகம் புலன் ஓசையால் நிரம்பிக் கொண்டிருந்தது.

அம்பா திரும்பிவிட்டாள் என்ற சேதி அவள் அஸ்தினாபுரத்தின் எல்லைக்குள் வரும்போதே பீஷ்மருக்குத் தெரிந்துவிட்டது. அவர் தன் தவற்றின் நிழலில் நிசப்தித்து விட்டார். அவர் கண்கள் கவிழ்ந்திருந்தன. அந்தக் குதிரைகளின் ஓசையைக் கேட்கக் கூடாது என்றே விரும்பினார்.

அம்பா திரும்பி வந்துவிட்டாள். அவள் பீஷ்மரைக் காணவில்லை. அவள் சத்தியவதியின் அறைக்குச் சென்றாள். சத்தியவதியின் பிள்ளைகளுக்காகதானே தூக்கி வந்தான். சத்தியவதி அடிபட்ட விலங்கினைப்போல சீற்றம் கொண்ட பெண்ணைக் கண்டாள்.

'அம்பா நீ விரும்புவதை நான் நிறைவேற்றுகிறேன். உன் சகோதரிகளைப்போல நீயும் அஸ்தினாபுரத்து அரசியாகிவிடு.'

அம்பா தன் நிசப்தம் குலைத்துச் சொன்னாள். 'நான் அஸ்தினா புரத்துக்குரியவள் ஆகவே விரும்புகிறேன். ஆனால் என்னைத் தூக்கிவந்த வில்லாளிக்குரியவளாகவே திரும்பியிருக்கிறேன்.'

சத்தியவதியிடமிருந்து இதற்கான பதில் இல்லை. அவர்கள் காத்திருந்தார்கள், கங்கையின் மைந்தன் வருவதற்காக. அவன் தன் இருப்பிடத்தில் இருந்தே அறிந்துகொண்டுவிட்டான். அவன் அம்பாவைச் சந்திப்பதையும் விரும்பாமல் இருந்தான்.

'அவள் ஆசை நிராகரிக்கப்பட்டுவிட்டது. இந்த தேசத்தின் ஒற்றை மனிதன் நான். என் நிழலைத் தவிர பின்தொடர எவருக்கும் அனுமதியில்லை' என்ற பீஷ்மரின் வார்த்தைகளை அறிந்தாள் அம்பா.

இனி அவளின் புகலிடம் யாவும் மூடப்பட்டுவிட்டன. அவள் ஒரு ரோகியைப்போல துரத்தப்பட்டு விட்டாள்.

அம்பாவின் அந்த இரவைப்போல அத்தனை துக்கித்த இருள் வேறு எப்போது கூடியிருக்கிறது? அவள் வேதனையின் நுனிகளில் அமர்ந்திருந்தாள். நட்சத்திரங்கள்கூட பதுங்கியிருந்தன.

குதிரைகள் அவள் புறப்படுவதற்காகத் தயாராகயிருந்தன. அம்பா தேசங்களைத் தாண்டி, தனது அவமதிப்பின் பழியைச் சுமந்தவளாக இரவு முடியும் முன்பே புறப்படுகிறாள். அவள் அஸ்தினா புரத்தினைக் கடந்தபிறகு அவள் சகோதரிகள் விசும்புகிறார்கள்.

காட்சிகள் உருவாகி உருவாகிக் கலைகின்றன.

துருபதன் சிகண்டியைப் பெண் என அறியவேயில்லை. அவன் வலிவும், இறுக்கமும் கொண்ட ஆணாகவே அறிந்திருந்தான்.

துருபதனின் தேசத்தினை துரோணரின் சிஷ்யர்கள் வென்று பாதி தேசமாக்கிய வடு மாறாது அவன் தன் யாக நெருப்பினின்று புதல்வனையும், புதல்வியையும் கொண்டபோதும் அவன் சிகண்டியை நேசித்துக் கொண்டிருந்தான்.

சிகண்டிக்கு உரிய பெண்ணைத் தேடிக் கண்டிருந்தான். துருபதனின் விருப்பம் சிகண்டிக்குரியவளைக் கண்டது. திருமணத்திற்கான நாட்களில் சிகண்டி தன்னை ஆணாகக் கொண்டிருப்பதையே நினைவு வைத்திருந்தான். அவனுள் இருந்த அம்பாவின் குரல் ஒடுங்கிவிட்டது. சிகண்டி எல்லா அரச குமாரர்களைப் போலவே வசீகரியானவளை மணம் செய்துகொண்டான். புதிரின் ஒரு முனை திறந்துகொண்ட போதும் விசித்திரத்தின் முடிச்சை அத்தனை சுலபமாக அவிழ்த்துவிட எவரால் முடியும்?

அந்தப் பெண் பாஞ்சால நாட்டின் அரசிக்குரிய அந்தஸ்து தனக்கும் கிடைத்துள்ளதன் பூரிப்பில் சிகண்டியின் பலசாலியான உருவத்தினை மோகித்துக் கொண்டேயிருந்தாள். இரவு கூடியது. வாசனைத் திரவியங்களும், சந்தனமும் நறுமணப் புகையும் பொங்கிய படுக்கையறையில் சிகண்டி காத்திருந்தான். தனக்குரியவள் வரும் வரைக்குமென. அவன் அதற்குமுன் எந்தப் பெண்ணையும் தன் அறையில் அனுமதித்ததில்லை. யாவும் ஒரு மயக்கத்தில் நடந்தேறுவதுபோல இருந்தது. அவன் காத்துக் கொண்டேயிருந்தான். வரும் ஸ்த்ரீயின் பாத ஓசை கேட்டது. அவன் கண்கள் தாழ்ந்திருந்தன. அவள் சிகண்டியின் ஸ்பரிசத்தை உணர்ந்த போது அவளுக்குள் ஏனோ அது பழகிய உணர்வைப்போல இருந்தது. சிகண்டியின் மூச்சுக்காற்று அவள்மீது பாய்ந்தது. அக் காற்றின் வெப்பம் அவளுக்குள் மேலும் ஸ்நேகத்தை ஏற்படுத்தியது. சிகண்டியின் அணைப்பிற்குட்பட்ட அவள் இமைகள் கவிந்து கொண்ட சில நிமிஷத்துளிகளில் அவள் மனம் விழிப்புற்று திடுக்கிட்டது. அவள் தன்னை விலக்கிக் கொண்டாள். தன்னை இறுக அணைத்திருக்கும் சிகண்டி ஒரு ஆண் இல்லையோ, பெண்ணின் அணைத்தலும், மூச்சும், உணர்நிலைகளும் கொண்டிருக்கிறானோ என விலகியவளின் முகத்தினை ஏறிட்டுப் பார்க்க சிகண்டி விளக்கைத் தூண்டினான். விளக்கின் ஒளி படர ஒரு க்ஷணம் அவன் தன்னெதிரே துயரம் பீறிட அமர்ந்திருக்கும் ஒரு பெண் வடிவினைக் கண்டு குரலிட்டாள். அவள் அறிந்துவிட்டாள், தன்னை மணந்திருப்பது ஆணல்ல, அது ஒரு பெண் உரு என. சிகண்டி அவமதிப்பின் விளிம்பில் தள்ளப்பட்டான். தனது மனைவியை நிமிர்ந்துகூட பார்க்கவில்லை. மிக அவசரமாக

வெளியேறிப் போனான். விசும்பும் பெண்ணின் குரல் அறையில் கேட்டுக் கொண்டிருந்தது. பின் அவளும் இரவினுள் நிசப்தமாக நடந்து போனாள்.

விடிவதற்குள் அரண்மனைக்குள் செய்தி பரவிவிட்டது. கௌசவி, சிகண்டியின் தாய் இதை உணர்ந்திருந்தாள். ஆனால் அவளாலும் கூட சிகண்டியின் அறைக்கு வந்து தேறுதல் சொல்ல முடியாது. அந்தப்புரப் பெண்களில் வயசாளிகள் சிகண்டி பெண்தான் என்பதை உள்ளுணர்வாலே அறிந்திருந்தார்கள். துருபதன் சிகண்டியின் மண உறவின் முறிவை அறிந்து திகைப்புற்றான். அவன் மனது தத்தளிக்கத் துவங்கியது. சிகண்டியின் பிறப்பு முதல் அவனை வளையமிட்டு வரும் குழப்பம்தான் என்ன? ஸ்த்ரீயின் உள்ளுணர்வு பாய்ந்திருக்கக் கூடியதா? சிகண்டி ஒரு ஸ்த்ரீதானோ? அவனால் தீர்மானம் கொள்ள முடியவில்லை.

இரவின் கடைசித் துகள்கள் மிதந்து கொண்டிருந்த வெளிர் வெளியில் நான்கு குதிரைகள் பூட்டிய ரதமொன்று அஸ்தினாபுரத்திலிருந்து புறப்பட்டு வெளியேறிப் போனது. விசும்பிய கண்களும் ரௌத்திரமுமாக சிகண்டிக்குரியவள் தனது தகப்பனின் தேசத்தினை நோக்கிச் சென்று கொண்டிருந்தாள்.

சிகண்டி வெயிலின் உக்கிரம் பீடித்த பெருவெளியில் அலைந்து கொண்டிருந்தான். அவமதிப்பு எனும் நிழல் நீள்வதும் சுருங்குவதுமாகவே இருந்தது. சிகண்டி தொலைவுவரை காற்று பரந்த இடத்தில் நின்றவனாக தனது துக்கத்தினை விழுங்கிக் கொண்டிருந்தான். குதிரைகள் தொலைவில் அசைவற்று நின்றிருந்தன. தனது வில் திறம், உருவம் யாவும் இன்னமும் தன்னை ஆண்மையுரு கொள்ளவில்லையோ... இந்த முறையும் தோற்றுப் போனால் பீஷ்மரின் கண்களில் தெறிக்கும் பரிகாசத்தின் வலியைத் தாள முடியாது. காற்றில் அலைக்கழிக்கப்பட்ட மரங்கள் அம்பா, அம்பா என பெருங்குரலிட்டன. அவன் தன்னைப் பீடித்த வலியைத் துறந்தவனாக அக்குரலின் வேகத்தை அறிந்தான். இயற்கை அறிந்திருந்தது, அவனை ஒரு பெண் என்று.

சிகண்டியின் மனைவி தன் தகப்பனோடு திரும்பியிருந்தாள். தான் ஒரு பெண்ணை மணந்து கொண்டதான கசப்பு அவளிடம் பீறிட்டுக் கொண்டேயிருந்தது. அவர்கள் சிகண்டியின் வருகைக்காகக் காத்திருந்தனர்.

சிகண்டி வனகுடிகளின் மூதூர்களில் அலைந்து கொண்டிருந்தான். வனகுடிகள் அடர்ந்த விருட்சங்கள் கிளைத்த வனத்தின்

அடிவயிற்றினுள் வாழ்ந்து கொண்டிருந்தனர். மர வீடுகளிலும், குகையடிகளிலும் பதுங்கி அலையும் வனகுடிகளின் ஊடே அவன் மயக்கமுறும் அளவு கள் குடித்தவனாக மயங்கிக் கிடந்தான். விழிப்புற்றபோது விருட்ச இருளை மீறி சூரியன் வெளிப்படவே யில்லை. தெளிவற்ற பூச்சிகளின் ஓசை நிரம்பி வழிகிறது. நீரோட்டத்தின் மெலிதான சப்தம் கசிகிறது. அவன் அருகில் முதிய வனவாசியொருவன் மதுக்கலயங்களை ஏந்தியவனாக நின்றான். மதுவின் நெடியே சிகண்டியை விலக்கம் கொள்ளச் செய்தது. அவன் தன்னுள் பீறிடும் அம்பாவைப் புதைத்துவிட விரும்பினான். தனக்குள் பிறந்திருக்கும் சிகண்டியை வளர்த்துவிட முயன்றான். முதிய வனவாசி அவன் காதுகளில் மெதுவாகச் சொன்னான்.

'ஆண், பெண் என்பது உயிரோட்டத்தின் திரிபு விருட்சங்களில் அவை உள் கலந்து ஓடுவதால் அதில் ஆண், பெண்ணில்லை. உங்கள் உயிரோட்டத்தில் ஆணின் தாதுவை மட்டும் பீறிடவும், பெண் அம்சத்தினை ஒடுங்கச் செய்யவும் முடியும்.'

சிகண்டி தன் மதுவேறிய கண்களால் கேட்டான்.

'ஆணாக மட்டும் உயிரோட்டம் பாய்ந்து செல்லுமா? நான் ஒரு பெண். அவமதிப்பும் துக்கமும் பீறிடும் பெண். நான் அம்பா. நேற்றுவரை என்னுள் ஓடிய பெண்ணோட்டம் என்னை மிருது கொள்ளச் செய்துவிட்டது. இன்னொரு ஸ்த்ரீயின் அவமதிப்பால் உடல் துவள்கிறது. நான் இனி அம்பாவின் கசப்பு தடவப்பட்ட அம்பல்ல. நான் தனியன்.'

வனகுடிகள் எங்கிருந்தோ இலைகளை அரைத்துக் கொண்டு வந்தனர். பசுமையும் துவர்ப்பும் கொண்ட சாற்றை அவன் நாவில் பிழிந்தனர். சிகண்டி வனருசி கொண்டான். அவன் உடலின் நரம்புகள் முறுக்கேறுவதும் துவளுவதுமாக இருந்தன. ஸ்வப்பனத்தின் படுகையில் வீழ்ந்தான். அவன் விழித்து எழுந்தபோது சூரியன் அவன் முகத்தில் ஊர்ந்தது. இப்போது அவன் வேறிடத்தில் படுத்துக் கிடந்தான். அருகில் வனவாசிகள் எவருமில்லை. மனம் சாந்தியுற்றிருந்தது. வில்லும் அம்புகளும் அருகாமையில் கிடந்தன.

அவன் வனவெளியினுள் இறங்கி நடந்தான். உடல் இப்போது முற்றாக உள் வடிவம் மாறியிருந்தது. தனது மனதின் குரல் தொலைவில் ஒடுங்கிவிட்டது. அவன் நாவு வன்மையை ருசித்தது. ஓடி இலைகளில் பதுங்கும் வராகமொன்றினைத் தனது அம்பினால் வீழ்த்தினான். ரத்தம் பீறிட்டு மரங்களில் பாய்ந்தது.

அவன் அடிபட்டு பாதி தலை அறுபட்ட வராகத்தினைச் சுமந்தவனாக அரண்மனை திரும்பியபோது அவன் கண்கள் மினுங்கிக் கொண்டிருந்தன. சிகண்டி தன் மனைவியைக் கடந்து போனான். அந்த வன்மம் மீறிய ஸ்த்ரீயின் தகப்பன், தன்னைக்கடந்து செல்லும் சிகண்டியின் நடையோசை கேட்டவனாகச் சொன்னான்.

'உனது மயக்கங்கள் குழப்பமானவை. நடந்து செல்லுகையில் கேட்கும் பாத ஓசையின் வலிமையைக் கேட்கவில்லையா... அந்த வராகத்தின் தலை அறுபட்டு விழும் அம்பு சுத்த வீரனால் மட்டுமே கூடியது.'

அன்றிரவில் சிகண்டி தன் மனைவியின் உடல் கலைந்து அவளை அறிந்தபோது அவள் முன்னிரவில் கண்ட ஸ்த்ரீயின் தோற்றம் கலைந்து வலிய ஆணின் ஸ்பரிசத்தையும் உறவையும் அறிந்தாள்.

இரு உடலாளனாக இருந்த சிகண்டி அம்பாவின் குரலைத் தனக்குள் புதைத்துக்கொண்டவனாக காத்துக்கொண்டே இருந்தான். வனவாசிகள் விருட்சங்களின் சாற்றைப் பருகிய மனிதனைப் பற்றிய நினைவுகள் இன்றி மயக்கமூட்டும் கள்வெறியில் அலைந்து கொண்டிருந்தனர். சிகண்டி ஒரு வன பலிக்காகக் காத்துக்கொண்டே இருக்கிறான்.

~

குருவியின் பாடலைத் தொடர்ந்தபடி நான் அலைந்து கொண்டிருந்தேன். குருவிகள் திசைக் குழப்பமின்றி வட்டமடித்துத் திரும்பி வானில் பறக்கின்றன. நகரங்களை, அடர்ந்த வனங்களைத் தன் சிறகால் கடந்தபடி செல்லும் குருவிகளின் கீச்சலோசை விட்டு விட்டுக் கேட்கிறது. எங்கிருந்தோ நீண்ட வால் உடைய குருவியொன்று தாழப் பறந்து செல்கிறது. அதன் கண்கள் தொலைவை நோக்கி விரைகின்றது. நான் எவரெவர் குரல் வழியும் பாதைகளின் ஊடேயும் அலைபவனாக இருந்தேன். தீர்மானிக்க முடியாத நிகழ்வின் மாறாட்டம் குறுக்கிட்டு ஓடுகிறது. பாதைகள் மழைக்குப் பிந்தி புல் படர்ந்து காணப்படுகின்றன. பிரதான சாலைகளைத் தவிர்த்துச் செல்லும் மனிதன், முன்னைவிடவும் அதிக திருப்பங்கள் கொண்ட தெரு முடிவற்ற குறுக்குப் பாதையைக் கண்டடைவான். நானும் அந்தப் பாதையில்தான் போய்க் கொண்டிருந்தேன். செம்பட்டைகள் வெடித்த மரங்கள் தொலைவில் நின்றிருந்தன. பாறைகள் சரிந்து கிடக்கும் பாதைகள், வெயில் ஒற்றைப் பசுவைப் போல முடிவற்ற வெளியை மேய்ந்து கொண்டிருந்தது.

வன்னிமரமொன்றின் நிழலில் நான் சேகரமானேன். நிழல் அகன்று விரிந்திருந்தது. வன்னி மரத்தில் ஒரு குருவி ஏதோ கிளையொன்றில் அமர்ந்தபடி தனியே சப்தமிட்டுக் கொண்டிருந்தது. நான் குருவியின் குரலோசையைக் கேட்டேன். அதன் குரலுக்கு மறுமொழியைப் போல சீழ்க்கையிட்டேன். குருவியின் ஒலி அடங்கியது. எங்கிருந்தோ பேச்சுக்குரல் ஒலிக்கத் துவங்கியது. யார் பேசுகிறார்கள், யாரோடு பேசிக் கொண்டிருக்கிறார்கள்?

வன்னிமரத்தின் இலைகளும் நிசப்தித்துவிட்டன. குருவியோசையற்ற பேரமைதியில் சொல்பவனின் குரல் கேட்டது.

'பதுங்கி வாழ்பவர்கள் என்ன உருக்கொள்வது என்பதை அவர்கள் முடிவு செய்வதில்லை. அறிந்த உருவின் உள் பதுங்கிய அறியாத உருதான் முடிவு செய்கிறது. அதோ வன்னி மரத்தின் சிறு வழியில் வரும் ஐவரும் விராடதேசத்தில் ஒளிந்து வாழப் போகிறார்கள். ஐவரில் மூத்தவன் முன்னால் வருகிறான். அவர்களின் பின் ஒரு ஸ்த்ரீ நான்கு இளைஞர்கள் களைப்பின் வெளிறலோடு வருகிறார்கள். அவர்கள் அலைந்து கொண்டிருக்கிறார்கள்.'

மூத்தவனின் குரல் கேட்கிறது. அவன் யுதிஷ்ட்ரன்.

'அதோ விராட தேசம் திறந்திருக்கிறது. மேய்ந்து திரும்பும் பசுக்களைப்போல இயல்பான கதியில் நாமும் அதனுள் போவோம். இனி ஓராண்டு வரை நாம் அறியாத மனிதர்கள். இந்த இரவு மட்டும்தான் நாம் இங்கிருப்போம். விடியும்போது பரஸ்பரம் விடைபெற்றுக் கொண்டு விடுவோம். ஒவ்வொரு தேசத்திற்கும் பல்லாயிரம் கண்கள் இருக்கின்றன. அதில் சில கண்கள் தூர நிகழ்வுகளை அதன் அசைவிலே அறிந்துவிடக் கூடியவை. நாம் நம்மை முற்றாக அறியாதவர்களாக்க முடியாது. இதோ இந்த வன்னி மரத்தைப்போல மூடிய நிசப்தம் கொள்வோம். நம் கண்கள் இந்த இலைகளைப்போல அசைந்து கொண்டிருக்கட்டும். நம் வலியை புதைவுறச் செய்வோம்.'

யுதிஷ்ட்ரனின் குரல் திரௌபதியின் முன் திரும்பி மௌனித்தது. அவள் பார்த்துக் கொண்டேயிருந்தாள். அலைந்து வாழும் இந்த ஒரு வருட காலத்திற்கான முன்மொழிவா இது? அவள் நடந்து கொண்டே இருக்கும் தோற்றங்களாகவே ஐவரையும் கண்டாள். அவள் தான் யாராக புனைவுருவம் கொள்வது என முடிவு கொள்ளாமல் இருந்தாள்.

யுதிஷ்ட்ரன் தான் சேகரித்து வந்த பகடையைத் தன் உள்ளங்கையில் உருட்டிக் கொண்டிருந்தான். முடிவு செய்ய முடியாத நிகழ்வின்

உப பாண்டவம் | 129

அடுக்குகள் தொடரும் பகடையாட்டம் அவனுக்கு விருப்பமுடைய தாக இருந்தது. பகடைகள் மனதின் ரகசிய ஆசைகளை வெளியே நடனமிடச் செய்கிறது என்பதை அறிந்திருந்தான். சலன தேவதை கள் எப்போதும் பகடையின் உருட்டலில் விழித்துக்கொண்டு விடுகிறார்கள். பகடைகள் காலத்தின் தாழியில் வீழ்ந்து சுழன்ற போதும் அவை காலமற்ற ஒன்றின் சிரிப்பொலியை எதிரொலிக் கின்றன என்பதை நினைவு கொண்டேயிருந்தான்.

முகம் தெரியாதபடி இருள் நிரம்பிக் கொண்டிருந்தது. யுதிஷ்ட்ரனின் கைகள் தனக்குள்ளாகவே பகடையை உருட்டிக் கொண்ட ஓசை கேட்டு திடுக்கிட்டு விழித்தாள் திரௌபதி. பகடை ஓசையின் துகள்கூட அவள் உடல் நரம்புகளை முறுக்கேற்றி விடுகின்றன. அவள் அந்த ஓசையைக் கேட்டுக் கொண்டிருந்தாள். இரு கரங்களுக்குள் பகடை மெல்ல சுழலும் ஓசை கிரகங்கள் மோதிக்கொள்ளும் பிரமாண்ட ஓசையைப்போல அவளுக்குக் கேட்டது. அவள் தனக்குள்ளாகவே சொல்லிக்கொண்டாள்.

பலவீனத்தைத் தவிர வேறு எதைத் தன் மாற்று உருவாகக் கொள்ள முடியும், பகடையின் ஓசை கைவிட்டுப் போன தேசத்தின், குதிரைகளின் ஆபரணங்களின் துயரைதான் எதிரொலிக்கின்றன. தனது வடுவின்மீதே சுழன்று கொண்டிருக்கும் மனிதனால் வேறு எந்த உருக்கொள்ள முடியும்? உதடசைவின்றி வார்த்தைகள் சுரந்தபோதும் யுதிஷ்ட்ரன் அறிந்திருந்தான் அந்த மோனக் குரலை. அவன் கைகள் நடுங்கிக் கொண்டிருந்தன. பகடை தாள முடியாத எடை கொண்டதுபோல அவன் கைகளில் கொள்ள முடியாம லானது. சலன தேவதையின் உரையாடலைத் தான் ருசிப்பதுதான் ஏன்? யுதிஷ்ட்ரன் பகடைகள் இருப்பிற்கும் இன்மைக்கும் மெல்லிய இடைவெளியில் வீழ்வதைக் கண்டுவிட்டான். அது அவனுக்குள் உலகியலின் சூட்சுமத் திறவுகளைக் காட்டியிருந்தது. தனது பெயரைத் தானே முடிவு செய்து கொண்டான்.

'கங்கன், பகடையாடும் மனிதன்.'

அந்தப் பெயரின் ஒலியை மற்றவர்களும் கேட்டுக்கொண்டிருந்தனர். யாரும் அதன் பொருட்டு எதையும் மறுமொழி கொள்ளவில்லை. திரும்பவும் திரௌபதியின் உதடுகள் மட்டுமே முணுமுணுத்தன.

பகடை தீராத அகத் தனிமை கொண்டவர்களையே பிடிக்கிறது. மனதின் எல்லாக் கதவுகளையும் மூடிக்கொண்டுவிட்டு தனித்திருப்ப வர்கள்தான் பகடையாட்டத்தோடு உரையாடுகிறார்கள்.

தனிமையின் கிண்ணத்தில் ஒரு மிதக்கும் இலையைப்போல அலைவுறுகிறார்கள். நீடித்த தனிமையில் மனதின் ரகசிய அறைகள் நிரம்பிவிட்டன. ஆசையின் ஒரு துளி கசிந்துவிடாது காப்பாற்றும் அகத் தனிமையாளர்களில் பலரும் பகடைகளின் வழியே இச்சைகளின் நீரோட்டத்தைக் கசியவிடுகிறார்கள். தன் இருப்பின் தத்தளிப்பை மறைத்து மூடிக்கொள்ளும் இவர்கள் ஸ்த்ரீகளிலும் பலவீனமானவர்கள்.

தொலைவில் சில நட்சத்திரங்கள் தோன்றியிருந்தன. யாரும் அவற்றின்மீது கவனம் கொள்ளவில்லை. இருளின் கதகதப்பை அவர்கள் ருசித்துக் கொண்டிருந்தார்கள். பீமன் தன்னை மறைத்துக் கொள்ளமுடியாது என்றே எண்ணம் கொண்டிருந்தான். யாராக உருக் கொள்வது? அவன் மனம் ஏனோ இதுநாள் வரையில்லாத ஒரு ஆசையின் படலத்தை விரித்தபடியிருந்தது. தானும் திரௌபதியும் விராட தேசத்தின் ஒரு அருகாமைக் கிராமமொன்றில் நூறு பசுக்கள் கொண்டதொரு கூட்டத்தில் மேய்ப்பவர்களில் ஒருவனாகிப் போய்விட்டால் திரௌபதியின் வெம்மையும் பாலின் சுவையும் தன்னைப் பாதுகாப்பாக இருத்திவிடும். ஒரு வருட காலம் மேய்ப்பவர்களைப்போல புல்வெளியின் பாதைகளில் காற்றின் பாடலைக் கேட்டபடியிருக்கலாம். திரௌபதியின் ரௌத்திரம் கரைந்து அவள் திரும்பவும் வசீகரமான ஸ்த்ரீயாவாள் என நினைத்துக் கொண்டிருந்தான். பாதி மயக்கமான கனவு நிலை போல விரிந்து கொண்டிருந்தது. காட்டுப் புஷ்பங்களின் மஞ்சள் பரந்த வெளியில் பீமன் பசுக்களோடு திரும்பிக் கொண்டிருந்தான். வனப்பறவைகளின் கீச்சொலி கேட்கும் மரக்கதவு பற்றி திரௌபதி காத்துக் கொண்டிருந்தாள். மனம் எடையற்றதாகிக்கொண்டே வந்தது.

சதா எரிந்து கொண்டிருக்கும் தனது பசியைத் தணிப்பதை விடவும், திரௌபதியின் அருகாமை தன்னை உயிர்ப்பு கொள்ளச் செய்யும் என பீமன் நினைவு கொண்டிருந்தான். மூத்தவனின் குரல் கேட்டது.

'பீமா, நீ நாளை மடப்பள்ளிக்கு பரிசாரகனாகப் போய்விடு. நீ ஒளிந்து வாழ்வதற்கான இடம் அது மட்டுமே. நீ இனி வல்லன்.'

தொலைவில் எரிந்து வீழ்ந்து கொண்டிருக்கும் நட்சத்திரத்தினைப் பார்த்துக்கொண்டேயிருந்தான். காரணமற்ற துக்கம் கவ்விக் கொண்டது. தனது உடலின் வடிவினை அவன் வெறுத்தான். உணவின் வாசனையை, ருசியை அவன் கசப்புற்றான். அவன் கனவுகள் தனியே மிதந்து சென்று எங்கோ மோதிக் கலைந்தன.

உப பாண்டவம் | 131

மூத்தவனின் குரல் தங்களை மாற்றுரு கொள்ளச் செய்யும் முன்பாக மாத்ரியின் பிள்ளைகளான நகுல சகாதேவர்கள் தங்கள் மறை உருவினைத் தெரிவித்தனர்.

'அண்ணா, நகுலனான நான் தாமக்ரந்தி என குதிரைகளின் காப்பாளனாவேன். குதிரைகளின் பிணிகளைப் போக்குபவனாக இருப்பேன்.'

அதே குரலில் சகாதேவனும் பதில் தந்தான்.

'மூத்தவரே, பசுவின் மூத்திரத்தை மோந்து அதன் குண இயல்பை அறிந்துவிடுவேன். கோக்களைக் காப்பதுவே என் வேலையாக இருக்கட்டும். நான் தந்த்ரி பாலன்.'

பின் இருவர் மட்டுமே மறை உருவினைப் பற்றிப் பேசாது நிசப்தம் காத்தனர்.

யுதிஷ்ட்ரன் காத்துக் கொண்டிருந்தான். வில்லாளியும் நிகரற்ற அழகுடையவனுமான அர்ச்சுனனின் மனம் அசைவற்று மௌனித்திருப்பதைக் கண்டான்.

சகாதேவன் மட்டுமே மூத்தவனான பல்குணனின் மறை உருவினை அறிந்தவனாக தன் சகோதரனிடம் சொன்னான்.

'நாம் மாற்று உரு மட்டுமே கொள்ளப் போகிறோம். மூத்தவரான விஜயன் தனது உடலையே மாற்றிக்கொள்ளப் போகிறார். அவர் இரு உடலாளராகி விடுவார். நேற்றுவரை அவரில் மிதந்து கொண்டிருந்த ஆண்மை அம்சங்கள் இன்றோடு ஒடுங்கிவிட்டன. அவரின் பெண் உரு விடியும்போது பீறிடத் துவங்கும். அவர் இனி தன் எண்ணங்களால் மட்டுமே அர்ச்சுனனாக இருப்பார். அவர் உடல் ஸ்த்ரீயின் உடலாகிவிடும். ஸ்த்ரீயின் நளினம் பற்றிக்கொள்ள அவர் இனி இரு உடலாளியின் தத்தளிப்பிற்குள்ளாவார்.'

~

அர்ச்சுன இரவு

வன்னிமரத்தடியில் யாவரும் காத்திருந்தனர். விராட தேசம் தொலைவில் ஒரு மலரைப்போல நிசப்தித்திருந்தது. புனை உருக் கொள்ள முடிவு செய்த யாவரும் தத்தமது புனைவுருவின் தோற்றத்தினை மனதளவில் இந்த இரவிலே தயாரிக்கத்

துவங்கினர். நீண்ட நாட்களுக்குப் பிறகு யுதிஷ்ட்ரன் நட்சத்திரங்களின் நகர்வுகளைக் கண்டு கொண்டேயிருந்தான். எண்ணிக்கையற்ற நட்சத்திரங்கள் ஒரு குறிப்பிட்ட விதியில் தோன்றுவதும் மறைவதுமாக பெருகுகின்றது. எண்ணிக்கையற்ற தோற்றம் கொண்டபோதும் அதன் ஒழுங்கும் வசீகரமும் அறியமுடியாத சூட்சுமமாகவே இருந்தது. தான் பகடையாடுவதற் கான ரகசியத்தின் பெருவெளி போல வானம் சுழன்று கொண்டிருந்தது. இச்சைகளின் கை சுழன்று பகடையாகின்றதோ என்றவனாக அவன் தனது மனநிலையை மாற்றிக் கொண்டே யிருந்தான். தான் நாளை முதல் பகடையாளி. இனி தன் மனதில் விளையாட்டின் ருசிகரம் மட்டுமே விரிய வேண்டும். விளையாட்டின் முன்பு செயலற்றவன்போல நிசப்தித்திருந்தாலும் பொங்கிக்கொண்டும் பெருகிக்கொண்டும் வேட்கைகள் மனதில் நடனமாடுவதை வெளிக்காட்டவே இயலாது. தன் குரல், செய்கைகள், கண் இயல்பு, செவியோசை யாவும் மாற வேண்டும் என யுதிஷ்ட்ரன் தனக்குத் தானே சொல்லிக் கொண்டான்.

சூதாடியின் கண்களும், செவிகளும்தானே எதிரியினைச் சரியச் செய்யும் அஸ்திரங்கள். தனது கண்கள் யாவையும் சலனமின்றிப் பார்த்தே பழகியிருந்தன. செவி நுண்மை கூடியே இருந்தது. பகடையாடுபவனுக்கு கண்கள் சதா அலைபாய்ந்து கொண்டே யிருக்கவேண்டும். அந்த அலைகள் மனதில் பிறப்பவையல்ல. கண்களில் இருந்து பிறந்து கண்ணிலே முடிந்து விடுபவை. மனம் இந்த சலனங்களில் அலைக்கழியாது. நிசப்தமிக்க பாறையெனக் கவிந்திருக்கும். எதிராளி தன் கண்களை நோக்கும்போது இந்தக் கண்கள் பாசாங்கு பழக வேண்டியிருக்கும். தோற்பது போலவும் தனக்கு விளையாட்டு சாதகமில்லாதது போலவும் கண்களைத் தொடர்ந்து மாற்றி சுழற்றத் தெரிந்திருக்க வேண்டும். பகடையாட்டத்திற்கு யுதிஷ்ட்ரன் தன் கண்களை சலனமிக்கதாக்க முயன்றான். செவி எப்போதும் பகடையின் உரசல் கைகளில் விடுபடும்போது அதன் முடிவு தெரிந்து விடுவதாயிருக்க வேண்டும். செவியையும் கண்களையும் திறந்து வைத்திருக்க வேண்டும். மனிதனாக்குவது யுதிஷ்ட்ரனின் இயல்பில் ஒரு பாதியை உருமாற்றியிருந்தது. தனது பேச்சின்மை மற்றும் ஊடுருவ முடியாத முகம் இரண்டு மட்டுமே தனக்கு சாதகமானது என யுதிஷ்ட்ரன் உணர்ந்திருந்தான்.

பீமன் அந்த இரவோடு தனது பசியின் குரல் அடங்கிவிடும் என்பதால் அவன் தன் நினைவை மல்யுத்த வீரனின் மர்ம

அறைகளுள் ஒன்றில் தங்கியிருந்தாள். உத்தரையின் வசீகரமான உருவமும் அவள் உடல் நடனமிடும் சுழற்சியும் பிருக்கன்னளைக்கு ஆர்வத்தைப் பெருக்கியது. சக ஸ்த்ரீகளின் கண்கள் அவளைப் பெண் என முடிவு செய்ய, பெண்ணாகியிருந்தாள். உத்தரை வர்ணம் பூசப்பட்ட பிருக்கன்னளையின் கைகளைப் பற்றிக்கொள்ளும்போது அதில் நாண் ஏற்றப்பட்டு தழும்பேறிய விரல்களை, உள்ளங் கையைக் கண்டாள். அது ஒரு கல் படிவு போலிருந்தது. பிருக்கன்னளை தான் தேரோட்டுவதில் விருப்பமுள்ளவள் என்பதால் குதிரைகளின் சாரம் பற்றி கைகள் மென்மையிழந்து போயின என்றாள்.

பிருக்கன்னளையாக இருந்தபோது அர்ச்சுனன் பகலை, இரவை, முன் அறிந்திராதபடி புது வகையில் ருசிக்கப் பழக வேண்டியிருந்தது. வில்வீரன் அர்ச்சுனனின் பகல் எப்போதும் அதிவேகமானது. அவன் மதுவேறிய கண்களுடன் அலைந்து கொண்டேயிருப்பான். இரவும் அவனுக்கு துயிலைப் போன்றது. அதன் நீரூற்றினுள் தன்னைப் புதைத்துக் கொண்டுவிடுவான். இரு உடல் கொண்ட பிருக்கன்னளைக்கோ பகல் மிக நீண்டது. ஸ்த்ரீகள் தங்கள் மனதால் நாளை வளர்க்கிறார்கள் சுருக்கிக் கொள்கிறார்கள் என பிருகன்னளைக்குத் தோன்றியது. அதிலும் அந்தப்புரத்துப் பெண்கள் பேச்சிலும், ஒப்பனையிலுமே தங்கள் பகலைச் செலவழிக்கின்றனர். பிருக்கன்னளை யாரும் வரும்முன்பே தயாராகி விடுகிறாள். அவளது ஆண்மை கலைந்த பெண் ரூபம் அவனுக்கு வியப்பாக இருந்தது. உத்தரையின் கூடத்தில் நடந்து செல்லும்போது சிரிப்பலைகள் எழுந்து அடங்குகின்றன. சிறிய நிகழ்ச்சிகளைக்கூட அவர்கள் விரிவாகக் கொண்டாடுகிறார்கள் எனக் கண்டாள் பிருக்கன்னளை.

உத்தரை எப்போதாவது தனது பூந்தோட்டத்தில் பிருக்கன்னளையோடு நடமாடிக் கொண்டிருக்கும்போது ஏதாவது சில விசித்திரமான பறவைகளின் குரலைக் கேட்பாள். அந்தக் குரல் ஒரு இலையின் அடியில் இருந்து பிறக்கும். தலை கவிழ்ந்தபடியே தன்னுடன் நடந்துவரும் பிருக்கன்னளை அது என்ன பறவை யென்றும், எந்த இலையடியில் அது ஒளிந்து குரலிடுகின்றதென்றும் அறிந்து சொல்பவளாக இருந்தாள்.

ஒரு மகளைப் போலவே உத்தரை பிருக்கன்னளைக்குத் தோன்றினாள். எண்ணிக்கையற்ற ஆண்கள், ஆண் குழந்தைகளின் நடுவே வளர்க்கப்பட்ட அர்ச்சுனனின் தீராத மனதில் ஒளிந்திருந்த மகளின் ஆசை வெளிப்பட்டது. தனிமையில் பிருக்கன்னளை

அமர்ந்து உத்தரையைக் காணும்போதுதான் ஒரு பெண்ணின் தகப்பனாக இருந்ததில்லையே என ததும்புவாள். தானறியாமல் அவள் உத்தரையின் குரலுக்குப் பணிபவளாகயிருந்தாள்.

உடலின் துயரமும், போகமும், நெடிய தனிமைவெளியும் கொண்ட ஸ்த்ரீகளின் பகலை பிருக்கன்னளை ருசிக்கப் பழகிவிட்டாள். அவளுக்கும் அந்த நிதான கதி போதுமானதாக இருந்தது. நாட்களின் சுழற்சியில் தனது சகோதரர்களையும், வசீகரமான பாஞ்சாலியையும் விடுத்து இரு உடலாளனாக மாவீரன் அர்ச்சுனன் தலைமாற்றி வைக்கப்பட்ட மணற்குடுவையென பெண் உருவின் துகள்களைத் தன்னிடமிருந்து வடியச் செய்துகொண்டிருந்தான்.

காத்துக்கொண்டே இருந்தாள் பிருக்கன்னளை. விராட தேசமோ ரகசியம் எதையும் அறிய ஆவலற்று தனது கேளிக்கைகளின் துள்ளலில் ததும்பிக்கொண்டே இருந்தது.

நான் இரு உடலாளர்களின் விசித்திரக் கதைகளை இந்த நிலவியலில் கேட்டேன். உருக்களைக் கலைத்துக்கொண்டும் ஞாபகத்தைத் தன் இதயத்தில் ஏந்தியபடியும் பிறக்கும் இவர்களின் சுவடுகளைப் பின்தொடர முடியாதவனாக இருந்தேன். ஆண் பெண் என்ற பேதம் கலைந்த இவர்கள் இருநாவு கொண்டவர்கள் போல வேறுவேறு முனைகளில் ஒரே திரவத்தைப் பருகிக் கொண்டிருந்தார்கள்.

நான் பிருக்கன்னளையின் நடனசாலைக்குள் பிரவேசிக்க விரும்ப வில்லை. அந்த அந்தப்புரத்தின் நெடிய அறைகள் திறந்தே இருக்கின்றன. எல்லா நாளையும்போல பிருக்கன்னளை சூரியனை வழிபடுகிறாள். தண்ணீரின்முன் அவள் பிம்பம் படர்கிறது. தன்னையே ஒரு கணம் ஏறிட்டுப் பார்க்கிறாள். தண்ணீரில் உருவம் அர்ச்சுனனாகத் தெரிகிறது. நீண்ட பெருமூச்சு விட்டபடி அவன் கலைந்துபோக தான் முன்கொண்டிருந்த காருண்யம் ததும்ப பிருக்கன்னளை என்ற பேடி தனியே நடந்து போகிறாள்.

அவள் பாதையின் தொலைவு விலகாது நீள்கிறது.

நான் படித்துறையில் அமர்ந்திருந்தேன். மூழ்கிக் குளித்துக் கொண்டிருந்த ஒருவன் தலை தண்ணீரில் வெளிப்பட்டது. சில நிமிஷங்கள் பின்பு வேறு ஒருவனின் பாதி உடல் தண்ணீரில் வெளிப்பட்டது. விடியாத காலையில் அவர்கள் ரத சேவகர்களாக இருக்கக்கூடும்.

தாங்கள் கேட்டறிந்த ரகசியங்களைப் பேசிக்கொண்டிருந்தனர். அக்குரல் நீரில் பரவி நீண்டது.

‘இடுப்புக்குக் கீழே மலர், இடுப்புக்கு மேலே வஜ்ஜிரம். உடலின் இரு பாதியை இருவேறாகக் கொண்டவன் துரியோதன ராசன்.’

‘விசித்திரம்... இடுப்புக்குக் கீழே மலரென்றால் ஸ்த்ரீ அமைப்பா?’

‘அப்படியில்லை. சரி பாதி உடலை இரு நிலைகளில் கொண்டிருப்பது ஒரு சூட்சுமம். உடலின் மேற்பகுதி வஜ்ஜிரமாகிவிட்டது. இடுப்பின் கீழே மலரைப்போல மிருது கூடி உணர்ச்சிகளின் கோப்பையாக இருக்கும். அது தீண்ட முடியாதது.’

‘ஒரே விளக்கில் விளக்கின் தண்டு வெண்கலத்திலும் எண்ணெய் நீர்மையிலும் இருப்பதில்லையா? அவன் எரிந்து கொண்டேயிருக்கிறான்.’

‘அது சாத்தியமானதா என்ன?’

‘சாத்தியங்கள் எல்லையுடையதல்ல. இது அவன் தாயால் கூடியது என்கிறார்கள்.’

‘பிறக்கும்போதே அவன் இரு உடலாளியா?’

‘இல்லை. அவன் பீமனால் மரத்திலிருந்து வீசி எறியப்பட்டு பலமற்றவனாக வீழ்ந்த நாள் முதல் தனது உடல் திறத்தை வலிமையாக்க அலைந்து கொண்டேயிருந்தான். துக்கம் மீறிட அவன் தாயின் அருகாமையில் விசும்பி கண்ணீர் பெருகியபோது அவள் துரியோதனனிடம் ஆடைகளைக் களைந்து வெற்று உடலோடு நீராடி வரச் சொன்னாள். தாய் என்றபோதும் வெட்கம் மீறிய துரியோதனன் தனது உடலில் கீழ் பாதியை வாழை இலையால் மறைத்துக்கொண்டு நடந்து வந்தான். அவன் தாய் நெடுநாட்களுக்குப் பிறகு தனது இடது கண்ணில் திரையை நுனிவிலக்கி அவனைப் பார்க்க முயன்றாள். உருத்தெரியவில்லை. அவள் உடலில் சொல்லமுடியாத வேதனையும் இறுக்கமும் கூடியது. அவள் தனது மகனின் இடையில் சுற்றப்பட்ட வாழை இலையைக் கண்டவளாக மனம் வெளிறி ‘நீ உன் உடலின் பாதியில் இந்த பசிய இலையைப்போல மிருது கொண்டிருப்பாய். அதை யாராலும் அறிய முடியாது’ என்றாள். தாயின் முன்னால்கூட நிர்வாணிக்க இயலாத மகனின் வெட்கமும் இயல்பும் அறிந்தவளாக அவன் உடலை ஸ்பரிசித்தபோது அது கல் மரமொன்றைப்போல உறுதியேறியிருந்தது.’

'வியப்பாக இருக்கிறதே... இது எவருடைய புனைவு?'

'உன் நாசியில் ஏறி வலம் இடம் எனப் பிரவேசிக்கும் காற்றே ஆண் பெண் ரூபமென அறியப்படுவது தெரியாதா?'

'நாமும் இரு உடலாளன் என்கிறாயா?'

'யாவும் புனைவெனக் கொள்வதால் இந்தப் புனைவுகள் நதியில் மிதந்து செல்லும் இலைகளைப்போல சதா மிதத்தலில் இருந்துகொண்டே இருக்கட்டும்.'

யாரோ சிரிக்கும் ஓசை கேட்கிறது. குதிரைகள் புறப்படுகின்றன.

இன்னொரு இரு உடலாளனைப் பற்றிப் பேசிக் கொள்கிறார்கள் என்பது புலப்படுகிறதேயன்றி உருத் தெரியவில்லை. இது போன்ற ஒரு செய்தியைக்கூட நான் முன் கேட்டு அறிந்ததில்லை.

எவரின் நாவோ புனைந்து கலைகிறதா அல்லது ரத சேவகர்கள் அந்தரங்கம் அறிவார்கள் என்பார்களே, அதன்வழியே ரகசியங்கள் தண்ணீரில் களையப்படுகிறதா?

நான் மறுகரைக்குப் போகும் முன்பு குதிரைகள் புறப்பட்டுப் போயிருந்தன. நான் அவர்கள் பேசிக்கொண்ட இடத்தில் அமர்ந்திருந்தேன். உடலின் வேறுவேறு வடிவங்கள் கூடிக் கலைவதும், உருமாறுவதுமான காட்சிகள் தோன்றுவதும் நிழல் என பதுங்கிச் செல்வதுமான இயல்புகள் கடந்து கொண்டேயிருந்தன.

இரு உடலாளர்கள் சிலரினைத் தேடிய வேட்கை கலைந்தவனாக திரும்பும்படியாயிற்று. இந்த நிலவியல் காட்சிகளைத் தன்னிஷ்டம் போல உருமாற்றிக் கொள்வதை உணர்ந்தேன். காட்சிகளை மீறியதொரு மன எழுச்சி எப்போதும் ததும்பிக் கொண்டிருப்பது தான் இதன் ஒரே சாட்சியாக இருந்தது. நான் இரு உடலாளர்களைப் பின்தொடர முடியாதவனாகிப் போனேன்.

~

6

இறகுகளில் கரும்புகை படிந்த ஐந்து பட்சிகள் சதா இந்நகரின் ஆகாசத்தில் வளையமிட்டுப் பறப்பதைக் கண்டார்கள். இந்தப் பட்சிகளின் குரல் வீறிட்டு அழும் குழந்தையின் குரலைப்போல வேதனை தருவதாக இருந்தது. இவை வானின் உயரத்தில் பகல் இரவென்ற பேதமின்றிக் கரைந்து கொண்டேயிருந்தன. நதியினை அடுத்து விரிந்த வனமொன்றை நெருப்பிட்டு அழித்தபோது அந்த அழிவிலிருந்து மீண்ட ஐந்து பறவைகள் அவை. அந்தப் பட்சிகளின் குரல் நகரவாசிகளையும், அரண்மனையில் இருந்த ஐந்து சகோதரர்களையும் குற்ற உணர்ச்சிகளுக்குள் தள்ளிய படியிருந்தது. பறவைகளை எந்த அஸ்திரமும் தொட முடியாதபடி அவை சுழன்று கொண்டிருந்தன. இந்தப் பறவைகள் குரல் மெல்லத் தேய்ந்து தேய்ந்து ஒடுங்கி ஒரு விக்கலென சிதறி வெடிப்பதான பிறகு ஒரு நாளில் இப்பறவைகள் எங்காவது எரிந்து கொண்டிருக்கும் எண்ணெய் விளக்கு களின் அருகில் பறந்து அந்தச் சுடரை விழுங்கிப் போவதைக் கண்டார்கள். அதனால் வீடுகளில், தெருக்களில் இருள் நிரம்பிக்கொண்டு வந்தது. பஞ்சபட்சிகளையும் வீழ்த்துவதற்காக தமது வில்லை ஏந்தி அரச குமாரர்கள் விரைந்தபோது அவை வானில் சுருளெனப் பறந்து ஒளிந்தன. அழிக்க முடியாத ஐந்து பறவைகளைச் சாந்தம்கொள்ளச் செய்ய எவராலும் முடியவில்லை. நகரில் அதன் நிழல் ஓடிக்கொண்டே இருந்தது.

- பஞ்சபட்சிகள்

மாயசபா

நான் இதை ஒரு கனவெனக் கண்டு கொண்டிருந்தேன்.

யமுனா நதியின் கரையில் இருந்த காண்டவ வனத்தில் நாகர்கள் நிறைந்திருந்தார்கள். அவர்கள் வனவேட்டைக்கு வந்து சூறையாடும் எந்த மனிதனையும் உயிரோடு திரும்ப விட்டவர்களில்லை. மறைந்து தாக்கக்கூடிய நாகர்கள் பூர்வ காலமாக அந்த வனத்திலே பிறந்து வளர்ந்திருந்தனர். நாகர்கள் அருகாமை இருக்கும்வரை தங்களால் புதிய நகரம் எதையும் நிர்மாணிக்க முடியாது என அறிந்த பாண்டவர்கள் அவர்களை எதிர்கொண்டு யுத்தம் செய்வதைவிட அழித்தொழிப்பதுதான் எளிய வழி எனக் கொண்டார்கள். நாகர்கள் வனம்விட்டு வெளி வராத நாளில் யாவரையும் நெருப்பிட்டு அழித்துவிடலாம் என காத்திருந்தவர்களாக ஒரு நாளில் காண்டவ வனத்தை நெருப்பிட்டனர். வெக்கை கூடியதும் மழை பற்றிக்கொண்டது.

ரதத்தில் சுற்றியபடி யமுனா நதிக்கரை கானகத்தில் கிருஷ்ணரும் அர்ச்சுனனும் வானில் இருந்து பெய்து கொண்டிருக்கும் மழைத் துளிகளைத் தரையிறங்க விடாமல் அம்பு போட்டுக் கொண்டிருந்தார்கள். தரைக்கு வராமலும் ஆகாசத்திற்குத் திரும்பப் போகவும் முடியாத மழைத்துளிகளின் நிராதரவின் ஊடே நெருப்பின் நாக்கு மிகுந்த வன்மத்தோடு காண்டவ வனத்தை எரித்துக் கொண்டிருந்தது. ஒரு துளி மழை தரையிறங்கவில்லை. மழைத் துளிகளை ஏந்திய அம்பு வனவெளி தாண்டிய குன்றின் மீது பெய்தது மழையை, மேகமற்று, தகிக்கும் பகலின் ஊடே மழை மட்டும் ஆகாசத்தினின்று கீழ்நோக்கிப் பெய்யாமல் குறுக்காகக் கடந்து பெய்யும் அதிசயம் கண்டபடி ஆடு மேய்த்திருந்தனர் இடையர்கள்.

அர்ச்சுனனின் வில்லில் கட்டப்பட்ட நாண் ஓசை விண்ணென அதிர்ந்தது. ஓடிக் கொண்டிருந்த மானின் உரோமத்தில் நெருப்பு பற்ற, வலிய உயிர் துறந்தது. தரையில் உட்குழியிட்டு உறங்கும் எலிகளும்கூட வேதனை தாளாது ஓடிக் கருகின. மாமிச வாசனை பெருகியது. எலும்புகள் வெடித்தன. சில மனிதக் குரல்கள், மரணத்தின் வில் தெறித்த ஓசை, நான் நெருப்பின் உயரத்தினைக் கண்டு கொண்டிருக்கிறேன். ஞாபகம் அழிந்த இருவரைப்போல அவர்கள் சுற்றிச் சுற்றி அம்பிடுகிறார்கள். குரல்களில் பெரு வெடிப்பு கேட்கிறது. மரங்களின் சாறு வெடிக்கிறது. மூப்பை நெருங்கிய மரங்கள் தங்கள் அழிவின் நெருப்பு பற்றி எரிகின்றன. விருட்சங்கள் தப்பி ஓடிவிடுமோ என்பதுபோல கிருஷ்ண அர்ச்சுனனின் தாக்குதல் தீவிரம் கொள்கிறது. உயிர்களின் தீராத கூக்குரல் நிரம்புகிறது.

வனத்தின் ஊடே ஒரு மனிதன் எரியும் தன் சக உலகினைப் பார்த்துக்கொண்டே இருக்கிறான். இடைவிடாது பூத்து நின்ற செடிகளையும் மர்மச் சுழி கொண்ட மரங்களையும் விசித்திரக் குரல் கொண்ட பறவைகளையும் மனித வாசமறியாத நாகங்களையும் இன்னமும் வெடித்து உலகம் அறியாது உறங்கும் முட்டையினுள் வாழ்ந்து இறந்த எருதுகள், விலங்குகள், முயல்கள், வன மனித உயிர்களைக் கண்டுகொண்டே இருக்கிறான். நெருப்பின் நீண்ட நாக்கு யாவற்றையும் தீண்டிக்கொண்டிருக்கிறது. அந்த வனம் அவன் கையை விட்டுப் போய் பற்றி எரிந்து கொண்டிருக்கிறது. எரிந்து கொண்டிருப்பது வனம்தானா... இல்லையே. அவன் ஞாபகங்கள் பற்றி எரிகின்றன. ஞாபகத்தின் கிளைகள் கருகுகின்றன.

நினைவில் ஓடித் திரிந்த வன விலங்கின, பறவை ரூபங்கள் அழிகின்றன. ஞாபகங்களை அழிப்பதைப் போன்ற துயரம் வேறேது. அவன் தடுத்துவிட முடிந்தவனைப்போல குரலிட்டு ஓடினான். அண்ணாந்து வானைப் பார்த்தபோது தொலைவுவரை புகை மண்டுகிறது. என்றாலும் மழை பெய்யும் ஓசையையும் தொலைவில் மழைத்துளிகளின் ஈரத்தையும் உணர்கின்றான். மழை தரையிறங்கவில்லை. பெய்யும் மழையை அவனை விடவும் விருட்சங்களின் வேர்கள் விரைவாக முன் உணர்ந்து கொண்டன. வனவெளி தாண்டி நதிக்கரையின் முடிவற்ற வெளிவரை பரந்து கிடந்த வன விருட்சங்களின் வேர் துடிக்கிறது. மழை பெய்கிறதே மழை பெய்கிறதே என வேர்கள் அலைவு கொள்கின்றன. பழுத்து எவரும் ருசிக்காத கனிகள் நெருப்பில் பிளந்து வாசனையை

பரிமளிக்கின்றன. அவன் ஓடிக் கொண்டேயிருக்கிறான். அவன் தலை மயிர் கருகித் தீய்கிறது. உடலில் கரும்புகை கேட்கிறது.

வனத்தினுள் சிருஷ்டித்த யாவும் அழிந்து கொண்டிருக்கின்றன. இதுநாள்வரை தன் வசீகரத்தை வெளியே ததும்பச் செய்த பாறைகள்கூட இப்போது பின்னால் திரும்பிக் கொண்டுவிட்டன. யாவற்றின்மீதும் நெருப்பின் ருசி பாய்கிறது. தின்ன முடியாத பாறைகள் திமிறி வெடிக்கின்றன. எரியும் உடல்களின் ஊடே அவன் விசித்திர வெளிச்சம் காண்கிறான். ஸர்ப்பக் காவுகள் எரியும்போது ஏற்பட்ட பச்சை ஒளியையும், இன்னமும் கொழுப்பின் கரைசலில் நீல நிறமிடும் சுவாலையையும் காண்கிறான். நெருப்பு அவன் விரல்களைச் சுடுகிறது. அங்கிருந்த ஆண் பெண் ஜீவராசிகள் அழிந்தன. அவன் முகம் கருமை கொண்டது. அவன் பாதத்தில் மாமிசத் துண்டுகள் ஒட்டிக் கொண்டன. உதிர்ந்த புற்களின் வெடிப் பொலி தீவிரமாகக் கேட்கிறது. அவன் எவரையும் அழைக்காமல் ஓடுவதும், கரைவதுமாக இருந்தான். அவன் சிருஷ்டித்த அரங்குகள் அழிந்துவிட்டன. வனம் எனும் மாய சிருஷ்டி மெல்ல அழிந்து கொண்டிருந்தது. வன நெருப்பின் காவலாக நின்ற இரு மனிதர் களின் அரவம் அவனுக்குக் கேட்டது. வந்திருப்பவர்கள் வில்லாளி அர்ச்சுனனும் அவன் தாய்மாமன் கிருஷ்ணனும் என்பதை அறிந்து கொண்டுவிட்டான். வனத்தினுள் ஓடிக்கொண்டிருந்த சிற்றோடை எங்கும் கருகிய உடல்கள் மிதந்தன. ஏக்கமும் வேதனையுமாக அவன் குரலிட்டான்.

'அபயம்... அர்ச்சுனா... அபயம்...'

இந்தக் குரல் கேட்டு எரிந்துகொண்டிருந்த விலங்குகளில் சில திகைத்து வெடித்தன. குரல் சுழன்று நெருப்பின் ஊடாக எரிந்தது. வெளியே சொல்லவேயில்லை. திரும்பவும் அபயக் குரலிட்டான். இம்முறை அக்குரல் வெற்று வெளியின் வழியே படர்ந்து நீண்டது. அர்ச்சுனன் கேட்டிருக்கக்கூடும். அவன் மறுகுரலிட்டான். தான் காப்பதாகச் சொல்லி தன் வேடுவத் திறனால் விருட்சங்களைப் பற்றிய நெருப்பு தீண்டாத வழி அமைத்தான். மயன் நெற்றி கருகி, உடல் எங்கும் சிதைந்த மாமிச நிணமும், துர்வாசனையும், கரும்புகையும் கொள்ள வெளிப்பட்டான். மயனை கிருஷ்ணன் கண்டார். அந்த மனிதனின் உடலில் ரணங்களும் தீக்காயத்தின் வெடிப்புகளும் இருந்தன. அவன் கண்ணில் வருத்தமோ, கவலையோ இல்லை. பதிலாக அதில் ரௌத்திரமும் இயலாமை யும் கவிந்திருந்தன. அவர்கள் மூவரும் வனம் அழியும்வரை

காத்திருந்தனர். சுவடேயற்று வனம் எரிந்து முடிந்தது. நதிக் கரையெங்கும் புகை ததும்பியது.

மயன் எதையும் பேசிக்கொள்ளவில்லை. தன்னால் காப்பாற்றப் பட்ட மனிதனை அழைத்துக்கொண்டு அவர்கள் இந்திரப் பிரஸ்தம் வந்து சேரும் முன்பு யுதிஷ்ட்ரன் அறிந்திருந்தான். நடந்த துயரின் காரணத்தை அறிய விருப்பமற்றவனைப்போல அவன் காப்பாற்றப் பட்டு உடன் வந்திருந்த மயனைப் பார்ப்பதற்கே விரும்பினான். அர்ச்சுனன் காப்பாற்றியது ஒரு மாய சிற்பியை வடிவக்காரனை என அறிந்துகொண்டார். அவன் எவரிடமும் எதையும் பேசிக் கொள்ளவே இல்லை. அவனுக்கு உணவும் இருப்பிடமும் தருவதற்கான வழிகளைச் செய்ய ஆணையிட்டார். மயன் உணவை எடுத்துக் கொள்ளவில்லை. அவன் கோடைகாலத்தின் நதியைப்போல உலர்ந்து போயிருந்தான். அவன் குரல் அடங்கி விட்டது. எல்லா துயரச் சம்பவங்களையும் தன் நீள்கரத்தால் அணைத்து சமாதானம் செய்யும் இரவு வந்தது. அவன் இரவின் நீண்ட ஆழ்ந்த இருளினுள் புதைந்துபோகவே விரும்பினான். இரவு மெல்ல தன் ஆழ் கனவுகளைத் திறந்தது. அவன் கண்கள் திறந்திருந்தபோதும் அது எதையும் காணவில்லை. அறையில் எரிந்துகொண்டிருந்த சுடரைக்கூட அவன் எப்போதோ அணைத்து விட்டான். இருளின் பாதுகாப்பு அவனைப் பற்றியது. ரணத்தின்மீது அது குளிர்வை ஏற்படுத்தியது. அவன் வனவெளியினைப் பற்றி தன் பால்ய ஞாபகங்களினுள் நீந்தத் துவங்கினான்.

அவன் வடிவ சாஸ்திரத்தையும், சிற்ப மரபையும் கற்றிருந்தான். நெடுநாட்களாக அவன் மனம் எவரும் அறிந்திராத வடிவமைப்பு களில் சிருஷ்டிக்கத் துவங்கியிருந்தது. அவன் அசுர வம்சத்து ராஜனுக்காக வனவெளியினுள் ஒரு மண்டபத்தை சிருஷ்டிக்க விரும்பினான். அவனது வடிவாக்கத்தில் முன் எங்கும் பார்த்திராத ஒரு சபையைப்போல அது உருவாகவேண்டும் போலிருந்தது. அவன் அதற்கான தேடுதலில் அலைந்துகொண்டே இருந்தான். தான் பார்த்தறிந்த எந்த மண்டபத்தையும், சபையையும் அவன் மனம் ஒப்பவில்லை. அவன் பாறைகளையும், மலைச் சரிவு களையும் அறிந்திராத விருட்ச வரிசைகளையும் சுற்றித் திரிந்தான். வன வெளியின் சிருஷ்டி அவனை பிரமிக்கச் செய்துகொண்டே இருந்தது. அவன் தன் மனதில் அலைக்கழிக்கும் வடிவாக்கத்திற்காக அலைந்து தாகம் பீடித்தவனாக பல விருட்சங்களின் ஊடே தண்ணீர் தேடி அலைந்தான். தண்ணீரின் ஓசை மட்டுமே கேட்டுக் கொண்டிருந்தது. தண்ணீர் எங்கே இருக்கிறது எனத் தெரியவில்லை.

பாறைகள் சரிந்து வெளியாவதும், வெளி சுருங்கிப் பாறையாவதும், பாதை முடிவு கொள்வதும், குகை புழை எனவும் உருமாறி நடப்பதைக் கண்டு அடைந்தான். அவன் இரு பாறைகளின் மீதேறி நின்று பார்த்தபோது கீழே சதுர வடிவில் இருந்த தண்ணீர் பொய்கையைக் கண்டான்.

இயற்கையிலே நாணல்கள் சுற்றி வளர அந்தப் பொய்கை சலனமற்று ஆகாசம் பார்த்துக் கொண்டிருந்தது. அதன் அருகாமையில் அதைப் போலன்றி சிறுசிறு குளம்போல நான்கைந்து நீர்நிலைகள் தென்பட்டன. அவன் தண்ணீர் குடிப்பதற் காக சதுரமுக நிலையை அடைந்தான். குனிந்து தண்ணீரை ருசிக்கக் கை குவித்தபோது சதுரத்தின் நுனியில் ஒரு தவளை தலையும் இருபுறங்களில் ஸர்ப்பங்கள் வெளியேறி தரைக்கு ஊர்வதையும் கண்டவனாக கைகள் தண்ணீரைத் தீண்டும்போது தான் சிருஷ்டிக்க இருக்கும் மாய மண்டபத்தின் வடிவாக்கம் பிடிபட்டது. அந்த சபைக்கு எல்லா பக்கமும் வழிகள் இருக்க வேண்டும். ஆனால் எல்லா வழிகளும் ஒரே மையத்தினுள் சென்று சேரவேண்டும். அவன் மனது வேகமாக சிருஷ்டிக்கத் துவங்கியது. அவனறியாமல் கையில் கிடைத்த சிறுகல்லைத் தண்ணீரில் வீசி எறிந்தான். அருகாமைக் குளங்களிலும் சலனம் ஏற்பட்டது. புரிந்து கொண்டு விட்டான். இந்த நீர்நிலைகள்தான் அருகாமை குளமாகவும் உருக்கொண்டுள்ளது. நீரின் ரகசிய வழிபோல வழிகளும், பிரதிபலிப்பு கொள்ளும் மண்டபமும், வழிகளும், வழிகளற்ற வழிகளும் கொண்ட வடிவாக்கம் மனதில் பூர்த்தி கொண்டது. அந்தச் சபையின் பிரம்மாண்டமும், ஒடுக்கமும் யாவரையும் வசீகரப்படுத்தியது. தண்ணீரைப்போல அது பலரையும் தன்னுள் அழைத்தது. ஆனாலும் எவரையும் தன் முழுமையைக் காண அனுமதிக்கவில்லை.

அந்த சபா வடிவாக்கத்தின் பின்பாக அவன் மூன்று லோகத்தின் அதிபதிகளாலும் அறியப்பட்டான். என்றாலும் அவன் மனது எவருக்காகவும் கட்டடமோ, சபையோ கட்டுவிப்பதற்கு உடன்பட வில்லை. அது மர்மத்தின்மீது ரகசியத்தின்மீது ருசிகரம் கொண்டு விட்டது. அவன் வனவாசியாகிவிட்டான். ஒவ்வொரு காலத்திலும் வனம் செய்விக்கும் மாற்றங்களும், அதன் புதுப்புது பாதைகளும், காற்றின் திசைக்கேற்ப கொள்ளும் மாறுதலும், பஞ்ச பூதங்களை அது எதிர்கொள்ளும் விதமும் அவனை மயக்கியது. அவன் வனத்தில் அலைந்துகொண்டே இருந்தான். கானகம் ஒரு பல நிலைகொண்ட வடிவாக்கம் என்பதைக் கண்டான். ஒரு பூவின்

இதழ்கள் சொருகி அடுக்கப்பட்ட வரிசைபோல எந்த அறையையும் கட்ட முடியாது என்றும், ஓசையையும் காட்சியையும் பிரித்துவிட முடியாது என்ற விநோதத்தையும் ஒன்றுபோல வடிவம் கொண்ட போதும் ஒரு மரத்தின் இரண்டு இலைகள்கூட ஒன்றுபோல இருப்பது இல்லை என்பதையும் கண்டான். அவன் சிருஷ்டி இயற்கையின் முன்பாக பலவீனமாகவே இருந்தது. வசந்த காலத்தில் வனம் யாரும் கண்டறியாத காட்சிகளை உருவாக்கியது. ஈர உயிர்கள் அதைப் பருகின. வாசனையின் தொண்ணூற்றி ஆறு விதமான பரிமளங்கள் பெருகின. ஓசைகள் வெடித்துச் சுரந்தன. ஏதோ மயக்கம் கலந்த வெளி சுற்றிக் கொண்டிருந்தது.

வன வாழ்வு ருசித்து ருசித்து உண்ணப்பட வேண்டியது என்பதை அவன் உணர்ந்து கொண்டுவிட்டான். அவன் தினசரி நட வடிக்கைகள் மாறிவிட்டன. மெல்லிய தோல் ஆடை அணிந்து, நீர்நிலைகள் முன்பும், பருத்த மரங்களின் வரிசைகளைக் கண்டபடியும் திரிந்து கொண்டிருந்தான். சாம்பல் அணில்கள் அவனைக் கண்டு தாவின. மயன் அமானுஷ்ய சிருஷ்டியின் ரகசியம் கற்றுக்கொண்டு வந்தான்.

காட்சிகள் கலைவதும், சீரற்று வேதனை கொள்ளச் செய்வதுமான உறக்கமற்ற அசதியில் பிடிக்கப்பட்ட மயன் உடல் அசதியுற்றது. எவரோ அவனை அழைக்கிறார்கள். அவன் உடல் தாண்டி ஓடுகின்றன மான்கள், கஸ்தூரியின் வாசனை பரவுகிறது. அவன் பற்களை நறநறவெனக் கடிக்கிறான். அந்த இரவு நீண்டது. அவன் கொண்ட வேதனையை, தவிப்பை அது வெளிப்படுத்தவே இல்லை.

மெல்லப் பகல் பிறந்ததும், மயன் தன் வசம் கொண்டான். தன் இயலாமையின் மீதான கசப்பு படிந்தது. என்றாலும் தன்னால் தன் இனவாசிகளுக்கும் தன் வாழிடமான வனத்திற்கும் ஏற்பட்ட அழிவிற்குப் பழி தீர்த்துக்கொள்ள முடியும் என நம்பினான். தண்ணீரைப்போல எதையும் தன்னுள் அனுமதித்து அழித்துவிட வேண்டியதுதான் என முடிவு செய்துகொண்டான். அவன் மனது சூட்சுமமான ஒரு வழியைத் தேர்வு செய்தது. அவன் தன்னைக் காப்பாற்றிய அர்ச்சுனனைக் காண விரும்பி அர்ச்சுனனின் அனுமதியை அறிந்து சென்றான். மயனின் முகம் மாறியிருந்தது. சாந்தம் கொண்டவனைப்போல அவன் கண்கள் குளிர்ந்திருந்தன. அர்ச்சுனன் அவன் உடல் காயங்களைப் பற்றிக் கேட்டுவிட்டு, என்ன செய்ய விரும்புகிறாய் எனக் கேட்டான். மயன் தீர்மானமாகச் சொன்னான்.

'நான் ஒரு சபையை உங்களுக்காக நிர்மாணம் செய்துதரப் போகிறேன். என்னால் உருவாக்கப்பட்ட மிகச்சிறந்த சபையாக அது இருக்கும். அனுமதிக்க வேண்டும்.'

மயனின் நுட்பமும் சபா நிர்மாணமும் மூன்று உலகமும் பிரசித்தி பெற்றவை என அறிந்து சந்தோஷம் கொண்டபோது மனமற்று அர்ச்சுனன் மறுத்தான். மயனோ தான் அதைச் செய்து தருவது மட்டுமே தன் நன்றிக்கடன் என்றான். யுதிஷ்ட்ரன் இதைக் கேட்டதுமே விழித்துக் கொண்டவனைப்போல மறுத்தவனாக புதிதாக சபா மண்டபம் எதற்காகக் கட்டப்பட வேண்டும் என முன் உணர்ந்தவனைப் போல சொன்னான். என்றாலும் அர்ச்சுனனின் ஆசையை அறிந்து அனுமதித்தான். மயன் தான் முன்பு கட்டிய சபா மண்டபத்திற்கான வேலைகள் நடந்த இடத்தைப் பார்வையிட்டு வருவதாகச் சொல்லி அவர்களைப் பிரிந்து சென்றான்.

மயன் எரிந்துபோன வனத்தின் ஊடாகவே நடந்து அலைந்தான். எந்த விருட்சம் எந்த இடத்தில் இருந்தது என்று அடையாளமே இல்லை. பாறைகளும்கூட இடம் மாறியிருந்தன. அவன் நெருப்பின் கால் தடத்தை மட்டும் கண்டான். முண்டிக் கிடந்த வேர்கள் மண்ணைப் பிளந்து கிடந்தன. அவன் மனம் இப்போது வனம் இருந்ததன் காட்சிகளைச் சிருஷ்டித்தது. அவன் அந்த இடத்தைவிட்டு வெகுதூரம் தனித்து அலைந்தான். தான் சிருஷ்டிக்கப் போகும் சபா காண்டவ வனம் என்கிற இந்தக் கானகம்தான் என முடிவு கொண்டான்.

காண்டவ வனம் விருட்சங்களும் விலங்குகளும் அற்று ஒரு சபா மண்டபமாக இருந்தால் எப்படியிருக்கும் என அவன் மனம் சூட்சுமம் கொண்டது. அவன் அந்த வடிவத்தை சிருஷ்டித்தான். ஓசையின் மயக்கம் வனத்தினைப்போல பறவைகளின் மாறு குரலும், எந்த இடத்தில் என்ன இருக்கிறது எனத் தெரியாத மயக்கமும், ஆழம் அறியாத நீர்நிலைகளும், பொய்த்தோற்றங் களும், காற்று கடந்துசெல்லும் வழியும், வாசனையும் அவன் சிருஷ்டியை தூண்டிக்கொண்டே இருந்தன. வனமற்ற வனத்தினை அவன் உருவாக்கினான். அது வசீகரமாக இருந்தது.

தன் பயணத்தின் வெகுமதியைப்போல பரிசுப் பொருட்களுடன் அவன் இந்திரப்பிரஸ்தம் சென்றான். வன மண்டபம் உருவாக்கப் பட்டால் அது வனவாசிகள் தவிர வேறு எவர் நடமாடும்போதும் திகைப்பையும் அவமானத்தையும் ஏற்படுத்தும். அந்த அவமதிப்பு எனும் நெருப்பு பற்றிக்கொண்டால் தானே இந்த மண்டபம் எரிந்துவிடும் என மயன் முடிவு செய்தான்.

வனத்தின் பசுமை பொங்கும் ஒளியைப்போல் ஒளிரும் மரகதங்களையும், ரத்தினங்களையும் கொண்டுவந்தான். தன் சூட்சுமத்தினை ஸ்தூல வடிவம் கொள்ளச் செய்ய அவன் நாட்களின் பகலும் இரவும் கழிய ஒன்றரை வருடங்கள் அங்கேயே இருந்தான். அந்த மண்டபம் உலகில் எவரும் கண்டிராத வடிவம் கொண்டிருந்தது. யுதிஷ்ட்ரனும் சகோதரர்களும் மண்டபத்தின் நுட்பத்தினைக் கண்டு போயினர். மயன் எவரிடமும் எதையும் பேசவில்லை. ஒரு துறவியைப்போல அவன் வேலை செய்து கொண்டிருந்தான். வேலையாட்கள் இதன் முன் அறியாத பணியில் ருசிகொண்டு ஆழ்ந்தனர்.

மயன் சிருஷ்டித்த மணிமண்டபம் முடிந்துபோனது. யாகங்கள் நடத்தப்பட்டு அதன் ஊடாக பிரவேசித்தனர் பாண்டவர்கள். யுதிஷ்ட்ரன் உணர்ந்துகொண்டு வந்தான். வனத்தின் குளிர்ச்சியும் வாசனையும் பறவைகளின் கீச்சொலியும் கொண்ட இந்த மண்டபம் பிரம்மாண்டமாக இருந்தது. தான் பிறந்ததில் இருந்து வன வெளியைச் சுற்றி அலைந்து திரிந்திருந்த பாண்டவர்கள் வெகு எளிதாக திகைப்பற்று மண்டபத்தின் சூட்சும பொறிகளைக் கடந்து போயினர். திரௌபதி அந்த மண்டபத்தின் தூய ஒளியையும் அதன் காற்று வீசும் அழகையும், தொலைவில் இருந்து கசியும் மலர்களின் வாசனையையும், எப்போதும் கேட்டுக் கொண்டிருக்கும் தண்ணீரின் ஓசையையும் கண்டு மயக்கம் கொண்டாள்.

மயனின் சிருஷ்டியின் மர்மம் பிடிபடாமல் அவர்கள் ஈர்ப்பில் மிதந்தனர். கிருஷ்ணன் மட்டுமே அதை அறிந்திருந்தார். அவர் மயனின் சிருஷ்டித் திறமையைப் பாராட்டவில்லை. மயனின் இந்த மாய வியூகத்தை எப்படி உடைப்பது என்பதிலே கவனம் கொண்டிருந்தார். மயன் எதிர்பார்த்ததைப்போல இது அவமதிப்பு எனும் நெருப்பைப் பற்றச் செய்யும் என்பதை அறிந்தேயிருந்தார். மண்டபத்தைக் காண வந்தவர்கள் திசையறியாது அலைந்தனர். பொய்த் தோற்றங்களில் மயங்கி வீழ்ந்தனர். அவமானத்தின் நெருப்பு புகையத் துவங்கியது. எங்கோ பாண்டவர்கள் சிரிக்கும் ஓசை கூட அருகாமை எதிரொலிக்கும் அமைப்பு கொண்ட அந்த சிருஷ்டிகரம் அவரைத் தடுக்க இயலாது செய்தது. மயன் எதிர்பார்த்த படியே துரியோதனன் மாயத் தோற்றத்தின் வசப்பட்டவனாகி வீழ்ந்தான்.

காட்சிகளும், ஓசையும் மாறித் தெரியும் சூட்சுமத்தில் சிரிக்கும் குரல் அவனை அவமானம் கொள்ளச்செய்தது. துரியோதனன்

வனமறியாதவன்தானே. அவன் எப்போது வனவெளியில் வரும் போதும் ஏதாவது இடர்ப்பாட்டில் மாட்டிக்கொண்டு அவமானத்தில் வீழ்வது தொடர்ச்சியாக நிகழ்ந்தது. அதன் தொடர்ச்சியைப்போல வனமற்ற வனத்தின் அறைக்குள் வீழ்ந்தான். சிரிப்பு நீண்டது. ஸ்ரீகிருஷ்ணர் அந்த மண்டபம் அவர்களுக்குத் துயரம் தருவதாக அமையும் என்பதைச் சொல்லிவிடவே விரும்பினார். ஆனாலும் குற்றத்தின் சாயல் தன்மீது படிந்துள்ளதன் நிசப்தத்தில் மௌனித்துக் கொண்டார். பாஞ்சாலியின் உற்சாகம் அந்த இடத்தினை யுதிஷ்ட்ரனுக்குப் பரவசத்திற்குரியதாக்கியது.

அவமானத்தின் வடு ஏற்படுத்திய துக்கத்தில் துரியோதனன் அஸ்தினாபுரத்தில் இருந்தான். மயன் மனதில் என்றோ அழியப் போகும் மண்டபமும், பாண்டவ வம்சத்தின் வீழ்ச்சியை ருசிக்கும் நெருப்பும் எரியத் துவங்கின.

மயன் வெளியேறிவிட்டான். தன் பகைமையை உன்னத சிருஷ்டியின் வடிவமாக்கிவிட்டு புறப்பட்டுவிட்டான். மாய மண்டபம் எனும் அழகின் பின்னே எரிந்து உருத்தெரியாது போன காண்டவ வனம் ஒளிந்து கொண்டிருக்கிறது. பறவை, மிருக, தாவர ஜீவராசிகளின் உயிர்த் துக்கம்போல தீர்க்கமுடியாத கனவுத் துயர் பாண்டவ வம்சத்தின்மீது பற்றிக் கொண்டது. தனது சிருஷ்டியின் வழியே அவமதிப்பை சகித்துக்கொண்ட மயன் எரிந்துகிடந்த வனவெளியைத் தாண்டி, பனிமூடிய மலைப்பகுதியின் வயிற்றினுள் நுழைகிறான். அவன் அறிந்து கொள்வதற்காகப் படைக்கப்பட்ட மர்மம் போல தொலைதூரக் குகைகள் கிளை பிரிகின்றன.

மாய மண்டபம் எனும் வனத்தில் காற்று சுற்றி அலைந்து பெரு ஓசை எழுப்பிக் கொண்டிருப்பதை நான் கேட்டேன். வசீகரம் ததும்பும் இரவில் ஏதேதோ மாய ஓசைகளை அது பெருக்குகிறது. அந்த ஓசை பல வேளைகளில் சாந்தியையும், பல வேளைகளில் துயரத்தையும் தருவதாகவும் அதனுள் நடப்பவர்கள் முகத்தில் எங்கிருந்தோ கரும்புகை படிவதாகவும் இந்திரப்பிரஸ்தத்துவாசிகள் சொல்லிக் கலைந்தனர். பறவைகள் அற்றபோதும் கீச்சொலி கேட்கும் அந்த மண்டபம் ஈர்ப்பையும் துயரத்தையும் பெருக்கியபடி இருந்துகொண்டே இருக்கிறது. நான் வெளியேறி நடக்கத் துவங்கினேன் கரும்புகை படிந்தவனாக.

~

நாகசபா

நாகர்களில் வலிய அரசனாக இருந்த தட்சகன் கானகத்தின் உள்ளே தனது சபையை நிர்மாணித்தான். அது விசித்திரங்களின் சபையாக இருந்தது. ஒவ்வொரு பருவ காலத்தையும் உள்வாங்கி அதன் தன்மையை பிரதிபலிக்கும் நான்கு சபையை உருவாக்கியிருந்தான். சதா குளுமையும் துயிலைப் பெருக்கச் செய்யும் இசையும்கூடிய தனது சபையை அவன் விற்பன்னர்கள் யாவருக்கும் திறந்து வைத்திருந்தான். எந்த தேசாதிபதியிடமும் இல்லாத நுட்பமும் அழகும்கூடிய சபையையும் அதன் மயக்கமும் கண்டவர்கள் தேசமெங்கும் அதைச் சொல்லி அலைந்தனர். அஸ்வமேதம் நடத்தி ஆண்ட யுதிஷ்ட பரம்பரை அரசர்களில் ஒருவனான பரிசித்து தனது பரிவாரங்களோடு நாகசபைக்கு வந்தான். மயக்கமூட்டும் சபையில் தன்னைப் பறிகொடுத்தவனாக அதைத் தானே அடைந்துவிட வேண்டுமென்றவனாக வேட்கை கொண்டபோது நாக அரசன் இது நீர்வீழ்ச்சியைப்போல எவரும் தனியே சொந்தம் கொண்டாட முடியாதது. கண்டு ருசித்து உணர்ந்து செல்லுங்கள் என்றதும் மனம் தாளாமல் தேசம் திரும்பி தன் விருப்பம் நிறைவேறா சபையை அழித்தொழிக்க வீரர்களை அனுப்பினான். அவர்கள் வன குடிகளை சூறையாடிக் கொன்று சபையை எரித்தனர். பரிசித்து தேடிய நாக அரசன் தப்பிப் போனான். நாகசபை எரிந்து அடையாளமற்றுப் போனது. பரிசித்து அதுபோல ஒரு சபையை நிர்மாணிக்க முயன்றும் அந்த வடிவு அவனுக்குக் கூடவேயில்லை.

~

7

எந்த தாவரத்தையும் விலங்கையும் பெயரிட்டு அழைத்துவிடக் கூடாது என நம்பும் வனவாசிகள் வடக்கே இருந்தார்கள். ஒரு தாவரத்தை அல்லது விலங்கைப் பெயரிட்டு அழைக்கும்போது அது தனிமைப்பட்டுப் போவதாக நம்பி வந்தார்கள். எனவே அவர்களின் வனவாழ்வில் பொருட்கள் பெயரற்று அறியப்பட்டு வந்தன. ஒரு தாவரம் பூக்கும் காலம், அதை நோக்கி ஒரு மனிதன் தனது விரலை நீட்டிக் காட்டவோ, அதை அடையாளம் செய்யும் எதையாவது செய்வதோ மிகப்பெரிய தவறாகவும் வனத்தாவரங்களை அவமதிப்பதாகவும் அறியப்பட்டது. ஆரண்ய வெளியிலும் குகையிருளிலும் மட்டுமே வாழ்ந்துவந்த மனிதர்கள் இருள் மிகக் குளிர்ச்சியானதென்றும் அது ஒரு மனிதனை தாயைப்போல அரவணைப்பதாகவும் உற்சாகமாகச் சொல்வார்கள். தாவரங்கள் நெடுங்காலம் வாழ்ந்ததும் அவை இங்கிருந்து இடம் மாறி ஆகாசத்தில் கிளைக்கத் துவங்கிவிடுமென ஒரு வனமுதியோன் சொல்லியதை நானே நேரில் கேட்டேன்.

- வனக்குடியில் ஒரு பொழுது

விடுபட்ட குரல்கள்

என் பயணத்தின் வழியில் மழை துவங்கியிருந்தது. மழையோடு பயணிப்பது அலாதியானது. பாதைகளின் வடிவங்கள் மாறிவிடுவதோடு நகரங்களும், எளிய வீடுகளும்கூட வசீகரமான தோற்றம் கொண்டுவிடுகின்றன. இந்த நகரங்களில் மழைக்காலம் துவங்கி விட்டால் தொடர்ந்து அந்த மாரிக்காலம் முடிவடைவது வரை இடைவிட்டு சிலநாள் தவிர மழை பெய்துகொண்டே இருக்கிறது. கிராமப்புறங்களில் இருந்து நகரங்களை நோக்கிப் பயணிப்பதை நிறுத்தி விடுகிறார்கள். யாகசாலைகள் மூடப்பட்டு விடுகின்றன. தெருக்களில் அலையும் பசுக்கள் ஈரமேறிய கண்களுடன் நடமாடு கின்றன. என்றும் மழைக்கூத்தைக் கொண்டாடும் பாணர்கள் எங்கிருந்தோ புறப்பட்டு வந்து சேர்கின்றனர். சேறு படிந்த ஆடைகளும், குளிர்ச்சி கொட்டும் விரல்களுமாக அவர்கள் நடனமாடுகிறார்கள்.

நான் மழைக் கூத்தர்களைப் பார்த்துக்கொண்டே இருந்தேன். அவர்கள் மழையைக் கொண்டாடினார்கள். தொலைவுவரை நீளும் பாதைகளின் விலகல்களில் மண்டபங்கள் இருந்தன. யாக சாலைகள், பயன்படுத்தப்படாமல் மூடி சிதைந்த இடங்கள் என நிறைய காலம் மீறிய மண்டபங்கள் தென்பட்டன. அதில் அவர்கள் தங்கிக் கொள்கிறார்கள். துடி போன்றதொரு இசைக் கருவியை மீட்டியபடி தங்கள் தொன்மையான இசையை, பாடலைப் பாடியபடி அலைகிறார்கள். மழைக் கூத்தர்கள் இந்த மழை நாளில் மட்டுமே வருவார்கள் என ஸ்த்ரீகள் அறிந்திருந்தார்கள்.

மழைக் கூத்தர்களில் உருவம் பெருத்திருந்த ஒருவன் நத்தையைப்போல மிக மெதுவாக மழையோடு நடந்து

அலைந்தான். அவன் குரல் வசீகரமாக இருந்தது. அவன் நெடும் தொலைவு சுற்றியலைந்திருக்கக் கூடும். அவன் ஏதேதோ ரகசியங்களின் சாடை தெரியும் பாடல்களைப் பாடும்போது கேட்பவர்கள் அதன் உள்நிலை தெரிந்து சிரித்தனர்.

நான் அவனைப் பின்தொடர்ந்து சென்று மழையினை எதற்காகக் கொண்டாடுகிறார்கள், யார் அவர்கள் என அறிந்து கொள்வதற்காகச் சென்றேன். மழைக் கூத்தன் தனது ஆட்டத்தினை முடித்துவிட்டுத் திரும்பும்போது கூடவே சென்ற என்னை நிறுத்திக் கோபப்பட்டான்.

'நீ என் நிழலா? என்னை ஏன் பின்தொடர்கிறாய்?'

'நான் ஒரு தூரதேசவாசி' என்றேன். அவன் அதைப் பொருட் படுத்தாமல் திரும்பக் கேட்டான்.

'இந்த மழையைவிட தூரதேசமா?'

எனக்குப் புரியவில்லை. அவன் எதைக் குறிப்பிடுகிறான் என நான் ஒரு கணம் சரிந்து பின் அறிந்தவனாகக் கேட்டேன்.

'மழைக்கு தேசம் ஏது?'

அவன் ஏளனமாகக் கேட்டான்.

'பின் அது எங்கிருந்து வருகிறது? எங்கே போகிறது?'

நான் பதிலறியாதவன் என்றதும் அவன் ஸ்நேகபாவமுற்றவனாகி என்னோடு தொடர்ந்து பேசினான்.

'மழை ஓர் உரையாடல். அது ஒரே நேரத்தில் யாவரோடும் பேசுகிறது. நம்மைப்போல சிலரைப் பிடிக்கும் பிடிக்காது என விலக்குவதில்லை. அதன் உரையாடல் ஈர்ப்புடையது.'

மழையைக் கேட்டுக் கொண்டிருந்தேன். என் பயணத்தின் தொடர்ச்சியை அவனுக்குப் புரியும்படி சொல்லிக் கொண்டிருந்த போது அவன் மிகுந்த ஏளனமாகக் கேட்டான்.

'நீயும் புனைவைப் பின்தொடர்பவன்தானா..?'

நான் அவன் ஏளனம் மீறிய என் வேட்கையைச் சொன்னேன். அவன் குதித்தபடி சொன்னான்.

'நீ பார்க்க வேண்டிய சிலரை நான் பார்த்திருக்கிறேன். இந்த நிலவியலில் நீ அவர்களைப் பார்க்காமல், பேசாமல் திரும்பிப் போனால் உனது பயணம் பாதியளவுகூட பூர்த்தியாகாது.'

நான் ஆவலுற்றவனாகக் கேட்டேன்.

‘நீ யாரைக் குறிப்பிடுகிறாய்?’

‘ஒரு குயவனை, ஒரு வேடுவனை, சில மீனவர்களை, ஒரு தேரோட்டியை...’

‘அவர்களை நான் காண்பதால் புதிதாக என்ன தெரிந்துவிட முடியும்?’

‘நீ தெரிந்து கொண்டிருப்பது நிஜமல்ல. அவை வெளித்திரை. மழைக்குப் பிந்தைய நீர்த்திரையில்தான் நடந்தவற்றை அறிந்திருக்கிறாய்.’

நான் மழைக் கூத்தனின் பேச்சை அறிந்தவனாக அவர்கள் எங்கிருக்கிறார்கள் எனக் கேட்டேன். மழை அவர்களை அவரவர் வீட்டில் அமர்த்திவிட்டது. நினைவின் தாழ்வாரத்தில் அமர்ந்திருக் கிறார்கள் என்றபடி அவன் தனித்துப் போனான்.

நான் மழையின் நீண்ட சாலையில் தனியாக அவர்களை நோக்கிப் போகத் துவங்கினேன். குயவனின் வீடு மழையால் நடுங்கிக் கொண்டிருந்தது. தொடர்ந்து பெய்யும் மழையால் வீட்டில் நெகிழ்வு கூடியிருந்ததால் கூரைகள் தாங்காது ஈரம் சொட்டத் துவங்கியது. பானைகள் சுடும் அடுப்புப் பக்கம் தண்ணீர் கட்டியிருந்தது. மெலிந்த பசு ஒன்றை அவன் அங்கு கட்டியிருந்தான். குயவனின் இரண்டு குழந்தைகள் நீரில் அலைந்தன. வீடு அமைந்த பகுதி தாழ்வான நிலமாகயிருந்ததால் மழைத் தண்ணீர் எங்கும் தேங்கிக் கொண்டிருந்தது. மழையால் நனையாத சிறிய குடியிருப்பு ஒன்றினை அவன் அருகாமையிலே அமைத்திருந்தான். அதன் உள்ளே ஒரு பெண் குரலும் தணிவான ஒரு ஆண் குரலும் கேட்டது. அவர்கள் தீராத மழையால் உணவுக்கு தட்டளிகிறார்கள் எனப் புரிந்தது. நான் அவர்கள் வீட்டின் முன்வாசலுக்கு வந்தபோது உள்ளே பேச்சடங்கி அடுப்புப் புகை வெளிப்பட்டது. குயவன் கதவைத் திறந்துகொண்டு வெளிப்பட்டான். அவனுக்கு வயதாகி யிருந்தது. அவன் மனைவியோ வயது அதிகமற்றவளாக இருந்தாள். அவர்கள் தூரதேச பயணிகளைக் கண்டு பழகியவர்களாக இருக்கக்கூடும். அல்லது மழையால் ஒதுங்குவதற்கு வந்தவனாக என்னைக் கருதியிருக்கக்கூடும். அவன் தன் வீட்டின் பின்னால் பசு நின்றிருந்த கூரைக் கட்டடத்திற்கு என்னைக் கூட்டிப் போனான்.

நான் அவனைக் கவனித்தபடியே இருந்தேன். அவன் கண்கள் மிகுந்த வேதனை கண்டு வெகு ஆழமாகியிருந்தன. கை விரல்களில்

வெடிப்பு கண்டிருந்தது. கால்களின் நிறமோ செம்மை கண்டிருந்தது. அவன் மழையைக் கண்டவனாகச் சொன்னான்.

‘பெய்து கொண்டேயிருக்கிறது.’

நான் அவன் அருகாமையில் அமர்ந்து கொண்டவனாகக் கெட்டேன்.

‘நீங்கள் அறிவீர்கள், நான் உங்களைத் தேடி வந்திருப்பதன் காரணத்தை.’

அவன் யூகித்து விட்டவனாகச் சொன்னான்.

‘என் வீடு ஒத்திகையறை போலாகிவிட்டது. வேஷமிட்டவர்கள் ஏதேதோ காரணங்களில் வந்து கலைகிறார்கள்.’

‘நான் தெரிந்துகொள்ள விரும்புவது சகோதரர்கள் ஐவரை.’

‘அவர்கள் மிக சாதாரணமானவர்கள். அவர்களின் தாய்தான் சூத்ரதாரி.’

‘நீ யாவையும் கண்டிருக்கிறாய்தானே, உனக்கு அந்தத் தாயின் முகக் குறிப்புகள் நினைவிருக்கிறதா?’

அவன் கொஞ்சநேரம் மழையை வேடிக்கையிட்டபடியே சொன்னான்.

‘அவர்கள் அதோ அந்த இடத்தில்தான் தங்கியிருந்தார்கள். சுயம்வரத்தின் முந்தைய இரவிலே அவர்களுக்குள் இச்சையின் விதை தனியே முளைக்கத் துவங்கிவிட்டது.’

~

யுதிஷ்ட்ரன் குயவனின் சுடுபானைகள் கிடந்த இருளில் நின்று கொண்டிருந்தான். நாளை சுயம்வரம் நடக்கவிருக்கிறது. பாஞ்சால தேசத்து அரசனின் மகளை மணந்துகொள்வதால் அவர்களின் தேசம் பாதுகாப்பும், பலமும் கூடக்கூடும். இதுவரை தான் எந்தப் பெண்ணையும் அறிந்தவனேயில்லை. பீமன்தான் ஒரு பெண்ணை ருசித்தவன். அவளும்கூட ராட்சஸ வம்சம். பீமன் அவளின் காமத்தைக் குடித்தவனாக பகலிலும் மூர்க்கம் கொண்டு நடந்த நாட்களை அறிந்திருந்தான். தம்பியர்களில் பல்குணன் எனும் அர்ச்சுனன்தான் சுந்தரன். அவன் பெண்களை வசீகரித்துவிடக் கூடியவன். தான் மூத்தவனாகவும், தேசத்துக்குக் காவலாளனாகவும் இருக்கவேண்டிய நிலை உண்டாகியிருப்பதால், நாளை அந்த அஸ்திரப் போட்டியில் தன்னால் நாண் ஏற்றி குறியை வீழ்த்திவிட முடியும்தானே என யோசனை கொண்டிருந்தான்.

குயவன் எங்கிருந்தோ சுள்ளிகளைப் பொறுக்கிவந்து பானைகள் சுடுவதற்காக எரித்துக் கொண்டிருந்தான். யுதிஷ்ட்ரன் அவனிடம் பாஞ்சால தேசத்து அரசனின் மகளைப் பற்றிக் கேட்டான். குயவன் 'அவள் யாகசேனி, நெருப்பில் பிறந்தவள். அவள் உடலும், கண்களும் சுடர்விட்டுக் கொண்டிருக்கும்' என்றான். அவளின் வனப்பைப் பற்றி தாதிகள் வெளியே சொன்ன சேதிகளை யுதிஷ்ட்ரன் கேட்டுக்கொண்டிருப்பதைத் தன் இருப்பிடத்தில் இருந்தே குந்தி அறிந்து கொண்டிருந்தாள்.

இதுவரை யுதிஷ்ட்ரன் எந்தப் பெண்ணைப் பற்றியும் இத்தனை ஈடுபாட்டுடன் கேட்டுக் கொண்டிருந்ததில்லை என்பதை அவள் அறிந்தாள். யுதிஷ்ட்ரன் குயவனிடம் பேசிவிட்டுத் திரும்பும்போது இருளில் அர்ச்சுனன் நின்று கொண்டிருப்பது புரிந்தது. அவன் கைகளில் வில், அம்பு எதுவுமில்லை. அவன் இருளில் அசைவற்றவனாக இருந்தான். நகுலன் அருகே சென்று கேட்டான்.

'என்ன செய்கிறாய் அண்ணா?'

'அஸ்திரப் பயிற்சி.'

அவனுக்குப் புரியவேயில்லை. விஜயன் நிதானமாகச் சொன்னான்.

'மனம் தொடர்ந்து அஸ்திரத்தைப் பயின்றுகொண்டேயிருக்கிறது. யாவும் இலக்குகளாகவே என் கண்களுக்குப் புலப்படுகிறது. நாளை நாம் சுயம்வரத்திற்குப் போகிறோமா?'

'அதை மூத்தவர்தான் முடிவு செய்வார் நகுலனே...' நகுலன் விஜயனின் அருகாமையில் அமர்ந்து கொண்டான். நகுலன் இரவிலும்கூட அழகு குறையாதவனாகவே இருந்தான். அவன் தயக்கத்துடன் சொன்னான்.

'நாம் மறு உருவில் இருக்கிறோம், பிராமணர்களாக.'

'பிராமணர்கள் சுயம்வரத்திற்கு அனுமதிக்கப்பட்டவர்கள்தாம். நம் குரு பிராமணர்தானே..?' பின் அவர்கள் தனித்தனியாக இருந்தனர். குயவன் மட்டும் தனது பானையைச் சுட நெருப்பின் முன் அமர்ந்திருந்தான். சகாதேவன் நட்சத்திரங்களின் நகர்வைக் கண்டபடியிருந்தான். அவன் விரல்கள் எதையோ கணக்கிட்டுக் கொண்டிருந்தன. குயவன் அவனிடம் கேட்டான்.

'என்ன முணுமுணுக்கிறீர்கள்?'

'விதியை, விலக்க முடியாத நம் விதியை.'

'உங்களுக்கு காலத்தை கணிக்கத் தெரியுமா..?'

சகாதேவன் சிரித்துக்கொண்டே சொன்னான்.

'உன் வீட்டினை நாளை பிரச்சனைகளின் பற்கள் கவ்விப்பிடிக்க இருக்கிறது.'

'நோவு கொண்டா..?' எனக் கேட்டான்.

சகாதேவன் பதில் பேசவில்லை. மறுநாள் அவர்கள் அந்தணர்களாக சபா மண்டபத்திற்குப் போனபோது அங்கே பல தேச அரசர்கள் சுயம்வர மண்டபத்தின் மையத்தில் அமர்ந்திருந்தனர். பண்டிதர்களும் பிராமணர்களும் வீரர்களும் இருந்த சபையில் அவர்கள் சென்றமர்ந்தனர். பாஞ்சால மன்னன் தனது மகளை அழைத்துக்கொண்டு வரச் சொல்லியவனாகக் காத்திருந்தபோது திருஷ்டத்யும்னன் இளவரசர்களை உரிய ஆசனங்களில் அமர்த்திக் கொண்டிருந்தான். கிருஷ்ணனும், கர்ணனும், துரியோதனனும் வந்து அமர்ந்திருந்தனர். அஸ்வத்தாமா கூட வந்திருந்தான்.

யாவரும் வில் திறம் அறிந்தவர்கள்.

பாஞ்சாலியைச் சில பேடிகள் அலங்கரித்து அழைத்து வந்தனர். பேடிகளின் உருவம் நகைப்பூட்டுவதாக இருந்தது. நளினமும், பரிகாசமும், மிதமிஞ்சிய அலங்காரமுமாக அவர்கள் உடன் வந்தார்கள்.

யுதிஷ்ட்ரன் பாஞ்சாலியைப் பார்த்ததுமே ரூபவதியெனத் தெரிந்துகொண்டான். பிராமண வேஷமிட்ட ஐவர் கண்களும் அவளை அறிந்து கடந்தன.

பலரும் வில்லில் நாணேற்றி இலக்கைத் தகர்ப்பதற்கு முயன்று தோற்ற நிசப்தம் கூடியது. இனி பொறுத்திருக்கக் கூடாது என யுதிஷ்ட்ரன் தனது சகோதரர்களைப் பார்த்தான். தான் எழுந்து முன் சென்று வில்லை நாண் ஏற்றிட வேண்டுமென வேட்கை கொண்டவனாக அவன் தலை நிமிரும் முன்பு அர்ச்சுனன் அண்ணனின் ஆசியை வேண்டி பாதங்களைப் பற்றினான். யுதிஷ்ட்ரன் செயலற்றவனாகக் கைகளை அர்ச்சுனன் தலையில் வைத்தான். மறுகணம் அர்ச்சுனன் வில்லில் நாண் ஏற்றிச் சுழலும் இலக்கை அடித்து வீழ்த்திய சப்தம் கேட்டது.

ஒரு பிராமணன் இலக்கினை அறுத்து வீழ்த்திவிட்டான் என்ற செய்தி எங்கும் பரவியது. அரண்மனையின் வெளியே நின்றிருந்தவர்கள் இதனை உரத்துக் கத்தியபடி ஓடுவதைக் கண்டான் குயவன். இனி தன் தேசத்திற்கு பிராமணன்தான் மாப்பிள்ளை என்றபடி வீடு திரும்பும்போது, ஒரு சேவகன்

குயவனிடம் விலகு விலகு என உள்ளே ஓடி, ஜெயித்தவர்கள் ஐந்து பேரில் ஒருவனான பிராமணன் என்றதும் தனது வீட்டின் அதிதிகளை அவன் நினைவு கொண்டான். வீடு திரும்பிய குயவன், மிக மெதுவாக தனது மனைவியின் காதுகளில் சொன்னான்.

'நாம் உடனே இங்கிருந்து தப்பிப் போய்விடுவோம். உயிர் ஆபத்து காத்திருக்கிறது. உடல் நடுங்குகிறது.' அந்த ஸ்த்ரீயும், பயந்தவளாகி, புறப்பட ஆயத்தமானதை குந்தி கவனித்துக்கொண்டே இருந்தாள். அவள் குயவனிடம் என்ன நடந்தது எனக் கேட்டாள்.

'உன் புதல்வர்களில் ஒருவன் சுயம்வரத்தில் வென்றுவிட்டான். அரண்மனையே பற்றி எரிகிறது.'

'நீ பயம் கொள்ளத் தேவையில்லை. என் ஐந்து புத்திரர்கள் உன்னைக் காப்பாற்றுவார்கள். பொறுத்திரு.'

திரும்பியிருந்தார்கள் ஐவரும். எல்லா நாளையும்போல அவள் முதலில் யுதிஷ்ட்ரனை [illegible] அழைத்தாள். அவன் இன்று தாங்கள் போன காரியம் நல்லவிதமே முடிந்தது என்றான். அவள் மகனின் கண்களைக் கண்டபோது அதில் ஆழமான வடுவிருந்தது. பாண்டுவைப் போன்றதொரு பாவம் அவன் முகத்தில் ததும்பியது. அவள் யுதிஷ்ட்ரனின் பின்நின்ற பீமனுக்கு அடுத்த விஜயன் பக்கம் கண்களைத் திருப்பினாள். அவன் தான் இன்று ஒரு பொருளை வென்றதாகக் கூறினான். அவள் சில நிமிஷம் மௌனித்துவிட்டுச் சொன்னாள்.

'பகிர்ந்து கொள்ளுங்கள் ஐவரும்.'

யுதிஷ்ட்ரன் தாயின் கண்களை நிமிர்ந்து பார்த்தான். அவனால் ஆழத்தை அறிய முடியவேயில்லை. அவள் திரும்பவும் மௌனமாகிவிட்டாள். விஜயன் இதை எதிர்பார்க்கவில்லை. அவன் தாயின் வேண்டுகோளைத் திரும்பவும் கேட்டான். யுதிஷ்ட்ரன் பதில் சொன்னான்.

'ஐவரையும் பகிர்ந்து கொள்ளச் சொல்கிறார்கள்.'

யுதிஷ்ட்ரனின் பதிலால் கோபமுற்ற அர்ச்சுனன் பதிலற்றவனாக வெளியேறிப் போகும்போது தாயைப் பார்த்துச் சொன்னான்.

'நான் இன்று வென்றது, பாஞ்சாலனின் மகள் கிருஷ்ணையை...'

குந்தி இப்போது மிகத் திண்மையுடன் சொன்னாள்.

'இருக்கட்டும். என் வாக்கு திரும்பப் பெற முடியாதது.'

அவர்களில் பீமன் மட்டுமே இதனை உடனே செயல்படுத்த வேண்டும் என்றான். பீமனுக்கு கிருஷ்ணையின் உருவம், அழகு துவளச் செய்துவிட்டிருந்தது. குந்தி விஜயனிடம் கேட்டாள்.

'எங்கே அந்தப் பெண்?'

'வெளியே காத்திருக்கிறாள், அனுமதிக்காக...'

'கூட்டி வா அவளை.'

ஒற்றர்கள் இந்த உரையாடலைக் கேட்டுக் கொண்டேயிருந்தனர். இந்த தேசத்து இளவரசிக்கு ஐந்து கணவன்மார்கள் என்பதை இளவரசர் திருஷ்டத்யும்னனிடம் சொல்லிட விரைந்தனர். குயவன் அந்த முதிய தாயைப் பார்த்துக்கொண்டே இருந்தான். அவர்கள் யாவரையும் எல்லா நாட்களையும்போல வெளியே படுக்கச் சொல்லிவிட்டு குந்தியும் கிருஷ்ணையும் மட்டும் அருகாமையில் உறங்கினர்.

குயவன் தன் மனைவியிடம் ரகசியமான குரலில் சொன்னான்.

'காமத்தின் நாவு தன் பிள்ளைகளைப் பிரித்துவிடாதபடி எத்தனை சாதுர்ய முடிவு கொண்டாள் இந்தப் பெண். இவள் அரச குடும்பத்தவளாகதான் இருக்கக்கூடும். நாம் போய் படுப்போம். சாவு நம் வீட்டை வளையமிடுகிறது.'

நீண்ட இரவின் பின்னமைதியில் குயவனின் வீட்டிற்கு வசுதேவ கிருஷ்ணன் வந்து சேர்ந்தான். அவர்கள் விழித்துக் கொண்டுதான் படுத்திருந்தார்கள் என்பது யாவருக்கும் புரிந்தது. தாயின் சகோதரனான அந்த வசுதேவனைக் கண்டார்கள், அர்ச்சுனனைப் போலவே வசீகரமும் இளமையும் கொண்டிருந்த கிருஷ்ணனை யுதிஷ்ட்ரனுக்கு மிகவும் பிடித்திருந்தது. கிருஷ்ணர் யுதிஷ்ட்ரனை ஆசி கேட்டு வணங்க முற்பட்டதும், அவர் தடுத்துத் தழுவிக் கொண்டார்.

கிருஷ்ணை எனும் பாஞ்சாலி அந்த ஐவரையும் செய்வதறியாது பார்த்துக் கொண்டேயிருந்தாள்.

குயவன் மழை வெறித்துவிட்டதைக் காட்டியபோது எங்கும் மெல்லிய வெயில் படர்ந்து கொண்டிருந்தது. இன்னமும் வியப்பு கலையாதவனாகச் சொன்னான்.

'அந்த ஐவரின் தாய், வலிய ஸ்த்ரீ. அவள் அந்தப் பெண்ணின் மனதையும் மாற்றிவிட்டாள். யாவும் சுமுகமாகவே முடிந்து போயின. எனக்குக்கூட தானம் கிடைத்தது.'

நான் அந்தக் குயவனிடம் திரும்பவும் கேட்டேன்.

'அந்த ஸ்த்ரீயை திரும்பவும் பார்த்தாயா..?'

'இல்லை. அவள் தன் பிள்ளைகளின் ரகசிய ஆசைகளைக்கூட அறிந்திருக்கிறாள். அவள் மனம் எதையோ கணக்கிட்டுக்கொண்டே இருக்கிறது. அவள் தன் பிள்ளைகளால் எதோ வடுவை ரணத்தை சாந்தம் செய்யப் போகிறாள். மழை நாட்களைப்போல அவளது மனமும் புகையோடிப் போயிருந்தது. ஐந்து கணவன்களோடு வாழ வந்தவளின் முதல் வீடு இதுதான். சரிதானே...' எனக் குயவன் சிரித்துக் கொண்டே இருந்தான்.

~

பின் ஒரு வேடுவனைத் தேடிப்போனேன். அவன் மூர்க்கனாகி வனத்தில் அலைகிறான் என்றார்கள். அவன் மிருகங்களைப் போலவே வன்மம் மிகுந்து ஒளிந்து தாக்குவதாகவும் சொன்னார்கள். நான் காசி நகருக்கு வெளியேயிருந்த அந்த வனத்தின் கரையோரமாக அலைந்து திரிந்தேன். எரிந்து தரைமட்டமான மாளிகையின் சாம்பல்மேடு அப்படியே இருந்தது. அதில் எரிக்கப் பட்ட வனவேடுவனின் மனைவி, ஐந்து குழந்தைகளின் புதை கற்கள் மட்டுமிருந்தன.

வனவேடுவன் பாறைகளில் ஒளிகிறான். காற்றைத் தனது வன்கரம் பற்றி நிறுத்திட முயல்கிறான். நான் அவனைத் தேடிக் கண்டேன். அவன் உதிரத்தின் தெறிப்பையே நாடி அலைந்து கொண்டிருந்தான்.

உயர்ந்து வெடித்த பாறைக் கூட்டத்தினுள் நான் பிரவேசித்தபோது அவனே எதிர்ப்பட்டவனாக மூர்க்கமாகி ஏசியபடி கத்தியை வீசிக்காட்டிக் கோபமுற்றான். வனவேடுவனின் முன் சலனமற்றுப் பேசிக் கொண்டிருந்தேன். அவன் என் கேள்விகள் கடந்தவனாக இருந்தான். அவன் யாவரையும் விடவும் விதுரனை மட்டுமே தான் கொல்ல விரும்புவதாகச் சொன்னான். விதுரன் என்ற அந்த ராட்சசன்தான் தன் பிள்ளைகளையும், மனைவியையும் அரக்கு மாளிகைக்கு அழைத்துவரச் செய்திருந்தான். அவனுடைய ஒற்றர்கள்தான் விருந்திற்காக வேடுவச்சிகளைப் பிள்ளைகளோடு கூட்டிவரச் சொன்னதாக கூட்டிக்கொண்டு போனார்கள். மாளிகைக்குப் போனாள். வேடுவச்சிகளுக்கு இந்த மாளிகை ஒரு பொய்த் தோற்றம், தேன் மெழுகும், அரக்கும் கொண்டு கட்டப்பட்டிருக்கிறதென தெரிந்தேயிருந்தது. வேடுவச்சியின் குழந்தைகள் உணவின் ருசிக்கு வேண்டினார்கள். பாலும்,

இனிப்பும், கள்ளும், மாமிசமும் அவர்களுக்கு மிதமிஞ்சி தரப்பட்டன. ஒற்றர்களில் ஒருவன் அவர்கள் உண்ணும்போதே பாண்டவர்களை வெளியேறிவிடச் செய்தான். வேடுவச்சி மிதமிஞ்சிய போதை கொண்டவளாக, தன் ஐந்து மக்களையும் சேர்த்து அணைத்தபடி உறங்கினாள்.

பிதுர் கடன்களை முடிப்பதற்காக குந்திதேவியாரும் அவர்தம் மக்களும் வந்துசேர்ந்த நாள் முதல் வேடுவர்கள் தினமும் வேட்டையாடி வந்து மான்கறியும், மீனும், காட்டுத் தேனும், மூலிகைச் சாறு கலந்த பானகமும் தந்து போயிருந்தார்கள். வன ஓடைகளில் கிடைக்கும் நீண்டு மெலிவான மீன்களின் ருசியறிந்த பீமனின் நாவு வேடர்களை விரட்டிக் கொண்டேயிருந்தது. ஒரு ஸ்த்ரீயும் ஐந்து குழந்தைகளுமாக அவர்கள் முதல் நாள் ஒற்றன் ஒருவனால் அழைத்து வரப்பட்டபோது தங்களது வயதை ஒத்த ஐந்து வேடுவச் சிறுவர்களைப் பாண்டவர்கள் பரிகாசம் செய்தனர். நரிப் பற்களையும், உடல் முழுவதும் சித்திரம் கொண்டதையும், பார்த்துக் கொண்டிருக்கும்போதே சிறுவர்கள் உடலைச் சுழற்றிக் குதித்து வளையமிடுவதையும் கண்டனர்.

வேடுவச்சி குந்தியைப் போலவே பாரியான பெண்ணாக இருந்தாள். அவள் குழந்தைகளுக்கு பாண்டவர்களைப் போலவே உணவு தந்தார்கள். வேடுவச்சி கபடமற்று அந்த மாளிகையின் உள் அறைகளில்கூட அலைந்து திரும்புபவளாக இருந்தாள்.

புரோசனன் திட்டமிட்டிருந்த நாளின் இரவில், அவளும் ஐந்து பிள்ளைகளும், மது மீறி உறங்கிக் கொண்டிருப்பதை யுதிஷ்ட்ரன் கண்டான். நடக்கப் போகின்ற நிகழ்வினை அவன் மனம் முன் உணர்ந்துகொண்டது. தாயிடம் அவர்களை வெளியேறி விடச் செய்துவிடலாமா எனக் கேட்க, அவள் 'விதுரன் அதனை மேற்கொள்வான். நாம் புறப்படலாம்' என்றாள். மாற்று வழிகளில் இரவோடு இரவாக தப்பிப் போயினர்.

மாளிகை தீப்பற்றி எரியும்போது வெடித்த சப்தம் கேட்டு வனவாசிகள் வந்து கூடினர். ஆற்றின் நீரை வாரி இறைத்தனர். நெருப்பிற்குள் இறங்கி பாண்டவர்களைத் தேடிச் சலித்தனர். உறக்கம் கலையாது எரிந்துகொண்டிருந்த உடல்களைக் கண்டு விசும்பினர்.

எங்கோ வனத்தின் அடிஆழத்தில் தன் மனைவி மக்களைத் தேடி குடி மீறியிருந்த வேடுவன், மறுநாளின் பகலில்தான் தெரிந்து கொண்டான், இறந்தது தனது மனைவி மக்கள் என. தப்பிப்

போனவர்களையும் தொலைவிலிருந்து சதிக்கு மூலமான விதுரனையும் கொன்றுவிட எத்தனித்தபோதும், இயலாமை அவனை முடமாக்கியது. அவன் நதியின் கரை தாண்டி வேறு தேசம் எதையும் கண்டவனேயில்லை. வேடுவன் புதைகற்களை நட்டு வைத்தான்.

தனது மனைவி, பிள்ளைகள் தீயால் எரிந்துபோனது போலவே எந்த ராஜ்ஜியத்தின் விசுவாசியாக இருந்தானோ, எந்தச் சகோதரனை விட்டு விலக முடியாதவனாக இருந்தானோ, அந்த அரசன் தன் மனைவியோடு தன் மனைவி மக்கள் போலவே நெருப்பால் பற்றி எரிவார்கள் என புலம்பினான்.

வேடுவன் காசி நகரில் விதுரன் என்ற மனிதனை ஒருபோதும் சந்திக்கவேயில்லை. ஒரு மிருகத்தின் வெறி நிலையேறி வேடுவன் தப்பி அலைந்ததையும், அவன் தணியாத கோபத்தின் பகை தன்னை நோக்கி வளரும் என்பதையும் அறிந்தவனாக தான் கண்டிராத வேடுவனுக்காகக் காத்திருந்தான் விதுரன்.

~

குரலற்ற நாயொன்று நெடுநாட்களாக ரணம் தீராது வன வெளியில் அலைந்து திரிகிறதென்றும், அந்நாய் தொடர்ந்து ஓய்வற்று சுற்றி அலைகிறதென்றும், அதன் கண்களிலும், உடலிலும் தீராத வடுக்கள் நிரம்பியுள்ளன என்றும், அதனை எந்த மனிதனும் நேர்நின்று காணமுடியாது என்றும் அது தன் குரலை இழந்ததால், உடலையே குரல்போல விசை கொண்டதாக்கிவிட்டதென்கிறார்கள்.

நான் கடக்க வேண்டியிருந்த இரு கிராமங்களுக்கு ஊடே இதைப் பற்றிக் கேள்வியுற்றேன். பயணிகள் எப்போதும் மிகு சதைகளில் தீராத விருப்பமுடையவர்கள் என்பதை நான் அறிந்திருந்தேன். இந்நாயும் ஏதோ ஒரு மனிதனின் கற்பனையான உருவம் எனவே மனதில் கொண்டேன்.

ஆனால் இரு கிராமங்களை விட்டு விலகிய மரங்களின் தொலைவில் சிறுபாதைகள் கிளைத்துப் போய்க்கொண்டிருந்தன. அந்தப் பாதைகளுக்குள் வனகுடிகளின் பூர்வ குடியிருப்புகள் உள்ளதாக என்னோடு பயணித்த சிலர் சொல்லியிருக்கிறார்கள். நான் வன குடிகளின் ஆதி இருப்பிடத்தினைக் கண்டவனில்லை என்பதால் இரு பாதைகளினின்று விலகி வனகுடியிருப்புகளை நோக்கி நகர்ந்து மேல் ஏறத் துவங்கினேன்.

சிறியதும், பெரியதுமான பாறைகள் கிளைத்த வழியில் சருகுகள் நிறைந்திருந்தன. வனகுடிகள் பெரும்பாலும் தங்கள் குடியிருப்பை ஏதாவது ஒரு சரிவில்தான் கொண்டிருப்பார்கள். அந்தச் சரிவு பாறைகள் சுற்றிலும் கொண்டதாகவே இருக்கும். நான் கசிந்து வரும் நீரின் வழித்தடத்தினைக் கண்டவனாக மேலே போய்க் கொண்டேயிருந்தேன். வன குடிகளில் பெரும்பான்மையினர் வேடுவமே புரிந்தனர். பெண்கள் மது வடிப்பதிலும் இறகுகள் சேகரிப்பதிலும் இருந்தனர். எங்கும் ஒருவிதமான மூடிய மௌனம் கொண்டிருந்தது. பறவைகளைப்போல விட்டுவிட்டுக் குரலிடும் வனகுடிகளின் ஓசை தொலைவிலே கேட்கத் துவங்கியது.

பருத்து உயர்ந்த மரங்களின் ஊடே நான் தனியனாகக் கடந்து சென்றேன். பகலில்கூட வெளிச்சமே இல்லை. பால்கனிவு போன்றதொரு வாசனை சுரந்து கொண்டேயிருந்தது. நான் தொலைவில் தெரியும் வன குடியிருப்பின் புகையோட்டத்தினைக் கண்டேன். அவர்கள் நெருப்பை வணங்குபவர்களாக இருந்தார்கள். நான் மேலேறித் திரும்பும்போது இரு மரங்களுக்கு நடுவே ஒரு மனிதனைப்போல உக்கிரமாக நின்றிருந்த அந்த நாயினைக் கண்டேன். அது என்னைக் கண்டதற்காக எந்தச் சலனமும் கொள்ள வில்லை. அதன் உடலில் இருந்த வடுக்கள் இன்னமும் தீரவில்லை போலும், அது தன் நுகர்ச்சியால் என்னை நுகர்ந்துவிட்டு திரும்பவும் தாவி மரங்களுக்குள் ஓடி மறைந்தபோது மரத்தின் உயரத்தினின்று சரிந்து இறங்கிய வனகுடியொருவன் என்னை அதிசயமானவனைப் போல பார்த்துவிட்டு வனவேட்டைக்காக ஆட்களை அழைத்துப் போக வந்திருப்பவனாக இருக்கக்கூடும் என்பதுபோல நின்று சைகை செய்தான். நான் ஒரு தூரதேசி என்று விரல்களை மடித்துக் காட்டினேன். அவன் என்னைப் பரிகாசமாகப் பார்த்தபடி மேலே கூட்டிச் சென்றான்.

சுத்தமாக சாணமிடப்பட்டிருந்த தரையில் பெண்கள் மாமிசங்களை உலரவிட்டிருந்தார்கள். பூனைகள் அதிகம் தென்பட்டன. அவன் அந்த நாயைக் குறிப்பிட்டுச் சொல்லத் துவங்கினான், அது துயருற்ற நாயென. நான் அவன் குறிப்பிடுவது அஸ்திரத்தால் துளையிடப் பட்ட நாயின் வதையை எனப் புரிந்து கொண்டேன்.

இதே நிகழ்வை முன்பே நான் கேட்டு அறிந்திருந்தேன். யாரும் கற்றுத்தராத வேடுவன் ஏகலைவன் தானே வில்வித்தையின் சாரங்களை அறிந்திருந்தான். அவன் ஓசையைத் தனது இலக்காகக் கொண்டான். உருவங்களை எவரும் அழித்துவிட முடியும், ஓசை அப்படியல்ல. அது காட்சிக்குத் தொடர்பற்றது என அவனுக்குப்

உப பாண்டவம் | 163

புரிந்திருந்தது. அவன் ஒரு அரசமரத்தினை தனது அஸ்திரப் பயிற்சிக்காக தேர்வு செய்தான். அந்த மரத்தில் இலைகள் காற்றில் அலைவுற்று சப்தமிட்டன. அவன் தன் வில் திறத்தால் இலைகளின் சப்தத்தினை அறுத்தான். அப்போதுதான் ஒரு நாயின் குரைப்பொலியைக் கேட்டான். அவன் அஸ்திரம் அந்தக் குரலுக்குப் பாய்ந்தபோது நாய் அவன் பின்பக்கத்திலிருந்து வெளிப் பட்டது. அவனுக்கு அவமானமாக இருந்தது. நாய்க்கு தொண்ணூறு விதமான மோப்ப சக்தி இருந்தது. அது அஸ்திரம் விடுபவனின் விரல் நகரும் உரசலைக்கூட அறிந்துவிடுகிறது.

அவன் அந்த நாயின் புறங்களிலே அலைந்து திரிந்தான். ஒரு நாளில் அந்த நாய் துரோணரின் சீடர்கள் அஸ்திரப் பயிற்சி எடுக்கும் வனவெளியின் பக்கம் சப்தமிட்டபோது அர்ச்சுனனின் அஸ்திர மொன்று அதன் செவியை ரணப்படுத்திச் சென்றது. நாய் வேதனையில் கத்தித் தாவியதை மறைவினின்று ஏகலைவன் கண்டான். நாயை அதன் ஓட்டத்தைத் தன்னைவிடவும் துல்லியமாக அறிபவனைக் கண்டான். நாய் அதன் ஓட்டம், குரல், தலையசைவு, வாய் மூடும் முன் நிறுத்திவிடக்கூடிய அஸ்திரப் பயிற்சியே தனது வில்திறத்தின் சாட்சியென அவன் பயின்று கொண்டேயிருந்தான்.

துரோணரின் சீடர்கள் பின்னொரு நாளில் வேட்டையாட அலைந்தபோது நாய் அவர்களைக் குரைத்து விரட்டியது. வில்லாளியான அர்ச்சுனன் தனது பாணத்தினை எடுப்பதற்குள் அது இலைகளுக்குள் பதுங்கியிருந்தது. பின் அதன் குரைப்பொலி எழுந்து பாதியிலே அறுபட்டது. அவர்கள் குரல்வந்த திசை நோக்கிப் பாய்ந்தபோது அந்த நாயின் தலை, திறந்த வாய், குரல் என ஒன்பது அஸ்திரங்கள் ஒரே நேரத்தில் பாய்ந்திருந்தன. மீளாத வேதனையில் அதன் கண்கள் சொருகிக் கொண்டிருந்தன. அர்ச்சுனன் அதன் முகத்தருகே குனிந்து பார்த்தான்.

நாயின் குரலை அறுத்துவிடக்கூடிய வில்லாளன் எவன் என அறிய தேடியபோது அந்த வனவாசியைக் கண்டான். அவனிடம் மிகச் சாதாரணமான வில்லும், அம்புகளுமே இருந்தன. அவன் அலட்சிய பாவத்தோடு வனத்தினுள் நடந்து மறைந்தான். அவமானமும், செயலற்ற தன்மையும் கூடிய விஜயன் தன் குருவைத் தேடி ஓடினான்.

துரோணரின் சீடர்கள் வருவதற்குள் அந்நாயினைக் கண்ட வனவாசியொருவன் மிகுந்த கோபமுற்றவனாக ஏகலைவனிடம் வந்து நின்று சொன்னான்.

'உன் வில் வித்தையின் கர்வம் முடிவுக்கு வந்துவிட்டது. நாய் அதன் குரலாலே நாயென அறியப்படுகிறது. நீ அதன் குரலை அறுத்து விட்டாய். இனி உன் வித்தையின் சூட்சுமம் எதுவோ அது உன்னிலிருந்து துண்டிக்கப்பட்டுவிடும். நீயும் குரலற்ற நாயைப் போலதான் அலைவாய்' என்றவனாகக் கடந்து போனான்.

ஏகலைவன் தனது வில்திறத்தின் சாதுரியத்தில் இருந்தபோதுதான் துரோணர் அந்த நாயினைக் கண்டார். அது அடிபட்ட இடத்தினின்று ஒரு அடி கூட முன் நடக்க முடியாதபடி அம்பிடப்பட்டிருந்தது. தனது மகனிடம் நாயின் அஸ்திரங்களைப் பிடுங்கி, விடுவித்து சிகிட்சை செய் என்றார். அவன் நாயின் உடலில் அம்புகளைப் பிடுங்கினான். மிகச் சரியான அளவில் சரியான புள்ளியில் அம்புகள் பாய்ந்திருந்தன. அவை இயக்கத்தை மட்டுமே நிறுத்துவதாக யிருந்தது. உயிரைத் தொடவேயில்லை. அஸ்வத்தாமாவும், அர்ச்சுனனும் அந்த நாயின் செம்மை சுரந்த கண்களைக் கண்டனர். துரோணர் அந்த வனவாசி எங்கே சென்றான் எனக் கேட்டறிந்து அவனைக் காணச் சென்றார்.

வனவாசி தனது அம்புகளைத் தீட்டிக் கொண்டேயிருந்தான். துரோணர் அவனது வில் திறத்தினை வியந்து பேசினார். பின்பு அவனது கட்டைவிரலைக் காணிக்கையாகக் கொண்டபோது தன்னிடமிருந்து வதைபட்ட நாயின் நினைவு பொங்கியது. அவன் செய்வதறியாது நின்றான். அந்த நாய் என்ன செய்தது? அவனை எந்தவிதத்திலும் அது தீண்டவில்லையே. நாயின் மோப்பமும், குரலும் அதன் இயல்பு. அதுதானே நாயென்ற உருவில் நடமாடுகிறது. தான் அதன்மீது தன் வில் திறத்தினைப் பரிசோதிக்க எது தன்னைத் தூண்டியது?

ஏகலைவன் துண்டிக்கப்பட்ட விரலோடு அந்த நாயைத் தேடிச் சென்றபோது அது வனவெளியில் ஓடிக்கொண்டிருந்தது. நிம்மதியற்ற பயமும் வேதனையும் கொண்ட அந்த நாய் ஒரு வனவாசியைக் கூட கர்வம் கொள்ளவைக்கும் வித்தையை விட்டு தப்பித் தொலைவில் போய்க் கொண்டேயிருந்தது.

குரலற்ற நாயின் வேதனையும், தனது தவறின்மீதான குற்ற உணர்வும் கொண்ட அந்த வேடுவன் நிம்மதியற்றவனானான்.

தீராத வேதனையுடன் ஓடிக் கொண்டிருக்கும் நாயின் நிம்மதியின்மையைக் கானகம் எதிரொலித்துக் கொண்டேயிருந்தது.

நான் வனகுடியிருப்பைக் கண்டு திரும்பி வரும்போது கண்டேன். அறுபட்ட பெருவிரலை ஏந்தியபடி துரோணர் நடந்து சென்ற

பாதையில் உதிரச் சுவடுகள் அப்படியே இருந்தன. தலையற்ற ஒரு சுதை உருவம் போன்றதொரு பதுமை அங்கே நின்று கொண்டிருந்தது. வில்லாளிகள் பறவைகளின் சிறகுகளை அந்தப் பதுமையின் காலடியில் கொட்டியிருந்தனர். நான் வேடுவ பாதையினின்று இறங்கி தொலைவில் மேயும் பசுக்களைக் கண்டபடி நடந்தபோது மாலை ஒய்ந்து கொண்டிருந்தது.

~

வனமெங்கும் அலைந்தபடி நகரமொன்றின் சிறுகுடியிருப்பைப் பார்வையிடுவதற்காக நானும் உடனிருவருமாகச் சென்றோம். அந்த இடத்தில் இப்போது மிஞ்சியிருப்பவை பலியிடம் மட்டும்தான். மற்ற பகுதிகள் யாவும் புறநகரின் சிறிய அரண்மனைகளாக, தோட்டங்களாக உருமாறியிருந்தன. அந்த இடத்தில் இருந்த பலி பீடங்களின் அமைப்பு விசித்திரமானதாக இருந்தது. அவை வட்ட வடிவில் இருந்தன. அதன் நடுவே சிறிய துளை தெரிந்தது. நான் எரிக்கப்பட்ட வனமென அழைக்கப்படும் அந்தக் குடியிருப்புப் பகுதிக்குச் சென்றேன். இந்திரப் பிரஸ்தத்தின் அருகாமையில் இருந்த நதியின் கரைக்கு ஒட்டிய அந்தப் பெரிய வெளியை குதிரை வண்டிகள் கடந்து சென்றன.

முன்பு இந்த இடம் யாரும் நடமாட முடியாதபடி காடென விரிந்திருந்தது. எண்ணிக்கையற்ற மிருகங்கள், பறவைகள், உயிரினங்கள் இதனுள் ஒளிவுகொண்டு இருந்தன. இந்த வனத்தினுள்ளே நாகர்கள் எனும் ஆதி மனிதர்கள் வாழ்ந்திருந்தனர். அவர்கள் தொல் தெய்வங்களையும், அக்னியையும் வழிபடுபவர்கள். நாகர்களின் சிறிய கூட்டமொன்று வனத்தின் உள்ளே இருந்தது. திடீரென்று வெளிப்பட்டு இந்திரப்பிரஸ்தத்தின் பிரதான வீதிகளில் பிரவேசித்துத் தாங்கள் விரும்பியதைக் களவு கொண்டு போவார்கள். அவர்களைப் பின்தொடர்ந்து எவரும் வனத்தினுள் நுழையவே இயலாது. நதியின் கரையை ஒட்டிய படகுக்காரர்களையும், வணிகர்களையும் கூட அவர்கள் தங்கள் வசம் போல நடத்தினர். பெண்களும், சிசுக்களுமாக உள்ளே நூறுக்கும் மேற்பட்டவர்கள் இருந்தார்கள். யுதிஷ்ட்ரனின் செவிக்கு நாகர்களைப் பற்றிய தகவல்கள் பலமுறை ஒற்றர்களால் கொண்டுவரப்பட்டது. ஆனால் நாகர்கள் வனத்தினின்று அரிய மதுவகைகளையும் கொழுப்பு மிகுந்த மாமிசங்களையும் பட்சிகளையும் அரண்மனைக்குரிய விருந்திற்குத் தந்துகொண்டேயிருந்ததால் அவன் அவர்களை என்ன செய்வதென்று அறியாது இருந்தான்.

நாகர்களைத் தனியாகப் பிடித்து அழிப்பது இயலாதென யுதிஷ்ட்ரன் சொல்லியதை அறிந்த அர்ச்சுனன், தானும் மாமனும் சேர்ந்து நாகர்களை மட்டுமல்ல, அந்த வனத்தையே எரித்துவிட முடியுமென்றான்.

கிருஷ்ணரும் அர்ச்சுனனும் அன்று தங்கள் ரதங்களில் ஏறிக் கொண்டவர்களாக, தங்களுடன் நூறு அம்பெய்தும் வீரர்களை அழைத்துக் கொண்டனர். அர்ச்சுனன் தனது அஸ்திரத்தின் மூலம் வனத்தின் இதயத்தை நோக்கி அம்பை எய்தான். அது கோடை காலமென்பதால் மரங்கள் உலர்ந்திருந்தன. காட்டு ஓடைகளில்கூட தண்ணீர் வரத்து நின்றிருந்தது. நெருப்பின் புகை பற்றத் துவங்கியதுமே, வனத்தின் நாலாபக்கங்களிலும் மனிதர்களும், விலங்குகளும், பட்சிகளும் தப்பி வெளியேறின. வனத்தினைச் சுற்றி வளைவுபோல பதுங்கிய வீரர்கள் தங்கள் அம்பினால் அடித்து வீழ்த்தினார்கள். கூக்குரலின் உச்சமும், எரியும் உடல்களின் வாசனையும் பெருகின. புகைக்கு பயந்து பறக்க எத்தனித்த பறவைகளையும், வெளியேறும் மூர்க்க விலங்குகளையும் கிருஷ்ணனும் அர்ச்சுனனும் ரதமேற்றி சுற்றி வீழ்த்தினர். ஒரு இரவும், ஒரு பகலும் எரிந்த அந்த வனத்தின் நாற்றம் தொலைதூர நகரம்வரை பற்றிக் கொண்டது. நெருப்பு எரிந்து கொண்டேயிருந்தது. உயிர்களின் எண்ணிக்கையறியாதபடி வெடித்துச் சிதறின உடல்கள். ஒரு மிருகத்தின் தலை வெடித்துப் பறந்து நதியில் மிதந்து சென்றது.

தண்ணீருக்கான வேட்கையும், நெருப்பின் வேதனையுமாக குற்றுயிர்கள் செத்தொழிந்தன. எரிக்கப்பட்ட வனத்தினின்று நாடு திரும்பிய அவர்கள் மகா அஸ்திரர்களாக வரவேற்கப்பட்டார்கள். நாடெங்கும் உற்சாகம் கொண்டாடியது. மக்கள் திரளாகக் கூடி வந்து வனத்தின் எரிவெளியில் அறுந்த மிருகங்களின் பற்களை, விலா எலும்புகளைக் கண்டனர். அந்த இடமே உதிர நிறம் மாறியிருந்தது. பின் மழைக்கால உருமாற்றம் வரை அது ஒரு மயான பூமி போன்றே இருந்தது. நாகர்களில் மிஞ்சியவர்கள் சிலர் இருக்கக்கூடும் என யுதிஷ்ட்ரன் தனது ஒற்றர்களைத் தேடிக் கொண்டேயிருக்கச் சொன்னான்.

நான் அந்த இடத்தில் நடந்தபோது மிருகங்களின் உடலைப் போலவே அந்த இடமும், அதிவீரியம் கொண்டதாக இருந்தது. நான் அந்த பலிபீடக் கற்களைப் பார்த்தேன். அந்தக் கற்களில் நெருப்பு எரிந்து கல்லில் பாதியைக்கூட தின்றிருந்தது. நான் கல்லைத் தொட்டபோது அது கையைச் சுடுவதைப்போல இருந்தது. இத்தனை காலமாகி, இத்தனை மழைப் பொழிவு கொண்டபோதும்

அந்த பீடத்தின் வெக்கை, சூடு தணியவேயில்லையா? என் கைகளை அதில் திரும்பவும் வைத்தபோது ரத்த ஓட்டம் போன்றதொரு குறி தென்பட்டது. நான் அதை இத்தனை கவனமாகப் பார்ப்பதில் எதுவுமில்லை என மற்றவர்கள் சிரித்தனர். புனைவுதானா? நான் அந்த எரிக்கப்பட்ட வனத்தினை விட்டு வெளியேறி நடந்தபோது நதி யாவும் அறிந்தபடி ஓடிக்கொண்டே இருந்தது.

～

8

கிழக்கே தொலைவில் ஒருநாள் பயணித்தால் பிம்ப வனத்தை அடையலாம். அது அடர்ந்து விருட்சமேறிய கானகவெளி. அதனுள் ஒன்றைப்போல ஒன்று சாயல் தெரியும் பாறைகளும், நீரோட்டமும் இருப்பதால் கடந்துசெல்லும் மனிதன் வழிதவறிக் காட்டின் உள்ளேயே சுற்றி மீளமுடியாது போவான். தாகம் பீடித்த ஒரு அரசன் பிம்ப வனத்தில் பிரவேசித்து வழியறியாது தப்பி ஒரு மரநிழலைக் கண்டான். அந்த நிழல், மரத்தின் பச்சைநிறமே கொண்டிருந்த வியப்பில் அதன் அடியில் இருந்த குளிர்ச்சியில் தன்னை ஒப்புக் கொடுத்தவனாக உறங்கி எழுந்தபோது அவன் பெண் உருவம் கொண்டுவிட்டான். எட்டுக் குழந்தைகளின் தகப்பனான அவன் பெண் வடிவு கொண்டதன் மயக்கம் அறிந்து வெட்கித்து, சொந்த வீடு திரும்பாது பிம்பவனத்திலே அலைந்தவனாக இருந்த நாட்களில் வேடுவன் ஒருவன் மோகித்து, அவனை அடைய, திரும்பவும் எட்டு பிள்ளைகளுக்குத் தாயானான். வேடுவன் அரவம் தீண்டி இறக்கவே, தனது தேசம் நோக்கி பிள்ளைகளோடு புறப்பட்ட அவன், தனது வீடு திரும்பி ஆணாகயிருந்த போது பிறந்த எட்டு பிள்ளைகளையும், பெண்ணாக இருந்தபோது பிறந்த எட்டு பிள்ளைகளையும் ஒருங்கே வளர்த்து வந்தான். ஒரு நாளில் உருக் கொண்டவன் பயணவழியில் பிம்ப வனத்தைக் கடக்க ஆசைமீறி திரும்பவும் நிழலில் தன்னை மறந்து உறங்கவே, விழித்தபோது மறுபடியும் ஆணாகிவிட்டான். பிள்ளைகளில் தாய் வகை, தகப்பன் வகை என இருவகை உண்டாகியது. அவர்கள் பரஸ்பர குரோதம் கொண்டு சண்டையிட்டுப் பலியானார்கள். தனது பிள்ளைகளைப் பிரிந்த வேதனை தாளாது அவன் சாக எண்ணி திரும்பவும் பிம்பவனம் வந்தபோது வர்ண நிழலில் தூக்கிலிட்டுச் சாக முனைய, மரம் அவனிடம் கேட்டது, உனது எந்தப் பிள்ளைகள் உயிரோடு மீள வேண்டுமென. அவன் சொன்னான்.

பெண்ணாக இருந்தபோது பிறந்தவர்கள் என மரம் உயிர்ப்பித்தது. அவன் தனது ஆண் உரு வேண்டாமென்றும் பெண் உரு கொண்டுவிடுவதாகக் கேட்டபோது மரம் வியந்து கேட்ட கேள்விக்கு பதில் தந்தவன் பெண் ஆணைவிடவும் வலியவள், பெருகுபவள் என்றான். மரம் அவனைத் திரும்பவும் பெண்ணாக்கியது. யாரும் பிரவேசிக்காமலும் பிம்பவனம் உரு நிழலை வீசியபடி உள்ளது.

- பிம்பவனம்

கதா ஸ்த்ரீகள்

அஸ்தினாபுரத்திற்கு வந்துசேரும் பெண்கள் யாவரும் வசீகரம் ததும்பும் அழகும், தீர்க்கமுடியாத இச்சையும் கொண்டவர்களாக இருக்கிறார்கள். ஆனாலும் அவர்கள் தன் மனதின் பாஷையைப் பேசுவதேயில்லை. கல் உருக்களைப்போல நிசப்தித்துக் கிடக்கின்றனர். பரஸ்பரம் எந்தப் பெண்ணும் எந்தப் பெண்ணையும் நம்புவதில்லை. எல்லாப் பெண்களும் நறுமணம் பூசிய உடலும் தைல வாளும் கொண்டவர் சயன அறைகளில் காத்துக் கிடக்கின்றனர். ஏதேதோ தூர தேசங்களிலிருந்து கொண்டுவரப் பட்ட பெண்கள் எரியும் சுடர் வெளிச்சத்தின் முன்பாக உரத்துப் பேசவும் வழியற்றவர்களாக பகடையாடிக் கொண்டிருக்கிறார்கள்.

பகல் அவர்களுக்கு நெடியது. நீண்டு மலைப் பாம்பென ஊர்ந்து செல்லும் பகலை அந்தப் பெண்கள் விரும்புவதேயில்லை. வெம்மையும், உலர்ந்த காற்றும் அவர்களைக் கடந்து செல்லும். கூந்தலுக்கான மூலிகைகளை அரைக்கும் பெண்களின் ஓசையும், உணவுப் பொருட்களின் பரிமளமும் மட்டுமே இருக்கும். பாதி உறக்கமும் விழிப்பும் கொண்ட பெண்கள் உலர்ந்து கிடப்பார்கள். நோவும், உடல்சோர்வும் கொண்ட பெண்கள் தங்கள் வேதனையைத் தீர்க்க முடியாதபடி மருத்துவச்சியின் கைவிரல் களைப் பற்றிக் கடித்துக் கொண்டிருப்பார்கள். பறிக்கப்பட்ட பூக்களும் தைலமிடப்பட்ட தண்ணீரும் தயாராகிக் கொண்டிருக்கும். அந்தப்புர அறைகளில் ஒரு சிறுமி சிறுவனைக் காண்பது அரிதாகவே இருக்கும். எவரும் எவரையும் பார்ப்பதற்கேகூட அனுமதி தேவைப்படுவதாக இருந்தது. என்றாலும் பெண்கள் காத்துக் கொண்டேயிருக்கிறார்கள். தங்கள் அறையின் கதவைத்

திறந்துகொண்டு எவராவது வரக்கூடுமென சில பெண்களின் பகல் சாலை தொலைவில் அலைந்து கொண்டிருக்கிறது. நகரின் பேரிரைச்சல் அவர்களின் அறைச் சுவர்களையும் மோதுகிறது.

அரண்மனையைப் போலவே கணிகை விடுதிகளும் மாலை நேரத்தின் வருகைக்காகவே காத்திருக்கின்றன. நடனம் பழகிய பெண்களின் லாவண்யமும், மென் குரலின் சுதி சேர்ந்த பாட்டுமென இரவு மெல்லத் திறக்கும், குதிரைகளின் குளம்போசை கேட்கத் துவங்கும். காமத்தின் சிறு இலை ஒன்றைக் கையில் ஏந்தியபடி எவரோ சயன அறைகளை நோக்கி நகர்ந்து வருவார்கள். பின் சிரிப்பும், சந்தோஷமும், பேச்சும் இடைவிடாத குரலும் எழும்பிக் கொண்டேயிருக்கும்.

ஆனாலும் யாருமற்ற தனிமையின் சுடர் ஆடிக்கொண்டிருக்கும். பெண்களின் இரவுகள் வேதனையானவை. சூர்ய தர்மத்தில் பிரதான கடமைகளைப்போல வேட்டையாடுதலையும், குடித்தலையும் பெண்களை சுகிப்பதையும் கொண்டிருந்தார்கள் அரண்மனை வாசிகள். நான் குறைந்த ஒளி கசியும் தெருக்களின் வழியே அழைத்துச் செல்லப்பட்டேன். ஆண், பெண் பால் கலந்த பெண்டுகச் சேடிகள் வந்து கொண்டிருந்தார்கள். அவர்களின் மார்புகள் வெறித்திருந்தன. உதடுகள் சுழித்துக் கடக்கும் அவர்கள் என்னைக் கூட்டிப் போய்ச்சேர்ந்த அறையில் இரு விளக்குகள் மட்டுமே எரிந்து கொண்டிருந்தன. எண்ணிக்கையற்ற குவளை களில் ஏதேதோ தைலங்கள் நிரம்பியிருந்தன. சிறிய கல் உரல் ஒன்றில் ஏதோ ஒரு வாசனைப் பொருளை எடுத்து நுணுக்கிக் கொண்டிருக்கும் உருவத்தினைக் கண்டேன். அந்தப் பெண் வயது அதிகம் கொண்டிருந்தாள்.

அது ஒரு பெண்டுகம், ஆணைப்போல உயர்ந்த உருவம் கொண்டிருந்தது என்றாலும் நீண்ட கேசமும், விரல்களில் செம்பஞ்சுக் குழம்பும் தீட்டியிருந்தது. அதன் உதடுகள் சிவந்திருந்தன. நான் தொலைதூரப் பயணி என அறிமுகம் செய்துகொண்ட பின்பு, அவள் என தன்னை அழைப்பதையே தான் விரும்புவதாகச் சொன்ன அந்தப் பெண் கல்லில் அரைத்து வைக்கப்பட்ட பொருட்களைத் தன் மெல்லிய சுடர்அலையும் அடுப்பில் வைத்து எரித்துக்கொண்டிருந்தாள். மெல்ல நறுமணம் பரவத் தொடங்கியது.

நான் அந்த சுகந்தத்தை நுகர்ந்துகொண்டே இருந்தேன். மயக்கமூட்டும் மணம் அவள் சொன்னாள்.

'இந்த நறுமணத்தைப் போலதான் அஸ்தினாபுரத்துப் பெண்களும் இருக்கிறார்கள்.'

'இது என் புலன்களை கரியச் செய்கிறது' என்றேன்.

அவள் சிரித்தபடி அடுப்பின் அருகில் வந்து என்னை பாத்திரத்தின் உள்ளே பார்க்கச் சொன்னாள். செந்நிறக் குழம்பைப்போல ஏதோ அக்னியால் கொதித்துக் கொண்டிருந்தது.

'நறுமணத்தை உணரும் நீ இந்தக் கொதிப்பை உணரவில்லை இல்லையா... இந்த நகரத்தில் எப்போதும் இப்படியேதான் நடக்கின்றது' என்றாள்.

நான் அஸ்தினா எனும் முதிய அலங்காரப் பெண்ணின் முகத்தைப் பார்த்துக்கொண்டே இருந்தேன். அவள் விரல்கள் எத்தனை பெண்களின் முகங்களைத் தொட்டு நீவி, அழகு செய்திருக்கும். யோசித்துக் கொண்டிருந்தேன்.

அவள் என் எதிரில் அமர்ந்து கொண்டாள். நான் அவளிடம் 'நீங்கள் கண்ட பெண்கள் எதன் பொருட்டு ஒடுங்கிக் கிடக்கிறார்கள் என சொல்ல முடியுமா' எனக் கேட்டேன்.

அவள் 'இந்த நகரம் ஒரு கிழட்டு வேசை' எனச் சொல்லிவிட்டு, தன் நறுமணமிக்க கைகளைத் தானே முகர்ந்து பார்த்துக் கொண்டாள்.

'இந்த நகருக்கு இப்போதும் தன் கால்கள் ஆட்டி ஓசையெழுப்ப வேண்டும் என்ற இச்சை ததும்புகிறது. இது வேதனையும் சந்தோஷமும் கலந்த ஒரு குடுவை' என்றாள். நான் அவளை கவனித்துக் கொண்டேயிருந்தேன். அவள் எண்ணிக்கையற்ற தைலக் குடுவைகளைத் தன் வசம் கொண்டிருந்தாள். அதில் பச்சை, நீலம், மஞ்சள் என பல நிறங்களில் திரவங்கள் மிதந்து கொண்டிருந்தன. ஒவ்வொரு தைலப் புட்டியினுள்ளும் ஒரு சுகந்தம் அலைந்து கொண்டிருந்தது. அவள் அந்தத் தைலப் புட்டிகள் யாவும் ஒவ்வொரு பெண்ணின் குரலும், ஆசையும் கலந்தவை என்றாள். நீ இந்த தைல வாசனை வழியாக அறிந்துகொள்வாய் இவர்களை எனச் சொல்லி ஒரு தைலப் புட்டியைத் திறந்துவிட்டாள். அதன் பரிமளம் மெல்லக் கசிந்து பரவியது. வாசனையின் விரிந்த படலத்தினுள் உள்சரிந்து கொண்டிருந்தேன். காலத்தினுள் சரிந்து இறங்கும் படிகள் சரிகின்றன. நான் வீழ்ந்துகொண்டே இருந்தேன்.

~

சத்தியவதி

நதியில் ஒரு பெண் படகோட்டிக் கொண்டிருந்தாள். கங்கை நதியில் பெண்கள் படகோட்டுவது ஒன்றும் புதிதான விஷயமில்லை. படகோட்டிகளின் வீட்டுப் பெண்கள் தாங்களாகவே நதியைக் கடந்து சென்று வந்தார்கள் படகுகளில். கங்கை அவர்களுக்கு மூர்க்க நதியில்லை. அது ஒரு குறுக்குப்பாதை, அது எந்த மீனவப் பெண்களையும் தீண்டுவது கூட கிடையாது. நுரைத்துப் பொங்கும் காலத்தில் நதியை எவரும் ஒரு கடும்சொல் பேசுவதோ, அவச் சொல் சொல்வதோ இல்லை. பால்யத்திலிருந்து அவர்கள் பேசுவது யாவற்றையும் நதி கேட்டுக் கொண்டிருப்பதாகச் சொல்வார்கள். அது மனித உதட்டின் சிறிய சுழிப்புகூட கேட்டு விடுமென்றும் அதேபோல் நதியின் முன் குழந்தைகள் தன் தீராத ஆசைகளைச் சொல்லிவிட்டு சுற்றி வந்தால் நதி அதனைத் தீர்த்து வைக்கும் என்றும் நம்பியிருந்தார்கள். மச்சகந்தியின் தகப்பன் ஒரு படகோட்டியாக இருந்தான். அவன் தன் பெண்ணோடு நதியில் அலைவுறும்போது தலைக்கு மேலாக வட்டமிடும் சூரியனைப் பார்த்து ஏதேதோ பேசிக்கொள்வான். அவள் பறவைகளையும் நதியின் இடைவிடாத சப்தத்தினையும் கேட்டபடி வளர்ந்திருக்கிறாள்.

நதியை எத்தனையோ வீரர்களும், துறவிகளும் கடந்து ஒரு கரை விட்டு மறுகரை சென்று வருவார்கள். அவள் நதியின் ஊடாக அலைவு கொள்வதையே தனது பெரும் விருப்பமாகக் கொண்டிருந்த ஒரு நாளில்தான் அந்த ரிஷி நதிமுகம் வந்து சேர்ந்தார். அவள் படகில் ஏறிக்கொண்டார். துடுப்பிட துடுப்பிட காமம் மெல்ல பொங்கி ஓடியது. ஸ்த்ரீயின் கண்களைக் கண்டார். மீற முடியாதபடி இருந்தாள். பகலின் உக்கிரமான வெளிச்சத்தின் ஊடே அவள்மீது காமம் பொங்க உறவுகொள்ள மீற அவள் தன் ஆடைகளைக் களைந்தபோது ஒரு குரலைக் கேட்டாள்.

‘நதியின் முன்பாக எவரும் முற்றாக ஆடை களைந்து நிற்கக் கூடாது. அது தாய் அல்லவா?’ என்றது.

அவள் ஆசையின் உச்சத்தில் யாவும் மறந்தாள். நதியின் கண்கள் அவளைப் பார்த்தபடியே இருந்தன. அவள் உடலில் இருந்த மச்ச வாசனை மெல்ல கரைந்து போய் ஒரு பரிமள வாசனை மிளிரத் துவங்கியது. அவளுக்கே புரியவில்லை. ஆனால் அவளைப் புணர்ந்துசென்ற பராசுர ரிஷியின் உடலில் மச்சத்தின் வாசனை

வீசுவதையும், அவர் அந்த வாசனையைப் பரவவிட்டு நடந்து செல்வதையும் எதிர்ப்படும் ரிஷிகள் ஒரு மீனவனைப்போல் பராசுர ரிஷியிடம் மச்சவாசனை பூப்பதையும் கண்டு விலகிப்போனதும் பரிமளகந்திக்குத் தெரியாது.

ஆனாலும் அவள் முதல் ஆணின் ஸ்பரிசம் அறிந்திருந்தாள்.

அது அவள் நெஞ்சில் நின்றுகொண்டே இருந்தது. படகில் எவரும் நதியைக் கடந்துபோக வராதபோதும் அவள் நதியின் நீண்ட ஓட்டத்தில் செல்லும்போதும் எரியும் பகலில் அந்த நினைவுகளை விரித்தபடி செல்வாள்.

நீண்ட நாட்களுக்குப் பிறகு அவள் நதிக்கரையில் ஒரு இளைஞனைக் கண்டாள். அவன் சிலவேளைகளில் நதியில் நீந்திக் கொண்டிருக்கும் மீனைக் கரையில் இருந்தபடியே தனது அஸ்திரத்தால் வீழ்த்திக் கொண்டிருந்தான். வில்லின் அம்பு பட்டதும் மீன் துள்ளி கரையில் வந்து வீழ்ந்தது. அவள் அந்த வாலிபனைக் கண்டு கொண்டேயிருந்தாள். ஏதோ ஒரு வில்லாளியைப்போல இருந்த அவன் அந்த மீனவ ஸ்த்ரீயின் வசீகரம் கண்டு விலக முடியாதவனாக அந்தப் பெண்ணின் படகில் தன்னை மறுகரைக்குக் கொண்டுவிடச் சொன்னான். அவள் தன் அருகாமையில் நிற்கும் மனிதனைப் பருகியபடி படகைச் செலுத்திக் கொண்டிருந்தாள். அந்தப் பெண்ணின் பரிமளத்தினை நுகர்ந்து மயக்கம் கொண்டான். அவள் மறுகரையில் விட்டுத் திரும்பும் போது கடந்து போகும் வில்லாளி அவள் கண்களின் ஆழத்தில் நீந்தும் ஆசைகளைக் கண்டு கொண்டிருந்தான்.

நதியில் படகோட்டும் அந்தப் பெண்ணின் வசீகரம் அவனிடம் நிரம்பியது. பின்பு இருமுறை அவனை அதே நதிக் கரையில் கண்டபோது அவள் மனம் மெல்ல அலைவு கொள்ளத் துவங்கியது. ஆனாலும் அவர்கள் பேசிக் கொள்ளவுமில்லை. ரிஷியின் மோகத்தினைப்போல வில்லாளியின் ஆசையும் தன் பீறிடலில் வெளிவரும் எனக் காத்திருந்தாள். வில்லாளி நிசப்தமாகக் கடந்து சென்றான்.

பின்பு கோடை கழிந்து மழைக்காலம் கூடியது. இடையில் மழையில் அவள் தனது மகன் துவைபாயனுடன் வீட்டில் விளையாடிக் கொண்டிருப்பாள். சிறுவன் மழையில் நுரைத்து வரும் குமிழ்களையும், பெயர் அறியாத உயிரிகளையும் கண்டபடி குடியிருப்பில் இருப்பான். அதுபோன்ற இரவுகளில் அவளுக்கு வில்லாளியின் ஞாபகம் தூண்டப்படும். அவள் தன் மகனோடு

படுத்துக் கொண்டிருப்பாள். அவன் மீனவச் சிறுவர்களைப்போல ஒருபக்கம் தண்ணீரில் நீந்தியலைந்தவனாகவும், மறுபுறம் சூரியனை வழிபடவும், அக்னியை வணங்கவும் செய்து கொண்டிருந்தான். வில்லாளியாக சுற்றிக் கொண்டிருக்கும் அவனை கங்காபுத்திரன் என மீனவர்கள் சொன்னார்கள். தன்னைத் தேடி அவன் வரக்கூடும் என பரிமளகந்தி காத்திருந்தபோதும் அவன் ஒருபோதும் தேடி வரவேயில்லை. வில்லாளி வராத மழைக் காலத்தில் சாரல் தெறிக்கும் நாளில் அவள் படகில் தனியே அலைந்து கொண்டிருப்பாள். சந்தனுராஜன் ஒரு மழைக்காலத்தின் மாலை நேரத்தின் சரிவில்தான் அவளைக் கண்டான். அவள் துடுப்போட்டிச் செல்வது மிதமிஞ்சிய ஆசையைப் பெருக்கியது. தான் நீண்ட நாட்களாக பிரிந்து சென்றுவிட்ட கங்கையின் சாயைபோல அவள் தெரிந்தாள். அவளை எப்படியாவது தன்வசப்படுத்த வேண்டுமென அவன் தன் படகில் ஏறி அருகாமை வருவதற்குள் அவள் தனது குடியிருப்பிற்குச் சென்று சேர்ந்து விட்டாள்.

தொலைவில் நீரில் குனிந்து நடந்து சென்று தன் மகனைக் கொஞ்சும் அவளைக் கண்டபிறகு அவன் பெருமூச்சு நிரம்பியவனாக தன் அரண்மனைக்கு வந்து சேர்ந்தான். அப்போது பரிமள கந்தி அவனைப் பார்த்தாள். அவள் கண்கள் ஒரு நிமிஷம் ஆச்சரியத்தில் வியந்தன. தான் பார்த்த அதே வில்லாளியின் கண்களும், முகமும் போன்றதொரு மனிதன். ஆனால் வயோதிகம் பற்றியவனாக இருந்தான்.

சில நாட்களுக்குப் பிறகு மச்சகந்தி தனது தகப்பனோடு பேசியபடி வரும் வில்லாளியைக் கண்டாள். பரிமளகந்தியான அவளுக்கு சந்தோஷம் பெருகுகிறது. வில்லாளி தொலைவில் தெரியும் பரிமளகந்தியைக் காட்டி ஏதோ பேசிக்கொண்டு வந்தான். அவர்கள் தங்களின் வீடு வரும்வரை அவள் காத்துக்கொண்டே இருந்தாள். அருகில் வந்தபோது வில்லாளி அந்தப் பெண்ணைக் காணவே இல்லை. ஆனால் அவள் முகம் கண்டதும் வில்லாளியின் உதடுகள் எதையோ முணுமுணுத்தன. அவன் என்ன சொல்ல விரும்பினான் என அவள் அறியும் முன்பாக அவன் அஸ்தினாபுரத்தின் இளவரசன் என அறிமுகம் செய்யப்பட்டான்.

பரிமளகந்தி அவனை நேர் கொண்டேயிருந்தாள். அந்த வில்லாளி தன் மௌனம் கலைந்தவனாக முதல் வார்த்தையைப் பேசினான்.

'வணக்கம் தாயே...'

அந்த வார்த்தைகள் யாரைப் பார்த்து வருகின்றன என அறியாத திகைப்பில் சத்தியவதி நின்றாள். அது தன்னைப் பார்த்துதான் சொல்லப்பட்டன என்பது அவளுக்கு வேடிக்கையாக இருந்தது. அந்த வில்லாளியின் கண்களில் பரிகாசம் தென்படுகிறதா எனக்கூட பார்த்தாள். ஆனால் அவன் கண்கள் எதையும் காட்டிக் கொடுக்கவே இல்லை. அவள் பேசிக்கொள்ளப் போகும் இருவருக்குமாக காத்திருந்தாள். வெளியே கிருஷ்ணதுவைபாயன் நடமாடிக் கொண்டிருந்தான்.

அஸ்தினாபுரத்தின் அரசனான சந்தனுவின் மகனான தான் அவளை தகப்பனுக்குரியவளாக்க பெண் கேட்டு வந்திருப்பதாகச் சொன்னபோதுதான் பரிமளகந்திக்கு அன்று தன்னைக் கடந்தது சந்தனு அரசன் என்று புரிய, அவள் வன்மமும் கோபமும் கொண்டாள். தன்னை எவரும் கட்டுப்படுத்தவோ விலைக்கு வாங்கவோ முடியாது என உரத்து சப்தமிட்டவளாக நதியை நோக்கிப் போனாள்.

மணலின் தொலைவுவரை தகப்பனும் வில்லாளியான கங்கா புத்திரனும் பேசிக்கொண்டு போனார்கள். மறுகரையில் குதிரைகள் காத்துக் கொண்டிருந்தன. அந்த நாளில் கிருஷ்ண துவைபாயன் மணலில் ஏதோ சித்திரங்களை எழுதிக் கொண்டிருந்தான்.

வில்லாளி சந்தனு அரசனின் மகன் எனத் தெரிந்துகொண்ட நாளிலே யாவும் முடிந்துவிட்டதென அவளுக்குப் புரிந்துவிட்டது. கங்கா புத்திரனான பீஷ்மர் தன் மனதில் கொண்ட முதல் காதலை வெளிப்படுத்த முடியாமல் தனக்குள்ளாகவே புதைத்துவிட்டார். அவளின் கலையாத நேசத்தின்மீது எவர் பிரியமும் ஈடு கலக்க வேண்டாமென அவர் முடிவு செய்துவிட்டதாகவே உணர்ந்தாள். என்றாலும் அவள் தன்னை விரட்டும் விதியின் சறுக்குப் பலகையைத் தாளமுடியாமல் சரிந்து கொண்டிருந்தாள். மகனைப் பிரிந்துவிட்டு நகரத்தினுள்ளும் பிரவேசித்து விட்டாள்.

சத்தியவதியினை தனக்கு உரிமையாக்கிக் கொண்டுவிட்ட சந்தனு அரசன் சுகித்துக் கொண்டேயிருந்தான். தன் முன்னால் பீஷ்மர் நடமாடுவது அவரால் தாளமுடியாததாக இருந்தது. தான் தன் அறையைவிட்டு வராமலேயே இருந்தார். பின் அவள் கர்ப்பவதியானாள். குருவம்சத்தின் தாயாகினாள். பரிமளகந்தி என்ற மீனவ ஸ்த்ரீ உருமாறி சத்தியவதி என அஸ்தினாபுரத்தின் அரசியானாள்.

சத்தியவதியின் கண்கள் எப்போதும் பீஷ்மரைக் கடக்கும்போது வேதனையும், நேசத்தின் சொல்ல முடியாத அலைக்கழிப்பும் கொண்டேயிருந்தன. அவள் யாவற்றையும் மறக்கத் துவங்கினாள். தன் பூர்வ நாட்களை, தன் நதியை, படகோட்டிச் சென்ற நாட்களை தன் சுய வரலாற்றைத் தானே மாற்றி எழுதிக் கொள்ளத் துவங்கினாள். குருவம்சத்தின் சத்தியப் பெண்களில் ஒருத்தியாக அவள் மனம் உருக்கொண்டுவிட்டது. துயரம் பெருகும் நாட்களில் தன் நினைவுகளின் மெல்லிய வாசனையை தைலத்தினைப்போல பரவவிடுகிறாள். சத்தியவதி என்னும் பெண்ணின் மூச்சில் படபடக்கிறது அறியப்படாத ஆசைகள்.

பீஷ்மன் என்ற மனிதன் யாரென அறிந்துகொள்ளும் முன்பாக அவன் தன் மனதை அவளிடமிருந்து விலக்கிச் சென்றுவிட்டான். முறிந்த அம்பைப்போல அவளுள் அவன் முதல் பார்வை வலியை, வேதனையைத் தந்து கொண்டேயிருந்தது. கங்கை நதியின் படகோட்டியான அந்த ஸ்த்ரீ தன் வாழ்வை நதியைப்போல ஒரு நாளும் பின் திரும்பிப் பார்க்கவேயில்லை.

~

மாத்ரி

வனவெளியில் காட்டு நெருப்பு பற்றிக் கொண்டது போலும், தொலைவில் தீயின் நாவுகள் படர்ந்து விரிகின்றன. காய்ந்த மரங்களும் சருகுகளும் வெடிக்கின்றன. பதுங்கி வாழ்ந்த உயிரினங்கள் தப்பியோடும் ஓசையும் நெருப்பின் ரணம் கொண்ட வேதனையும் எழும்புகின்றன. நெடுநாட்களாக காய்ந்த விருட்சங் களில் துயில் நீங்காது கிடந்த ஸர்ப்பங்கள் தங்கள் உடலை வளைத்து நகர்கின்றன. தொலைவிலிருந்து பார்க்க நெருப்பின் படர்தல் ஒருவிதமான வர்ணக் காட்சியாகவே மிளிர்கிறது. அந்த நெருப்பில் ஏதேதோ காட்சிகளும் உருக்களும் தோன்றுகின்றன. வெம்மை தாங்காது ஒரு கனி வெடித்துச் சிதறுகிறது.

காட்டு நெருப்பைப்போலதான் இருந்தாள் மாத்ரி, அவள் மத்ர நாட்டுப் பெண்களைப் போலவே தன் பூப்பின் காலத்தில் அடி எடுத்து வைத்ததுமே இச்சைகளின் அரும்புகள் உடலில் மொக்கு விடுவதை அறிந்திருந்தாள். மத்ர தேசத்துப் பெண்கள் மது அருந்துவார்கள். அதிலும் கொண்டாட்ட நாட்களில் அரிசியில்

செய்த மதுவையும் புளிப்பேறிய காடிக் கள்ளையும் குடித்தவர்களாக நடன மாடுவார்கள். அவர்களுக்கு சந்தோஷத்தைக் கொண்டாடத் தெரிந்திருந்தது. நடனமும், பாட்டும், துள்ளலும் என மத்ரதேசத்து ஸ்த்ரீகளிடம் உற்சாகம் கொப்பளித்துக் கொண்டிருந்தது. மத்ர நாட்டுப் பெண்கள் மிக அழகானவர்கள். உயரமும் சரிந்த கூந்தலும் வெண்கலம்போல வளப்பம் கொண்ட கொங்கைகளும், மை தீட்டிய விழிகளும் கிளிகளின் கொச்சையான கொஞ்சுதலைப் போன்ற பாஷையும் கொண்டவர்கள். உடலின் வனப்பை எடுத்துச் சொல்லும் ஆடைகள் கொண்டிருந்தார்கள். இயல்பிலே தன் அழகு கொண்டிருந்த பெண்கள் நிரம்பிய நாடாகயிருந்தது மத்ர நாடு.

வணிகத்திற்காக செல்பவர்களும்,தொலைதூரப் பயணம் போகும் குதிரை வீரர்களும் மத்ர தேசம் வந்து அங்குள்ள பெண்களின் தொடுதலில் மயங்கிக் கிடந்து, உயிர்ப்பு பெற்றுப் போய்விடுவார் கள். அந்தப் பெண்கள் ஆணின் உடலினைத் தூண்டக்கூடிய எத்தனையோ வலிய மருந்துகளையும், கிளர்ச்சியின் நுண் நரம்பு களையும் அறிந்திருந்தனர். மத்ர தேசத்துப் பெண்ணின் ருசியறிந்தவன் அதன்மீதிருந்த தன் லயிப்பை விட்டுவிட முடியாது என மாத்ரி அறிந்திருந்தாள். பீஷ்மரும் இதை அறிந்திருந்தார். பீஷ்மரின் ரதம் மத்ர தேசத்தினுள் நுழையும்போதே சல்லியன் உணர்ந்துவிட்டான். பீஷ்மர் மத்ர தேசத்தினுள் தன் ரத்த உறவைத் துவக்கப் போகிறார் என பீஷ்மரும் அண்ணனும் பேசிக் கொண்டிருந்தவற்றை சேடிப் பெண்கள் மாத்ரியிடம் வந்து சொல்லிக் கொண்டிருந்தார்கள்.

பீஷ்மர் மிக நேரிடையாகச் சொல்லியிருந்தார். பிருதையை மணந்துகொண்டு சில வருஷ காலமாகியும் அஸ்தினாபுரத்து அரசன் பாண்டுவிற்கு புத்ரபாக்கியம் கூடவில்லை என்பதால் அவர் மத்ர தேசத்து ஸ்த்ரீயால் மட்டுமே பாண்டுவின் உயிர்ப்பைத் தூண்டி அவனைத் தகப்பனாக்க முடியும் என்றார். சல்லியன் யோசித்துக் கொண்டிருந்தான். பாண்டு முன்னதாக குந்தி போஜன் மகள் குந்தியை மணந்தபோதும் அந்தத் திருமணத்தின் பயன் ஏற்படவில்லையே.

பீஷ்மரின் குரல் சன்னமாகிக் கேட்டது.

‘அவளின் கர்ப்பப் பாதைகள் உலர்ந்துவிட்டது போலும். நீங்கள் மாத்ரியைத் தருவதன்மூலம் அஸ்தினாபுரத்தின் சம்பந்தியாகிறீர் கள். பொன்னும், பொருளும், குதிரைகளும் உங்கள் வசமாகிவிடும். யோசிப்பதற்கில்லை சல்லியா, மாத்ரியால் மட்டுமே குரு

வம்சத்தினைத் தொடர முடியும்.' சல்லியன் ஒத்துக் கொண்டு விட்டான். மாத்ரி பாண்டுவை மணந்து கொண்டாள். பாண்டு உயர்ந்தும், வெளிறிய உடலும், ஆழமான கண்களும் கொண்டிருந் தான். எல்லா ஆண்களைப் போலவே மத்ர தேசத்துப் பெண்களின் மீதான துடிப்பு அவரிடம் நிரம்பியிருந்தது.

மாத்ரிக்காக தனியான சிறிய அரண்மனை அமைத்திருந்தார்கள். மாத்ரி தனது திருமணத்தின்போதோ, உணவின்போதோ மூத்த அரசியான குந்திதேவியைக் கண்டதேயில்லை.

மாத்ரி காத்துக் கொண்டிருந்தாள். இரவு கவிழ்ந்தது. பாண்டு மெலிதான காமத்தின் இதழ்களைத் தன்னுள் விரியவிட்டவனாக வந்திருந்தான். அவன் கண்களில் அது மிதந்து கொண்டிருந்தது. மாத்ரியும் முதிய தாதி சொல்லியிருந்தபடி தனித்த சுடராக எரிந்து கொண்டிருந்தாள். இரவு விரிந்து கொண்டேயிருந்தது. பாண்டுவின் வேட்கைக்கு இருந்த தீவிரம் அவன் உடலில் இல்லாமல் போனது. அவள் எரிந்து கொண்டேயிருந்தாள். காமத்தின் புகை அவனிடமிருந்து புகைந்து கொண்டேயிருந்தது. பாண்டு தாகமும் வெளிறிய உடலுமாக, தன் இயலாமையின்மீது விழிகளை மூடியபடி பெருமூச்சிட்டவாறு படுத்திருந்தான்.

மாத்ரியின் அன்றைய இரவில் அவள் தன்வசமாகும் வரை மெல்ல எரிந்து அடங்கினான். எண்ணெய் ஸ்நானங்களும் சிறந்த மாமிச உணவுகளும் பாண்டுவிற்காகத் தயாரிக்கப்பட்டிருந்தன. பாண்டு தன் வெளிறிய முகத்தில் மெலிதான சோகம் கொண்டிருந்தான்.

இரவுகள் ஒன்றின் மேல் ஒன்று கரைந்து கொண்டேயிருந்தன. மாத்ரி அறிந்து கொண்டுவிட்டாள். பாண்டுவின் ஆண்மை உயிர்ப்பற்று விட்டது. அவனிடம் மிஞ்சியிருப்பதெல்லாம் அடைய முடியாத ஆசைகள் மட்டுமே. அவன் மத்ர தேசத்துப் பெண்ணாலும் தன்னை உயிர்ப்பிக்க முடியவில்லையே என மனவேதனை கொண்டான். மருத்துவர்களின் ஔஷதங்களும், மலைநாட்டு வேடர்களின் மிருக தைலங்களும்கூட அவன் இழந்த ஆண்மையை உயிர்ப்பிக்க முடியவில்லை.

அஸ்தினாபுரத்து அரண்மனைப் பெண்களைப் போலவே அவள் ருது குளித்திருக்கிறாள் என அறிந்த பீஷ்மர் பாண்டுவினை நேரிடையாகக் காண்பதையும்கூட தவிர்த்திருந்தார். சில மாதங் களின் சுழற்சிக்குள் பாண்டு இரவை முற்றாக வெறுக்கத் துவங்கி விட்டான். அவன் நள்ளிரவுவரை எவரோடாவது பகடையாடிக் கொண்டிருப்பான். மாத்ரி காத்துக் கொண்டேயிருப்பாள்.

அவள் கனவில் வன நெருப்பு ஒன்று பற்றி எரிந்துகொண்டே இருந்தது. அவள் தானாகக் குந்தியைச் சந்திப்பதற்காகச் சென்றாள். குந்தியின் வசீகர அறையில் அவள் மட்டுமே தனித்திருந்தாள். அதில் தாழம்பூவின் நறுமணம் நிரம்பியிருந்தது. அவள் மாத்ரியைப் பார்த்ததும் பரிகாசம் ததும்பவே கேட்டாள்.

'மத்ர தேசத்துப் பெண்கள் நரம்பில்லாமல்கூட வீணை மீட்டிவிடுவார்கள் எனக் கேள்விப்பட்டேன். நீ இப்போதும் ருதுவிலக்கு கொள்கிறாய் என்கிறார்களே...'

மாத்ரிக்கு இந்தப் பரிகாசத்தின் வேதனை உடலெங்கும் நிரம்பியது. அவள் குந்தியைப் பார்த்துக்கொண்டேயிருந்தாள். பருத்த ஆணின் உடலைப் போன்றதொரு கட்டுகொண்ட பெண்ணாக இருந்தவளின் மீது கண்கள் தாவின. அவள் நடந்தவற்றையெல்லாம் சொல்லித் தீர்த்தாள். குந்திக்கு அவளைத் தன் கட்டுக்குள் கொண்டு வந்துவிட வேண்டுமென்ற வெறி கூடியது. அவள் சொன்னாள்.

'பிதாமகர் பீஷ்மர் பெண்களின் ருது காலங்களைக் கணக்கிடுவதில் தான் தன் நேரத்தை அதிகம் செலவு செய்கிறார் போலும். இனி அரசனின் உயிரைத் தூண்டி எரியச் செய்ய எந்த தேசத்துப் பெண் வரப் போகிறாளோ?'

மாத்ரிக்கு குந்தியின் பேச்சும், எதையும் தன் கட்டுக்குள் கொண்டு வந்துவிட வேண்டுமென்ற பிடிவாத நினைப்பையும் உணர முடிந்தது. குந்தி அவளை நினைத்து பரிதாபப்படுவதாகவே சொன்னாள்.

மாத்ரி குந்தியோடு ஸ்நேகம் கொள்ள முடியாமலும் அவளை விட்டு விலகிவிட முடியாமலும் இருநிலை கொண்டிருந்தாள். பெண்களின் சயன அறைகளை விடவும் குதிரை லாயங்களில் குதிரைகளின் வனப்பைக் கண்டபடி உறக்கமற்று நிற்பதற்கே பாண்டுவிற்குப் பிடித்தமானதாக இருந்தது.

மாத்ரி தனது தனிமையில் எரிந்து கொண்டேயிருந்தாள். வாசனை ததும்பும் நறுமண நீரும், அகில் புகைகளும், வேடுவர்கள் கொண்டுவந்த காட்டு மலர்களையும் கட்டியபடி அவள் காத்துக் கொண்டேயிருப்பாள். பாண்டு வருவதே அற்றுப் போனது.

பாண்டு தன் வீரர்களோடு தேசங்களை வெல்லப் புறப்பட்டுப் போய்விட்டான். மாத்ரி மட்டுமே கனவில் மிதந்து கொண்டிருந்தாள். அவள் தூண்டப்பட்டுக் கொண்டேயிருந்தாள். எண்ணிக்கை யற்ற குதிரைகளின் முன் செல்லும் பாண்டு யாவும் மறந்து

உப பாண்டவம் | 181

போய்க்கொண்டிருந்தான். கந்தர்வர்களின் நாடு வரை சென்று போரில் ஜெயித்த பெண்களோடு திரும்பி வந்தான்.

மாத்ரி அந்தப் பெண்களைக் கண்டாள். நீலநிறமான விழிகளை உடைய அவர்கள் தன்னைப் போலவே பாண்டுவின் அரவணைப்பில் ஏற்படப்போகும் நுகர்வினை நினைத்தபடி அரை மயக்கத்தில் வந்திருந்தனர்.

பாண்டு நீண்டநாட்களுக்குப் பிறகு தனது சபா அறையை நோக்கி வந்திருந்தான். சுடர் ஒன்று மட்டுமே அறையில் மினுங்கிக் கொண்டிருந்தது. பாண்டு அதையும் அணைத்துவிடச் சொன்னான். இருள் மட்டுமே நறுமணமாகப் பொங்கிக் கொண்டிருந்தது. பாண்டுவின் குரல் மட்டுமே கேட்டது. ‘மாத்ரி, நான் குந்தியால் இன்றும் அவமதிப்பிற்குரியவனானேன். அவள் கண்களும், குரலும் என் மனதை ரணமாக்குகின்றன. அவள் வேட்கையில் பீறிட்டு இருக்கிறாள்.’ பாண்டு பலவீனனாக வீழ்ந்தான். வனவெளியில் மாத்ரி ஒதுதுக் கொண்டுவிட்டாள். பாண்டு தன் [illegible]தின் வேதனைகளைச் சொல்லிக் கொண்டிருந்தான். மெல்ல மாத்ரியின் உடல் சூடு அவனிடம் கசிவு கொண்டது. அவள் பேச்சற்றவளாக இருந்தாள். பின்பு மாத்ரி கேட்டாள்.

‘நான் இனியும் இங்கேயிருக்கப் போவதில்லை. மத்ர தேசம் செல்கிறேன். காத்திருப்பின் வலி என்னைக் கவ்விக் கொண்டேயிருக்கிறது.’

பாண்டு இதனைக் கேட்டதும் தன் தீராத துயரக்குரலில் சொன்னான். ‘வேண்டாம் நான் இனிமேலும் துயரமடைய இயலாது. நீ என்னோடு இருந்துவிடு.’

அவள் அந்தக் குரலில் இருந்த அதிகாரத்தைக் கண்டாள். பின்பு அவளாகவே சொன்னாள். ‘நாம் வேறு தேசம் எங்காவது போய் வருவோம். இந்த தேசம் புத்திரர்களின் விதை பற்றிக்கொள்ளாத வறண்ட இடமாகயிருக்கிறது.’

அவன் பதிலற்றவனாக இருந்தான். பின் ஏதோ யோசித்தவனாகச் சொன்னான். ‘இந்த தேசம்தான் என் சுமை. இதிலிருந்து விடுபட்டுவிட்டால் என் வம்சாவளியைப் பற்றி எவர் கவலைப் படப்போகிறார்கள்? நான் எல்லாம் துறந்து வனம் செல்லப் போகிறேன் துறவியாக.’

மாத்ரி அந்தக் குரலைப் புரிந்து கொண்டுவிட்டாள். அவன் யாவற்றையும் தன் வசமாக்குவதற்காக இறங்கிவிட்டான் என மாத்ரி

தானும் உடன்வருவதாகச் சொல்லியிருந்தாள். வனத்தின் தொலைவு அவர்கள் சென்றனர். குந்தி மாத்ரியைக் கண்காணித்த படியே இருந்தாள். மாத்ரியால் குந்தியிடமிருந்து மீள முடியவே யில்லை. அவர்கள் வனத்தினை தன்னிடத்தில் வஞ்சித்து வந்திருந்தனர்.

தன் இச்சைகளைக் களைந்தவனாக அவன் துறவிபோல கனிகளை உண்டு, குசப்புல்லில் படுத்திருந்தான்.

பாண்டு ரோகியைப் போலாகிவிட்டிருந்தான். அவனுக்கு வைத்தியம் செய்பவர்கள் மூலிகைகளைத் தந்தபடியிருந்தனர். இரு பெண்களும் ரத்தத்தின் துள்ளலை ஏந்தியபடி காத்திருந்தனர்.

குந்தி கர்ப்பம் கொண்டிருந்தது மாத்ரிக்குத் தெரிந்தது. அவளால் நம்ப முடியாமலேயே இருந்தது. வனவேடர்களின் மருந்துகளால் தன் கணவனின் வீரியம் உயிர்ப்பு கொண்டுவிட்டதா என்ன? ஆனாலும் குந்தி தான் கர்ப்பமுற்றதன் காரணத்தை மாத்ரியிடம் சொல்லவே இல்லை. அவள் மூத்தவளின் கர்ப்ப நாட்களில் அவளின் சேவகத்தைத் செய்து கொண்டேயிருந்தாள். பாண்டு மிகுந்த உடல் மெலிவுற்றவனாக இருந்தான். குந்திக்கு ஆண் குழந்தை பிறந்தது. அந்தக் குழந்தை குந்தியின் சாயலோ பாண்டுவின் சாயலோ கொண்டிருக்கவில்லை. மாத்ரிக்கு குந்தியிடம் அவள் கர்ப்பம் கொண்டதன் வழியை அறிந்துகொள்ள முடியவில்லை. பாண்டு இது யாவும் அவள் துர்வாச முனியின் அருளால் அடைந்த வாக்கு என்றும், அவள் நினைத்த மனிதரை அடையக்கூடியவள் என்றும் சொன்னான். மாத்ரியால் நம்ப முடியவில்லை. இது எவரின் குழந்தையாக உருக்கொண்டிருக்கிறது எனக் கேட்டாள். இது யமன், தர்மராசன் என பாண்டு சொல்லிப் போனான்.

தாலாட்டல்களையும் ரசித்துக் கொண்டேயிருந்தாள். மாத்ரிக்கு அந்தக் குழந்தையைக் காணும்போதெல்லாம் மனதில் தீராத வேதனை எழும்பி வரும். எங்கிருந்தோ அந்தணர்களும் குழந்தையின் பிறப்பைக் கணிக்கும் ஸ்த்ரீகளும் வந்து சேர்ந்தனர். அவர்களில் ஒருவன் பாண்டுவிடம் 'இந்தக் குழந்தை ராஜ்ஜியத்தினை ஆண்டபோதும் துறவியைப்போல இதன் சுபாவம் அமைதியானது' எனச் சொல்லி, 'அலைக்கழிப்பும், சுழிப்பும் மிக்கது இக்குழந்தையின் வாழ்க்கை' என்றனர்.

சில மாதங்களுக்குப் பிறகு திரும்பவும் குந்தி கர்ப்பவதியானாள். மாத்ரியால் இனிமேலும் இதனை அறிந்துகொள்ள முடியாமல்

இருக்கமுடியாது. அவள் குந்தியிடமே கேட்டாள். ‘குந்தி இது மத்ர தேசப் பெண்களைப்போல உடல் சேர்ந்ததால் உண்டாவதில்லை. இது நியோகம்’ என்றாள்.

குந்தி பிரசவிக்க இரு நாட்களுக்கு முன்னதாக ஜோதிடக்காரர்களால் குழந்தையின் எதிர்ப்படும் நாட்கள் கணிக்கப்பட்டுக் கொண்டிருப் பதைக்கண்டாள். குந்தியின் வயிறு பருத்து திணறிக்கொண்டிருந்தது. அவள் பருத்து உருண்ட தலையும், பெரிய உடலும் கொண்ட ஆணைப் பிரசவித்திருந்தாள். மூர்க்கமான மலைவாசியின் முகத்தோற்றம் போலிருந்த குழந்தையை எவராலும் தூக்கவும் முடியவில்லை. ஜோதிடர்கள் இந்தக் குழந்தை விவேகம் கொண்டிருக்காது. மிக பலசாலி என்றனர்.

மாத்ரி பாண்டுவிடம் தானும் நியோகத்திற்காகக் காத்திருப்ப தாகவும், தனக்கு அந்த வாக்கினால் கர்ப்பம் கொள்ளும் மந்திரச் சொல்லை அறிந்து தரவேண்டும் என்றாள். பாண்டு குந்தியின் சயன அறையில் இரு குழந்தைகளைக் கண்டு கொஞ்சியபடி மாத்ரியின் ஆசைகளைச் சொன்னான். குந்தி அதை வன்மமாக மறுத்து விட்டாள்.

‘அவள்தான் பேரழகியாயிற்றே... அவளுக்கு எதற்கு மந்திரச் சொல்’ என அவமதித்தாள். மூன்றாவது கர்ப்பம் கூடியது. குந்தி தன் விருப்பமான மனிதரோடு கூடி இம்முறையும் கர்ப்பம் கொண்டிருந்தாள். பாண்டு எதையும் மறந்தவனாக நிசப்தித்திருந் தான். இந்தக் குழந்தை தன் மனைவியின் குழந்தை என்றே அறிந்திருந்தான். இம்முறை பிறக்கப் போகிறவன் குருவம்சத்தின் பெயரை உலகறிய வைப்பான். வீரன், வில்லாளன். இவன் ரத்தம் வம்சத்தினைப் பெருக்கிச் செல்லும் என்பதைக் கேட்ட குந்தி சந்தோஷம் கொண்டாள்.

மாத்ரியால் தாள முடியவில்லை. பனிமூடிய மலைப் பகுதியில் அவள் தனியாக அலைந்து கொண்டிருந்தாள். தொலைவில் அவள் ஒரு சிறுத்தையைப்போல சுற்றி அலைவதைக் கண்டுகொண்டே இருந்தாள் குந்தி. இனி தன் மக்களை வெல்ல எவரும் பிறந்திட மாட்டார்கள் என்பதன் நினைவு அவள் உடலெங்கும் நிரம்பியிருந்தது.

சயனத்திற்குள் மாத்ரி வந்து சேர்ந்தாள். எல்லா இரவையும்போல உறக்கமற்றவளாகவே இருந்தாள். குந்தி, அவள் காதில் விழவே முணுமுணுத்தாள்.

அவளின் கடைசிச் சொல் மட்டும் கேட்டது.

'நீ இதை ஒருபோதும் பாண்டு அறியச் செய்யக்கூடாது.'

மாத்ரி தன் விருப்பத்திற்கிணங்க இருவரை அழைத்தாள். அஸ்வினி தேவர்களான இரட்டையர்கள் அவளுடன் கூடினார்கள். மாத்ரியும் கர்ப்பஸ்த்ரீ ஆனாள். அவளுக்கு இரட்டைக் குழந்தைகள் பிறந்தன. தனக்கு இன்னமும் ஒருமுறை அந்த மந்திரச் சொல்லை அறியச் செய்யும்படி அவள் குந்தியிடம் கேட்டபோது இனி அந்தச் சொல் தனக்கும் மறந்து போகும்படி தானே தன் சக்தியை அழித்துக் கொண்டதாகச் சொன்னாள் குந்தி.

அவர்கள் குழந்தைகளை வனவெளியில் வளர்த்துக் கொண்டிருந் தனர். பாண்டு இந்தப் பிள்ளைகள் தன் மனைவியின் குழந்தைகள் தன் வம்சத்தின் கிளைகள் என்றபோதும் தன் வீரியம் கொண்டவர் களில்லை என்பதை அறிந்தேயிருந்தான். அவன் தன் கசப்பைத் தினமும் விழுங்கிக் கொண்டேயிருந்தான்.

பிள்ளைகள் வளர்ந்து கொண்டேயிருந்தார்கள். தனது பிள்ளைகள் தன்னைப் போலவே வசீகரம் ததும்ப இருப்பதைக் கண்டதும் மாத்ரிக்கு சந்தோஷமாக இருந்தது. குந்தியின் பிள்ளைகளில் பல்குணனைத் தவிர மற்றவர்கள் அழகில் சிறந்தவர்களில்லையே.

பாண்டு பனிமலையின் சிறுபாறைகளில் அலைந்துகொண்டே இருந்தான். மாத்ரிக்கு இப்போது உலகம் மாறிவிட்டது. அவள் தன் இரட்டைக் குழந்தைகளின்மீது கவனம் பிசகாமல் இருந்து வந்தாள்.

பல்குணனின் ஜென்ம தினத்தன்று மாத்ரி எல்லா நாளையும் விடவும் மயக்கமூட்டும் மலர்களைச் சூடியிருந்தாள். பாண்டுவிற்கு மெல்ல உயிர் முகம் திறந்திருந்தது. அவன் தன்னால் ஒரு பெண்ணை தாய்மை அடையச் செய்யமுடியும் என நினைத்தான். தன் பிள்ளை மாத்ரியின் கர்ப்பத்தில் உருக்கொள்ள சிற்றோடைகளின் வழியில் நடந்தபோது காமம் பீறிட அவளைத் தன் வசமாக்கினான். மாத்ரி அறிந்துவிட்டாள்.

பாண்டுவின் உதிரம் தன்னுள் பாய்ந்து தான் கர்ப்பம் கொண்டுவிட்டால் போதும். குந்தி இனி ஒருபோதும் தன்னைக் கட்டுப்படுத்த முடியாது. தன் பிள்ளைகளே ராஜ்ஜியத்தின் வாரிசாகி விடுவார்கள். அவள் பாண்டுவை அனுமதித்தாள்.

மாத்ரி பதில் பேசவேயில்லை. பாண்டுவின் அருகாமைக்கு வந்து அவனைச் சேர்த்துக்கொண்டாள்.

பாண்டு தன் வேட்டையின் நூறு அம்புகளென சரமென பொழிந்து கொண்டிருந்தான். அவன் உடல்துள்ளி முறிந்தது. அவன் காத்துக்

உப பாண்டவம் | 185

கொண்டிருந்த உயிரின் நுனி அடங்கிவிட்டது. பெருமூச்சிட்டபடி வீழ்ந்த விலங்கினைப்போல பாண்டு வீழ்ந்தான். அவன் கண்கள் இமைகள் மூடிக்கொண்டேயிருந்தன. இனி தன் உதடுகள் பேசப் போவதில்லை என அறிந்து அவன் கண்கள் எதையோ யாசித்துப் பின்பு அதுவும் மறைந்தது. மாத்ரி கூக்குரலிட்டாள்.

குந்தி தன் கணவனின் மரணத்தின் நிகழ்வினை விடவும் மாத்ரியின் ரகசிய ஆசையை அறிந்துகொண்டவளாக அவளை ஏசத் துவங்கி யிருந்தாள். மத்ர தேசத்துப் பெண்களின் வேசிமையைத்தான் நீயும் கொண்டிருக்கிறாய் என அவள் குரல் வெடித்தது. தன் உடலில் ஆணின் வாசம் நிரம்பியிருப்பதை மறைக்காதவளாக மாத்ரி நின்றுகொண்டே இருந்தாள்.

அவள் தன் கணவனின் கடைசிநிமிஷ கூடுதலுக்கு உட்பட்டிருக் கிறாள் என்பதை அறிந்த குந்தி அவளிடம் அரசனின் மரணத்திற்கு அவளே காரணம் என்றாள். மாத்ரி தன் அவமானத்தை இனியும் சகித்துக் கொண்டிருக்க மறுப்பவளாக நிசப்தமாகக் காத்திருந்தாள்.

குந்திக்கு பயமும், மரணத்தின் சோகமும் ஒரே நேரத்தில் பிறந்திருந்தன. கணவனின் வீரியம் தேங்கி கருக் கொண்டுவிட்டால் மாத்ரியின் பிள்ளையல்லவா அஸ்தினாபுரத்தின் அரியணைக் குரியவனாகி விடுவான் என அவள் பயந்துகொண்டே இருந்தாள்.

வனப் பிரதேசத்திலிருந்து வேடுவர்களும், தொல்குடிமக்களும் வந்து சேர்ந்திருந்தனர். அவர்கள் இறந்தவனுக்கு உரிய சடங்கு முறைகளைச் செய்வதற்காக அந்தணர்களைக் கொண்டுவந்தனர். மாத்ரி எதையும் பேசவில்லை. மாத்ரிதான் தகப்பனின் மரணத்திற்குக் காரணம் என்பதுபோல பிள்ளைகளின் கண்களில் பயம் ஒளிந்திருந்தது.

பாண்டுவின் உடலை எரிப்பதற்கான விறகுகள் அடுக்கப்பட்ட போது மாத்ரியின் கண்கள் குந்தியைப் பார்த்துக்கொண்டே இருந்தன. பின்பு மாத்ரி தன் பிள்ளைகளைக் குந்தியின் கைகளில் தந்தவளாகச் சொன்னாள்.

'நான் இனி உயிரோடு இருப்பதால் அவமானத்தின் வடுக்களைத் தாங்கமுடியாது. இந்த நெருப்பில் கலந்துவிடுகிறேன். மூத்தவளே, இவர்கள் உன் குழந்தைகள். நீ கற்றுத் தந்த மந்திரச் சொல்லின் வழி பிறந்தவர்கள். இனி உன் குழந்தைகள்' எனச் சொல்லியபடியே அவள் நெருப்பில் வீழ்ந்தாள்.

நெருப்பு அவளை மெல்லத் தன்வசமாக்கிக்கொண்டது. மாத்ரி எரிந்துகொண்டே இருக்கிறாள். வனத்தின் நெருப்பு சரிந்து பரவிச்

சென்று கொண்டேயிருக்கிறது. இரவில் அதனைப் பார்த்துக் கொண்டிருக்கும் நட்சத்திரங்கள் அன்றி வேறு யார் மாத்ரியைப் பற்றி நினைக்கக்கூடும்?

~

காந்தாரி

அவமதிப்பைப்போல உடலை உருக்கி வேதனை கொள்ளச் செய்யும் நோய் வேறு எதுவுமில்லை. அதிலும் வயோதிகத்தில் ஏற்படும் அவமதிப்பின் ரணங்கள் எளிதில் காய்ந்து விடுவதில்லை. வெளியே குதிரைகளின் குளம்படியோசையும், வாழ்த்தொலியும் கேட்கின்றன.

எல்லா நாளையும் போலவே பாண்டவர்கள் தங்களின் தினப் படியான வேலைகளைத் துவங்கும் முன்பாக ஆசி வாங்குவதற்காக வந்து கொண்டிருக்கிறார்கள். ஆனாலும், அந்த அறையில் இருந்த இருவரிடம் நிசப்தம் மட்டுமே சுரந்து கொண்டிருக்கிறது. மூப்பு அவர்களை பாண்டவர்களின் முன் சரணடையச் செய்துவிட்டது. மனதில் தீராத பகையும், கசப்பும் கொண்ட அவர்களை பாண்டவர்கள் வணங்கி, மரியாதை செய்வதை விடவும் வேறு அவமதிப்பு என்ன இருக்கப் போகிறது?

ஒவ்வொருநாளும் குற்றத்தின் நிழலில் தங்கி இருக்கிறார்கள். தங்களை மீறி பீறிடும் துக்கத்தை விழுங்கிக் கொள்கிறார்கள்.

நடையோசை கேட்கிறது. கதவு திறக்கப்படுகிறது. அந்தகர்களான அந்த இருவரின் கைகளும் தங்களையறியாமலேயே மலர்களை அள்ளுகின்றன. யுதிஷ்ட்ரனின் குரல் கேட்கிறது. அவன் சிரம் தாழ்கிறது. முதிய இரு உதடுகள் உச்சரிக்கின்றன. கையிலிருந்து மலர்கள் உதிர்கின்றன.

ஐவரும் ஆசி வாங்கிக்கொண்டு போன பிறகான மௌனம் தாளமுடியாததாக இருக்கிறது. திருதராஷ்டிரன் எழுந்து கொண்டுவிட்டான். அவன் நினைவில் அம்பின் நாவு தீண்டி இறந்த பிள்ளைகளும், குருதியில் கை நனைந்த பாண்டவர்களின் முகமும் அலைபாய்கின்றன. பலவீனமான தன் உடல்மீது அவன் கோபப்படுகிறான். ஏழு பேர் மிஞ்சியிருக்கிறார்கள். மற்றவர்களின் குரல் யாவும் ஒடுங்கிவிட்டன. ஒவ்வொரு நாளும் அவன் கேட்கும்

இந்தக் காலடி ஓசைகளைப்போல துயரம் தருவது வேறு எதுவுமே இல்லை. அவன் யாவரையும் பிரிந்துவிட்டான். முடிவுறாத சுழல் யாவையும் விழுங்கிக்கொண்டது போலாகிவிட்டது.

காந்தாரி இப்போதும் மௌனத்தில் பீடிக்கப்பட்டிருக்கிறாள். அவளின் குரலையாவது கேட்க விரும்பியவனாக அழைத்தான். அவள் யாரோடும் பேசுவதை நிறுத்திக் கொண்டுவிட்டாள். தன்னோடு மட்டும் பேசிக்கொள்ள விரும்பினாள் போலும். காந்தாரியின் அருகாமையில் அவன் குரல் கம்முகிறது.

'அஸ்தினாபுரம் என்மீது அவமானத்தை உமிழ்ந்தபடி இருக்கிறது. இது சாவின் படுகையாகிவிட்டது. நாம் மட்டுமே மிஞ்சியிருக்கிறோம்.'

காந்தாரியிடமிருந்து பதில் எதுவுமில்லை.

உயிர் வாழ்தல்தான் எத்தனை கொடுமையானது. பரிகசிக்கும் ஏதேதோ மூலைகளில் இருவர் மூவர் இணைந்து பேசும் ரகசிய ஏளனப் பேச்சுகள், என் காதில் பட்டுத் துளைக்கின்றன. நான் சரிந்து கொண்டேயிருக்கிறேன். காந்தாரி தனித்து விட்டாள்.

அவளின் புத்திரர்கள், சகோதரர்கள், வாரிசுகள் யாவரும் இறந்து விட்டனர். உலகின் இருட்டு இப்போதுதான் தாரைதாரையாக அவளுக்குள் இறங்குகின்றது. அவள் எப்போதோ இந்த நகரின் வாசலைக் கண்ட நாளிலே அவமதிப்பின் முதல் முகத்தைக் கண்டுவிட்டாள். காந்தாரிக்குத் தன் கணவனின் அந்தகத்தை விடவும் அந்த அரச வாழ்வின் குருட்டுத்தனம்தான் தாங்கிக்கொள்ள முடியாமல் இருந்தது. அவள் இளம் பெண்ணாக தனது சகோதரனுடன் நாட்டைப் பிரிந்து அஸ்தினாபுரத்திற்கு வரும் போதே அறிந்துவிட்டாள். இந்த தேசத்தின் சுழற்சியை நிர்ணயிப்பவர் தனது கணவனோ அவரது சகோதரர்களோ இல்லை. அதை நிர்ணயிப்பவர் கங்கையின் மைந்தரான பீஷ்மர் என்று. அவள் பீஷ்மரின் ஓங்கிய கண்களைப் காண விரும்பாமலே இருந்தாள். அதில் ரகசியங்கள் மிதந்து கொண்டிருந்தன. காந்தாரி தன் கணவன் பிறவியிலேயே பார்வையற்றவனாக இருந்ததால் மனம் சரியவில்லை. அவள் அவன் உறக்கத்திலும் விழித்துக்கொண்டே இருப்பதான துயரத்தினைதான் முதலில் அறிந்து கொண்டு விட்டாள்.

திருதராஷ்டிரன் நகரம், அரசுரிமை, போகம் என்ற பொம்மைகளைத் தன் மார்போடு இறுக அணைத்துக்கொண்டு உறங்கும் மனிதனாகவே இருந்தான். அவன் தன்னைப் புறக்கணிப்பின்

விரல்கள் விலக்குவதை உணர்ந்து கொண்டேயிருந்தான். காந்தாரி அவளை சாந்தம் கொள்ளச் செய்வதே தன் விருப்பமாகக் கொண்டிருந்தாள்.

காந்தாரிக்கு பாண்டுவின் மனைவிகளோடும், அரசரின் அந்தப் புரங்களில் இருக்கும் எந்தப் பெண்ணோடும் இணக்கம் கூடவேயில்லை. அவள் ஒரு தனி சுடரைப்போல அலையாடிக் கொண்டிருந்தாள். அவளின் உதிரம் பெருகி உண்டான குழந்தைகள் பல்கினர். அவர்களின் குரல்களால் சூழப்பட்டுக்கொண்டே இருந்தாள். அந்தக் குரல்கள் தன் காதைச் சுற்றி ரீங்காரமிட்டுக் கொண்டேயிருந்தன.

திருதராஷ்டிரன் காந்தாரியை விழித்திருக்கச் செய்தவனாகி தன் சுபாவம் கலைந்து போகத்தின் சுனையில் வீழ்ந்தான். காந்தாரி விழித்துக் கொண்டேயிருந்தாள். பிள்ளைகள் யாவும் தகப்பனின் மனநிலையையே கொண்டிருந்தார்கள். அவர்களின் ஒவ்வொரு செயலும் காந்தாரிக்குக் கணவனையே நினைவூட்டியது. திருதராஷ்டிரன் அவர்கள் வழியாக இந்த உலகிற்குத் தன்னை வெளிப்படுத்திக் கொண்டிருந்தான். அவள் பிள்ளைகளின் ஒவ்வொரு வெற்றியிலும் தன் கணவனின் நிராசையொன்று வீழ்த்தப்படுவதைக் கண்டாள். அதேபோல் ஒவ்வொரு தோல்வி யிலும் தன் கணவனின் வேதனை அதிகமாவதைக் கண்டாள். பிள்ளைகளை விதைகளைப்போல தேசமெங்கும் அவள் வளரவிட்டிருந்தாள். அவளின் ஆசைகள் பிள்ளைகள் வழியாகப் பீறி வெளிவந்து கொண்டிருந்தன.

காந்தாரி தன்னைச் சுற்றிய ஆண்களை விடவும் பெண்களின் மீதே அதிக கவனம் கொண்டிருந்தாள். அவளுக்குத் தெரியும். ஆண்கள் இந்த நகரின் அதிகாரத்தின் முடியை ஏந்தி உலவியபோதும் பெண்களின் விசித்திர வேட்கைகள்தான் நகரை நிர்ணயம் செய்கின்றன. ராஜமாதாவான சத்தியவதியின் பிடியில்தானே இந்த தேசமிருந்தது. அவளின் முடிவுகள்தான் நடப்புகளாக நிகழ்த்தப் பட்டன. தன் மனதின் ஆசைகளை பெண்கள் யார் வழியிலோ நிறைவேற்றிக் கொள்கிறார்கள் என்பதை அவள் அறிந்திருந்தாள்.

ஏதோ ஒரு வனவெளியில் பிறந்த பிள்ளைகளுடன் குந்தி வந்திருப்பதன் ரகசிய வேட்கையை காந்தாரி அறிந்திருந்தாள். அவள் தன் விருப்பத்தினை நியாயம் என்ற பகடைகளை உருட்டி விதுரனின் வழியாக நடத்திக் கொண்டிருக்கிறாள் என்பதனை அறிந்திருந்தாள். காந்தாரிக்கு யாவும் தெரிந்தே இருந்தன.

தன் பிள்ளைகள் பாண்டு புத்திரர்களால் தூண்டப்பட்டும் அதிலும் உடல் பருத்த பீமனால் அவமானப்படுத்தப்பட்டும் வருவதை அறிந்தே இருந்தாள். தன் பிள்ளைகள் பலசாலிகளாக இருந்த அளவு விவேகிகளாக இல்லை என்பதைத் தெரிந்திருந்தாள். பாண்டுவின் விதவை குந்தி மற்ற ஸ்த்ரீகளைப்போல துறவு வாழ்க்கை மேற்கொள்ள வில்லை. அவள் தன் பிள்ளைகளை உருவாக்கிக் கொண்டிருக் கிறாள் என்பதை அறிந்திருந்தாள். குந்தியின் பணிவும் அடக்கமான குரலும் யாவரையும் ஏமாற்றச் செய்யும் வித்தையென்றே காந்தாரி உணர்ந்தாள்.

காந்தாரி எந்தக் காட்சியையும் பார்க்காதபோதும் விழித்துக் கொண்டேயிருந்தாள். தன் சகோதரனைத்தான் அவள் முற்றிலும் நம்பியிருந்தாள். அவள் யோசனைகளும் ஆசைகளும் அவன் வழியிலே செயல்பட்டுக் கொண்டிருந்தன. காந்தாரியின் நடமாட்ட உருவம் போலவே சகுனி நடந்து கொண்டிருந்தான். பேசுவது சகுனியாக இருந்தாலும் அந்தக் குரல் காந்தாரியின் குரலாகவே இருந்ததை திருதராஷ்டிரன் அறிவான்.

காந்தாரி விதுரனின் மௌனத்தை ஏந்தி அதனைத் தீர்க்க உருவமற்ற தன் சகோதரனால் மட்டுமே முடியும் என்பதை அறிந்திருந்தாள் சகுனி தன் சகோதரியின் கண்களைப்போல நடந்து கொண்டிருந்தான். பிள்ளைகள் தகப்பனைவிட சகுனிமீது கூடுதலான ப்ரியம் கொண்டிருந்ததை காந்தாரி அறிந்தபோது சந்தோஷமடைந்தாள். தன் பிள்ளைகளின் கொண்டாட்டத்தில் தானும் பங்கு கொண்டாள். தப்பியலையும் குந்தியின் பிள்ளைகளைப் பற்றிய செய்திகளைச் சொல்லும்போதெல்லாம் அவள் சலனமற்றுக் கேட்டுக் கொண்டிருந்தாள்.

அவமானம், அவமதிப்பு என்ற அஸ்திரங்கள் பரஸ்பரம் எய்யப்பட்டுக்கொண்டே இருந்தன. காந்தாரி தன் மகன் அரசாட்சிக்குரியவனாக இருந்த நாட்களில் மட்டுமே ஆறுதல் கொண்டாள்.

பின்பு யுத்தம் துவங்கியது. அந்த யுத்தத்திற்கான ரகசியப் பேச்சுகள் சுற்றத் துவங்கியிருந்தன. அவள் யுத்த நாட்களில் தினமும் சிலராக தன் பிள்ளைகள், பேரர்கள் மரணத்தின் கடை வாயில் சிக்குவதையும், விதவையான தன் மருமக்களின் ஊடே நடக்கவும் துணிவற்றிருந்தாள். அவர்கள் துக்கத்தால் பொங்கிக்கொண்டு இருந்தார்கள். பீஷ்மரும் வீழ்ந்தார். அவள் எதிர்பார்த்தபடியே துயரத்தின் கரை மீறி எழுந்தது. தன் பிள்ளைகள் யாவரும்

பிரிந்துவிட்டனர். புலம்பலும் ஸ்த்ரீகளின் வெதுமையோடு கண்ணீரும் பெருகிக் கொண்டிருந்தன. விடாத மழையில் பொதுமிய சுவர்களைப்போல சரிந்திருந்தார்கள். காந்தாரியின் விரல் தொட்ட மருமக்களில் ஒருத்தி கூக்குரலிட்டாள்.

காந்தாரி அழுவதை நிறுத்திவிட்டாள். தன் பிள்ளைகள் இறந்ததை விடவும் இந்தத் துயரத்தின் மூலவேராக இருந்த மனிதனைத் தன் கண்களால் பார்ப்பதற்குக் காத்திருந்தாள். அவள் அந்த மனிதனை முன் கண்டதேயில்லை. அவன் குந்தியின் சகோதரன் என்று அறிந்திருந்தாள். வசுதேவன் என்ற கிருஷ்ணன்தான் தன் பிள்ளைகளின் துயரச் சாவிற்கான மனிதன் என அறிந்திருந்தாள். அவள் தன் கண்களால் அந்த மனிதனைக் காண விரும்பினாள். அவள் தன் துக்கம் பெருகுவதற்குள் அந்த மனிதனின் முகத்தினை ஒரு முறையாவது பார்த்துவிட நினைத்தாள். என் பிள்ளைகளில் யார் அந்த வசுதேவனை அவமதித்தது? தன் பிள்ளைகள் மீது எதற்காக அவனுக்கு இத்தனை வெறுப்பு? அவள் காத்துக் கொண்டிருந்தாள்.

யாவும் முடிந்தன. பாண்டவர்களில் ஐவரும் கிருஷ்ணனோடு அவர்களின் அறைக்குள் ஆசி வாங்குவதற்காக வந்தனர். அவர்களின் நிசப்தம் மீறிய காத்திருப்பு கலைந்தது. கிருஷ்ணன் என்ற அந்த மனிதனைத் தன் கடைக் கண்களால் காண்பதற்குக் காத்திருந்தாள் காந்தாரி.

கிருஷ்ணன் தான் முன்வந்து யுதிஷ்ட்ரனை ஆசி வழங்க அழைத்தான். யுதிஷ்ட்ரனின் குரல் கம்மியது. அவன் தங்கள் வெற்றிக்கு ஆசி வழங்கச் சொன்னான். காந்தாரியின் இமையோரம் மெல்லப் பிரிந்து அவன் கால் பெருவிரலில் பட்டு நகம் ஒரு க்ஷணத்தில் நீண்டு வளர்ந்தது. அவள் மனதின் வன்மம் அம்பெனப் பாய்ந்துவிட்டதை அறிந்த ஸ்ரீகிருஷ்ணன் தானும் வணங்கி நின்றான். அவள் குரல் கசப்பேறியது. அவள் தன் பிள்ளைகளைப் போலவே இவர்களும் அடித்துக்கொண்டு சாவார்கள் என்றாள். கிருஷ்ணனின் உதடு அசையவில்லை.

காந்தாரி பின் நிசப்தம் கொண்டுவிட்டாள். அந்த இரவில் உறக்கமற்ற பெண்களின் அறைக்குள் சென்றாள். எங்கும் துக்கத்தின் அலை வீசிக்கொண்டே இருந்தது. தன் உடலின் நூறு பகுதிகள் வெடித்து மரணமுற்றவளாகவே காந்தாரி நடந்து சென்றாள். அவள் துயரம் ஒரு படிகம்போல உறைந்துபோயிற்று.

காந்தாரி அவமதிப்பின் படுக்கையிலே கிடந்தாள். நீண்ட நாட்களுக்குப் பிறகு அவள் கணவன் அந்த அறையில் அவள்

இருந்தபோதும் யாருமற்று தடுமாறுவதுபோல நடைமாறி விழ முயன்றதை அறிந்து ஓடி அவனைத் தாங்கினாள். அவன் குரல் வெடித்தது.

'காந்தாரி, உன் இருப்பை நான் உணரமுடியவேயில்லை. உன் பேச்சற்ற மனநிலை மரணத்தைவிட துயரமாகிறது. நீயும் என்னைப் பிரிந்துவிட்டதாக உணர்கிறேன். பீஷ்மரின் அம்புப் படுக்கையை விடவும் மோசமான அவமானத்தின் படுக்கையில்தான் நான் கிடத்தப்பட்டுள்ளேன். என் கைகள் பலமற்றுப் போய்விட்டன. பாண்டவர்களில் பருத்தவனான அந்த பீமனை மட்டும் என் கைகள் பற்றி நெறித்துக் கொல்ல முடியுமானால் கூட நான் சாந்தம் கொண்டுவிடுவேன். என் பாதைகள் தடுமாறுகின்றன. வழிதெரியாத மயக்கம் பீடிக்கிறது. எனைத் தாங்கும் கைகள் எவருடையது எனக்கூட அறிந்துகொள்ள முடியவில்லை. காந்தாரி, நீ உன் கண்களைப் போலவே உதடுகளையும் கட்டிக் கொண்டுவிட்டாயா? உன் இறப்பின் துகள்கூட என்மீது படவில்லையே...'

காந்தாரி அப்போதும் பேசவில்லை. அவள் விரல்கள் வயோதிக திருதராஷ்டிரனைப் பற்றிப் படுக்கையில் அமரச் செய்கின்றன. திருதராஷ்டிரன் தானே புலம்பிக் கொண்டிருக்கிறான்.

'நீத்தோர்க்கான சடங்குகள் தொடங்கிவிட்டன. ஆசையடங்காத நூறு பிள்ளைகளின் ஆவிகள் சுற்றியலைகின்றன. என் ஜன்னலைத் தட்டும் நூறு ஜோடி கைகளின் ஓசை கேட்கிறது. சாந்தி கொள்ளச் செய்யும் சடங்கிற்கான பொருளைக் கேட்டபோது பீமனின் பரிகாசமும் ஏளனமும் இன்னமும் காதில் சுற்றுகின்றன. அவன் மீதமிருக்கும் மூர்க்கத்தால் என்னையும் கொல்லவே விரும்புகிறான் போலும், அது என்னை மிகவும் பலவீனனாக்கிவிட்டது. நான் உலர்ந்துவிட்டேன். இந்த தேசம், பொருட்கள், தானியங்கள், அதிகாரம் யாவும் அவர்கள் வசமாகிவிட்டது. நாம் காகங்களைப் போல அவர்களின் எச்சில் உணவை ருசித்துக் கொண்டிருக்கிறோம். பீமனின் பரிகாசத்தை யார் தடுத்துநிறுத்த முடியும்? புதைக்கப்பட்ட பிள்ளைகளின் எலும்புகள்கூட இதை அறிந்து முணுக்கம் கொள்கிறதே. காந்தாரி நான் அவமானத்தால் நிரம்பியிருக்கிறேன். வயோதிகத்தினை விடவும் இது என்னை ஒடுக்கமடையச் செய்கிறது. இந்தக் குரல்கள் வண்டுகளாக என்னைச் சுற்றி மொய்க்கின்றன.'

காந்தாரி நீண்ட நாட்களுக்குப் பிறகு தன் மௌனம் கலைத்துச் சொன்னாள். 'சாவு நம்மை வந்து சந்திக்குமுன், நாம் அதை அதன்

இருப்பிடத்தில் சந்திப்பதைத் தவிர வேறு வழிகள் இல்லை. நம் இறுதிப் பயணத்தின் காலம் துளிர்த்துவிட்டது.'

காந்தாரியின் குரல் திருதராஷ்டிரனை ஆறுதல்படுத்தியது. அவள் சொல்லியதன் சுழல் அவனுள் பெருகியது. அவனும் விடுபடவே விரும்பினான். தாங்கள் யாருமற்ற வனவெளியில் துறவிகளைப் போல தனிமையில் வாழ விரும்புவதாக யுதிஷ்டிரனிடம் சொன்னான் திருதராஷ்டிரன். விதுரன் அறிந்துவிட்டான், இது காந்தாரியின் விருப்பமென.

அவர்கள் ஹிமாலயத்தின் அடிவாரத்தை நோக்கி பயணிக்கத் துவங்கினார்கள். தன் தேசத்தினைக் கடந்து விலகிச் செல்லச் செல்ல திருதராஷ்டிரன் சுபாவம் மாறிக் கொண்டேயிருந்தான். புதிய காற்றும், ஆடுகளின் குரலும், தொலைதூரப் பசுமையின் மெல்லிய குளிர்ச்சியும் அவனுள் நிரம்பின. அவர்கள் ஒரு புல்தரையில் படுத்துக் கொண்டனர். முதன்முதலாக அவள் வானத்தின் நீண்ட பரப்பின் கீழ் படுத்துக் கிடந்தாள். அவனுக்குள் இரவின் ஏகாந்தம் படர்ந்து உடலெங்கும் பாய்ந்தது. காந்தாரியின் கைகளை அவன் பற்றியபோது காந்தாரி திருதராஷ்டிரனுக்கு தான் முன் கண்டிராத இந்த நிலவெளியும், காற்றும் வாழ்வதற்கான ஆசையைத் தூண்டிவிடுவதை அறிந்தபோதும் அவள் அதை விரும்பவில்லை.

காட்டில் பகல் விநோதமாக இருந்தது. குதிரைகளின் ஓசையில்லை. எங்கோ பறந்து செல்லும் பறவைகளின் சப்தமும், நீரோட்டத்தின் சப்தமும் அன்றி வேறு சப்தமில்லை. காற்று சுகந்தத்தினை மாற்றியபடி இருந்தது. திருதராஷ்டிரன் மரநிழலில் அமர்ந்து கொண்டிருந்தான்.

காந்தாரி காத்துக் கொண்டேயிருந்தாள். திருதராஷ்டிரன் காலம் சுழல்வதைத் தனது நாசியால் அறிந்தான். மூங்கில்கள் வெடிக்கும் காலம் வந்தது. இலைகள் உதிர்ந்தன. சருகுகளின் ஓசை கேட்டது. கோடையில் சில நாட்கள் உலர்ந்து எரிந்தன. வனமெங்கும் மரங்கள் இலையற்று நின்றன. காந்தாரி யாருமற்ற மலையின் ஊடே தனியே நடந்துபோவதை விதுரன் கண்டான். அவனுக்குப் புரிந்துவிட்டது. அவன் தடுப்பதற்கு விரும்பவில்லை. அவள் தனது பயணத்தில் உயரமான ஒரு பாறையை அடைந்தாள். அங்கிருந்து பார்க்கும் போது வனத்தின் உலர்ந்த மரங்கள் தெரிந்தன. நீண்ட நாட்களுக்குப் பிறகு அவள் தன் கண்ணால் தொலைவில் உள்ள காட்டினை ஒரேயொரு முறை பார்க்க விரும்பினாள்.

அவள் மனதின் இமைகள் விரிந்தன. ஒரு அம்பென அவள் பார்வை விடுபட்டு எதிரே பாய்ந்தது. உலர்ந்த வனத்தின் நீண்ட காட்சியை

ஒருமுறை பார்த்தாள். நெருப்பின் சாறு பொங்கிப் பற்ற வனம் எரியத் துவங்கியது. கிளைகள் முறியும் சப்தம் கேட்டது. அவள் கண்கள் திரும்பவும் மூடிக்கொண்டன. அவள் தன் இச்சை கலைந்தவளாக கீழே இறங்கி வந்தாள். ஏதோ தொலைவில் காடு பற்றி எரிவதை திருதராஷ்டிரன் உணர்ந்து கொண்டுவிட்டான். சாவின் நடனம் நடந்து கொண்டிருந்த அந்தச் சூழல் வெளியை அவன் உணர்ந்தான். காந்தாரியின் கைகள் அவனைப் பற்றிக் கொண்டன. அவள் தன் விருப்பத்தின் படிகளில் மேலேறிச் சென்றாள். மரங்கள் நெருப்பில் வெடித்துக் கொண்டிருந்தன. அவர்கள் நடந்துசென்ற பாதையின் பின் இருவர் வந்து கொண்டிருப்பதைக் காண விரும்பவில்லை. திருதராஷ்டிரன் நெருப்பின் ஊடே யாரோ தன்னைத் தொடர்ந்து அழைப்பதை உணர்ந்தான். அவன் கைகள் காந்தாரியை இறுகப் பற்றியிருந்தன. அவள் தன்மீது நெருப்பு பட ரும்போது கடைசியாக திருதராஷ்டிரனிடம் சொன்னாள்.

'குளிர்ச்சியாகவும், சாந்தியாகவுமிருக்கிறது. துக்கம் எனக்கு மேலிடுகிறது. நான் கனவுகளை அணைத்துக்கொண்டு தூங்கவே விரும்புகிறேன்.'

நெருப்பு அப்போது அவள் கேசத்தில் மலரெனச் சுருண்டு கொண்டிருந்தது.

பாஞ்சாலி

விரித்த கூந்தல் வளரவேயில்லை. அவள் தன் கூந்தலின் கண்களைக் கூட மூடிக்கொண்டு விட்டாள். அவளது அவிழ்ந்த கூந்தலின் கேசத்தில் ஒரு நுனியளவுகூட வளர்ச்சியில்லை. தோளில் புரளும் கேசத்தோடு துறவினிபோல அவள் காட்டில் அலைந்து கொண்டிருக்கிறாள். அவளைக் காணவேண்டாமா எனக் கேட்ட முதிய தாதியோடு நானும் வனத்திற்குள் அலைந்தேன்.

இரண்டு சரிவுகளுக்கு ஊடே அந்த ஸ்த்ரீ தனியே நடந்து கொண்டிருந்தாள். அவளிடமிருந்த பயம் என்றோ விலகி ஓடி விட்டது. தனது சொந்த வீட்டினைப்போல ஆரண்யத்தை தன்வசமாக்கியிருந்தாள். அவள் குணமே மாறியிருந்தது. உலர்ந்த அந்தக் கண்களும், மெலிவான உடலும் கொண்ட அவள் மிக

வேகமாக நடக்கப் பழகியிருந்தாள். அவள் குரலில் முன்னில்லாத வன்மம் பற்றியிருக்கிறது. தனது பிடியில் இருக்கும் வேட்டை நாய்களைப்போல அவள் அந்த ஐந்து ஆண் மக்களையும் தன்வசமாக்கி வைத்திருந்தாள்.

பாஞ்சாலி என்ற அந்த இளம் பெண்ணின் கேசத்தில் இலைகள் உதிர்ந்து சொருகியுள்ளன. அவள் காட்டுக் கிழங்குகளை சேகரித்துக் கொண்டுவருகிறாள். மான்கறியின் வாசனை தெறிக்கிறது. அவள் தன் ஞாபகத்தில் மட்டுமே இப்போதும் பாஞ்சாலத்தின் யுவதியாக இருக்கிறாள். நனவு அவளை ஏமாற்றப்பட்ட ஸ்த்ரீயாகவே உருக்கொள்ள வைத்திருக்கிறது. அவளுக்குத் தன்னைத்தவிர வேறு எவர்மீதும் இப்போது நம்பிக்கையில்லை. அவளது மனதின் மென்மைகள் உருமாறி பாறைகளாகிவிட்டன. வலிய காற்றை எதிர்கொண்டு அவள் உடல் பழகியிருந்தது. தன் கணவர்களான பாண்டவர்களை விடவும் அவள் மன உளைவு கொண்டிருந்தாள்.

மழை பெய்யும் நாட்களில் கூந்தலில் ஈரம் சொட்ட அவள் திரும்பிவரும் காட்சி பாண்டவர்களை உருக்குலையச் செய்யும். அவள் வனத்தின் மூர்க்க தேவதைபோல தனியே அலைந்து கொண்டிருந்தாள். ஐவரோடு இருந்தபோதும் அவள் எப்போதும் தனிமையிலேதான் இருக்கிறாள். ஆனால் அந்தத் தனிமையின்மீது அவள் இருப்பு துக்கித்துக் கொண்டேயிருக்கிறது.

அலைக்கழிக்கப்பட்ட ஸ்திரீயைப்போல நினைவுகளில் புரள்பவர்கள் எவருமிருக்க முடியாது. திரெளபதி ஒரு அலைக்கழிக்கப்பட்ட ஸ்த்ரீயென அடையாளம் காட்டக்கூடிய சேடிகளில் ஒருத்தி. அதன் வன்மமும், நிறைவேறாத ஆசைகளும் அவளில் உறைந்திருக்கின்றன. அவள் நிம்மதியின்மையினைத் தன் விரலில் சுற்றியபடி காத்துக்கொண்டே இருக்கிறாள். ஒவ்வொரு நிகழ்வும் அவள்மீது சரிந்து குழப்பமாக்கி அவளைச் சுழற்றுகின்றன என்றாள்.

நான் திரெளபதியின் அறைக்குப் போனேன். அவள் அறையும் அவளைப் போலவே நிதானமற்று இருந்தது. எல்லா நாட்களையும் போல நிகழ்வுகளில் அவள் நீந்தத் துவங்கிவிட்டாள். அவளுக்கு எவர்மீதும் நம்பிக்கையில்லை. யாரையும் முற்றாகச் சார்ந்து தன்னைத் தர முடிந்ததேயில்லை. தகப்பனின் விருப்பத்தினால் அலைவுகொண்ட இளம்பெண்ணாக சுயம்வர மேடைக்கு வந்த அவளைக் கண்டவர்களில் எவரும் அவளை வசீகரிக்கவில்லை. அந்தணர்களில் ஒருவனான அர்ச்சுனன் வில் வளைத்து வென்ற போதும்கூட அவள் அவன்மீது காதல் கொள்ளவில்லை. அவள் தானாக யாவையும் கற்று அறிந்தாள். தன்னை வென்றவனோடு

அவனது சகோதரர்களும் அவளைப் பகிர்ந்துகொள்ள விரும்பிய ஆசையை அவளால் புரிந்துகொள்ள முடிந்ததேயில்லை. அவள் இது அந்தத் தாயின் செயல்தான் எனப் புரிந்துகொண்டாள். அதனை மறுதலிக்கவோ யாரையும் முற்றாக நம்பவோ அவளால் இயலவேயில்லை. காட்டில் வீழ்த்திக் கொண்டுவரப்பட்ட மானைப் புசிப்பதுபோல அவள் தன்மீது இச்சை கொண்டிருப்பதை அறிந்தாள். அவள் குரல் ஒடுங்கியிருந்தது. தன் மனதின் வார்த்தைகளை அவள் வெளியிடவே இல்லை. அவள் ஐவரின் மனைவியானாள். தான் யாருடைய மனைவியாக நடந்துகொள்வது என்பதை அவள் மட்டுமே அறிந்திருந்தாள். ஐவரில் அர்ச்சுனன் மட்டுமே அவளுக்கு வசீகரனாக இருந்தான். அர்ச்சுனன் தன் சகோதரர்களைவிடவும் பெண்களிடம் உரையாடுவதற்கான மொழியை அறிந்திருந்தான். அவன் திரௌபதியைப் பேசச் செய்தான். அவள் கனவுகளைப் பெருக்கமடையச் செய்தான். யாவரிலும் மூத்தவனான யுதிஷ்ட்ரன் பெண்களை அறிந்திருக்கவே இல்லை. அவன் தன்மீது கொண்ட கவனமும் ஒழுங்கும் யாவற்றின்மீதும் இருக்க விரும்பியவனாயிருந்தான். ஒரு சகோதரனைப்போல பெண்ணை நடத்தி விரும்பியவனை அவள் மனது ஏற்றுக்கொள்ளவே இல்லை. பீமனைக் காணும் போதெல்லாம் அதில் மினுக்கும் வேட்கை காண்பாள். அவன் ஒரு திருப்தியற்ற வனவிலங்கென்பதை அறிந்துவிட்டாள். அவன் காமத்தைத் தன் பற்களால் ருசித்திட விரும்பியவனாக இருந்தான். நகுலனோ பெண்களைவிடவும் தன் அலங்காரத்தில் விருப்பம் கொண்டு சுய அழகிலே மயங்கியிருந்தான். சகாதேவன் சதா கிரகங்களின் வழியே தன் சலனத்தினைச் சுழல விட்டவனாயிருந்தான்.

அவள் அந்த ஐவரும் ஒன்றாக அலைந்து திரிவதன் சரடாக குந்திதான் இருக்கிறாள் என்பதை, குந்தியின் ஆசைகள்தான் அவர்கள் வழியாக செயல்பாடாகின்றன என்பதை வந்த சில நாட்களிலேயே அறிந்துவிட்டாள். அவள் மணமாகி வந்த நாளில் இருந்து அலைக்கழிக்கப்பட்டுக் கொண்டேயிருக்கிறாள்.

அவளது படுக்கை மாறிக் கொண்டேயிருக்கிறது. இருப்பிடமும் உணவும் உருமாறுகின்றன. நிம்மதியற்ற பயணமும் துரத்தலும் நீண்டன.

பாஞ்சாலி தன் கணவர்கள் நிர்மாணித்த அந்த நகரில் சில நாட்கள்தான் ஆசுவாசம் கொண்டாள். அதுவும் நீடிக்கவில்லை. கர்ப்பஸ்த்ரீயாக இருந்த அவள் பிள்ளைகள் பெற்றபோது

அவர்களைத் தன் மடியில் வளர்க்கவும் முடியவில்லை. அவர்கள் யாவரும் தனது தமையன் வீட்டிற்கு வளர்ப்பதற்காக அனுப்பப் பட்டனர்.

அவள் அலைக்கழிப்பின் நெடிய பள்ளங்களில் வீழ்ந்தாள். அவமானத்தின் பற்கள் அவள்மீதும் பதிந்திருந்தன. அவள் சபை நடுவே துகில் உரியப்பட்டாள். நிர்வாணித்த உடலைக் கண்டுவிடத் துடித்த கண்கள்முன் அவள் உடல் குறுகிநின்றது. அவள் தன் பாதுகாப்பின்மையின் துயரில் நடுங்கிக் கொண்டேயிருந்தாள். பாஞ்சாலி என்ற துயரம் தீராத ஸ்த்ரீயை, யார்மீதும் நம்பிக்கையற்றவளைக் கண்டேன். அவள் தன்னைத் தேற்று வாரின்றி காத்திருந்தாள். அவளது மௌனம் வலிமையானது. அது எவர் ரத்தத்தினையும் பருகக் கூடியது. அவள் தன் அவமானத்தின் மீது ஏதாவது ஒரு திரை மூட முயலும்போதெல்லாம் வன்மமாக வெடித்தெழுகிறாள். தன் ஐந்து கணவன்மார்களையும் குற்ற மனப்பாங்கினின்று விடுபட முடியாமல் தினமும் வளர்த்துக் கொண்டேயிருந்தாள். அவர்கள் சாந்தம் கொள்ளும் நாட்களில் எல்லாம் பொங்கினாள். அவர்கள் திரௌபதியை வன ஸ்த்ரீயின் மூர்க்கத்தோடே கண்டார்கள்.

ஸ்த்ரீ தண்ணீரைப் போலிருக்கிறாள். அவள் நிதானம் கொண்டு வசமாகி ஒரு கலத்தில் உறைவு கொள்ள வைக்கவும் முடியும். பேரிரைச்சல் கொண்டு பாறைகளின் உச்சியேறி வீழ்ந்து விருட்சங் களை வனவிலங்குகளை உயிர் வதைத்து சீற்றம் பொங்கவும் செய்யமுடியும். இரண்டும் வேறுவேறு தண்ணீரல்ல. ஒரே ஜலம்தான் என அவர்களிடம் சொன்னார் கிருஷ்ணன். யுதிஷ்ட்ரன் மட்டுமே அதை முற்றாக உணர்ந்திருந்தான். அவளது குரலை எவரும் மீற முடியாதபடி ஒரு பிடி தங்களை இறுக்குவதை அவன் அறிந்திருந்தான்.

பீமன் பார்த்திருக்கிறான். கீசகனின் குருதியை அவள் நாக்கு ருசித்ததை அவள் கீசகனின் பிணம் செல்லும்போது குதூகலித்ததை. அப்போது அவன் கண்களில் மூர்க்கமான பெண்ணாகத் தெரிந்து மறைந்தாள்.

அவளை எவராலும் தேற்ற முடியவில்லை. அவள் யாவர் ரகசியமும் அறிந்தவளாகியிருந்தாள். சாவைவிடவும் எது அதிகம் தண்டிக்கக்கூடியது என்பதைக்கூட அறிந்திருந்தாள். அவள் பிள்ளைகள் உறக்கத்திலே கொல்லப்பட்டார்கள். அவள் தன் பிள்ளைகளின் சாவுக்குப் பலிதீர்க்க சாவற்ற நிலைக்கு அஸ்வத்தாமாவைத் தள்ளினாள். அவன் மணிமுடியில் இருந்த

மணியைப் பறித்துவரச் செய்தாள். சாவாமையின் நீண்ட துயரம் பற்றிக்கொள்ளச் செய்தும் அவள் வன்மம் தீரவேயில்லை.

அவள் தனிமையில் யாருமற்று இருக்க விரும்பினாள். வாழ்நாளில் அது கூடவேயில்லை. தான் ஏதோ நிகழ்வுகளின் மீதும் தன் கணவர்களின் மீதும் சார்ந்துமே இருந்தாள். பின் அவர்கள் ராஜ்ஜியம் கொண்டபிறகும் தனிமையற்றுப் போனது.

முடிவாக அவர்கள் பனி மலையின் உயரத்தில் நடந்து அலைந்த போது அவள் தன் உடல் தளர்ந்து கீழே வீழ்ந்தாள். அப்போது பனியின் குளிர்ச்சி அவள் இதயத்தில் நிரம்பியது. சாவை விட தனிமையில் இருக்கிறோம் என்பதில் அவள் நிம்மதியுற்றாள். பனியின் வெதுவெதுப்பில் அவள் தன் கண்களை மூடிக் கொண்டாள். வனவிருட்சங்களின் ஊடே மான்கள் துள்ளின. மெல்லிய வாசனையோடு பனி அவள் கண்களில் நாசியில் ஏறுகிறது. தனது தனிமையை ருசித்தபடியே திரௌபதி வீழ்ந்து கிடந்தாள். இனி தான் எவரோடும் அலைக்கழிய வேண்டியதில்லை என்ற நிம்மதியில் அவள் விரல்கள் பனியைக் கோதுகின்றன. பனி உருகி மெல்ல அவள் நினைவைப்போல ஓடிச் சரிகிறது. யாக நெருப்பில் பிறந்த திரௌபதியை பனியின் உதடுகள் முத்தமிட்டுக் கொண்டிருந்தன.

~

துச்சலை

'நான் துச்சலை. நூறு சகோதரர்களின் தங்கை.'

அஸ்தினாபுரத்தை விலகி பின் திரும்பிப் பார்க்காமலே செல்லும் அந்த ஸ்த்ரீயின் பின்னாடியே சென்றேன். அவள் உக்கிரமும் துயரமும் கொண்டவளாக போய்க் கொண்டிருந்தாள். என் அழைப்பிற்குக்கூட திரும்பாது அவள் குரல் தனியே காற்றில் கேட்டது.

'நான் துச்சலை. நூறு சகோதரர்களின் தங்கை.'

குரு வம்சத்தின் ஒரே பெண் பிறப்பு. அந்தகர்களான தாய் தகப்பனின் பிரியத்திற்குரிய ஒரே மகள். ஜெயத்ரதனின் மனைவி. அஸ்தினா புரத்தின் மாளிகையில் உலவிய பெண்களைப்போல நான் எங்கிருந்தோ வந்து சேர்ந்தவள் அல்ல. ராஜமாதா சத்தியவதியை

'காந்தாரி, விதுரனை கூப்பிடேன்...'

என் மௌனம் அவரைத் தீவிரம் கொள்ளச் செய்கிறது. அவர் நடுங்கிய குரலில் பேசுகிறார்.

'யாரும் வரவில்லையா..? என் புலன்கள் பழுதடைந்து விட்டனவா? அவள் என்னோடு முரண் கொண்டவளா? செவி ஏன் சுழற்சி கொண்டது? அந்த சப்தங்கள்... எங்கிருந்து பிறக்கின்றன?

நான் குரலிடுகிறேன்.

'நான் துச்சலை.'

தகப்பனின் கைகள் எதையோ தேடுகின்றன. அவர் குரலில் பரிவு தெரிகிறது. 'துச்சலை, சகோதரர்களைக் கண்டாயா? அவர்கள் எங்கே போயிருக்கிறார்கள்?'

தாயின் காலடி சப்தம், வயதான ஸ்த்ரீயின் தள்ளாட்டமான நடை. அவள் மிகவும் ஒடுங்கிவிட்டாள். அவள் வருகையே என்னைப் பயம்கொள்ள வைக்கிறது. அவள் வாசனை என்னை விலக்குகிறது. அவள் தொலைவிலே அறிந்துவிட்டாள்.

'துச்சலை, நீயும் அஸ்தினாபுரத்தை விட்டு போகப் போகிறாயா..?'

இந்த வார்த்தை தகப்பனின் ஆத்திரத்தைத் தூண்டியிருக்க வேண்டும்.

'துச்சலை, வம்சத்தின் ஒரே புத்ரியே... நீயும் போகிறாயா?'

நான் நிசப்தமாக இருந்தேன். அந்த அறையின் சுவர்கள்கூட மௌனத்தில் வீழ்ந்திருந்தன. தகப்பனின் கைகள் எதையோ தேடுகின்றன. காந்தாரியின் குரல் கேட்கிறது.

'விதுரன் இங்கில்லை.'

'வேறு யார் இருக்கிறார்கள்?'

காந்தாரியின் விரல்கள் திருதராஷ்டிரனைப் பற்றிக் கொள்கின்றன.

'நீங்கள், நான் மற்றும் மரணம்.'

அவளின் விரல்கள் கிரணத்தைப்போல தகப்பனுக்கு வெம்மை கொள்கின்றன.

நான் ஒடுங்குகிறேன். மரணத்தின் பெரும் நடனம் முடிந்த நகரில் எங்கும் விதவைகள், குழந்தைகளை இழந்தவர்கள், உருக்குலைந்த உடல்கள்.

நூறு சகோதரர்களும் ஆசை ததும்ப என்னை அழைத்த குரல்கள் கேட்கின்றன. பால்யத்தில் இருந்தே நான் தங்கை என்பதால்

விட, பாண்டவர் மணந்த திரௌபதியைவிட மரியாதைக்குரியவள். கௌரவ வம்ச சரித்திரத்தில் இடம் பெற்றுவிட்ட ஒரே பெண். மற்றவர்களைப்போல என்னிடம் அதிசயம் ஒன்றும் இல்லை. நான் குரு வம்சத்தவள். என் தாயின் நிழலைப் போலவே வளர்ந்தவள். அவள் என் வழியாகவே உலகினைக் கண்டாள். நிஜமென்று நம்ப மாட்டீர்களா? எனக்கு என் தாயின் முகச்சாயல்தான். பார்ப்பவர்கள் கண்டுவிடுகிறார்களே. எங்கிருந்தோ திரிசடை கிளைத்து யாசகம் கேட்டு அரண்மனை வந்த ரிஷி என்னைக் கண்டதும் முகம் நோக்கி காந்தாரி என விளித்தானே... அது எதற்காக? அவன் கண்டு விட்டான். அவன் ஞாபகம் அறிந்துவிட்டது. கண்களைக் கட்டிக் கொள்ளாது நீந்தும் கருவிழிகளுடன் உள்ள இளம் பெண்ணாக காந்தார தேசத்தில் என் தாயைக் கண்டிருக்கிறான். அதனால்தான் காந்தாரி என அவன் அழைத்த குரலில்தான் எத்தனை மரியாதை ஈர்ப்பு. தாய் கன்னிப்பருவத்தில் இருந்தபோதும் இதே வசீகரக் கண்கள்தான் கொண்டிருந்தாள். என் சாடை, முகச் சுழிப்பு வித்யாசம் யாவும் அவளுடையதுதான். நான் அவளின் நடமாடும் நிழல். அதை அறிந்துகொண்டுவிட்டானோ. கைகூப்பியபடி நான் யாசகம் தந்து சொன்னேன். நான் துச்சலை. காந்தாரியின் புத்ரி. அவன் முகம் அதிசயத்தில் ததும்பியது. ஏனோ பின் துயரம் கொண்டது. அவன் காந்தாரியின் பால்யத்தை நினைவு கொள்கிறான் போலும். அவன் எதையோ சொல்ல வந்து மனம் வெதும்ப திரும்பிப் போனான்தானே.

'நான் காந்தாரியின் புத்ரி. அவளின் ஆசைகளும், மனதின் ரகசிய சுனைகளில் பூக்கும் ஏக்கமுமாக வடிவெடுத்தவள். வீட்டின் ஒரே பெண். சகோதரர்களின் குரல்கள் என்னோடு எப்போதுமிருக் கின்றன என்றாலும் என் தனிமை அளவிட முடியாதது. தகப்பனை விடவும் அதிகம் நான் தனிமை கொண்டவள். தகப்பனின் அறைக்குள் என் கால்கள் நுழைந்ததுமே அந்தக் காலடி ஓசையை அவர் செவி அறிந்துவிடுகிறது.'

நிசப்தம், நீண்ட நிசப்தம்... மெல்ல பெருமூச்சும் அசதியுமான குரல்.

'காந்தாரி... என் பிள்ளைகள் புறக்கணிக்கப்படுகிறார்களா? அந்தகனின் பிள்ளைகள் என ஈனப்படுத்துகிறார்களா..?'

'அந்தகனின் பிள்ளைகள் என ஈனப்படுத்துகிறார்களா..?' அந்தக் குரலில் எப்போதும் பதற்றமும் கோபமும் இருக்கின்றன. சகோதரர்களின் முறையீடுகளைக் கேட்டுக் கேட்டு அவரது குணமே தடுமாற்றம் கண்டிருந்தது. நான் அறைக்குள் நெருங்கிச் செல்கிறேன். அக்குரலில் கலக்கம் தெறிக்கிறது.

கொண்ட பிரியம் அதிகம்தானே... குரு வம்சத்திற்கு வந்த பெண்கள் தான் என்னை நேசிக்கவேயில்லை. சித்தி குந்தியின் அறைகளுக்குள் நான் போகும்போதெல்லாம் பதற்றம் அடைவாள். நான் நடமாடி அலையும் காந்தாரி என அவள் அறிந்திருக்கிறாள்.

என் இருப்பு அவளைத் துன்புறுத்தியிருக்கிறது. பெண் பிறக்காத வம்சமல்லவா..? பாண்டவ வம்சத்தில் எப்போதும் பெண் பகடைப் பொருள்தானே? குந்தி என்னை அழைக்கும் குரலில் கசப்பு ததும்பும்.

சகோதரர்கள் நூறுபேரும் அஸ்திரப் பயிற்சியும், யுத்த கடும் பயிற்சிகளும் கொண்டவர்கள். நூறு அண்ணிமார்களும் என்னை அரவணைத்தவர்கள். துச்சலை, துச்சலை என அழைத்து நேசித்த மூத்தவனின் குரல் என் காதில் கேட்கிறது. அவன் தாயைவிடவும் என்மீது பாசம் கொண்டவன். தாயாதிகளான பாண்டவ வம்சத்து ஆண்களில் எவரும் என்னைப் பெயர் விளித்து அழைக்கவே இல்லை என்றாலும் கர்ணன் என்னை அறிந்துவிட்டான். அவன் கண்கள் என்னை வசீகரித்தன. அண்ணன்மார்களின் ஸ்நேகத்தைப் போலவே என் உறவைத் தூண்டியவன்.

ஒரு பெண்ணிற்கு நூறு சகோதரர்கள் இருப்பதை விடவும் வேறு என்ன வேண்டியிருக்கிறது. யுத்தம் என்ற துர்களம் யாவரையும் விழுங்கிவிட்டது. எனைப் பெயர் சொல்லி அழைக்க இங்கே எவருமில்லை. பாண்டவர்களின் சகோதரியாகவில்லை நான். மீதியிருப்பவர்கள் வம்ச ஆண்களின் கடைசி வாரிசுகள். இவர்களையாவது பாண்டவர் கொல்வதில் இருந்து காப்பாற்ற வேண்டும். கடந்து போகிறது அஸ்வமேதக் குதிரை. அதைப் பிடித்துக் கட்டுகிறான் ஏழு வயது எனது பேரன். குதிரையைத் தேடி வரட்டும் அர்ச்சுனன். காத்துக் கொண்டேயிருக்கிறேன். அவன் வில் தணிகிறது. தனது குற்றத்தின் முன் நிற்பவனைப்போல கேட்கிறான்.

‘சகோதரியே, உனக்கு என்ன வேண்டும்?’

பேச்சு எழும்பவில்லை. எனது பேரனைக் கைகாட்டி அவனை மட்டுமாவது பிழைத்திருக்க விடுங்கள் எனச் சொல்கிறேன். சம்மதமென குதிரையை அவிழ்த்துப் போகிறான். நூறு சகோதரர்களின் தங்கையாகிய நான் அஸ்தினாபுரத்தை விட்டு போய்க்கொண்டேயிருக்கிறேன். சகோதரர்களின் நடமாட்டம் இல்லாத ஊரில் யார் இருக்க முடியும் சொல்லுங்கள்?

பானுமதி

தன் கணவனை ஒருபோதும் கோபமுற்ற மனிதனாக அவள் காணவேயில்லை. நூறு சகோதரர்களில் மூத்தவனாக இருந்த துரியோதனனை மணந்துவந்த நாளிலிருந்து பார்த்துக் கொண்டிருக்கிறாள். அவன் அவளிடம் மிகுந்த நேசமும் கனிவுமே கொண்டிருக்கிறான். தனது அழகினை கண் இமைக்காமல் பார்க்கும் துரியோதனன் தினமும் சொல்வான், 'நீ இந்த அஸ்தினாபுரத்தின் நிகரற்ற அழகி.' அது அவளைப் பரிகசிப்பதுபோல நினைத்து வெட்கித்துப் போவாள். சகோதரர்களில் ஒருவரைக்கூட கடிந்து பேசாத தன் கணவன் சிறுவயதில் இருந்தே ஸ்நேகமற்ற தனியனாகவே இருந்து வந்தான். கர்ணனைக் கண்ட நாள் முதல் தனது ஒரே ஸ்நேகிதன் அவன் மட்டுமே எனப் பற்றிக் கொண்டான். சகோதரர்கள் அவளை மிக மரியாதைக்குரிய தாயைப்போல நடத்தும்போதெல்லாம் தாயின் நெருக்கமறியாமல் வளர்ந்திருக்கிறார்கள் என்பதை பானுமதி உணர்வாள். துரியோதனன் எதையும் கொண்டாடுபவனாக இருந்தான். தனது புதல்வன் லட்சுமணன் பிறந்த தினத்தில் அவன் தனது அரண்மனையை கோலாகலத்தில் மிதக்கச் செய்தான். கர்ணனும் அவனும் அன்றிரவெல்லாம் குடித்தபடியிருந்தார்கள். துரியோதனன் தனது பிள்ளையை வெகுவாக நேசித்தான். சில நாட்களில் அவன் உறக்கத்தில்கூட தனது பையனையும் கர்ணன் பெயரையும் புலம்புவதை பானுமதி கண்டிருக்கிறாள். அவளுக்கு தேச விவகாரங்கள் எதுவும் புரியவேயில்லை. அவள் தன் கணவனோடு தாங்கள் வேறு நகரத்திற்குத் துரத்தப்பட்டுவிடுவோம் என சிலர் பேசியதை நிஜமென நம்பியவளாகக் கேட்ட இரவில் துரியோதனன் சொன்னான்.

'நான் எனது தகப்பனைப்போல அந்தகன் இல்லை. இந்த நகரம் நம்மைவிட்டு ஒருபோதும் பிரியாது.'

துரியோதனன் முந்தைய நாட்களில் படுத்ததும் உறங்கிவிடுவான். தன்னை கிருஷ்ணை அவமதித்ததாக அவன் பானுமதியிடம் சொல்லாதபோதும் அவள் அந்த நிகழ்வை உணர்ந்த பிறகு அவன் உறங்குவது பதற்றமோடேயிருந்தது. தனது மகனை அர்ச்சுனனின் மகன் அபிமன்யு கொன்ற நாளில் மட்டும் அவன் பானுமதியிடம் உருகி அழுதபோது அவளால் தாள முடியவேயில்லை. ஸ்நேக கர்ணன் அவனை தேறுதல் கொள்ளச் செய்தான். பானுமதி

கணவனையும் மகனையும் பறி கொடுத்தவளாக ஒடுங்கிவிட்டாள். அஸ்தினாபுரத்தை அவளால் ஒருபோதும் புரிந்துகொள்ள முடிந்ததேயில்லை.

~

கதா புருஷர்கள்

நான் ஒரு சைத்ரீகனை வழியில் சந்தித்தேன். அவன் தான் காணும் மனிதர்களைப் பல்வேறு வகையான நிறங்களின் பிரதிநிதிகளாகவும் நிறங்களின் தோற்ற வடிவமாகவும் அறிந்து வருவதாகச் சொன்னான். ஒரு வர்ணம் தனக்குள் நூறுக்கும் மேற்பட்ட வர்ணரேகைகளைக் கொண்டிருப்பதுபோல மனிதர்கள் குறிப்பிட்ட சில நிறங்களின் வேறு வடிவங்களில் உலாவுகிறார்கள். என்றும் மஞ்சள், சிவப்பு, கருமை நிறங்களின் விரிவில்தான் பலரின் குணரூபங்கள் உருவாகின்றதாகச் சொல்லியபடி என்னைத் தனது சித்திரக் கூடத்திற்கு அழைத்துப் போனான். அவன் வர்ணங்களைத் தயாரிக்கப் பயன்படுத்தும் தாவர கொதிகலன்களும் நிறம் வடிக்கும் கலங்களும் நிறைந்திருந்தன. அவன் விலங்கின் தோலில் சித்திரம் எழுதுபவனாக இருந்தான். அவன் சித்திரங்கள் எங்கும் மனிதர்கள். பின்புலமாக மான்கள் ஓடிக்கொண்டேயிருந்தன. தன்னால் மான்களை விலக்கி எதையும் வரைய இயலாது எனச் சொன்ன அவன், மான்கள் சதா இயக்கத்தில் இருந்து கொண்டேயிருக் கின்றன, கோடுகளும் மான்களைப் போன்றதே, அவை ஒருபோதும் நிலை கொள்வதேயில்லை என்றான். தான் பால்யத்தில் கண்ட குகைகளையும் அதனுள் படிந்த கல் சித்திரங்களையும் அவன் நினைவுபடுத்தியபடியே இருந்தான். அன்றிரவு அவனோடு நான் தங்கிக்கொள்ள வேண்டியதாகியது. இரவானதும் அவன் மிகுந்த உற்சாகமாகி குடிப்பதும் தானே சிரிப்பதுமாக இருந்தான். வெண் களிமண்ணால் ஆன மண்கலயங்களில் அவன் சித்திரம் தீட்ட முனைந்து கொண்டிருந்தான். அதன் முன்பாக சில கலயங்களில் அவன் தீட்டிய வர்ண ரூபங்களில் சில நிறங்கள் முதன்மையாக ஒளிர்விட்டன. இவை யாரெனத் தெரிகிறதா எனக் கேட்டான். என்னால் ஊகிக்க முடியவில்லை. தனது வர்ண வடிவங்களின் நாயகர்களைப் பற்றி அவன் பேசத் துவங்கினான், அறியாத முகங்கள் ஒளிரத் துவங்கின.

~

ஏகலைவன்

நீந்திக் கொண்டிருக்கும் அந்த மீனைப் பார்த்தபடியிருந்தான் வேடுவன். அது தண்ணீருக்குள்ளே நீந்திக் கொண்டிருந்தது. நீரின் முகப்பிற்கு வரவேயில்லை. படிகம்போல தண்ணீரின் துல்லியம் தெரிகிறது. மீன் மெல்ல நீரின் முகப்பிற்கு வருவதற்காக மீசையை அலையவிட்டபடி தன் செவுள்களை ஆட்டியபடி நீரின் முகப்பிற்கு வந்து குமிழிட்டது. அவன் பார்த்துக்கொண்டிருந்த மீனின்மீது வானில் தொலைவில் மிதந்த பறவை தன் உடலை விடுத்துப் பாய்ந்து கவ்விப் பறந்தது. நிமிஷ நேரத்தில் அதன் துல்லியமும் கூர்மையும் அம்பைவிடக் கூராகயிருந்தது. அவன் அந்தப் பறவையைப் பார்த்தபோது அது அஸ்திர சாஸ்திரத்தின் முதல் பாடத்தைக் கற்றுத் தந்திருந்தது.

பிறிதொரு நாள் சுடுமணலில் அலைந்து திரும்பும்போது பார்த்தான். மணலில் குன்றுகளின் ஊடே சிறிய மணல் வண்டு ஒன்று சுழன்று சுழன்று சென்றது. ஒரே நேரத்தில் மணலை விலக்கவும், உள்ளே போகவும் தன்னைச் சுழற்றிக் கொண்டிருக்கிறது. அந்த மணல் வண்டின் கால் சுழற்சியில் அவன் அஸ்திரத்தின் இரண்டாம் பாடத்தினை அறிந்தான்.

சில் வண்டுகளும், வேட்டையாடுதலில் பதுங்கிய மிருகங்களும் அவனுக்கு அஸ்திரப் பிரயோகங்களை அறிந்து காட்டும் துல்லியம் எதையும் வேரறுத்து விடுமென அறிந்தான். வனத்திற்குள் அஸ்திரங்களைப் பிரயோகித்துப் பழக வந்திருந்த அரசகுமாரர் களைவிடவும் அவன் தனது அஸ்திரத்தினைப் பயின்றிருந்தான். அவனிடம் குறியைத் தாக்கும் ஆசையில்லாமலேயிருந்தது.

~

தன் வயதுப் பையன்கள் வில்வித்தை கற்கும் ஆச்சாரியாரின் அரங்கத்திற்குப் போனபோது அங்கே மாணவர்கள் வில்லில் நாண் ஏற்றி குறியைத் தகர்த்தனர். இது ஒரு விளையாட்டைப்போல இருந்தது. அவனும் குறியைச் சரியாக அடித்தான். ஒரு வேடுவன் தங்கள் குறியை அடித்ததற்காக கொதித்தவர்கள் அவனைத் துரத்தினர். அவன் தானும் அவர்களோடு பயிற்சிக்கு ஆசைப் படுவதாகச் சொன்னான். துரோணச்சாரியாரின் சீடன் அர்ச்சுனன் அதை அனுமதிக்கவேயில்லை. துரோணாச்சாரி அவன் வேடுவ குலத்தைக் காரணம் காட்டி அனுமதிக்க மறுத்து விலக்கினார்.

ஏகலைவன் என்ற அந்த வேடுவச் சிறுவன் அவமானத்தால் வீடு திரும்பினான்.

அவன் ஒரு அம்பென எது பாய்கிறது என்பதை அறிந்து கொள்வதற்காக காற்றும், தண்ணீரும், பனியும், மரப்பறவைகளும் அவனுக்கு வில்வித்தையின் ரகசியத்தைக் கற்றுத் தந்தன. அவன் தன் வித்தைகளை யார் முன்னே நிகழ்த்திக் காட்டுவது எனப் புரியாமல் வேடிக்கையான ஒரு மண் உருவத்தை உருவாக்கினான். அது துரோணாச்சாரியாரின் உருவம் போலவேயிருந்தது. தனது ஒவ்வொரு குறி அடிபடும்போதும் அந்தச் சிலையைப் பார்ப்பான். அது மௌனத்திலிருக்கும். அந்த மௌனத்தைத் தனது வெற்றியின் சின்னமாக நினைத்தான். அவனுக்கு வனத்தில் காற்று ஒரே நேரத்தில் நூறு இலைகளை அறுப்பது போலவும் வண்டுகள் கனியின் உள் புகுந்து துளையிடுவது போலவும் மண்புழு போல இருபக்கமும் நகர்ந்துபோகும் உயிரெனவும் தனது வில் கணைகளைப் பயின்று வந்தான். அவனுக்கு வில் வசமானது. அவன் ஒரு பறவையைப்போல காத்துக் கொண்டிருந்தான்.

அரச குடும்பத்துப் பையன்கள் வனத்திற்கு வரும்போது தன் பயிற்சியை நிறைவேற்றிக் காட்ட, அவர்கள் வருவதைக் கண்டு சப்தமிட்டு ஓடிய ஒரு நாயைத் தனது அஸ்திரங்களால் சப்தம் வர விடாமல் தொண்டையைத் துளைத்து சொல்லறுத்துக் கட்டினான். நாயின் வேதனை ததும்பிய கண்களும், உடல் துளைத்த அம்புமாகக் கண்ட அர்ச்சுனன் அந்த வித்தையை அறிந்தவன் வேடுவன்தான் என அறிந்து தன் குருவிடம் அழைத்து வந்தான். குரு வந்தபோது தன் உருவத்தினைப் போன்றதொரு மண் உருவைக் கண்டார். தன் எதிரே அதே உருவம் நிற்பதைக் கண்டு ஏகலைவன் தனது பிரேயோகங் களை நிகழ்த்திக் காட்டினான். அவர் தனது சந்தோஷத்தின் எல்லையில் திரும்ப முயன்றபோது ஒரு அஸ்திரத்தால் தன்னைத் தானே மாய்த்துக்கொள்ள முயன்றிருந்தான் அர்ச்சுனன். அவனை சமாதானம் கொள்ள தான் என்ன செய்ய வேண்டுமென கேட்க அவன் வேடுவனின் கட்டை விரலைக் கேட்டு வாங்கச் சொன்னான். துரோணரின் முகம் கலங்கியது அவர் சொன்னார்.

'அவன் என் வழியாக விரல் இழக்கப் போவதற்கு நீ காரணமாகிவிட்டாய்' என்றவர், அவனைக் கட்டைவிரலைத் துண்டித்துத் தரச் சொன்னார். ஏகலைவனும் துண்டித்துத் தந்தான். அவர்கள் போய்விட்ட பின்பு அந்த நாய் அதே இடத்தில் சுற்றியலைந்தது. ஏகலைவனுக்குப் புரிந்துவிட்டது அது தன் தவறென.

அது தன் குரைப்பொலியால் மட்டுமே நாயாக அலைந்து கொண்டிருக்கிறது. நாயின் குரலை சூட்சுமமென அறியலாம். அது தன் குரலை உலகின் செயல்களுக்கான எதிர்வினையாக மாற்றிக்கொண்டே இருக்கிறது. நிசப்தித்த நாய் மிக வன்மை யானது. அது தன் சப்தத்தைவிடவும் உதிரவேகத்தில் நாட்ட முடையது. தனது அம்பு ஒரு பலியாகிவிட்டதென அறிந்தான்.

அறுபட்ட கட்டை விரலினை அர்ச்சுனன் எடுத்துக்கொண்டு சென்றான். யாருமற்ற தனியிடத்தில் அதனை வானில் வீசி தன் அம்பினால் அடித்தான். அந்த விரல் அம்பிலிருந்து தப்பி ஒரு எரிகல்போல பறந்து எங்கோ வீழ்ந்தது. பின் அந்த விரலின் இடம் அறியவே இல்லை.

~

சகுனி

குற்ற உணர்ச்சி ஒரு நிழலைப்போல பின்தொடர அலைக்கழிந்த மனதோடு தனது பகடைகளை உருட்டிக் கொண்டிருக்கும் அந்த மனிதனின் தனியறைக்குள் பிரவேசிக்கிறேன். அந்த மனிதன் இருளில் நடந்துசெல்லும் பெண்ணின் முன் கையில் அகல் ஏந்தி ஒளி காட்டிச் செல்லும் சேடி போலாகியிருந்தான். தனது மனைவியை மகனை மறந்து அஸ்தினாபுரத்திலே தங்கியிருந்து விட்டான். காற்று அவன் அறைக்குள் மிகவும் தயங்கி நடக்கிறது. அவன் கண்கள் விழித்துக் கொண்டேயிருக்கின்றன. அவன் நேசத்தின் பிணைப்பால் கட்டப்பட்டிருக்கிறான். சகுனி, சகுனியென பகடைகள் உருண்டு குரலிடுகின்றன.

சகுனி என்ற அந்த மனிதனின் தனியறையிலிருக்கிறேன். சகுனிக்குள் வடுக்களும், வெளியிடப்படாத வேட்கைகளும் நிரம்பியிருக்கின்றன. அவன் தன் சகோதரியின் முகச் சாயலையே கொண்டிருக்கிறான். காந்தார தேசத்தின் இளவரசனாக அவன் உல்லாசமாக குடித்துத் திரிந்த நாட்கள் அவன் ஞாபகத்தினுள் புதைந்து போய்விட்டன. அஸ்தினாபுரத்து அரியணையோடு உறவு கொண்ட நாட்களின் ஆரம்ப தினங்களிலே அவன் அறிந்து கொண்டுவிட்டான். இது திருதராஷ்டிர தேசமல்ல பீஷ்மரின் தேசம். இங்கே நிறைவேற்றப்படும் ஆசைகளும் விருப்புகளும் அவரது விருப்பு வெறுப்புகள்தாம். தனது சகோதரியும் பார்வையற்ற அவள்

கணவனும் பீஷ்மரின் நிழலில் வாழ வேண்டியவர்கள். அவன் தன் சகோதரி கண்களைக் கட்டிக்கொண்டு தன் பார்வையைத் தானே திரையிட்டுக்கொண்ட குற்ற உணர்வில் இருந்து மீள முடியாதவனாக இருந்தான். அவனால் தன் சகோதரியைப் புரிந்துகொள்ள முடிந்ததே இல்லை. ஆனால் அந்தச் செயல் அவன் மனதின் வெகு ஆழத்தில் ஒரு அம்பெனப் பாய்ந்து இப்போதும் குருதியைப் பெருக்கியபடியே இருந்தது.

காந்தாரி தன் கணவனின் பொருட்டு தன் கண்களை மூடிக்கொண்டு விட்டாளா அல்லது தன்னைப் புறக்கணிக்கின்றாளா? தனது தேசத்தையும் தான் கண்ணால் பருகிய யாவையும் ஏன் புறக்கணிக்க முடிவு கொண்டாள்?

காந்தாரியை மணம் முடித்துவிட்டுப் புறப்படுவதற்குத் தயாரான மறுநாளில்தான் அது நடந்தேறியது.

ஒற்றர்களில் ஒருவன் வந்து சகுனியிடம் சொன்னான், தங்கள் சகோதரி தன் கண்களைத் தானே திரையிட்டுக் கொண்டாள் என. யாவும் விளையாட்டான கேளிக்கையாக இருக்கக்கூடுமென நினைத்தான். சகுனியே தன் விருப்பமான பெண்களின் மீறிய ஊடலில் தன் கண்களைக் கட்டிக் கொண்டு புலன்களால் அவளை நுகர்ந்தறிய விளையாடியிருக்கிறானே.

அவன் சகோதரியின் அறைக்குள் சென்றான். அவள் அங்கே கருமை படர்ந்திருந்த பட்டுத் துணியால் தன் கண்களைக் கட்டியிருந்தாள். அந்தக் காட்சியே அவனை வதைப்பதாயிருந்தது. அவன் காந்தாரியிடம் அவள் செய்கைகளின் பின்புலத்தை அறியும்படி கேட்டதற்கு அவள் நிசப்தம் கொண்டுவிட்டாள். சகுனி அவளையே பார்த்துக் கொண்டிருந்தான்.

சகுனி தன்னைத் துண்டித்துக் கொண்டுவிட்டான். தனது பார்வையில் கடக்கும் மனிதர்கள் யாவரும் பின்வாங்கிச் செல்ல கடந்து போகிறான். அவன் மனதில் விழுந்த முடிச்சில் ஏதேதோ சுழல்கள் ஓடிக் கொண்டிருந்தன.

சகுனி அவள் முகத்தின் சலனமற்ற ரூபத்தைக் கண்டான். செய்வதறியாது இருந்தபோதுதான் அவள் குரல் மட்டும் கேட்டது.

'அண்ணா நீ காந்தார தேசம் போகலாம்.'

சகுனி தனது தேசத்திற்குத் திரும்ப முடியாதவனாகியிருந்தான். சொந்த சகோதரியைப் பார்வையற்றவளாக்கி விட்டதற்குத் தனக்கும் பங்கு உண்டுதானோ எனப் பட்டது.

அவன் இரண்டு அந்தகர்களான அந்த இருவரையும் தனிமையில் விட்டுப்போவது இயலாதென உணர்ந்தான். அவர்களைப் பிரிந்து போவது தன்னால் இயலாது எனக் கண்டவனாக காந்தாரியின் குரலை மறுதலித்தான்.

‘காந்தாரி, நீ இருளின் பள்ளத்தாக்கிலிருக்க, நான் உன்னைப் பிரிந்து எப்படி செல்லக்கூடும்?’ காந்தாரி தனது பார்வையை விலக்கியபடி மெல்ல உலகின் இருளுக்குப் பழகியவளாக நடந்து கொண்டிருந்தாள்.

‘நீ காந்தார இளவரசன். உன் மனைவியும் மகனும் தேசமும் உன்னை எதிர்பார்த்திருக்கிறது.’

சகுனி நிசப்தமானான்.

‘காந்தாரி, நானும் என் உருவைக் கலைத்து மாற்றிக் கொள்கிறேன். இனி நான் காந்தார இளவரசனல்ல. அது என் தேசமுமல்ல. நான் ஒரு சேடிப் பெண். ஒரு தாதி, உன் கரிய நிழலைப்போல அருகாமையிலே நெருங்கியும் விலகியும் வரும் மனிதன். நான் இனி ஒருபோதும் காந்தாரதேசம் செல்லப் போவதில்லை.

சேடிக்கு தேசமில்லை. இனி உன் அழைப்பு மட்டுமே என் குரலில் கேட்கும். நான் காத்துக் கொண்டேயிருக்கிறேன். உன் கண்களை நீ அவிழ்த்துக் கொள்ளும் நாள் வரை உன் பார்வைத் திரை அகற்றப்படும் நாளன்று இந்த சேடி சகுனி என்ற காந்தார இளவரசனாகிவிடுவான். துயரத்தின் குடுவையை உன்னிடம் இருந்து பிடுங்கி நான் பருகிவிடவே துடிக்கிறேன்.

நேசம் வலியது. அதன் முடிச்சுகள் ஒருமுறை சுருக்கிட்டுக் கொண்டுவிட்டால் அவிழ்க்க முடியாதது. நான் உன் சகோதரன் மட்டுமல்ல. ஒரு தகப்பனைப்போல உன்னை நான் அஸ்தினா புரத்தின் மணப்பெண்ணாகக் கொண்டுவந்தேன். உன் கசப்பு என்மீது பாய்ச்சப்படட்டும்.

நான் காத்துக் கொண்டிருப்பேன்.’

சகுனி புறப்பட்டுப் போகிறான். காந்தார தேச இளவரசன் என்ற அவன் உருவம் கலைகிறது. அவன் காந்தாரியின் இரு நிழல்களில் ஒன்றாகிவிட்டான்.

சகுனியின் கண்கள் மினுங்குகின்றன. அவன் காத்துக்கொண்டே இருக்கிறான், தனது சகோதரியின் இமைகள் பிரிவதற்காக. சகுனியின் குதிரைகூட தனது தேசத்தின் பாதையை மறந்து அஸ்தினாபுரத்தின் வளைவிலே சுற்றியலையத் துவங்கியது.

விளையாடிக்கொண்டிருக்கும் நூறு குழந்தைகளைப் பார்த்துக் கொண்டிருக்கிறான். அவர்கள் இரைச்சலிட்டபடியே விளையாடு கிறார்கள். தாயும் தகப்பனும் அவரவர் சொந்த உலகின் அந்தகத்தினுள் சுழன்றுகொண்டிருக்க குழந்தைகள் பெற்றோர் களின் நெருக்கமறியாது விளையாடுகிறார்கள். சகுனி மட்டுமே அவர்களோடு அமர்ந்திருந்தான்.

மழைக்கான மேகம் வந்து கூடுகிறது. எங்கிருந்தோ காற்று சூறை கொண்டு சப்தமிட்டு வருகின்றது. தனது அறையின் கதவுகள் சப்தமிடுவதிலே திருதராஷ்டிரன் அதை உணர்ந்துவிட்டான். அவன் சூறைக்காற்றைக் கண்டதும் குரலிடுகிறான்.

'காந்தாரி, வலியது காற்று. எங்கிருந்தோ இடியும் மின்னலும் கைகோர்த்து நமது தேசத்தின் வாயிலை நோக்கி நடந்து வருகின்றன.'

மரங்களின் பழுத்த இலைகள் உதிர்கின்றன. சுழன்றாடுகிறது மரம். காற்றின் பேரிரைச்சலால் குழந்தைகள் அதிக சப்தம் கொள்கின்றனர். மின்னலின் பெரு வெளிச்சமும் இடியின் ஓசையும் கேட்க பயந்து திகைத்துச் சப்தமிடுகின்றார்கள்.

நூறு குழந்தைகளையும் தனது வெம்மைக்குள் கொண்டுவருகிறான். கோழிக்குஞ்சுகளைப் போல அவர்கள் சகுனியின் உடலில் ஒட்டிக் கொள்கிறார்கள். அந்தக் குழந்தைகளின் கண்கள் வழியே சகுனி தன் தீராத வேதனையின் மினுங்கல்களைத்தான் காண்கிறான். தாய் மாமனின் நெருக்கம் மிகுந்த பிடியில் மழையைக் காண்கிறார்கள் நூறு குழந்தைகள். காந்தாரி தன் அறையில் இருந்தபடியே யாவும் கண்டபடியிருக்கிறாள்.

தனது தகப்பனின் இறந்துபோன உடல் எலும்புகளைச் சுமந்து கொண்டு வனத்தினின்று திரும்பும் பாண்டுவின் பிள்ளைகளையும் அவர்களின் தாய் குந்தியையும் கண்டபோதே சகுனிக்கு யாவும் புரிந்துவிடுகின்றன. அவன் பாண்டுவை அறிந்தவன். வெளிறிய உடல்நசிவுற்ற பாண்டுவின் புத்திரர்கள் அல்லர் அவர்கள் குந்தியின் பிள்ளைகள். அவர்கள் வனவெளியில் அலைந்து மூர்க்கம் கொண்டே இருந்தார்கள். குந்தியின் வருகையும், அவள் பிள்ளை களின் பேச்சொலியும், பீஷ்மரையும் விதுரனையும் சந்தோஷம் கொள்ளக் செய்கின்றன என்பதே திருதராஷ்டிரனுக்கு வேதனையாக இருந்தது.

திருதராஷ்டிரன் தனது சகோதரன் பாண்டுவின் மறைவினை அறிந்தான். அவனறியாமல் உடல் தளர்வுற்றது. பால்யத்திலிருந்து

தனது போட்டியாளனாகவும் தனக்கு எதிர் ருசி கொண்டவனாகவு மிருந்த பாண்டுவின் மரணம் திருதராஷ்டிரனை நிலைகுலையச் செய்தது. காந்தாரி தன் கணவன் யோசனைகளின் சரிவில் வீழ்ந்து கொண்டிருப்பதைக் கண்டாள் என்றாலும் பிள்ளைகளோடு வரும் பாண்டுவின் விதவை தன் புதையுண்ட ஆசைகளை மக்களின் வழியே பூர்த்தி செய்வதையே திட்டமிடுவாள் என அவளின் உள்குரல் சொல்லியபடியே இருந்தது. பருத்த ஆழ்ந்த கண்கள் கொண்ட குந்தியை அவள் எப்போதுமே ஸ்நேகம் கொள்ள வில்லை.

அவை பாண்டுவின் பிள்ளைகள் அல்ல, குந்தியின் பிள்ளைகள் தானே என சகுனியின் நாவு சொல்லிக் கொண்டேயிருந்தது. விதுரனின் முன் சகுனி இதைச் சொல்லியபோது விதுரன், கர்ப்ப வழியை அறியப் புறப்பட்டால் அஸ்தினாபுரத்தின் அரசவழியில் பலரும் உருவம் கலைய நேரிடும் என்றான்.

சகுனி பாண்டுவின் மரணம் ஏற்படுத்திய துக்கமும், சடங்குகளும் மீறியவனாக அந்தக் குழந்தைகளின்மீதே தன் கவனத்தைக் கொண்டிருந்தான். அந்தக் குழந்தைகள் அரண்மனை வாழ்வினை மூர்க்கமாக புசிப்பார்கள் என நினைத்தபடியே நடந்தது.

இரவு யாவரும் உறங்கிக் கொண்டிருக்கும் யாமத்தில் சிறுவர்கள் விழித்திருந்தார்கள். சிறுவர்களில் துரியோதனனும் சிலரும் முகம் கடுமையாக அமர்ந்திருந்தார்கள். அவர்களில் துரியோதனன் ஒரு மாமரத்தை நெருப்பிட்டுக் கொளுத்திக் கொண்டேயிருந்தான். மரம் பற்றி எரியவே இல்லை. நெய்யையும் எண்ணெயையும் மாற்றி மாற்றி ஊற்றிப் பற்றவைத்தான். பசுமை கருகிக் காயும் வாசனை மீறியது. சகுனி பார்த்துக் கொண்டேயிருந்தான்.

காலையில் இதே மரத்தில் இருந்து தனது சகோதரர்கள் துரியோதனன் உள்ளிட்ட யாவரையும் பீமன் உலுக்கித் தரையில் தூக்கி வீசிய காயம் உதிராமல் இருந்தது.

துரியோதனன் பீமன் கைகளால் உலுக்கிய அந்த பலமற்ற மாமரத்தைத் தனது தோட்டத்தினின்று அழித்துவிட நெருப்பிட்டுக் கொண்டிருந்ததைக் கண்ட சகுனி துரியோதனனின் வடு தன்னைப் போல மிக ஆழமாகப் பாய்கிறது என்பதை அறிந்தான்.

மரம் பற்றி எரிந்ததன் முன் நின்ற துரியோதனனை அணைத்தவனாகச் சொன்னான். ‘துரியோதனா, நீ எதற்கு தீ வைத்துக் கொண்டிருக்கிறாய் என்பது புரிகிறது. அவமானம் ஒரு கொடிய

நோய். அதன் பல் நம்மைக் கவ்வும்போது மனதில் மூர்க்கத்தின் ஸர்ப்பங்கள் நெளியத் துவங்கிவிடுகிறது.'

'நீ எரிக்க விரும்புவது பீமனையல்லவா?'

தன் மாமாவின் வலிய கரங்களில் தன்னை ஒப்புவித்தவனாக துரியோதனன் விசும்பினான். தன் சகோதரி மகனின் கண்களில் வடு கொண்டிருந்தது. அவர்களைச் சாந்தம் கொள்ளச் செய்வது அஸ்தினாபுரத்தினின்று அவர்களை விலக்கிவிடச் செய்வதாகும் என்றவனாக சகுனி தன் சகோதரி குழந்தைகளின் முன் சொன்னான், 'துரியோதனா, காத்துக்கொண்டே இரு. நீ விரும்புவதை உன் வசமாக்குவதைத் தவிர வேறு கவனம் கொள்ளாதே. உன் கோபம் மட்டுமே உன்னை வாழ வைக்கும்.'

துரியோதனன் பீமனின் பருத்த உருவத்தின் பரிகசிப்பினின்று தன்னை விடுவித்துக்கொள்ள முடியாதவனாகவே இருந்தான். தன் சகோதரனின் காலடி ஓசைகளைக் கேட்டு அறிந்தாள் காந்தாரி. அவன் தன்னை எப்போதாவது மட்டுமே சந்தித்துப் பேச விரும்புகிறான் என்பதை அவள் அறிந்திருந்தாள். அறையில் அவளும் சில சேடிப் பெண்களும் மட்டுமே இருந்தார்கள்.

சகுனி அந்த அறையில் தன் சகோதரியின் முகத்தை நேர்கொள்ள முடியாதவனாகவே இருந்தான். அவன் பதற்றம் கொண்டிருக் கிறான் என்பதை அவள் அறிந்துகொண்டுவிட்டாள். அதற்கான காரணம் எதுவென்றுகூட அறிந்திருக்கிறாள். ஆனாலும் அவள் தான் செய்வதறியாது திகைப்பு கொண்டபடியே இருந்தாள். சகுனியின் குரல் கேட்டது.

'நீ அந்தகத்தில் உன்னை ஒப்புக் கொடுத்துவிட்டாய் காந்தாரி. உன் பிள்ளைகள் தேசத்தின் உரிமையிலிருந்து நழுவிப் போகிறார்கள். இனி இந்த தேசம் உன் பிள்ளைகளுக்கானது அல்ல. அவர்கள் வனவாசிகளைப்போல வேற்றிடம் துரத்தப்பட இருக்கிறார்கள். நான் இனிமேலும் இதை சகித்துக் கொண்டிருக்க முடியாது.'

காந்தாரிக்குப் புரிகிறது. சில நாட்களில் பாண்டுவின் புத்திரன் தருமனின் பட்டாபிஷேகம் நடக்க இருக்கிறது. தன் பிள்ளைகளால் இதனை சகித்துக் கொண்டிருக்க முடியாது. அவள் மிக நிதானமாகவே சொன்னாள்.

'அண்ணா, அந்தகர்களின் பிள்ளைகள் அநாதைகள்போல விரட்டப்படத்தானே செய்வார்கள். இது பீஷ்மரின் ராஜ்ஜியம். இதில் என் கணவரின் வேட்கைகள் நிறைவேறாது. அவர் பீஷ்மரின் முன் தன் குரலையும் இழந்துவிடுவார்.'

'நான் தடுத்திராவிட்டால் உன் பிள்ளைகள் குந்தியின் பிள்ளைகளைக் கொலை செய்துவிடுவார்கள். நான் அவர்களைத் தடுத்துக் கொண்டிருக்கிறேன்.'

காந்தாரி மௌனமாகிறாள். திருதராஷ்டிரன் வரும் சப்தம் கேட்கிறது. சகுனி வெளியேறுகிறான். அவன் கைகள் பகடையை உருட்டிக் கொண்டேயிருக்கின்றன. புறக்கணிப்பின் முதல் அலையை அவன் கண்டுவிட்டான். தேசம் நழுவிப் போய்க் கொண்டேயிருக்கிறது. அவன் தோற்றுக்கொண்டேயிருந்தான். குந்தி புத்திரர்களின் சாவை முத்தமிட அவன் திட்டமிட்ட யாவும் பயனற்றே போனது. வாரணாவதத்தில் அவன் சிருஷ்டித்த பொய் மாளிகையில் இருந்து அவர்கள் தப்பிவிட்டார்கள். விதுரனின் ஒற்றர்கள் நாடெங்கும் அலைந்து வருவதையும் அவர்களால்தான் தனது திட்டங்கள் முறிகின்றன என்பதையும் சகுனி அறிந்தான்.

நதிக்கரையில் மிளிரும் அரக்கு மாளிகைக்குள் பாண்டவர்கள் சகுனி நினைத்தபடியே போய் விருந்தும் கொண்டாட்டமுமாகவே இருந்தனர். ஆனாலும் அவன் நினைத்திராதபடியே விதுரன் அவர்களைத் தப்புவித்தான். ஒரு தகப்பனைப்போல பாண்டவர்களின்மீது விதுரன் கொள்ளும் நேசம்தான் தன் செயலினைத் தடுத்துவிடுகிறது என்பதை அறிந்துகொண்டான். அவமானம்தான் சாவிற்கான முதல் அழைப்பு என அவன் திட்டமிட்டபடியே பகடையாடுவதற்காக திருதராஷ்டிரன் அவர்களைத் தன் நாட்டிற்கு அழைத்திருந்தான்.

பகடையின் காய்களைத் தன் கைகளில் உருட்டிக் கொண்டிருந்தான். பகடை தன் மூதாதையரின் விலா எலும்பினின்று உருவாக்கப்பட்டதென்றும், அவன் பகடையோடு பேசுகிறான் எனவும் பலரும் சொல்லி வந்தார்கள். சகுனி பகடையைத் தன் விரல்களில் சுழற்றும்போதே அவன் மனம் விழித்துக்கொண்டு விடுகிறது. பகடைகள் அவனது ஏவல்படியே திரும்புகின்றன. அவன் தன் பகடையால் மூதாதையர்களை அழைக்கின்றான். அவர்கள் சகுனியின் சொல்படியே கேட்கின்றனர். பகடையாட்டம் என்பது ஒரு சிருஷ்டிகரம். அதன் விதிகள் எங்கோ மர்மமாக தீர்மானிக்கப்படுகின்றன. தருமன் பகடையை உருட்டத் துவங்கும்போதே சகுனி தன் பகடையோடு சம்பாஷிக்கத் துவங்கினான். அது தன் நாவைச் சுழற்றிக் கொண்டது. பொருட்களை, நிலத்தை, ராஜ்ஜியத்தை, சொந்த சகோதரர்களை, பெண்ணை தன் நாவால் சுழற்றி விழுங்கியது. பகடையின் வெற்றிக்குப் பின்பும் தன் மனத்தாகம் தீராமல் இருந்த துரியோதனனின் முன்பாக சகுனி சொன்னான்.

‘துரியோதனா, வெற்றிக்குப் பின் இவை உன் உரிமைகள். உரிமைகளை அனுபவித்திட வேண்டும்.’

அந்தக் குரலின் ஏளனம் பாண்டவர்களின் காதில் துளையிட்டது. வேதனையில் அவர்கள் நிசப்தித்தனர். காந்தாரி தன் தமையனின் அந்தக் குரலை வெகுவாக ரசித்தாள்.

அவமானமும், வெட்கமும், துகில் உரியப்பட்ட வேதனையும் மீறிய பாண்டவர்களைப் பார்த்து சகுனி சிரித்தான். நெடுநாட் களுக்குப் பிறகு அவன் மனம் அந்தச் சிரிப்பை பூரணமாக வெளிப் படுத்தியது. பின் அவன் சிரித்துக் கொண்டேயிருந்தான். அவன் பகடைகளின் வழியே யாவையும் தன்வசமாக்கிவிட்டான். அவமானப்பட்டவர்கள் தங்கள் வலிமையை மெல்ல இழந்து விடுவார்கள் என்பதை அவன் அறிந்திருந்தான்.

இனி துரியோதனன் அரசுக்குரியவனாவான். தன் சகோதரியின் பிள்ளைகள் அஸ்தினாபுரத்தின் பாதுகாவலர்களாகிவிடுவார்கள். எவராலும் அந்தச் சிரிப்பைத் தாங்கிக்கொள்ள முடியவேயில்லை. துரியோதனன் அந்த நேசத்தின் புன்னகையை ஏந்தினான். தன் மகன் உலூகனை நீண்டகாலத்தின் பின்பு நெருக்கமாக அறிந்தான் சகுனி. யுத்த நாட்கள் பிறந்திருந்தன. யுத்தத்தின் நெடிய யாத்திரையில் தகப்பனோடு தானும் சமர் புரிய வந்திருந்த உலூகனின் அஸ்திரங் களையும், அவனது பலம் பொருந்திய உருவத்தையும் கண்டான். அவன் தன் தாயைக் கொண்டிருந்தான். உலூகனின் குரல் அலாதியானதாக இருந்தது. சகுனி அவனை யுத்தகளத்தில் துரியோதனனின் பொருட்டு பிரவேசித்தான்.

அபிமன்யு என்ற அர்ச்சுனனின் பிராயத்துச் சிறுவன் தன் மகன் உலூகனைக் கொன்றுவிட்டான் என்பதை அறிந்தபோதுதான் சகுனி கலங்கிப் போய்விட்டான். அவனையும் மீறி மனம் நடுக்கமுற்றது. அவன் மரணம் துரியோதனன் மரணத்தின் முன்னறிவிப்போ என்பதுபோல இருந்தது. உலூகனின் முகத்தில் சாவின் ரேகைகள் ஓடியிருந்தன. சகுனி நீண்டநாட்களுக்குப் பிறகு மிகுந்த கோபமுற்றவனாகக் கத்தினான்.

‘அபிமன்யுவை கொல்லுங்கள்.’

துரியோதனனின் மகன் லட்சுமணனையும் கொன்ற அபிமன்யு தனது தீரத்தின் வேகத்தில் முன்னேறிக் கொண்டேயிருந்தான். அவன் பத்மவியூகத்தின் மையத்திற்குள் வந்தபிறகு யாவும் முன்பிருந்த இயல்பில் வரிசையாக அடுக்கிவிட்டன. வெளியேற வழியற்றவன் மீது சகுனியின் அம்பு பாய்ந்தது. அபிமன்யு இறந்த பிறகும்

சமாதானம் கொள்ளாத சகுனியைத் தேற்றுவதற்காக துரியோதனன் தன் மகனின் இறப்பையும் மீறிப் போனான்.

துயரம் கொண்டு சகுனி ஒரு பெண்ணைப்போல அழுது கொண்டிருந்தான் அன்றிரவு. காந்தாரியின் அறைக்கதவு தட்டப் பட்டது. சேடிப்பெண் துக்கத்தின் குரலை வெளிப்படுத்தினாள்.

‘இன்றைய யுத்தத்தில் உங்கள் சகோதரர் காந்தார தேசத்து அரசர் சகுனி நகுலனால் கொல்லப்பட்டார்.’

காந்தாரி தன் புத்திரனை இழந்ததுபோல துக்கம் தாளாது விசும்பினாள். அவள் தன் கண்களைக் கட்டியிருந்த துணியை அவிழ்த்து இறந்துபோன தன் சகோதரனின் உடலைப் பார்க்க ஆசை கொண்டாள். கட்டுக்களை அவிழ்த்தபோதும் இமைகள் பிரியவே இல்லை. அவள் செய்வதறியாது பெரும் துக்கத்தால் பீடிக்கப் பட்டிருந்தபோது அவளுக்கு சகுனியின் பால்யமுகம் நினைவில் ததும்பியது. அவள் கொண்டிருந்த துக்கம் பிறிட்டது. தனது சகோதரியின் அழுகுரலைக் கேட்டும் அதனை சமாதானம் கொள்ள முயலாது இறந்து கிடக்கிறான் சகுனி.

அவன் பகடைகள் யாருமற்ற யுத்தவெளியின் குருதியில் மிதக்கின்றன.

சஞ்சயன்

நான் நதியின் கிளை வழிகள் பிரியும் பாதையொன்றின் உள்ளே நடந்து சென்றேன். மிகச்சிறிய கிராமம் அது. நீரோட்டத்தின் அருகாமையிலிருப்பதால் வயல்களும், நிறைய காட்டுப் புஷ்பங்கள் பூத்த வெளியும் நிறைந்திருந்தன. பெண்கள் பசுக்களை மேய்ச்சலுக்கு ஓட்டியபடியும், கால்நடைகளுக்கான புற்கட்டுகளை அரிந்து போட்டபடியுமிருந்தனர். பசு கல் உரல்களையும் நீர்த் தொட்டிகளையும் கண்டபடியிருந்தது. இது போன்ற சிறிய கிராமப்புறங்களில்தான் ஆயுதப் பட்டறைகள் அதிகமிருந்தன. யுத்தத்தின் பின்பான ஓய்வில் யாவுமிருந்தன. பயன்படாத ஆயுதங்கள் குவிந்திருந்தன. மரவேலை செய்பவர்கள் அச்சுமுறிந்த ரதங்களையும் புதிய பல்லக்குகள் செய்வதற்கான மரங்களையும் வெட்டிக் கொண்டிருந்தனர்.

சிறிய தெருக்களும், மண் வீடுகளுமிருந்த வீடுகளில் பகலில் கூட ஒரு வித ஈரவாசனை வந்துகொண்டேயிருந்தது. வனம் விட்டுத் தப்பிவந்த குரங்குகளில் சில மரங்களின் மீதிருந்து குதித்து வீட்டுச் சுவர்களில் நடந்து கொண்டிருந்தன. நான் ஒரு மனிதனைப் பற்றி அறிந்துகொள்ள தேடிக் கொண்டிருந்தேன். சிறிய கிராமம் ஒன்றின் நிழல் நீண்ட மரங்களின் அடியில் முதியவர்கள் எதையும் சலனம் செய்யாது அமர்ந்திருந்தனர். முன் பார்த்தறியாத ஒரு பறவையைக் காண்பதுபோல எனை ஏறிட்டுப் பார்த்தனர். எனினும் எவரும் எதையும் கேட்டுக்கொள்ளவில்லை. சூதர்களில் ஒருவனான சஞ்சயன் எனும் காலவெளி கடந்த பிரக்ஞை கொண்ட மனிதனின் வீடு எங்கோ அருகாமையில்தான் இருந்தது.

நான் நோவுற்று மெலிந்த ஸ்த்ரீ ஒருத்தியைக் கண்டேன். அவள் வெளிறிய உடலுடன் ஒரு கல்படுக்கையொன்றில் ஒரு வீட்டின் முகப்பில் சுருண்டு படுத்திருந்தாள். அவள் உடல் நோவுற்றபோதும் குரல் உடையவேயில்லை.

வசீகரமும் பரிவும்கொண்ட குரல், கேட்பவர் எவரையும் பற்றிய நினைவின்றி தனக்குத்தானே பாடிக்கொண்டிருக்கும் அந்தப் பெண்ணின் குரலில் அலாதி என்னைக் கவ்விக்கொண்டது. நான் அந்த இடத்திலே நின்று கொண்டிருந்தேன். அவள் பாட்டு மெல்ல உயர்ந்தது.

‘அந்த முடிவற்ற நதியின் தொலைவில்
பூத்திருக்கிறதே ஒரு வெண்மலர்.
அதன் சுகந்தத்தை இங்கிருந்தே நீ நுகர முடியுமா?
இரண்டு மலை தாண்டிய வனவெளியில் கீச்சிடுகிறதே
பட்சி, அதன் குரலை நீ இங்கிருந்து கேட்க முடிகிறதா?
சூதனே, சூத வம்சர்களே, புலன் ஆற்றின்
கரைகளுக்குள் நீந்திக் கொண்டிருக்கிறேன்.
என் மூத்தவனோ யாவும் கடந்த சஞ்சயன்.
நான் சூதனின் சோதரி.’

இந்தப் பாடல் என்னை அவள் வசம் மீறமுடியாத ஈர்ப்பைத் தந்தது. நான் அந்த ஸ்த்ரீயின் முன்னால் சென்று அமர்ந்தவனாக காத்துக் கொண்டேயிருந்தேன். பாடல் முடிந்ததும், அவள் கண்களில் கண்ணீர் பொங்கி வழிந்தது. அவள் விழித்துக்கொள்ளும் வரை காத்திருந்தேன். அவள் கண்கள் மலர்ச்சியுற்றபோதும் அது எதையும் அடையாளம் கண்டதற்கான அறிகுறியேயில்லை. அவள் மூச்சுக் காற்று மட்டும் வெம்மை கூடியிருந்தது.

யுத்தத்தில் மாண்டுபோனவர்கள் எவரெவர் என இன்னமும் முடிவு செய்யமுடியாத நாட்களில் என் வருகை எவர் மரணத்தின் பொருட்டோ இருக்கக்கூடுமென கண்டு பெண்கள் விலகிப் போயினர்.

சஞ்சயனின் சோதரி என்னை மிகக் கவனமாகப் பார்த்துக் கொண்டிருந்தாள். அவள் கேசம் வெளிறியிருந்தது. அவள் என் கண்களை ஊடுருவியவளாகச் சொன்னாள்.

‘சஞ்சயன் தன் யோகத்தால் தொலைவை அவன் விரல்களால் சொடுக்கிக் கொள்ளத் துவங்கிவிட்டான். அவன் யோகி.’

நான் சஞ்சயனின் பூர்வ நிகழ்வுகளைப் பற்றி அறிய ஆவலுற்றவனாக அவளிடம் கேட்டதற்கு அவள் மிகுந்த சலிப்புடன் சொன்னாள்.

‘சூதர்களுக்கு சரித்திரமிருப்பதில்லை. எல்லா சூதனையும்போல சஞ்சயனும் ஒரு அரச விசுவாசி. அவன் வாழ்வு அந்தக ராசனின் கையில் உள்ள கழியைப் போன்றது. அவன் அரசனுக்கு முன் நடந்து செல்கிறான். உங்களைப் போலவே நானும் அறியாதவள்.

சஞ்சயன் என்ற சூதன் தன் யோக நிலைகளால் கால வெளியின் தடைகளைக் கடந்துவிட்டிருந்தான். யுத்தம் ஆரம்பிப்பதற்கு முன்பே அவன் ஒரு சித்தனைப்போல தனது மனதினை எல்லையற்றுப் போகச் செய்திருந்தான். சஞ்சயன் சந்தித்த யோகியின் நினைவும், யோகியின் சிரிப்பும் கண்டவர் எவர் இருக்கிறார்கள், அந்த வெளியில் ஒடுங்கி மறைந்த சில பட்சிகளையும் சில்வண்டுகளையும் தவிர.

ஏதோ ஒரு நாளின் புலரியில் சஞ்சயன் நதிமுன் நின்றிருந்தான். அவன் அஸ்தினாபுரத்தின் விசுவாசி, அரண்மனையில் திருதராஷ்டிர அரசனின் அந்தரங்கமான காரியங்களைக்கூட அறிந்தவன். அவன் ஒரு நிழலைப்போல எல்லாக் காரியங்களிலும் பின்தொடர்ந்து வந்துகொண்டிருந்தபோதும் சூதன் என்ற பிறப்பு அடையாளம், அவன் கை, கால்களைக் கட்டியிருந்தது. அவன் தன் குரலால் எந்த நியாயமும், நியதியும் பேச முடியாதவனாக இருந்தான். நதியின்மீது இருள் நீந்திக்கொண்டே இருந்தது. ஏதோ ஒரு யோகி நதியின் ஆழத்தினுள் தன்னை மூழ்கிக் கொண்டவனாக இரவெல்லாம் இருந்திருக்கக்கூடும். புலரியில் அவன் எவரும் கண்டுவிடாதபடி தன்னை வெளிப்படுத்திக்கொள்ள நீர் விலக்கி கரையேறியபோது நின்றிருந்த சஞ்சயனைக் கண்டதும், அவன் பலத்த சிரிப்புடன்

கடந்து சென்றான். கடந்துசென்ற யோகியின் பாதங்கள் மணலில் கடந்து சென்றபோதும் அதில் சுவடுகள் எதுவும் பதிவாகவே இல்லை.

தனது சுவடுகளைப் பதியவிடாமல் நடந்துசெல்லும் மனிதனின் அதிசயம் கண்டவனாக யோகியின் பின் வழியே சென்றான். யோகி ஒரு பாறைமீது நின்றவனாக தனது கேசத்தைச் சுழற்றிக் கொண்டிருந்தான். தொலைவில் வானம் சிவப்புகசிந்து கொண்டிருந்தது. யோகி அவனையும் பாறையின்மீதேறி வரச் சொன்னான்.

சஞ்சயன் யோகியின் அருகாமைக்கு வந்து நின்றபோது யோகியின் உடல் முழுவதும் மினுப்புக்கொண்டிருப்பதைக் கண்டான். சூரியன் உதயமாவதைக் காண்பதற்கு அலைவதைப்போல பட்சிகள் தொலைவில் சிறகடித்துக் கொண்டிருந்தன. வானின் இயக்கம் மிகுந்த பரபரப்பு கொண்டதுபோல நிறம் மாறிக்கொண்டே இருந்தது. அவன் தனது நாசியால் யாவும் நுகர்ந்தபடி நாவை ருசித்தான்.

‘என்ன நறுமணம்... எத்தனை சுகந்தம்... உடலே நிரம்பிவிடுகிறதே ’

சஞ்சயன் எந்த சுகந்தமும் அறியவேயில்லை. அந்த யோகி தனது மூச்சை உள்ளிழுத்தவனாகச் சொன்னான்.

‘நல்ல ருசி. நறுமணம் தரும் பசி தித்திக்கிறது.’

சஞ்சயன் தனது மௌனம் கலைந்தவனாகக் கேட்டான்.

‘எதைக் குறிப்பிடுகிறீர்கள்?’

யோகியின் சிரிப்பு பொங்குகிறது.

‘தெரியவில்லையா? அந்தகனோடு இருந்து இருந்து உன் கண்களும் பழுதடைந்துவிட்டனவா?’

சஞ்சயன் வியப்புற்றான். தனது பூர்வம் அறிந்த யோகியின் முகத்தைக் கண்டவனாகச் சொன்னான்.

‘எனக்கு சூரியன் மட்டும்தான் தெரிகிறது.’ யோகி திரும்பவும் சிரித்தான்.

‘அதுதான். அதைத்தான் சொல்கிறேன். சூரியனின் நறுமணத்தையும் ருசியையும் நீ ஒருபோதும் அறிந்ததேயில்லையா? எத்தனை சுகந்தம்.’

சஞ்சயன் முதன்முதலாக சூரியனை நறுமணம் மிக்கதொரு மலரைப்போல வியப்புடன் கண்டான். யோகி திரும்பத் திரும்ப வாசனையால் தாக்கப்பட்டவனைப்போல உடலைச் சுழற்றிக் கொண்டவனாகக் கேட்டான்.

'சூரியன் உதிக்கும்போதுதான் தீராத வாசனையில் அக்னி வீசுகின்றது. இது ஒரு புசிப்பு. உன் உடலால் அதைப் புசித்தால் நீ வாழ்வின் புது ருசியை உணர்வாய்.'

சூரியன் எழுந்து கொண்டேயிருந்தது. இயக்கம் துவங்கியிருந்தது. யோகியின் வார்த்தைகளால் தாக்கம் பெற்ற சஞ்சயன் யோகியை வணங்கியவனாகக் கேட்டான்.

'நான் அதை நுகர முடியுமா? நானொரு சூதன்.'

யோகி திரும்பவும் சிரித்தான்.

'சூதனா... நீயா... சூதன் என உனக்கு எப்படித் தெரிந்தது? சூதன் என்பதற்காக உடலில் ஏதாவது ரேகைகள் ஓடுகிறதா? கண்கள் எதையாவது காட்ட மறுக்கிறதா? உடம்பில் வேறு வடு எதுவுமிருக்கிறதா?

சஞ்சயன் நிசப்தமுற்றான். யோகி தொடர்ந்து சொன்னான்.

'நீ தயாராக வேண்டியவன். நீ என் பார்வையில் விழுந்தபோதே நினைத்துக் கொண்டேன். நீ சஞ்சாரியாக வேண்டியவன். என் விருப்பப்படியல்ல. அது முடிவான விஷயம்.'

சஞ்சயன் திரும்பவும் கேட்டான்.

'சஞ்சாரி என்றால்..?'

யோகி மிகுந்த சப்தத்துடன் சிரித்தபடி சொன்னான்.

'உன்னை இந்த அஸ்தினாபுரத்தினின்று கூட்டிச் சென்றுவிட மாட்டேன். உனது கால்கள் இந்த நகரத்தோடு பிணைக்கப் பட்டுவிட்டது. நான் சொல்வது புலன்களின் சஞ்சாரத்தை, அதில் நீயொரு சஞ்சாரியாகப் போகிறாய்.'

சஞ்சயன் எதையும் புரிந்துகொள்ள முயலவேயில்லை. அவன் காத்துக் கொண்டிருந்தான்.

'நீ புலன்களை குதிரைகளைப்போல தனியே அலையவிட வேண்டியவன். அது தன் இஷ்டம்போல தொலைவு, அதி தொலைவு என அலைந்து திரும்பட்டும். அது ஒரு நுகர்முறை.'

‘நான் கற்றுக்கொள்ள முடியுமா?’ என்றான் சஞ்சயன்.

யோகி நிதானமுற்று சஞ்சயனின்மீது தனது கரங்களைப் போட்டு அணைத்தபடி சொன்னான்.

‘முடியும். நீ அதற்காக உன்னை தயார்படுத்திக்கொண்டே இருக்க வேண்டும். நான் இருக்கிறேன்.’

சஞ்சயன் யோகியோடு நதிக்கரையினை அடைந்தான். யோகி நதியின் பரிசல் துறைக்கு வந்தவனாகச் சொன்னான்.

‘நான் விரும்பும்போது உன்னை இங்கே வரவழைக்கிறேன். நீ போகலாம்.’

சஞ்சயன் நின்றுகொண்டேயிருந்தான். எதிர்க்கரையிலிருந்த பரிசல்காரன் வந்து சேரும்வரை பார்த்துக்கொண்டேயிருந்தான். பரிசல்காரன் அதிசயமாகச் சொன்னான்.

‘நீங்கள் கூப்பிட்டது என் காதில் துல்லியமாக விழுந்தது சுவாமி.’

மறு கரைக்குப் போகலாம் என்றபடி யோகி கடந்து போனான். சஞ்சயன் தன்னோடு நின்றிருந்த யோகி உதடு திறந்து மறுகரையிலிருந்த பரிசல்காரனை அழைக்கவில்லையே என வியப்புக் கலையாமல பார்த்துக் கொண்டிருந்தான்.

சஞ்சயன் பயின்று கொண்டிருந்தான் சஞ்சாரத்தை. யோகி தன்னிடத்தில் இருந்த அவனுடன் சம்பாஷிக்கும் முறையைக் கற்றுத் தந்து வரலானார். சஞ்சயனின் பார்வையில் எல்லை விரிவுற்றது. அவன் தான் மிகுந்த உற்சாகமும், சுதந்திரமும் கொண்டவனாகி வருவதைக் கண்டான்.

ஒருநாளில் திருதராஷ்டிரனின் அரண்மனைத் தோட்டத்தில் நடந்து கொண்டிருக்கும்போது திருதராஷ்டிரன் தன் கைகளில் உருட்டிக் கொண்டிருந்தான் வெண்முத்து ஒன்றை. அது வழக்கமான முத்துக்களை விடவும் அளவில் பெரியதாகவும் வெண்ணிறம் சரிவு கொண்டிருப்பதும், அதில் ஒளியோட்டம் கசிவதையும் அறிந்தவனாக திருதராஷ்டிரன் அதை சஞ்சயனிடம் காட்டினான்.

‘உலகிலேயே மிகப்பெரிய முத்து இதுதான். அதன் குளிர்ச்சி என் கைகளில் ஓடுகிறது.’

சஞ்சயன் அதைப் பார்த்துக் கொண்டேயிருந்தான். பிறகு தானே சிரித்துக் கொண்டான். திருதராஷ்டிரன் கேட்டான்.

‘இது வியப்பாக இல்லையா?’

சஞ்சயன் சொன்னான். 'இதைவிடவும் அரிய முத்து ஒரு சிப்பியில் உறங்கிக் கொண்டிருக்கிறது. யாரும் தீண்டமுடியாத அடியாழத்தில் இரண்டு பசிய செடிகளுக்கு நடுவே அது அலைந்து கொண்டேயிருக்கிறது.'

'என்ன சொல்கிறாய்... கனவு காண்கிறாயா?'

'அந்த முத்து உங்கள் கையிலிருப்பதை விடவும் அளவில் மூன்றுமடங்கு பெரியது. அதன் உள்ளே பிரகாசம் ஆறு வளையமாகச் சுழல்கிறது. அதன் விழிப்பு துடிப்பானதாக இருக்கிறது.'

'நீ அதைப் பார்க்கிறாயா?'

'பார்த்துக் கொண்டேயிருக்கிறேன். முத்து உள்ள சிப்பியானது ஏழு வளையிட்ட தனது முகப்பினை நடுங்கச் செய்து கொண்டிருக்கிறது.'

'எங்கேயிருக்கிறது?'

'தென்புலக் கடலில்?'

திருதராஷ்டிரன் சில நிமிஷம் புரியாமல் திகைத்தான். பிறகு அவன் தனது குரலில் இரு வீரர்களை அழைத்தான்.

'குற்றவாளிகளில் ஏழு பேர்களைச் சஞ்சயன் சொல்லும் கடலுக்கு அனுப்பி முத்தை சேகரித்து வரச் சொல்லுங்கள்.'

வீரர்கள் போனபிறகு சஞ்சயன் தன் உணர்வு கொண்டவனைப் போல அரசனோடு அரண்மனை திரும்பியிருந்தான்.

சஞ்சயனின் வீடு அரண்மனை கடந்து நகரின் புறவெளிக்கு அருகாமையிலிருந்த சூதக் குடியிருப்பில் இருந்தது. அவன் இரண்டாம் யாமத்தில் அழைக்கப்பட்டான். அரசன் அவனை உடனே அழைத்துவரச் சொன்னதாக ரதம் காத்திருந்தது. சஞ்சயன் ஏறிக்கொண்டு அரண்மனை வந்தபோது மெல்லிய தீப ஒளி பரவிக்கொண்டிருந்தது. ஸ்த்ரீகள் நடமாட்டம் மட்டுமேயிருந்தது. அரசனின் தனியறைக்கு சஞ்சயன் போனபோது அங்கே இரண்டு கல் விளக்குகள் எரிந்து கொண்டிருந்தன. அறையெங்கும் மஞ்சளும் சிவப்பும் கலந்த வெளிச்சம் நிரம்பியிருந்தது. திருதராஷ்டிரன் சஞ்சயனை அமரச் சொன்னான். சஞ்சயன் பெருமூச்சுவிட்டபடி அறையைச் சுற்றிப் பார்த்தான். வேறு எவருமே இல்லை. காற்று மட்டுமே அலைந்து கொண்டிருந்தது.

'சஞ்சயா, இதோ நீ குறிப்பிட்ட முத்து.'

உள்ளங்கைகளில் அந்த முத்தை ஏந்தியபோது அதன் ஒளிர்வு அறையின் நிறத்தையே மாற்றுவதாகயிருந்தது. குளிர்மை கொண்ட அந்த முத்தை எடுத்து நுகர்ந்தான் சஞ்சயன்.

'கடலின் தீராத வாசனைதான் முத்து வடிவம் கொள்கிறதோ?'

அவன் கைகள் நடுங்கிக் கொண்டன. அந்த முத்தைத் தன் கைகளிலிருந்து அரசனிடம் தந்தவனாகச் சொன்னான்.

'மூன்று உயிர்ப்பலிகளுக்குப் பிறகு கைவசமாகியிருக்கிறது.'

'உனக்கு தெரிந்துவிட்டதா? மூன்று குற்றவாளிகள் நடுக்கடலில் மிதக்கிறார்கள். சுவாச கோளம் நிறைய காற்றோடு செல்லும் மனிதன் மட்டுமே இதைத் தொட முடிந்திருக்கிறது.'

சஞ்சயன் பதில் பேசாமலிருந்தான். சஞ்சயனை வியப்புடன் நெருங்கி வந்து திருதராஷ்டிரன் சொன்னான்.

'உன் கண்கள் தொலைவைப் பார்த்துப் பழகிவிட்டன. செவி அதிதூரத்தின் குரலைக் கேட்கிறது. நாசி பூக்காத பூவின் வாசனையை நுகரமுடிகிறது. சொல் என் தேசம் என்னவாகப் போகிறது? என் புத்திரர்கள் என்ன செய்யப் போகிறார்கள்? மனம் தீராது நடுங்கிக் கொண்டேயிருக்கிறது. உன் சஞ்சாரத்தால் அறிந்து சொல்.'

நீண்ட மௌனத்திற்குப் பின் சஞ்சயன் எந்தப் பதிலும் சொல்லாதவனாக புறப்பட்டுப் போனான்.

யுத்தம் துவங்குவதற்கான முன் காரியங்கள் நடைபெறத் துவங்கியிருந்தன. குதிரைகளின் எண்ணற்ற சப்தங்கள் பெருகிக்கொண்டே இருந்தன. பீஷ்மர் யுத்தத்திற்கான இடத்தைத் தேர்வு செய்திருந்தார். திருதராஷ்டிரன் தனது தனியறையில் காத்துக் கொண்டேயிருந்தான். சஞ்சயன் மிகத் தளர்ச்சியுற்றவனாக வந்தான்.

'சஞ்சயா... சொல். யுத்தத்தின் முடிவு என்னவாகயிருக்கும்...'

'இன்னமும் யுத்தம் துவங்கப்படவேயில்லை. எதையும் என்னிடமிருந்து ஒளிக்காதே. யுத்தத்தின் நடுவே நான் அலைந்து திரிய விரும்புகிறேன்.'

சஞ்சயன் எதையும் பேசவில்லை. சலனமற்றவனாகக் காத்திருந்தான்.

யுத்தம் துவங்குவதற்கான நாள் குறிக்கப்பட்டிருந்தது. படைகள் அஸ்தினாபுரத்திலிருந்து புறப்பட்டுப் போய்க்கொண்டிருந்தன. அரண்மனையில் ஸ்த்ரீகளைத் தவிர மற்றவர்கள் போயிருந்தார்கள். குழந்தைகள்கூட விளையாட்டை மறந்திருந்தனர்.

திருதராஷ்டிரன் தனிமையில் வீழ்ந்திருந்தான். அவனது அறையே பற்றி எரிவது போன்றதொரு வலி அவனுள் ததும்பிக் கொண்டிருந்தது. அவன் சஞ்சயனை அழைத்துவரச் சொல்லியிருந்தான். சஞ்சயன் வந்தமர்ந்ததும் திருதராஷ்டிரன் தணிவான குரலில் கேட்டான்.

'சஞ்சயா, உன் கண்களை யுத்த நிலங்களை நோக்கித் திருப்பு. அதன் ஆழத்தைக் கண்டு சொல். நீ ஒரு யோகி. உன்னால் மட்டுமே தொலைவின் நடமாட்டத்தை அறிந்து சொல்லமுடியும்.'

சஞ்சயன் பதில் சொன்னான்.

'நான் யுத்தத்தில் எவர் சார்ந்துமில்லை. நான் உருப்பளிங்குபோல அங்கே நடப்பதை உங்களுக்கு பிரதிபலித்துச் சொல்ல மட்டுமே முடியும்.'

'போதும். நான் எதையும் காண விரும்பவில்லை. அறிந்து கொள்ளவே விரும்புகிறேன். என் மனம் துவண்டுகொண்டே யிருக்கிறது. உன் புலன்களின் குதிரைகளை அவிழ்த்து விடு. அவை தன்னிஷ்டப்படி அலையட்டும் சஞ்சயா.'

சஞ்சயன் அமர்ந்து கொண்டான். அவன் தன் கண்களை திருதராஷ்டிரனைப் போலவே சிறிய வஸ்திரமொன்றால் கட்டிக் கொண்டான். எதிரே எவரும் புலனாகவில்லை.

தொலைவை நோக்கி நீந்தத் துவங்கினான்.

யுத்த பூமியில் குதிரைகள் நடந்து கொண்டிருந்தன. சஞ்சயன் ஒரு சாரை வீரர்களையும் ரத சாரதிகளையும் கூடாரங்களையும் வரிசை வரிசையாக விடுக்கப்பட்ட அஸ்திரங்களையும் பார்த்துக்கொண்டே இருந்தான். குருக்ஷேத்திரம் என்ற நிலம் விரிந்து கொண்டே இருந்தது. துரியோதனர்களும், பாண்டவர்களும் யுத்தத்திற்கான சங்குகளை முழங்கிடத் துவங்கினர். அது செவிப்பறையில் மோதிச் சரிந்தது.

அவன் உதடு யுத்தக்காட்சிகளை சலனமற்று சொல்லத் துவங்கியது.

'யாவும் முடிந்திருந்தன. ஏழு பேர் மட்டுமே பாண்டவர் பக்கம் மீதமிருந்தனர். தனது புத்திரர்கள் யாவரும் மரணத்தின் நாவால்

ருசிக்கப்பட்டுவிட்டதைக் கேட்டதும் திருதராஷ்டிரனின் நடுக்கம் குறையவேயில்லை. உப பாண்டவர்களும் இறந்தனர். நாடு திரும்பிக் கொண்டிருந்தனர் பாண்டவர்கள் வெற்றி வீரர்களாக.' சஞ்சயன் எழுந்து கொண்டான். திருதராஷ்டிரன் சஞ்சயனின் கைகளைப் பற்றிக்கொண்டு சொன்னான்.

'நீ சொன்ன இத்தனையும் ஒரு சொப்பனம்தானே..? நிஜமில்லையே?'

சஞ்சயன் பதில் சொல்லவே இல்லை. சஞ்சயன் தான் அஸ்தினா புரத்தை விட்டு வெளியேறிவிட விரும்புவதாகச் சொல்லியபடி அறையின் பக்கம் வந்தான். அழுகையொலி நீண்டு கொண்டே இருந்தது. நீண்ட உறக்கத்திலிருந்து விழிப்புற்ற மனிதனைப்போல சஞ்சயனும் தன் யோகியைத் தேடிக்கொண்டு சென்றான். நதியின் கரையோரங்களில் அவன் தேடியலைந்தபோது யோகி புலப் படவேயில்லை. சஞ்சயன் மணலில் ஓடியலைந்தான். மீனவர்களில் சிலர் சஞ்சயனின் பின்னால் வந்து எதைத் தேடுகிறான் என பார்த்துத் திரும்பும்போது மணலில் காலடிச்சுவடு பதியாமல் ஓடும் சஞ்சயனைக் கண்ட வியப்பில் அழைத்தபோது அங்கு யாருமில்லை. தொலைவு மட்டுமேயிருந்தது.

நான் விழித்துக் கொண்டேன். சஞ்சயனைப் பற்றி நான் அறிந்ததெல்லாம் நிஜமா..? அல்லது மிகைக்கூற்றா? அந்த நோயுற்ற ஸ்த்ரீ தன் கைகளை என் சிகையில் வைத்தபோதுதான் நான் மயக்கமுறத் துவங்கினேனா? அந்த ஸ்த்ரீ என்னதான் செய்தாள்? சஞ்சயன் என்ற சூதன் யோகியா..? சித்தி கொண்டவனா? இல்லை சொப்பனக்காரனா..? நான் அந்தக் கிராமத்தில் அலைந்தபோது யுத்தத்தில் மாண்டு போனவர்களுக்கான இறுதிச் சடங்குகள் செய்யும் சிறார்கள் கூட்டம் ஒன்று துயரம் பீடிக்க தனி வழியில் போய்க்கொண்டிருந்தது. நான் வேறு திசை திரும்பியிருந்தேன்.

~

சாம்பன்

சாம்பன் என்ற அந்த தொழுநோய் பீடித்த மனிதனை ஒரு மரத்தடியில் கண்டேன். அவன் உடல் நடுங்கிக் கொண்டிருந்தது. உடலெங்கும் நோயின் முற்றிய வெடிப்பு பரவியிருந்தது. தன்

உடலின் தீராத வாதையோடு அவன் நடந்து போய்க் கொண்டேயிருந்தான். கோகர்ணம் என்ற இடத்தில் சூரிய பிரதிமையினை வழிபட்டபடி அவன் போய்க் கொண்டிருந்தான். அவன் கண்கள் பழுத்துவிட்டன. உடலின் வடிவமே மாறியுள்ளது. மிகச் சொற்பமான தூரமே நடப்பதற்குள் விழுந்துவிடுவான். அவனது உடலின் மயிர்கள் யாவும் உதிர்ந்து போய்விட்டன.

வேதனையும் வலியும் கொண்டவனாக தனிப்பாதைகளில் நடந்து செல்கிறான். பசியும், தாகமும் மட்டுமே அவனுக்குள் மிஞ்சியிருக்கின்றன. தான் போகவேண்டிய தொலைவு நீண்டிருப்பதை அறிந்து வாதையில் கண் கசிகிறான். சாம்பனைத் தேற்றுவதற்கு யார் இருக்கிறார்கள்? அவன் படுத்திருந்த நாவல் மரத்தின் இலைகள் தேற்றுகின்றன.

‘சாம்பனே, வசுதேவ கிருஷ்ணனின் புதல்வனே... அதிசுந்தரனே...’

அவன் மயங்கிக் கொண்டிருக்கிறான். சாம்பன் என்ற கிருஷ்ணனின் புதல்வன் தொழுநோயாளியாகிவிட்டான். அவனை ரோகம் கவ்விக்கொண்டது. யாதவர்களில் அதிசுந்தரனாக இருந்த சாம்பன் தன் உருக்கலைந்தவனாக சூரியனின் பிறப்பிடம் நோக்கிப் போய்கொண்டிருப்பதை பறவைகள் அறிந்து செல்கின்றன.

~

யாதவர்கள் எப்போதும் வசீகரம் ததும்பும் அழகு மிக்கவர்கள். அதிலும் கிருஷ்ணனின் மகனான சாம்பன் வாலிபத்தில் காணும் பெண்கள் இச்சையில் கண் மாறாது பார்க்கும் அழகு கொண்டிருந்தான். சாம்பன் உடல் அமைப்பும், கண்களும் கிருஷ்ணனைக் கொண்டிருந்தபோதும் அவன் பெண்களைப்போல தீராத கவர்ச்சியைத் தன் தேகமெங்கும் கொண்டிருந்தான். தான் மிக அழகானவன் என்பதை சாம்பன் அறிந்திருந்தான். வில்லாளியும் சமரில் நிகரற்றவனுமான சாம்பன் தகப்பனின் சுபாவமே கொண்டிருந்தான்.

சாம்பனின் ஸ்நேகம் கொள்ள ஆசைப்படும் பெண்கள் பெருகிக் கொண்டேயிருந்தார்கள். தகப்பனைப் போலவே ஸ்த்ரீகளின் ப்ரியத்தில் சாம்பனும் சூழப்பட்டுவிடுவானோ என பயந்து கொண்டிருந்தாள் சாம்பனின் தாய்.

~

சாம்பன் தன் அழகிற்குப் பெண்கள் சமமற்றவர்களாக உணர்ந்தான். சாம்பனுக்கு உரியவளாக லட்சுமணா என்பவளைத் திருமணம் செய்தார்கள். அவள் கணவனின் அழகின் முன்பு வெட்கம் கொண்டவளாக இருந்தாள்.

சாம்பன் சிறந்த வில்லாளியாகவும் தேரோட்டியாகவும் இருந்தான். துவாரகைக்கு வரும் பாணர்கள் சாம்பனின் அழகினைப் பாடிக் கலைந்தனர். தகப்பன் இல்லாத நேரத்தில் துவாரகையை முற்றுகை யிட்ட பகையை ஒழித்தான் சாம்பன். அவன் தன் அழகிலே மயங்கியிருந்தான். தகப்பனின் அந்தப்புரத்திற்குக்கூட அவன் போவது தடுக்கப்பட்டிருந்தது. ஒரு நாளில் கிருஷ்ணன் தனது மனைவியரோடு ஜலக்கிரீடையில் இருந்தபோது தகப்பன் தன்னைக் காண விரும்பி அழைத்ததாக வந்த சேதியின்படி தகப்பனின் அந்தரங்க இடத்திற்குச் சென்றபோது அங்கே கிருஷ்ணன் பெண்களோடு ஆடையற்றவனாக நீந்திக் கொண்டிருந்தான்.

'சாம்பனே, உன் அழகு பெண்களைத் தன்னிலை மீறிட உன் வசமாக்குமாறு தூண்டுகிறது. நீ இன்று முதல் தொழுநோய் பீடித்து அலைவாய். உன் ரூபம் மெல்ல அழியட்டும்' என்றார்.

கிருஷ்ணனின் கோபம் ஒரு அஸ்திரமென சாம்பனின் உடலில் புகுந்தது. சாம்பன் நடுங்குகிறான். தான் செய்த தவறு இதில் எதுவுமில்லை எனக் கெஞ்சினான். கிருஷ்ணனுக்கே தான் அப்படி நடந்துகொண்டதற்கான நிலை பிடிபடவில்லை.

அவன் தன் மகனைப் பற்றிய நோயைக் கண்டவனாக இந்த நோயினின்று விடுபட அவன் சூரியன் பிறக்கும் கோகர்ணத்திற்குச் சென்று வழிபாடு செய்யுமாறு சொல்லிப் போனான்.

தகப்பனால் சபிக்கப்பட்ட சாம்பன் அன்றிரவெல்லாம் பிதற்றினான். தன் வசீகரமும் அழகும் தன்னைவிட்டு நீங்கிவிடும் என்பதோடு, நோய் பற்றிய உடலோடு தான் ரோகிபோல அலைய வேண்டியதை நினைத்து கண்ணீர் விட்டபடியிருந்தான்.

சாம்பனின் அறைக்கே பெண்கள் வரத் தயங்கினர். சாம்பனோ தன்னைச் சந்திக்க எவரையும் அனுமதிக்கவேயில்லை. தன்னைத் தேற்றிக் கொண்டுவிட்டான். நோய் அவன் உடலில் படர்ந்திருந்தது.

தானே தன் பயணத்திற்குத் தயாராகினான். தொலைவில் எங்கோ ஒரு கடலின் முகத்துவாரத்தில் பிறக்கும் சூரியனை வழிபடுவதற் காக சாம்பன் சென்று கொண்டேயிருந்தான்.

அவன் உடல் மெல்ல நசிவு கொண்டபடியிருந்தது. தினமும் அவன் வாதை பெருகியது. அவன் நினைவுகளைக்கூட துண்டித்துக் கொண்டுவிட்டான்.

காணும் யாவரும் அவனைப் புறக்கணித்துப் போயினர். அவன் தன் உருவத்தினைப் பார்த்துக்கொள்ள அஞ்சியவனாகிப் போனான். காலம் தன் சுழற்சியில் நீண்டது. பூக்கள் கனிகளாகின. பின்பு அவை உதிர்ந்து விதையாகி கிளைத்து என நீண்டகாலத்தின் ஓட்டம் போய்க் கொண்டேயிருந்தது.

சாம்பன் கோகர்ணத்திற்கு வந்து சேர்ந்தான். அவன் உடல் முற்றாக நசிந்திருந்தது. அவன் ஒரு நதிக்கரையிலே தங்கிவிட்டான். தன் வாழ்நாளை கோகர்ணத்தில் சூரியனைக் கண்டபடியே நாட்களைப் போக்கிக் கொண்டிருந்தான். அவன் உடல் மெல்ல தன் உணர்வு பெற்றது. எங்கிருந்தோ நோய் பீடித்தவர்கள் சாம்பனின் இடம் தேடி வந்தனர். அவன் ரோகிகளில் ஒருவனாகத் தன்னை அடையாளம் கண்டுகொண்டான். வேதனையின் புலம்பலைச் சாந்தம் கொள்ளச் செய்யும் மனிதனாகி விட்ட கிருஷ்ணனின் புதல்வன் சாம்பனின் வாழ்வு ஏன் இப்படி திசைமாற்றம் கொண்டு விட்டது? மோகத்தின் வடு ஏன் இத்தனை தீவிரமாக சாம்பனின் உடலில் ஏறியது? பதிலற்ற கேள்விகளை அசைத்தபடி நிற்கிறது நாவல் மரம்.

~

விகர்ணன்

தனது சகோதரர்களைப்போல அஸ்திர, யுத்த சாதனப் பயிற்சியில் ஆர்வமற்றவனாக வளர்ந்த விகர்ணன் உடன்பிறந்த நூறு பேரில் தன்னை மட்டும் தனியனாகவே அறிந்துவந்தான். தனது சகோதரர்களில் மூத்தவனான துரியோதனன் எப்போதும் வேகமும் கோபமும் மீறியவனாக அலைவுற்ற நாட்களில் உடல் வலிவை விடவும் அறிவின் திரட்சியே மன திடம் மிக்கதென முடிவு கொண்டவனாக அறிவின் தீவிரத் தேடுதலில் தன்னை ஈடுபடுத்திக் கொண்டான். அவனுக்குத் தர்க்க நியாய சாஸ்திரங்களில் ஆர்வமிருந்தது. சதா தன்னோடு விவாதிக்கும் மனிதர்களோடு எதிரில் அமர்ந்தவனாக உலகின் நியதிகளையும் செயல்களின் காரண காரியங்களையும் பற்றியதாக அவன் கவனம் விரிந்து கொண்டேயிருந்தது.

தான் ஒருபோதும் கண்டறிந்திராத கடந்த உலகின் காட்சிகளையும் பிரபஞ்சத்தின் விசித்திர நிகழ்வுகளையும் அவன் அறிவதிலே ஆர்வமுடையவனாகயிருந்தான். அறிவின் கிளைகள் அவனுள் விரிந்து கொண்டேயிருந்தன. உலகம் ஒரு தர்க்க ஒழுங்கில் மிகக் கவனமாக உருக்கொண்டிருப்பதைக் கண்டான். செயல்கள் எதுவும் தனிச் செயலானவையல்ல. அவை முடிவுற்றே நடைபெறுகின்றன என்பதை அவன் அறிந்துகொண்டுவிட்டான். தேசத்தினைவிடவும் வெளிகளிலும் ஆள் அரவம் தீண்டாத மலையோரங்களிலும் அவன் சுற்றி வந்துகொண்டேயிருந்தான்.

அவன் தேச காரியங்கள் எதிலும் ஈடுபாடு கொள்ளவில்லை. அவன் இந்த தேச நியாய காரியங்களினின்று வேறுபட்டு எதாவது ரிஷியைப்போல அலைவுற விரும்பினான். பால்யத்தில் இருந்தே அவனுக்கு விதுரனை மட்டுமே பிடித்தமானதாக இருந்தது. விதுரன் என்ற தகப்பனின் சூத சகோதரன் அவர்கள்மீது நெருக்கம் கொள்ளவே இல்லை. தனது மூத்த சகோதரனான திருதராஷ்டிரன் மீதான கசப்பு அவர் பிள்ளைகள்மீதும் சுரந்து கொண்டிருந்தது. விதுரனின் குடும்பம் நகரின் வெளி வளைவில் இருந்தது.

விதுரனின் மனைவியும் குழந்தைகளும் அரச நிழலினை விலக்கிய அன்றாட மனிதர்களாகவே இருந்தனர். தனது மகன் தன்னைப் போல ஒரு நியாய சாஸ்திரக்காரனாக உருவாக வேண்டும் என்பதில் விதுரன் அக்கறை கொள்ளவேயில்லை. அவன் குருவம்சத்தின் அரச குடும்பத்து மனிதர்களைத் தவிர வேறு எவரையும் நினைவு கொள்ளவேயில்லை. விதுரனின் பிள்ளைகள் அசப்பில் தகப்பனைக் கொண்டிருந்தார்கள். எல்லா சூதர்களையும் போலவே அவர்கள் அன்றாட பிரஜைகளைப்போல பசுக்களை, குதிரைகளைக் காப்பதிலே தங்கள் வாழ்நாளைச் செலவிட்டபடியிருந்தனர்.

விகர்ணன் விதுர புத்திரர்களோடு ஸ்நேகம் கொண்டான். விதுர புத்திரன் பிறப்பிலே அறிவுத்திறம் கொண்டவனாக இருந்தான். அவன் எப்போதும் இறுக்கமானவனாகவும் எவரோடும் இயல்பாகப் பேச இயலாதவனாகவும் இருந்தான். அவனுக்குத் தகப்பனின்மீது மரியாதை இருந்த அளவில் அவரது தர்க்கங்களில் ஆர்வமில்லை. தன் தகப்பன் தன்னை ஒடுக்கிக்கொண்டு உயிரற்ற நிழல்போல அலைவது அவனுக்கு விருப்பமானதாகயில்லை.

அவன் அரசவம்சத்து மனிதர்களையே வெறுத்தான். இந்த தேசம் அவர்களின் பகடை பணயமென மாற்றப்பட்டு இருப்பதையும் யாவரையும் அதிகாரத்தின் வன்கரங்கள் பற்றி இருப்பதையும் விட்டு

விலகிப் பாடியபடி அலையும் ஒரு சூதனைப்போல இடம்விட்டு இடம் அலைய விருப்பமுடையவனாயிருந்தான்.

தனது தகப்பன் தன்னையும் தனது சகோதரர்களையும் விடவும் குந்தியின் புத்திரர்களான ஐந்து பிள்ளைகளோடு இணக்கம் கொண்டிருந்ததையும் அதிலும் குறிப்பாக மூத்த பாண்டவரான யுதிஷ்ட்ரனோடு மிகுந்த அன்பும் நெகிழ்வும் கொண்டவராக இருந்ததை யாவரும் உணர்ந்திருந்தனர். யுதிஷ்ட்ரன் தன்னையும் சகோதரர்களில் ஒருவனாக நடத்துவதில் விதுரனின் மகனுக்கு ஒப்புதல் இல்லை. விலகலே இருந்து வந்தது.

விகர்ணன் தன்னைப்போலவே குணங்களும் இயல்பும் கொண்ட விதுரனின் பிள்ளையோடு ஸ்நேகம் கொண்டான். அவர்கள் பரஸ்பரம் விவாதித்தபடியே உலகின் நியதிகளின் வழிமுறைகளை பரிசீலித்துக் கொண்டேயிருந்தார்கள். விகர்ணனும் விதுரனின் மகனும் நதிக்கரையில் அலைந்தபோது அவர்களின் பேச்சு நிகழ்வுகளின் தொடர்ச்சியைப் பற்றியதாக அமைந்தது விகர்ணன் நிகழ்ச்சியின் சுழல் நம்மைச் சுற்றிப் பிடித்திருப்பதாகச் சொல்லியபடியே வந்தான். ஒரு நிகழ்வு அதன் ஓராயிரம் கிளை வெடித்துப் பெருகி திரும்ப கிளைத்துக் கொண்டேயிருப்பதை அவன் காண்கிறானா எனக் கேட்டான்.

விதுரனின் மகன் இவை யாவும் ஞாபகம் செய்யும் தந்திரங்கள் என்றும் தொடர்ச்சி என்பது மனம் கண்டுபிடித்த விசித்திரமான பொய் என வாதிட்டான். அவர்கள் பேசியபடி இருந்தபோது குனிந்து விதுரனின் மகன் ஒரு ஓட்டுச் சில்லை எடுத்துக் காற்றில் வீசினான். அது சுழன்று சுழன்று திசைமாறி ஏதோ ஒரு இடத்தில் வீழ்ந்து நிசப்தித்தது.

விகர்ணன் அந்தக் காட்சியில் தன்னை மறந்தவனாக ‘நான் சொன்னதன் நிர்தாட்சண்யம் இதுதான். நீ வீசி எறிந்த ஓட்டுச்சில் உன் கையில் இருந்து விலகி சுழன்று சுழன்று ஏதேதோ அதிர்வுற்று எங்கோ மோதி சமன்கொண்டது. ஆனால் அது சமன்கொண்ட இடத்தில் இருந்த இயல்பு குலைந்து பிறிதொரு சமன் குலைவு ஏற்பட்டிருக்கும். ஒரு ஓட்டுச் சில்லின் விடுபடலில் உலகியலின் இயக்கம் யாவுமே கதிமாற்றம் கொண்டுவிடுகிறது. இது ஒரு பிரபஞ்ச இயக்கம்.’

விதுரனின் மகன் தனது ஸ்நேகிதனின் ஆர்வம் கண்டு வியப்புற்றவனாக வந்தான். அவர்கள் பின் எதையும் பேசிக் கொள்ளவில்லை.

பகடையாடித் தோற்ற பொருட்கள் யாவும் தனது சகோதரர்கள் வசமாகி இருந்தன. விகர்ணன் அந்தப் பகடையாட்டத்தின் விபரீதத்தினை முன் உணர்ந்தான். ஐந்து சகோதரர்களின் மனைவியான பாஞ்சாலியை தனது சகோதரன் சபைக்கு அழைத்துவந்ததைக் கண்டதுமே அவனுக்கு இதன் பிந்தைய நிகழ்வுகள் மனதில் சரிவுற்றுத் தொடர்ச்சியாக விரிந்தன. அவன் முதன்முதலாக தான் விலக்கப்பட்ட மனிதன் என்பவன்போல தனது மூத்த சகோதரனான துரியோதனனுக்கு எதிராகக் குரலை உயர்த்திப் பேசினான். அவனது தர்க்கம் பீறிட்டது. சபை அவன் குரலுக்குரியதாகயில்லை. அவர்கள் வேட்டையின் உச்ச நிலையைக் கொண்டிருந்தார்கள். தங்கள் கண்முன் அவமதிக்கப்பட்ட ஸ்த்ரீயைக் கண்ட விகர்ணன் அரண்மனை விடுத்து விலகிப் போனான்.

~

ஒரு ஸ்த்ரீயின் அவமானம் ஏற்படுத்தப்போகும் பின் நிகழ்வுகளால் அவன் மனம் நிரம்பியபடியிருந்தது. அவன் தனது ப்ரிய ஸ்நேகிதனான விதுரனின் மகனோடு யாவையும் பேசித் தீர்த்தான்.

நூறு சகோதரர்களில் ஒருவனான அவன் தேசத்தினை விடுத்து சூதனாக தானும் அலைய இயலாதா என ஏக்கம் கொண்டான். விதுரனின் மகன் சொன்னான்.

‘விகர்ணா, நீ ஒரு பளிங்கினைப்போல யாவையும் பிரதிபலித்துக் கொண்டேயிருக்கிறாய். நீ உன் துக்கத்தில் இருந்து தப்பித்துக் கொள்ள முடியாது.’

விகர்ணன் என்ற துரியோதன சகோதரர்களில் ஒருவன் மட்டும் யுத்த நாட்கள்வரை கசப்பை ருசித்தபடியே இருந்தான். நிகழ்வு விருப்பப்படி நடப்பதில்லை, நாம் சூதால் விழுங்கப்படுகிறோம் என்பதை அறிந்தவனாக.

~

ஐரா

தனது வில்லில் நாண் ஏற்றியபடி வேட்டையில் அலைந்து கொண்டிருக்கிறான் ஐரா. அவன் கண்கள் இலையின் அசைவைக் கண்டபடி இருக்கின்றன. அவன் மான்களை விடவும் மூர்க்க வன

விலங்குகளை வேட்டையாடவே விரும்புபவனாக இருந்தான். அவனது கொதிப்பை சாந்தம் செய்யும் ஒரே ஆறுதலாக வேட்டை மட்டுமே மிஞ்சியிருந்தது. தான் விருஷிணிகளில் ஒருவன். அதிலும் வசுதேவ குடும்பத்தவன் என்றபோது அவனுக்கு பிறப்பின் வழியே எந்த சுகசெல்வங்களும் கிடைக்காமல் போனதற்கு வசுதேவ கிருஷ்ணனும் அவன் சகோதரர்களும்தான் காரணம் எனக் காத்திருந்தான். ஜரா கிருஷ்ணன் எனக் கொண்டாடப்படும் வசுதேவனின் ஒன்றுவிட்ட சகோதரனாகவே பிறந்திருந்தான். பிறப்பில் ஏற்பட்ட வர்ணக் கலப்பு அவனை விருஷிணிகளின் வம்ச சுத்தத்தில் சேர்ந்து கொள்ளாமல் விலக்கியது. அவன் தன் உரிமை களைக் கோரி கோபம் கொள்ளும்போதெல்லாம் வசுதேவனின் கூட்டம் அவனை அடக்கிவிடும். அவன் காத்துக் கொண்டேயிருந் தான். தனது அவமதிப்பை தனிமையையும் உண்டாக்கிய கிருஷ்ணனோடு சமர் செய்வதற்காக. ஆனால் எதிர்கொள்வது எளிதல்ல எனவும் புரிந்து பிறகு அவன் வீழ்ச்சியுறும் காலத்திற்காகக் காத்திருந்தான். போகத்தில் சுகிக்கும் வசுதேவன் தன்னிலை அற்ற சமயத்திற்காகக் காத்திருந்தான். மரத்தடியில் படுத்திருப்பது மிருகமல்ல, மனிதன்தான் என்பது அவனது அசைவிலே தெரிந்துவிட்டது. மூச்சு சப்தத்தை உன்னிப்பாய்க் கேட்டான். களைப்பும் அசதியும் உற்ற மனிதனின் மூச்சாக இருந்தது. அது கிருஷ்ணன்தான் எனத் தெரிந்து கொண்டவன், தனது நெடும் கோபம் மீற அஸ்திரத்தை எடுத்து நாண் ஏற்றினான். வலது கால் அசைந்து கொண்டேயிருந்தது. உள்ளங்காலில் வெண்மை கசிந்து கொண்டிருந்தது. தன் இலக்காக அதையே கொண்டான். அஸ்திரம் வில்லில் இருந்து விடுபட்டது. நிமிஷ நேரத்தில் அது இலக்கைத் துளைத்தது. வேதனையின் சப்தமில்லை. பயத்தோடு இன்னொரு அம்பை எடுத்துக்கொண்டு அருகாமை போனபோது வசுதேவ கிருஷ்ணன் இறந்து கிடந்தான். ஜரா தனது வில்லை வீசி எறிந்தபடி கானகத்தின் அடர்ந்த இருளில் யாரும் தன்னைப் பற்றிவிடக் கூடாதே என்ற பயம் மீற ஓடிக்கொண்டேயிருந்தான்.

~

9

வணிகன் வீட்டில் விந்தையான ஒரு குழந்தை பிறந்திருந்தது. நெடுநாட்களாக தனது பூர்வ தெய்வங்களை வணங்கி வந்ததால் அக்குழந்தை பிறந்திருப்பதாக வணிகன் சொன்னான். அக்குழந்தையின் வியர்வை, எச்சில், மூத்திரம் யாவும் சொர்ணமாக உமிழ்ந்தது. அந்த வணிகன் தனது குழந்தையின் வழி உருவான தங்கத்தால் தனது வீட்டின் கூரைகள் முதல் வாசல் வரை தங்கத்திலே வேய்ந்தான். பண்டபாத்திரங்கள், ஆபரணங்கள், ஆயுதங்கள் என யாவும் சொர்ணமயமாயின. அந்தச் சிறுவனுக்கு சொர்ண வியர்வை சுரந்ததும் அதை ஒற்றி எடுக்க சேடிகள் காத்திருந்தார்கள். வணிகனின் வீட்டில் சொர்ணம் நிரம்பி வழிந்தது. கள்வர்களில் சிலர் அந்தக் குழந்தைக்கு சொர்ண ரேகை ஓடுகிறதென முடிவுற்று, அதை ஒரு இரவில் தூக்கிச் சென்று தங்கள் பொருட்களை சொர்ணமாக்கச் செய்தபோது, குழந்தை பசியால் கூக்குரலிட்டு அழுதது. உடலில் தங்கமிருக்கக் கூடுமென்று பிளந்து பார்த்தபோது அது மரணமுறவே தூக்கி வீசிப் போனார்கள். வணிகன் தனது புத்திரன் இறந்த சோகம் தாளாது நெருப்பில் வீழ்ந்துபோனான். ஆனாலும் எச்சிலால் தங்கம் உமிழ்ந்த அந்தச் சிறுவனைப் பற்றிய விந்தையான சேதிகள் நாடெங்கும் பரவியபடியிருந்தன.

- சொர்ண உமிழ்கை

உப பாண்டவர்களைத் தேடி

பனை ஓலையால் கிளிகள் செய்யும் ஒருவன் நான் கடக்க இருந்த நதியில் படகிற்காக தானும் காத்திருந்தான். அவன் கைகளில் விதவிதமான ஓலைக்கிளிகள் இருந்தன. அவற்றைக் கண்டதும் குழந்தைகள் கொள்ளும் குதூகலம் அந்த மனிதனிடமே கூடியிருந்தது. அவன் முதுகில் தொங்கிய பிரம்புக் கூடையில் நிறைய பனைக் கீற்றுகளை நறுக்கி வைத்திருந்தான். இந்த நதியைத் தாண்டிப் போனால் எண்ணிக்கையற்ற சிறு கிராமங்கள் தென்படு கின்றன. நதியில் சிறிய பரிசலை ஓட்டிப் பிழைப்பவர்கள் மிதந்து கொண்டிருந்தார்கள். அவன் படகில் ஏறியபோதும்கூட தனது கைகளால் பனையை நறுக்கி வளைத்து கிளி வடிவமாக்கிக் கொண்டிருந்தான். நிஜக் கிளிகளைப் போலவே கொண்டை கொண்ட அக்கிளிகள் சப்தமிடாது கூடையில் நிரம்பின. அவன் கிளிகள் செய்வதை நிறுத்திவிட்டு வளைய வளையமாக ஐந்து வளையம் இணையும் ஒரு மாலைபோன்ற கோர்வையை செய்து வரத் துவங்கினான். அது என்ன வகையான விளையாட்டுப் பொருள் எனக் கேட்க இதன் பெயர் பாண்டவம் என்றும் பிரிக்க முடியாத ஐந்து வளையங்கள் இவை என்றான். என் கைகளில் வாங்கிப் பார்த்தேன். அவன் சொன்னதுபோல ஒன்றை ஒன்று பிரிக்க முடிய வில்லை. ஆனால் தனித்தனியாக ஒவ்வொன்றும் சுழலுவதாக இருந்தது. ஓலைக்கிளி செய்பவன் இந்த விந்தையைப் பற்றி வியப்புக் கொள்ளாமல் பெருமூச்சிட்டான். எங்கள் படகில் இருந்த வயதான ஒருவர் பேசத் துவங்கினார். பாண்டவம் என்ற அந்த வளையம் அதன் ஊடே உள்ள புலப்படாத மற்றொரு கீற்றால்தான் வளையமிடப்பட்டிருக்கிறது என உருவிக் காட்டினார். ஐந்து தனி

வளையங்களாக வந்துவிட்டன. ஓலைக்கிளி வைத்திருப்பவன் சிரித்தான். இங்கு மட்டுமல்ல ராஜ்ஜியத்திலும் இதுதானே நடக்கிறது. யாரும் பதில் பேசவில்லை.

முதியவர் தன்னோடு ஒரு சிறுமியையும் சிறுவனையும் எங்கோ அழைத்துக்கொண்டு போகிறவராக இருந்தார். ஓலைக்கிளி விற்பவன் அவர்கள் யாரெனக் கேட்க தனது தங்கையின் பிள்ளைகள் என்றும் தாய் தகப்பன் இருவரும் பிழைப்பின் பொருட்டு தொலை தூரம் போய்விட்டதால் தானே வளர்ப்பதாகச் சொன்னார். ஏக்கம் படிந்த முகத்தோடு உள்ள குழந்தைகளைக் கண்டதும் கிளிக்காரன் குழந்தைகளைவிட்டு ஏன் பெற்றவர்கள் போகிறார்கள் எனக் கேட்டதற்கு தேசத்தைப் பிடித்த சாபம் நம்மை மட்டும் விட்டு விடுமா என வயசாளி புலம்பினார். அவன் பதில் பேசவில்லை. தேசத்தை என்ன பற்றிக் கொண்டுள்ளது எனக் கேட்டதும் கிளிக்காரன் உபபாண்டவர்கள் என்ற பாண்டவர்களின் ஐந்து பிள்ளைகளும் தாய்மாமனால் வளர்க்கப்படுவதைச் சொன்னான். நதியில் படகு செல்லச் செல்ல அவன் குரல் வளையமிட்டபடி ஏதேதோ சொல்லத் துவங்கியது.

~

யுதிஷ்ட்ரன் இரவின் பின்பொழுதுகளில்தான் அவளது அறைக்கு வந்து சேருகிறான். கிருஷ்ணை விழித்துக் கொண்டேயிருப்பாள். அறையில் எரியும் சுடர்களின் நிசப்த மொழியைக் கேட்ட படியிருக்கும் அவள் மிக தனிமையோடிருந்தாள். யமுனை நதியிலிருந்து கிளை பிரியும் நீர்வழியொன்று அவர்களின் அரண்மனை உட்புறமாகச் சுழன்று நீராடும் குளத்தை நிறைக்கிறது. அதில் தனது கூந்தலை நறுமணமிட்டபடியே நின்றிருப்பாள். பதினாறு வகையான கேச திரவியங்களைக் கைகளில் ஏந்திய பெண்கள் வாசமூட்டிக் கொண்டிருப்பார்கள். வஸ்திரங்களும் நறுமணமூட்டும் பூக்களும், சந்தனப்பூச்சும் மை தீட்டலுமாக அவள் அறையில் தயாராகியிருந்தபோது இரவு துவங்கியிருக்கும். அவள் குதிரைகளின் சப்தத்தைக் கேட்டுக் கொண்டபடியிருந்தாள். நாழிகைக்கு ஒரு பானம் தரும் தோழி ஒருத்தி கையில் துளசி இலையும் இனிப்பும் கலந்ததொரு பானத்தைக் குடிக்கத் தருவாள். மெல்லிய துவர்ப்பை ருசித்தபடியே காத்துக் கொண்டிருப்பாள் கிருஷ்ணை.

முதன்முறையாக கிருஷ்ணை கர்ப்பிணியாகியிருந்தாள். அவள் உடல் வெளிறிக்கொண்டே வந்தது. பாதங்கள் இயல்பைவிட

கனமாகின. அவள் தனது கர்ப்பத்தில் வளரும் சிசுவின் அசைவில் லயித்தபடி காத்திருப்பாள்.

யுதிஷ்ட்ரன் தான் முன் அறிந்த திரௌபதிதான் இவளா என்பதுபோல வியப்பு கொண்டவனாகியிருந்தான். நெருப்பைப் போலவே வேகமும் வசீகரமும் கொண்ட திரௌபதி, யுதிஷ்ட்ரன் மாலை நேரங்களில் அறைக்கு வரும்போதெல்லாம் அவனோடு நியாய சாஸ்திரங்களை தர்க்கம் செய்பவளாகயிருந்தாள். அவளது வாதத்தின் கூர்முனை அவனைப் பலமுறை காயப்படுத்தியிருந்த போதும் யுதிஷ்ட்ரன் தன்னோடு வாதிக்கும் பெண், இயல்பைவிட மீறிய ஞானமுடையவள் என்பதைக் கண்டபடியிருந்தான்.

கர்ப்பம் அவளை மெல்ல உருமாற்றியிருந்தது. அவள் சுபாவமே மாறிக் கொண்டிருந்தது. குரலில்கூட அவள் அறியாத இழைவு தெரிந்தது. உடலின் வடிவே மாறியிருந்தது. அவள் பரிகாசம்கூட முன்னைவிட இப்போது வெகுவாக வசீகரித்தது. ஆனால் அந்த தர்க்கம் செய்கின்ற திரௌபதியைத்தான் யுதிஷ்ட்ரனுக்குப் பிடித்திருந்தது. இவள் தனது மனைவியின் மறுஉருவமோ எனப் பார்த்துக்கொண்டிருந்தான். முந்தைய நாட்களைவிடவும் அவள் இப்போது தனது பேச்சை மிகச் சுருக்கி விட்டாள் என்பதும் அவள் ஏதோ பயத்தின் ரேகையோடியவளைப்போல அவனை அணைத்துக் கொள்வதையும் காணும்போது யுதிஷ்ட்ரனுக்கு வியப்பாக இருந்தது.

திரௌபதி அலங்கரித்துக் கொண்டேயிருந்தாள். வெவ்வேறு வாசனைகளாலும் முத்து மாலைகளாலும் இசையாலும் தனது உருவினை சுற்றுப்புறத்தை மாற்றிக்கொண்டேயிருந்தாள். எல்லா அலங்காரங்களையும் மீறி அவளது மனதின் பயம் தனியாகக் கசிந்து கொண்டேயிருந்தது. அவள் இப்போது யுதிஷ்ட்ரனிடம் ஒரு தாதியைப் போலதான் நடக்கிறாள் என்பதை உணர்ந்து கொண்டிருந்தாள்.

திரௌபதி தனது சயன அறையில் யாரிடமோ பேசுவதுபோல தனக்குள்ளாகவே பேசிக்கொண்டிருந்தாள். அவளது சிசு ஜனிக்க இருந்த நிமிஷம்வரை கணித்துவிட்டான் சகாதேவன். அவனது மனம் நடக்கப்போவதை முன் அறிந்துகொண்டேயிருந்தது.

திரௌபதி தன் மனதிற்குள் நடுங்கிக் கொண்டேயிருந்தாள். அவளது கண்கள் சோர்வுற்றிருந்தன. பாண்டவர்களின் தாயான குந்தி அவளின் அறைக்கு வந்திருந்தபோது அவளது நாசி அறையின் சுகந்தத்தை அறிந்தன. அவள் கிருஷ்ணையின் கைகளைப் பற்றியபடி சொன்னாள்.

'நீ குருவம்சத்தின் வாரிசைத் தரப்போகிறாய்.'

திரௌபதி அவள் கண்களை மட்டுமே பார்த்துக்கொண்டிருந்தாள். பதில் ஏதும் பேசவில்லை.

யுதிஷ்ட்ரனுக்கு ஆண் குழந்தை பிறந்திருந்தது. திரௌபதி தனது சிசுவினை அணைத்தபடி படுத்துக் கிடந்தாள். அது தன் கேசத்தில் விரலை நுழைத்தபடி வீறிட்டு அழுதது. நாடெங்கும் கொண்டாட்டம் ததும்பியது. தானம் தருவதற்காகப் பசுக்களும் தானியங்களும் வந்து நிறைந்து கொண்டிருந்தன. யுதிஷ்ட்ரன் தன் சாயல் கொண்ட அந்த சிசுவைப் பார்த்தான். அது அவனின் உதிர வடிவம். அவனது ஆசையின் பிறப்பு. அவள் யுதிஷ்ட்ரனைப் பார்த்த போது அவன் தனது சிசுவையே பார்த்துக் கொண்டேயிருந்தான். அவன் மனம் நெகிழ்வுற்று இருக்க வேண்டும்போல் இருந்தது.

யுதிஷ்ட்ரன் தனது மகனுக்கு பிரதிவிந்தன் எனப் பெயரிட்டு ஆயிரம் பசுக்களைத் தானம் செய்தான். அன்று நகரமெங்கும் இசைஞர்களும் பாணர்களும் நிரம்பியிருந்தனர். சிசு பிறந்த நாளில் இருந்தே தாயிடம் இருந்து தனித்து தாதிகளால் கவனிக்கப்பட்டு வந்தது. அவள் தனது சிசுவை தான் போஷிக்க வேண்டுமென்றவளாக தனது பிள்ளையை எடுத்துச் செல்லும் தாதிகளைத் தடுத்தபோது அவர்கள் இது குந்தி தேவியாரின் கட்டளை என அவளைப் புறக்கணித்து சிசுவை எடுத்துப் போனார்கள். அவள் தனிமையில் விசும்பிக் கொண்டேயிருந்தாள். ஒரு இரவில் குந்தி பாஞ்சாலியின் அறைக்கு வந்து சேர்ந்தாள். அவளோடு முகம் கொடுத்துப் பேசவும் மனமற்றவளாக இருந்த பாஞ்சாலியிடம் குந்தி பேசினாள்.

'அர்த்தமற்ற கோபம் கொள்ளாதே. நீ யுதிஷ்ட்ரனின் மனைவி மட்டுமல்ல, உன் சிசுவை நீயே பராமரிக்க. நீ பாண்டவர்களின் மனைவி, நீ உன்னுள் சுரந்து விம்மும் தாய்மையை அடங்கச் செய்துவிடு. நீ மற்ற நால்வரின் மனைவியாக வாழ வேண்டி யிருப்பவள். அவர்கள் உன்னை யுதிஷ்ட்ரனின் மனைவியாக ஒரு பிள்ளையின் தாயாக ஏற்றுக்கொள்ள இயலாது. நீ கன்னிமை கொள்ள வேண்டும்.'

திரௌபதி கோபமுற்றவளாகச் சொன்னாள்.

'கன்னிமை சிசுவறியாத நிலை. நான் யுதிஷ்ட்ரனின் மனைவியாகவே இருந்துவிடுகிறேன்.'

குந்தி அவளைத் தேற்றினாள்.

‘கன்னிமைக்கு நீ திரும்புதல் என்பது உன் ஞாபகங்களை நீயே அழித்துக் கொள்வதாகும். மறந்துவிடு. உன் சொப்பனத்திலிருந்து நீ விடுபடுவதில்லையா? அதுபோல நீ யுதிஷ்ட்ரனோடு வாழ்ந்தது, மகன் பிறந்தது யாவையும் மறந்துவிடு. நீ சுயம்வரத்திலிருந்து இப்போதுதான் கொண்டுவரப்பட்ட ருது ஸ்த்ரீ. அவ்வளவு மட்டுமே.’

திரௌபதி தனது இறுகிய குரலில் சொன்னாள்.

‘உடலில் ஓடும் ரத்தத்தின் பல்லாயிரம் கண்கள் யாவையும் கண்டிருக்கின்றன. ஞாபகத்தினை நான் அழித்துக்கொள்ள இயலாது.’

‘நீ பாண்டவர்களை ஒருவருக்கொருவர் விரோதம் செய்துகொள்ளத் தூண்டுகிறாய். நீ ஐவரின் மனைவி. இது உனக்கு விதிக்கப்பட்டது. நீ இதிலிருந்து மீளமுடியாது.’

குந்தி அந்த அறையைவிட்டுப் போனபோது திரௌபதி தனது சிசுவைக் கைகளில் ஏந்தி எவரும் பறித்துவிடாதபடி தீராத வெறி கொண்டாள். அறையின் நாலு திசைகளிலும் சிசுவின் அழுகுரல் கேட்டுக்கொண்டேயிருந்தது.

யுதிஷ்ட்ரன் அவள் அறைக்கு வருவதை நிறுத்தியிருந்தான். அவன், அவளது மௌனத்தின் வலியை முகம்கொள்ள முடியாதவனாகி இருந்தான்.

~

அவளை எல்லா நாட்களையும்போல அலங்கரிக்கும் ஸ்த்ரீகள் வந்து சேர்ந்திருந்தார்கள். கிருஷ்ணையின் உடல் திரும்பவும் தன் உருக் கொண்டிருந்தது. அவள் தனது சொப்பனத்திலிருந்து விடுபட்டவள் போல மயக்கமூட்டும் வாசனைத் தைலங்களில் மூழ்கிக் கொண்டிருந்தாள். சில நாட்களின் பின்னே அவள் பீமனின் மனைவியாகிவிடுவாள். யுதிஷ்ட்ரனைப்போல அல்ல பீமன், அவன் திரௌபதியை தன் உதிரம் பீறிட நேசிக்கின்றவன். தான் பீமனின் மனைவியாகவே வாழ்ந்துவிட முடியும் என்று மனதைத் திருப்பிக்கொண்டிருந்தாள்.

யுதிஷ்ட்ரன் தன் தாயைக் காண வந்திருந்தான். அவள் யுதிஷ்ட்ரனைக் காண விரும்பியிருந்தாள். அறையிலிருந்து தோழிப் பெண்கள் வெளியேறினர். குந்தி யுதிஷ்ட்ரனிடம் சொன்னாள்.

‘நீ கிருஷ்ணையின் அறைக்குப் போய் அவளோடு சமாதானம் கொள். நாளை அவள் பீமனுக்கு உரியவள். அவள் தனது குழந்தையைப் பறிகொடுத்தவளைப்போல விசனமுற்றிருக்கிறாள்.’

யுதிஷ்ட்ரன் சொன்னான்.

‘நான் அவளை நேர்கொள்ள முடியாது. அவள் என் துயரினைப் பீறிடச் செய்கிறாள். நான் என் குழந்தையோடு இந்த தேசம்விட்டு எங்காவது சென்றுவிடுகிறேன். தாயின் வெம்மையில்லாத குழந்தை மிகுந்த வேதனைக்குரியது.’

குந்தி அவனை ஆறுதல்படுத்தினாள்.

‘யுதிஷ்ட்ரா, நீ பெண்களை அறியாதவன். விருட்சம் பூப்பதைப் போலதான் அவர்கள் குழந்தைகளைப் புஷ்பித்துக் கொண்டிருப் பார்கள். மரத்தோடு பூக்கள் இருந்துகொண்டேவா இருக்கும்? அவை காற்றோடும் மண்ணோடும் பறிப்பவர் கையிலும் சென்று சேர்வதில்லையா..? எந்தச் செடியும் தனது பூக்களைத் தானே வைத்துக் கொள்வதில்லை. பூப்பதை தனது இயல்பாகவே செய்கின்றன.’

யுதிஷ்ட்ரன் தாயின் முகத்திற்கு எதிராகவே பேசினான்.

‘என் குழந்தைக்கு இனி தாயில்லை. தகப்பன் மட்டும்தானா...?’

குந்தி அவனை எதிர்கொள்ளாமலே சொன்னாள்.

‘இந்தக் குழந்தை இங்கேயிருக்கும்வரை அதன் ஞாபகம் உங்களைச் சுற்றிக் கொண்டேயிருக்கும். தனது குழந்தையின் வாசனையை அறிந்தால்கூட கிருஷ்ணை உருமாறிவிடுவாள். யுதிஷ்ட்ரா, நீ உன் மகனை எனக்கு தந்துவிடு. நான் உனது மகனின் தாய்.’

அவன் பதில் ஏதும் பேசாமல் திரும்பிப்போயிருந்தான். சில நாட்கள் பிந்தைய பகலில் கிருஷ்ணை யுதிஷ்ட்ரனின் அறையிலிருந்து மாறி பீமனின் அறைக்குப் போய்விட்டாள். அதே மாளிகையின் வலப்புறமாக அவளது அறையிருந்தது.

திரௌபதி தனது சகோதரனை நீண்டநாட்களுக்குப் பின் பார்க்கிறாள். அவன் தானும் வேதனையுற்று இருப்பதை மறைத்தவ னாக பீமனோடு விருந்து புசித்துக்கொண்டிருந்தான். பீமனின் அறைகள் விசாலமாக இருந்தன. ருசிமிக்க பதார்த்தங்கள் நிறைந்திருந்தன. கிருஷ்ணை நிறைய பூக்களைச் சூடியிருந்தாள். அவள் கண்கள் சகோதரன் தன்னோடு பேசவிரும்பும் ஏக்கத்தினைக்

கண்டுகொண்டேயிருந்தன. பீமன் திருஷ்டத்யும்னனோடு மல்யுத்தம் பற்றி பேசிக் கொண்டேயிருந்தான். உற்சாகமற்ற உரையாடல் நீண்டு கொண்டேயிருந்தது. தனது சகோதரியின் பொருட்டு கொண்டுவந்திருந்த முத்து மாலையையும் வஸ்திரங் களையும் தந்துவிட்டுப் புறப்படும்போது சொன்னான்.

'பிரதிவிந்தன் இனி எனது மகன். நான் கொண்டுசெல்கிறேன். நீ யாவும் மறந்துவிடு.'

அவள் பிரிந்துசெல்லும் சிசுவின் நினைவு மேலிட தனது சயன அறைக்குச் சென்று விசும்பிக் கொண்டிருந்தாள். ஏதோ பேச முடியாது விசும்பும் கிருஷ்ணையினை ஆறுதல்படுத்தத் தெரியாத பீமன் அவள் கைகளைப் பற்றிக்கொண்டு முத்தமிட்டபடி ஏதேதோ சொன்னான்.

யுதிஷ்ட்ரன் தனது சயன அறையை மூடிவிட்டான். அது ஒரு ஞாபகக் கூண்டினைப் போலாகிவிட்டது. கிருஷ்ணையின் கேலியும், தர்க்கமும் அங்கே சிதறிக் கிடக்கின்றன. சதா நறுமணமூட்டிய அறைச் சுவர்கள் கருமையேறி உள்ளன. சிசுவின் குரல் அறையின் காற்றில் படிந்துள்ளது. அந்த விளக்குகளில் மினுக்கம் யாவும் அறிந்தே தொடர்கின்றன. யுதிஷ்ட்ரன் தன்னை ஒடுக்கிக்கொண்டு விட்டான்.

நியாய முறைகளும், தேசப் பரிபாலனங்களும் மட்டுமே அவன் கவனத்தில் இருந்தன. அவன் அதே அரண்மனையின் வலப்புறத்தில் பீமனின் அறைகளுக்குள் சிரிப்புக் கொள்ளும் திரௌபதியைக்கூட விலக்கியபடியே வந்தான்.

பீமனின் குழந்தைக்கும் அவள் தாயானாள். பீமன் தனது நாட்கள் கடந்து போனதே என மீறிய ஏக்கத்தோடு சுதசோமன் என்ற தன் குழந்தையைப் பார்த்துக் கொண்டேயிருந்தான். தனது வலிய ஸ்த்ரீயான இடும்பியின் பிள்ளைபோல அல்ல இவன். மெலிவான திரௌபதியின் சாயையையே கொண்டு சிசுவாக இருந்தான். தான் திரௌபதியை விட்டு தனிமையில் வாழ்ந்திட முடியாது என பீமன் தாயோடு விசும்பினான். அவள் பீமனைத் தேற்றினாள்.

எந்த மாறுதலும் இன்றி பீமனின் மகனையும் திரௌபதி சில நாட்களின் பின்பு பிரிந்துபோனாள். அது அவளுக்கு இரண்டாவது சொப்பனம்போல கலைந்துபோனது. தனது உதிரத் தொடர்பை விட்டுத் தராத திருஷ்டத்யும்னன் சகோதரியின் குழந்தையைக் கொண்டுசென்றபடி பாஞ்சாலம் திரும்பிக் கொண்டிருந்தான்.

அர்ச்சுனனோடும், நகுல, சகாதேவர்களோடும் எனத் தனித்தனியாக வாழ்ந்து அவர்களின் கர்ப்பம் தாங்கி சுருத கீர்த்தி, ஸ்தானிகன், சுருத சர்மா என மூன்று பையன்களையும் பெற்றவளாகத் தனித்திருந்த போது, அவள் இனி தான் எவரின் மனைவியும் அல்ல, ஐவரின் தாய் என்பது மட்டுமே நினைவில் கொண்டாள்.

பாஞ்சாலியின் ஐந்து பிள்ளைகளும் தாய்மாமன் வீட்டில் வளர்க்கப்பட்டனர். அவள் தன் பிள்ளைகளைக் காண்பதற்காக வந்திருந்தாள். உருவ சாயல் கொண்டபோதும் தகப்பனைப்போல இல்லாது பெண் அமைப்பைப்போல உடல் கொண்ட அந்தச் சிறுவர்கள் தாயின் மணத்தையும் நெருக்கத்தையும் அப்போதுதான் உணர்ந்தார்கள். அவள் தன் பிள்ளைகளோடு சேர்ந்து உறங்கினாள். மிகுந்த ஆறுதலும் சாந்தியும் பெருகிய நாட்களாக இருந்தன அவை. இனி தன் பிள்ளைகளின் தாயாக மட்டுமே இந்திரப்பிரஸ்தத்தில் வாழவேண்டுமென முடிவு கொண்டவளாக இருந்தாள். தனது பிள்ளைகளோடு இந்திரப் பிரஸ்தம் திரும்பிய கிருஷ்ணையின் இயல்புகள் மாறியிருந்ததை அவர்கள் கண்டிருந்தார்கள். அவள் தனது அறையின் ஒரு புறத்தை எடுத்துக் கொண்டாள்.

நீண்டநாட்களுக்குப் பிறகு அவள் யுதிஷ்ட்ரனைக் காண வேண்டி வரச் சொல்லியிருந்தாள. யுதிஷ்ட்ரன் அவளை மிகத் தயக்கத்துடன் தான் சந்தித்தான். ‘நான் ஐவரின் தாய். நீங்கள் இனி உங்கள் பகுதியானவர்படி எவர் விரும்பினாலும் என் அறைக் குரியவராகலாம்.’

யுதிஷ்ட்ரன் ஒத்துக் கொண்டுவிட்டான். ஆனாலும் அவன் ஞாபகத்தில் அவள் ரணம் இருந்துகொண்டேயிருந்தது. யுதிஷ்ட்ரன் சொன்னான். ‘கிருஷ்ணை, நீ இனி எங்கள் ஐவரோடு சேர்ந்து இருந்தாலும் நீ விரும்பினால் மட்டுமே நாங்கள் உன் கணவராக இருக்க முடியும்.’

கிருஷ்ணை தன் இயல்பை ஒடுக்கிக் கொண்டுவிட்டாள். அவளிடம் துளிர்க்கும் வேடிக்கைகள் அடங்கிவிட்டன. அவள் தனது பிள்ளைகளின் வழியே உலகத்தினைக் காணத் துவங்கிவிட்டாள். அரண்மனையின் தூண்களுக்கு இடையே தனது பிள்ளைகள் கூச்சலிட்டு ஓடுவதைக் காண்பதும் அவர்கள் உறக்கத்தில் சிரிப்பதை அறிவதுமே அவளுக்குப் போதுமானதாகயிருந்தது.

~

யுதிஷ்ட்ரன் தவிர மற்றவர்கள் திரௌபதியைத் தவிர்த்தும் சில ஸ்த்ரீகளை மணந்து கொண்டார்கள். யுதிஷ்ட்ரன் தான் திரௌபதியின் கணவனாக மட்டுமே வாழ முடிவு கொண்டு விட்டான்.

அர்ச்சுனன் காமத்தால் வீழ்த்தப்பட்டிருந்தான். வசீகரமும் தாளமுடியாத இச்சையும் தூண்டக்கூடிய திரௌபதிக்காக அவன் காத்துக் கொண்டேயிருந்தான். திரௌபதி தனக்கு உரியவள் என்பதை அவன் மனம் அரற்றிக்கொண்டேயிருந்தது. அவள் பருவ காலத்தைப்போல சில நாட்கள் தன்னிடம் தங்கிப் பிரிந்து போனதன் வேதனை அவனால் தாங்கிக்கொள்ள முடியாமல் இருந்தது. அவன் திரௌபதியிடம் இருந்து விடுபட விரும்பினான். அவளின் தொலைவு எதிர்கொண்டபடியிருக்கும் வரை தனது தாபம் எரிந்துகொண்டே இருக்கும் என்பதால் அதை முறித்துவிட விரும்பினான்.

நீண்ட பகலில் அவன் மிதமிஞ்சிக் குடித்தவனாக இருந்தான். பெண்களின் நடனமும், இசையும் அவனைத் தூண்டிக்கொண்டே இருந்தன. வெயில் திடீரென மறைந்து வானம் மூடிக்கொண்டு காற்றோடு மழை கடந்துபோனது. அர்ச்சுனன் தனது குதிரைகளோடு வெளியே புறப்பட்டான். மழையின் சீற்றத்திற்குள் சுற்றியலைந்தவனாக தனது மோகத்தின் வெம்மையைத் தணிக்க முயன்று தோற்று அரண்மனை திரும்பியபோது மெல்லிய மஞ்சள் வெயிலடித்துக் கொண்டிருந்தது. அறைக்குள் எவரோ நடந்து செல்வதுபோல வெயிலின் நடமாட்டம் நீண்டுகொண்டிருந்தது. தாபம்மீறிய அர்ச்சுனன் யுதிஷ்ட்ரனின் அறையை நோக்கிப் போனான்.

சிரிப்பொலி... பகலில் யாரோடோ பேசிச் சிரிக்கும் சிரிப்பொலி கேட்டது. அது அவனை மிகுந்த இச்சையுள்ளவனாக்கிவிட்டது. யுதிஷ்ட்ரன் தனது அறையில் இல்லை என்பதை அறிந்தவனாக கிருஷ்ணையின் அறைக்குள் பிரவேசித்தான். அவள் சோழியாடிக் கொண்டிருந்தாள். சோழிகள் சிதறி வீழ்ந்தன. அவள் அர்ச்சுனனை எதிர்பார்க்க முடியாதவளாக அவன்மீது ததும்பும் ஆசையால் எழுந்து கட்டிக் கொண்டாள். அர்ச்சுனன் அவளை அருந்துவதுபோல மூர்க்கமாக ருசிக்கத் துவங்கினான். அவள் தன்னை இழந்து கொண்டேயிருந்தாள். அறையில் மழைக்குப் பிந்தைய காற்றின் குளிர்ச்சி நிறைந்து கொண்டிருந்தது. வேட்கையின் உச்சநிலையில் விழித்துக் கொண்டுவிட்டாள் கிருஷ்ணை. அவள் அர்ச்சுனனை விலக்கி நின்றபோது தன் கோபம்மீறிய அர்ச்சுனன் அவளைத் தன் வசமாக்கிட முயன்றபோது அவள் நிமிஷ நேரத்தில் யுதிஷ்ட்ரனின்

மனைவியாகிக்கொண்டு வருவதை உணர்ந்தவளாக தன் உணர்வு கொண்டு அவனை விட்டுப் பிரிந்து அவனைப் போகச் சொன்னாள். அர்ச்சுனன் தாபத்தின் மேலீட்டில் நின்றபோது யுதிஷ்ட்ரன் தன் அறைக்குத் திரும்பியிருந்தான். அர்ச்சுனன் வெளியேறிக் கடந்துவிட்டான். யுதிஷ்ட்ரன் கிருஷ்ணையின் அறைக்குச் சென்ற பிறகு அதே சிரிப்பொலி கேட்டது. அர்ச்சுனன் தான் இங்கிருந்து இனி விடுபட்டு அலைய வேண்டுமென விரும்பியவனாக அவன் யுதிஷ்ட்ரனின் அறைக்குள் பிரவேசித்தான்.

சோழிகளைக் கைகளில் உருட்டிய யுதிஷ்ட்ரன் சலனமற்றவனாக சகோதரனிடம் என்ன தேவையெனக் கேட்டபோது அவன் தனது அஸ்திரங்களைத் தேடுவதாகச் சொல்லி கிருஷ்ணையை நேர்கண்டான். அவள் சலனமற்று இருந்தாள். அர்ச்சுனன் அன்றே விடுபட்டு ஊரைப் பிரிந்து சென்றான்.

~

அர்ச்சுனன் பெண்களை அறிந்தபடி போய்க்கொண்டிருந்தான். அவனின் தாபகரம் அடங்கவேயில்லை. அவன் நாககன்னிகையான உலூபியை, சித்ராங்கதையை என அறிந்து மீண்டபோது ஒரு முதலைக்கூட அவன் தீண்டுதலில் பெண்ணாக உருக்கொண்டது. அவன் தனது விருப்பத்திற்குரிய ஸ்நேகிதனும், தாய்மாமனுமான கிருஷ்ணனைக் காணவேண்டி துவாரகைக்குச் சென்றபோது சுபத்ரையைக் கண்டான். சுபத்ரா பனியைப்போல மிருதுவும் வெண்மையும் கொண்டிருந்தாள். அவளது வசீகரம் ஒரு ஸ்படிகமென ஒளிர்ந்து கொண்டேயிருந்தது. கிருஷ்ணன் சுபத்ரையைத் தூக்கிச் செல்லும்படி சொல்லியபிறகு அர்ச்சுனன் அவளிடமிருந்து மீள முடியாதவனாக இருந்தான்.

சுபத்ரை அர்ச்சுனனிடம் சொன்னாள். ‘நான் உங்கள் ஒருவருக்கு மட்டுமே மனைவியாக இருப்பேன்.’

அர்ச்சுனன் தனது பயணத்தில் கிடைத்த பெண்களோடும், அஸ்திரங்களோடும், பொருட்களோடும் இந்திரப்பிரஸ்தம் திரும்பியபோது பாஞ்சாலியிடமிருந்து விடுபட்டிருந்தான். காலம் சுழன்று திரும்பியது.

யாவற்றையும் சூதில் இழந்தபின்னர் அவர்களிடம் மிஞ்சியது குழந்தைகள் மட்டுமே. அதைப் பணயமாக வைத்து ஆடுவதை நினைக்கக்கூட எவரும் தயாராகயில்லை. யாவற்றையும் இழந்தனர். அவமானத்தாலும், தீராத வேதனையாலும் நிரம்பிய கிருஷ்ணை

ஐவரையும் மீட்டு வந்தாள். அவர்கள் திரும்பவும் தங்களைத் தோற்றுப் போகச் செய்தனர். அவர்கள் வனவாசம் செல்வதென முடிவான பின்னாளில் தன் குழந்தைகளை அவள் தனது சகோதரனிடத்து அனுப்பிவிட்டாள். அவர்கள் தங்கள் சொந்த வீட்டிற்குத் திரும்புவது போலவே வில்லாளியும் வீரனும் தாய்மாமனுமான திருஷ்டத்யும்னன் வீட்டிற்குச் சென்று சேர்ந்தார்கள்.

கிருஷ்ணன் நீண்ட நாட்களுக்குப் பிறகு பாண்டவர்களின் அந்த ஐந்து சிறுவர்களையும் பார்த்துக் கொண்டிருந்தான். கிருஷ்ணனின் மகன் பிரத்யும்னன் உள்ளிட்ட அரச குமாரர்கள் திருஷ்டத்யும்னனிடம் தனுர் வேதம் அறிந்து கொண்டிருந்தார்கள். தாயைக் கொண்டிருந்த அந்த ஐந்து சிறுவர்களும் பாண்டவர்களைப் போலன்றி தனி நபர்களாகவே இருந்தனர். ஒவ்வொருவரும் தனி இயல்பும் குண வேறுபாடுகளும் கொண்டிருந்தனர். அவர்கள் அஸ்திரப் பயிற்சிகளிலும் குதிரை ஏற்றங்களிலும் ஈடுபாடு கொண்டவர்களாக இல்லை. பண்டிதர்போல மந்திரங்களைக் கற்றுக்கொள்ளவும், நியாய சாஸ்திரங்கள், சூத்திரங்களை அறிவதிலுமே ஆர்வம் கொண்டிருந்தனர். அவர்கள் பீஷ்மனை விடவும் விதுரனையே தங்களின் விருப்பத்திற்குரிய தாத்தாவாகக் கொண்டிருந்தார்கள். விதுரன் அவர்களின் பாண்டித்தியம் அறிந்து ஆசைதீர பாராட்டும் போதெல்லாம் திருஷ்டத்யும்னன் கோபம் கொண்டான்.

'இவர்கள் பண்டிதர்களாகி வேதம் சம்வாதம் என வளர்ந்து விட்டால் பின் க்ஷத்திரியர்களாக எப்படி இருப்பது..? என் சகோதரியின் புத்திரர்கள் எவருக்கும் வில்லை ஏந்தும் பலம்கூட இல்லையே...'

விதுரன் அவனைச் சாந்தம் கொள்ளச் செய்வான். 'அவர்கல் தனது மனதால் வளர்கிறார்கள். உடலால் அல்ல. அது அவர்களை நீ நினைப்பதைவிடவும் வலியவர்களாக்கும்.'

அந்தச் சிறுவர்கள் தாய்மாமனின் ஆசைக்கும் விலக்க முடியாத கட்டுப்பாட்டிற்கும் உட்பட்டவர்களாக தொடர்ந்து அஸ்திரம் பயின்று கொண்டிருந்தார்கள். கிருஷ்ணன் அவர்கள் யாவரிலும் ஒரு பெண் அம்சம் ஓடுவதைக் கண்டபடி தானே சிரித்துக் கொண்டான்.

பீமன் தனது மகன் சுதசோமனைக் காண வந்திருந்தான். தன்னை விடவும் தனது புத்திரன் பலசாலியாகவும் கதாயுதத்தில் பெரிய வீரனாகவும் வளர்க்கப்பட வேண்டும் என்ற ஆசை அவனிட

மிருந்தது. அவன் திருஷ்டத்யும்னனின் அரண்மனைக்குள் வந்து விருந்துண்டு மகனைக் காணப் போனபோது அதில் தன் மகனை அவன் அடையாளம் கண்டபோது மற்ற சிறுவர்கள் வெட்க மடைந்தனர்.

பீமன் தன் மகனை தனது தொடைகளில் ஏறி அமரச் சொன்னான். அது அந்தச் சிறுவர்களுக்கு மிக வேடிக்கையாக இருந்தது. அவன் தனது மகனின் புஜபலத்தை அமுக்கியபோது உடலில் சதைப்பற்றே இல்லாததைக் கண்டான். எல்லாச் சிறுவர்களையும் போலவே தன் மகனும் அஸ்திரப் பயிற்சியில் மட்டுமே ஆர்வம் காட்டுவது ஏமாற்றம் தருவதாகவேயிருந்தது. அவன் மகனின் வயிற்றைப் பிடித்துப் பார்த்தான். பூஞ்சையாக இருந்தது. தனது கதாயுதத்திற் கான வாரிசு இவனல்ல என மனம் உடைந்தவனாக பீமன் அவனை விளையாட அனுமதித்தான். அவனோடு விளையாடும் சிறுவர்கள் பரிகசித்தனர். பீமன் திருஷ்டத்யும்னனிடம் சொன்னான்.

'இவன் கிருஷ்ணையின் மகன். என் மகனாக வளரவில்லை. இவனால் கதையை ஏந்துவதுகூட இயலாது.'

அவனது குரலில் ஒலித்த ஏக்கமும் வேதனையும் கண்ட திருஷ்டத்யும்னன் பரிகாசம் செய்தான். 'சுதசோமனுக்கு ஓநாய் வயிறில்லையே...'

பீமன் தனது சகோதரர்களைத் தேடி திரும்பிப் போகும்போது தன் மகன் எல்லாச் சிறுவர்களையும் போலவே மெலிந்த சராசரியானவனாக இருப்பதன் வருத்தம் சீறிக்கொண்டேயிருந்தது.

~

கானகத்தின் பெருவெளியில் தன் மனைவியரோடு வந்திருந்தான் கிருஷ்ணன். பாஞ்சாலியும் கிருஷ்ணனின் மனைவியரான பாமாவும் ருக்மணியும் பேசிக் கொண்டிருந்தார்கள். எல்லா நாட்களையும் போல அர்ச்சுனனும் பீமனும் விலங்குகளை வேட்டையாடச் சென்றார்கள். நகுல சகாதேவர்கள் பழங்களைத் தேடிப் புறப்பட்டார்கள். யுதிஷ்ட்ரன் அதிதிகளான ரிஷிகளை அழைத்து வரப்போயிருந்தான். கிருஷ்ணனிடம் திரௌபதி தன் பிள்ளை களைப் பற்றி மட்டுமே கேட்டுக் கொண்டிருந்தாள். அவள் கண்கள் ஆசையால் ததும்பிக் கொண்டிருந்தன. அவள் இப்போதே வனத்தில் இருந்து விடுபட்டு குழந்தைகளோடு சேர்ந்துவிட ஆசைப்பட்டவளைப்போல இருந்தாள்.

கிருஷ்ணன் அவளது பிள்ளைகள் பாண்டவர்களை விடவும் பலசாலிகளாக வளர்ந்து வருவதாகவும் அஸ்திரங்களில் நல்ல தேர்ச்சி கொண்டுள்ளனர் என்றும் தெரிவித்தபோது பாஞ்சாலி ஆறுதல் கொண்டாள். திரும்பி வரும்போது கிருஷ்ணனின் மனைவியர் கிருஷ்ணனிடம் சொன்னார்கள். 'வன ஸ்த்ரீயாகவே மாறிவிட்டாள். தனிமை அவளை உருக்குலைத்துவிட்டது. அவள் உதிரம் மட்டுமே கொதிப்பு அடங்காமல் பொங்கிக் கொண்டிருக் கிறது. அவமானத்தின் கறையை நினைத்தபடி.'

கிருஷ்ணன் பாஞ்சாலி என்ற வலிய ஸ்த்ரீயின் மனமூர்க்கம் அறிந்தவனாகச் சொன்னான். 'அந்த ஐவரும் அவளது புலன் களைப்போல அவள் கட்டிற்குள் வசமாகிவிட்டனர். அவள்தான் உடல், அவள் தன் நெருப்பை அவர்களிடம் சுரந்து கொண்டேயிருக்கிறாள்.'

இரண்டு சிறுவர்களும் தங்கள் தாய்மாமனின் வீட்டிற்குச் சென்றுவிட்டனர். நகுல, சகாதேவர்களின் பிள்ளைகளான சுதசர்மாவும் ஸ்தானிகனும் மத்ர தேசத்தில் இருக்கும் சல்லியனான தாய்மாமனின் வீட்டிற்கு வசந்த உத்சவத்திற்காகப் போய்விட்டனர். திருஷ்டத்யும்னனின் பிள்ளைகளோடு விளையாடிக் கழிக்கும் சிறுவர்கள் தங்களுக்கு விருப்பமானவனும் பெண்ணைப் போலவே நளினம் கொண்டவனுமான சிகண்டி மாமாவிடம் அஸ்திரம் கற்றனர்.

தாங்கள் ஐந்துபேரும் சகோதரர்கள் என்றபோதும் தனித் தனியானவர்கள் என அந்தச் சிறுவர்கள் சிறுவயதிலேயே உணரத் துவங்கியிருந்தனர். அவர்கள் தாய் தகப்பனின் நேசிப்பை முற்றிலும் மறந்து வளர்ந்திருந்தார்கள். எப்போதாவது அவர்களோடு பேசும் திருஷ்டத்யும்னன் பாண்டவர்களின் சாகசத்தினைப் பற்றியும் அவர்களின் வன வாழ்வைப் பற்றியும் பேசும்போதெல்லாம் சிறுவர்கள் விருப்பமற்றவர்களாக அதைக் கேட்டுக் கொண்டிருப் பார்கள். ஐவரும் தாயின்மீது மட்டுமே நேசம் கொண்டிருந்தார்கள். எப்போதாவது அவளை நினைத்தபடி துக்கம் கொள்வதுமாக வளர்ந்திருந்தார்கள். வனவாசத்தின் காயம் அழிந்து இந்திரப் பிரஸ்தம் திரும்பியபோது பதிமூன்று வருடங்களுக்குப் பிறகு அவள் தனது பிள்ளைகளைப் பார்த்தாள். யாவரும் தன் சாயல் கொண்டிருப்பது நன்றாகத் தெரிந்தது. தகப்பனின் மேல் மரியாதை

கொண்ட அவர்கள் ஐவரும் வில்லாளிகளாக மாறியிருந்தார்கள். ஆனால் அவர்களைவிடவும் சிறந்த வில் திறம் கொண்டவனாக இருந்த அபிமன்யு மீது அவர்களுக்கு ஸ்நேகமில்லாமல் இருந்தது. யுதிஷ்ட்ரன் தனது மகன் தன்னைப் போலவே நீதி நியாய பரிபாலனம் செய்ய விருப்பம் கொண்டிருந்தான். அவன் மகனோ தான் தேசத்திற்கு உரியவனல்ல வெறும் பாஞ்சால தேசத்திற்குரிய வில்லாளி மட்டுமே என்றான். காலம் தனது ஒப்பனையை மாற்றிக்கொண்டே இருந்தது. யுவ பாண்டவர்களான தனது பிள்ளைகளைத் தன்னோடு தங்கச் செய்துவிட்டாள் அவள்.

பிள்ளைகள் அணைத்துக்கொள்ளவும் முடியாதபடி பெரியவர்களாக வளர்ந்துவிட்டார்கள். அவர்களின் ஆசைகள், தேவைகள் நிறைவேறாமல் போன ஏக்கங்கள் எதுவும் அவளுக்குத் தெரியாது. அவள் தன் சகோதரனையும் அவனது மனைவியையும் நினைத்துக் கொள்வாள். ஐவரும் தனது பிள்ளைகள் இல்லையோ என்பதுபோல காரணமற்ற வேதனை கொள்வார்கள். வாலிபம் அரும்பத் துவங்கியிருந்த அவர்கள் தங்கள் தகப்பனைப்போல பெரிய கனவுகள் எதுவுமற்று இருந்தார்கள்.

இந்த தேசமும் மக்களும் அதன் மழை, காற்று, வெயில் யாவும் அவர்களுக்குப் பழக்கமில்லாதவையாக இருந்தன. ஐவரும் சேர்ந்து பயணிப்பதோ, திட்டமிடுவதோ கூட நிறைவேறாமல் போனது. அவர்கள் தங்கள் சொந்த இடத்திற்குத் திரும்பிப் போய்விட வேண்டுமென ஆசை கொண்டிருந்தார்கள்.

அர்ச்சுனன் தனது மகனான சிருதகீர்த்தி தன்னைப்போல பெரிய வில்லாளியல்ல. அவன் தன் தாயைப் போல பலவீனமானவன் எனப் பரிகாசம் செய்தது சிருதகீர்த்தியின் ஆறாத ரணமாக இருந்தது. அவர்கள் விடுபட நினைத்தார்கள்.

~

சுபத்ரா, திரௌபதியிடம் வந்து சேர்ந்தபோதோ ஒரு பணிப் பெண்ணைப்போல தன்னை நடத்தினாலும் போதும் என முறையிட்டாள். திரௌபதி அவள் அர்ச்சுனனின் விருப்பத்திற்கு உரியவளாக இருப்பதைத் தடுக்கவே இல்லை. சுபத்ரையும் மற்ற மனைவியரும் அவரவர் பிள்ளைகளை வளர்ப்பதிலே நாட்களைக் கழித்தபோது திரௌபதி மட்டும் விருட்சங்களின் அடியில் நாட்களைக் கழித்தாள். நீண்டநாட்களுக்குப் பிறகு சுபத்ரா திரௌபதியைத் தேடி வந்தாள். தனது மகன் அபிமன்யுவிற்கும்,

விராட தேசத்து இளவரசி உத்தரைக்கும் நடக்க இருக்கும் திருமணத்திற்காக திரௌபதியின் சம்மதம் பெறவேண்டியவளாகக் காத்திருந்தாள். அன்று திரௌபதி அர்ச்சுனன் பேடியாக இருந்த காலத்தை நினைவுகொண்டவளாகச் சொன்னாள். 'இப்போதும் அவர் தன் சுயஉருக் கொள்ளவில்லை போலும், அர்ச்சுனனின் புதல்வன் அபிமன்யு மட்டுமல்ல, சிருதகீர்த்தியும்தான்.'

சுபத்ரா எப்போதும்போல மௌனமாக திரும்பிப்போனாள். அர்ச்சுனன் பாஞ்சாலியிடமிருந்து தன்னை முற்றாக விடுவித்துக் கொள்ள இந்த அஸ்திரத்தை எடுத்தாள். அபிமன்யுவிற்கும் உத்தரைக்கும் நடக்கவிருக்கும் திருமணத்தின்போதே பாஞ்சாலியின் புத்திரர்களுக்கும் திருமணம் செய்துவிடலாமென.

பாஞ்சாலி எதையும் அனுமதிக்க மறுத்தாள். தன்னையும் தனது பிள்ளைகளையும் புறம் தள்ளிவிட்டு அர்ச்சுனரின்மீது மிகுந்த கோபமுற்றவளாக தனது பிள்ளைகளோடு பாஞ்சால தேசம் நோக்கி பயணிக்க முடிவு செய்தாள்.

அந்த இரவு கிருஷ்ணன் பாஞ்சாலியின் அறைக்கு வந்திருந்தான். உப பாண்டவர்களான இவர்கள் தனது பிள்ளைகள் மட்டும்தானா..? தகப்பனின் நேசத்தின் ஒரு துளியைக்கூட இவர்கள் அறியவே முடியாதா என விசும்பினாள். கிருஷ்ணன் தேற்றியபடி சொன்னான்.

'காலம் சில கதைகளை வேகமாக நிகழ்த்தி முடித்துவிடுகிறது. அபிமன்யு என் சகோதரியின் மகன் என்பதால் அல்ல. அவன் வாழ்வின் புதிர் தீர்க்கப்படாததால் சொல்கிறேன். நீ காத்துக் கொண்டிரு. உன் கோபத்தைச் சிதறச் செய்துவிடாதே. என் உடலைச் சுற்றிய கண்கள் யாவும் மறந்துவிட்டதா..?'

திரௌபதி சம்மதித்துவிட்டாள். அபிமன்யுவின் திருமணத்திற்கு உப பாண்டவர்கள் யாவரும் தாங்கள் நேசிப்பின்றி கைப்பு ஊறியவர்களாகத் தமது மாமனின் தேசத்திற்குப் போய்விடும் ஆசை கொண்டேயிருந்தார்கள்.

~

யுத்தம் துவங்கியிருந்தது. பாஞ்சாலி தனது பிள்ளைகள் மற்ற எந்த வீரர்களையும் விட திறமையானவர்கள் என நினைத்திருந்தாள். அவர்களின் வில் திறத்தை யுத்த களத்திலே உடனிருந்த தாய்மாமன் திருஷ்டத்யும்னன் கண்டான். உப பாண்டவர்கள் அஸ்திரங்களைப் பொழிந்து கொண்டிருந்தார்கள். யுத்தம் அவர்களுக்கு வெற்றியைத் தந்தபடியிருந்தது.

பாண்டவர்கள் வென்றிருந்தார்கள். கௌரவர்களில் கடைசியான துரியோதனனைக் கொன்றாகிவிட்டது. அவனது உதிரத்தினைப் பூசி நீராடி கூந்தல் முடித்தாள் திரௌபதி. அன்றிரவு உப பாண்டவர்கள் பாஞ்சால தேசத்திற்குத் திரும்பிவிடலாம் என முடிவு கொண்டிருந்தனர். இனியும் அவர்கள் அஸ்தினாபுரத்தில் இருப்பதற்கு வேலை இல்லை என திரௌபதி அவர்களை சமாதானம் செய்து வைத்தாள். இனி அவர்கள் மிஞ்சிய வாரிசுகள் உப பாண்டவர்கள் ஐவர் மட்டுமே என அன்றிரவு அவர்கள் யுத்த களத்திலே இருந்த கூடாரத்தில் தங்கினார்கள். நீண்ட நாட்களுக்குப் பிறகு அடர்த்தியான இரவு கூடியது. கோட்டான்கள் சப்தமிட்ட இரவில் அவர்கள் அயர்ந்து தூங்கிக்கொண்டிருந்தார்கள்.

அஸ்வத்தாமா மட்டுமே உயிரோடு அலைந்து கொண்டிருந்தான். யாருமற்ற சைன்யத்திற்கு அவன் தலைவனாகியிருந்தான். அவன் உப பாண்டவர்களான ஐவர் உறங்கும் அறைக்குச் சென்று அவர்கள் உறக்கம் கலையாமலே கொன்று குவித்தான்.

பாஞ்சாலியிடம் எவர் இதைச் சொல்வதெனத் தயங்கி நின்றபோது ரத சாரதிகளில் ஒருவன் தாழ்ந்த குரலில் அவளின் ஐந்து புத்திரர்களும் பலியானதைச் சொன்னதும் திரௌபதி பெரும் குரலெடுத்து அழுதாள். அவர்களைக் கொன்றது பாண்டவர்கள் தான் எனக் கத்தினாள். பாண்டவர் ஐவரும் செய்வதறியாது நின்றனர். தங்கள் குலகுருவின் மகனான அஸ்வத்தாமா கொன்றுவிட்டான் என அர்ச்சுனன் சொன்னபோது அவன் அபிமன்யு இறந்த போது அடைந்த ரௌத்திரம் கொள்ளாததைக் கண்ட திரௌபதி தானே அவனை வேட்டையாடிடச் செல்வதாக முனைந்தாள். யுதிஷ்ட்ரன் அவளைச் சமாதானம் செய்தான். தாளமுடியாத வேதனையிலும் திரௌபதி சொன்னாள்.

‘உங்களால் அஸ்வத்தாமாவைக் கொல்ல முடியாது. குருவின் புத்திரனைக் கொன்றால் பிரம்மஹத்தி தோஷம் பற்றிக்கொள்ளும். அதனால் அரசாள முடியாது எனத் தயங்குகிறீர்கள். நான் சபிக்கப்பட்டவள், சாபம் எனைப் பற்றிக்கொள்ளட்டும். நானே கொல்கிறேன்.’

யுதிஷ்ட்ரன் சொன்னான். ‘அவனை தேடிக் கொண்டிருக்கிறோம்.’

கிருஷ்ணை சொன்னாள். ‘எவர் கண்ணிலும் புலப்படாத அவன் மணிமுடியில் இருக்கும் மணியைப் பறித்துவிடுங்கள். உலகில் சாவற்று அலைந்து வேதனை கொள்ளட்டும்.’

அஸ்வத்தாமாவின் சிரசில் உள்ள மணியைத் தேடிப் புறப்பட்டான் அர்ச்சுனன். அவன் திரும்பி வரும்வரை திரௌபதியை யாராலும் தேற்ற முடியவில்லை. நீத்தார் கடன்கள் நடந்து முடிந்தன. தண்ணீரில் பூக்களை நிசப்தமாக விட்டபடி நின்றாள் திரௌபதி. தன்னை ஐவர் மணந்துகொண்டது, தான் ஒவ்வொருவருக்காகப் பிள்ளைகளைப் பெற்றுத் தந்தது. அவர்கள் வளர்வதை அருகிலிருந்து கவனிக்காமல் விட்டது. வளர்ந்த நாளில் நெருக்க மற்று வாலிபர்களாக விலகி இருந்தது. யுத்தத்தில் வில்லாளிகளாகப் பறிகொடுத்தது யாவும் ஒரு சொப்பனமாகவே இருந்திருக்கக் கூடாதா என அரற்றினாள். தம் பிள்ளைகளுக்கான நீத்தார் கடன் களைச் செய்துமுடித்த பாண்டவர்கள் தாய் குந்தியின் பின்னால் கரை திரும்பியபோது அலையில் ஐந்து பூக்கள் மிதந்து போயின. பாண்டவர்களின் பிள்ளையாகப் பிறந்தபோதும், பிரதி விந்தியன், சுதசோமன், சுருதகீர்த்தி, சதாநீகன், சுருதகர்மா என்ற ஐவரும் பாஞ்சாலியின் பிள்ளைகளாவே வளர்ந்து, அவள் மனதின் ஆசைகளை தங்கள் உருக்களாக மட்டுமே கொண்டு, எல்லா வில்லாளிகளையும் போலவே சுவடுகளற்று மறைந்து போயிருந்தனர்.

~

10

மேய்ந்து கொண்டிருக்கும் பசுக்கள் யாவும் எண்ணிக் கணக்கிடப்பட்டு அதன் காதுகளில் முத்திரையிடும் வழக்கம் எங்கும் இருந்தது. பசுக்களுக்கு முத்திரையிடுவதற்காக பத்மம், கடகம், மதி என மூவகை அடையாளம் பொறிக்கும் நாளில் அரசனே முன்வந்து பார்வையிடுவான். பசுக்களைத் திருடிப் போகும் கூட்டத்துக்கும் விரட்டி மீட்டு வருபவர்களுக்கும் நடக்கும் யுத்தம் தொடர்ந்து கொண்டேயிருந்தது. பசுக்களை இரவில் கள்வர்கள் திருடிப் போகாவண்ணம் காப்பதற்காக வேட்டை நாய்களைப் பயன்படுத்துவதோடு, மாய தந்திரங்களையும் கைக்கொண்டார்கள். பசுவைத் திருடிக் கொண்டு போகின்றவன் அது சப்தம் ஒடுங்க மாயத்தால் வாயைக் கட்டிக் கொண்டுசெல்வான் என நம்பிக்கையிருந்தது. பசு ஒரு பிரபஞ்சகேந்திரமென நம்பும் ரிஷிகள் அதன் உடலில் கிரகங்களின் சுழற்சிக்கேற்பதன்மைகள் மாறுவதாக நம்பி வந்தார்கள். திருடப்பட்டு வேறு பிரதேசங்களுக்கு அனுப்பப்பட்ட பசுக்கள்கூட அதன் முத்திரை அடையாளம் கொண்டு மீட்கப்பட்டு விடுவதும், சிலவேளைகளில் நடந்தேறியது. பசுவைப் பெருக்கிக் கொள்வதற்காக பலதார மணங்கள் நடந்தன. ஒரு பெண் மணமாகி வரும்போது அவளின் வளத்திற்கேற்ப பதினெட்டு பசு முதல் நூற்றி எட்டு பசு வரை கொண்டுவருபவளாக இருந்தாள்.

- பசுக்கூட்டம்

வெண்பசு வேண்டியவன்

சித்தமும் நல்சுழிகளும் கொண்ட நூறு வெண்பசுக்களைத் தனது சூதால் வென்று தேசத்தைக் கடந்துவந்த மனிதன் ஒருவனைக் கண்டேன். அவன் தனது யாகத்திற்கான சடங்கிற்காக நூறு பசுக்களை யாசகம் கேட்டு பலகாலமாக அலைந்து கொண்டேயிருந்தவன். சுத்தமும் வெண்உருவும் கொண்ட பசுக்கள் கிடைப்பது வெகு அரிதாகயிருந்தன. அவன் தன்னையே பணயமாக வைத்துச் சூதாடி பசுக்களைப் பெறுவதென முடிவு கொண்டவனாக பகடைகளற்ற மனவிளையாட்டு ஒன்றினைப் பயின்றுகொண்டு இருந்தான். அவன் பகடைகளை அல்ல சொல்லைத் தனது சூதிற்கான பகடைகளாக்கியிருந்தான். மனம் தினமும் இரு சொல்லை அவிழ்ப்பதும் மூடுவதுமாக தொடர்ந்து நடத்திக்கொண்டே இருந்தான். தனது தேசத்தின் தொலைவுவரை விரிந்த கிராமங் களிலும் அரசர்களின் கொட்டில்களிலும் பசுக்கள் நிரம்பியிருந்தன. அவன் தனது செம்முடி கொண்ட சிகையை அவிழ விட்டவனாக அந்தக் கொட்டடிகளை நாடி வந்திருந்தான். அவன் இந்திரப் பிரஸ்தத்தின் வாசலுக்கு வந்தபோது தூய பசுவின் மணம் கசிந்து நகரமெங்கும் வந்துகொண்டிருந்தது.

யுதிஷ்ட்ரன் யாராலும் அமைக்கமுடியாத மாய சபாவை சிருஷ்டித்து களிப்பும் கொண்டாட்டமும் கூடிய நாட்களில் இருந்தான். பசுக் களை வேண்டி வந்த மனிதன் யுதிஷ்ட்ரனின் கொட்டடியில் இருந்த பசுக்களைப் பார்த்தான். ஒரே இனத்தில் பிறந்த இருபத்தியோரு வெண்பசுக்கள் அவை. அவன் அந்தப் பசுக்களின் ஈரம் கசியாத கண்களைப் பார்த்துக்கொண்டேயிருந்தான். தனது யாசகத்திற்கான பசுக்களை எப்படியாவது வென்றிட வேண்டுமென்றவனாக தனது கைகளில் இருந்த ஏழு பூக்களை அவனிடம் தந்துவிட்டு

இருபத்தியோரு வெண்பசுக்கள் தேவைப்படுகின்றன என்றான். யுதிஷ்ட்ரன் தனது செல்வத்தின் அரிய பகுதியான வெண்பசுக்களை யாசகம் கேட்கும் மனிதனின் முன்னிலையில் சொன்னான்.

'நீ யாசிப்பதன் வெகுமதியை அறிந்திருக்கிறாயா...? இவை அப்சர கன்னியரை விடவும் அரிதானவை.'

'நான் அதை உங்களிடமிருந்து யாசகமாகப் பெற்றுக் கொள்கிறேன் அல்லது வென்று செல்கிறேன்.'

யுதிஷ்ட்ரன் ஆச்சரியத்தோடு எதிரில் நிற்பவனைக் கண்டான்.

'நிராயுதபாணியாக நிற்கும் நீ பசுக்களை ஸ்பரிசிக்கக்கூட முடியாது.'

அந்த மனிதன் சொன்னான்.

'நான் வெல்லப் போவது அஸ்திரங்களால் அல்ல, வாக்கினால்.'

யுதிஷ்ட்ரன் ஆர்வமாகக் கேட்டான்.

'வாதம் செய்வதில் எனக்கு விருப்பமில்லை.'

'இது வாதமில்லை. சொல்லாட்டம் உங்கள் பகடையில் விளையாட முடியும்.'

'சூதாடுவதா... உன்னிடம் பணயம் என்ன இருக்கிறது?'

'எனக்கு யாசகமாக நீங்கள் ஒரேயொரு மலரைக் கொடுங்கள். அதுவே என் பணயம். நாம் இருவரும் விளையாடலாம்.'

தன்னிடம் இருந்த ஏழு பூக்களில் அவன் மஞ்சள்நிற மலரை எடுத்து அவனிடம் யாசகம் தந்தான். அந்த மனிதன் மஞ்சள்நிற மலரை யாசகம் வாங்கிக் கொண்டவனாகச் சொன்னான்.

'இந்த மலரின் குணத்தைக் கொண்டால் மூன்று முறைகளுக்குள் ஆட்டம் முடிவடைந்துவிடும்.'

வியப்பை அதிகரித்தபடியிருந்த அந்த மனிதனோடு பகடையாடவே யுதிஷ்ட்ரன் ஆசைப்பட்டான். அவன் பகடையாட்டத்திற்கான தனது இருக்கைகளையும் பகடைகளையும் எடுத்து வர அனுப்பினான். அந்த மனிதன் தனியே அமர்ந்தவனாக, தன்னிடமிருந்த மலரை கைகளில் சுழலச் செய்தவனாக ஏதோ உச்சாடனம் செய்து கொண்டிருந்தான். பகடைகள் வந்து சேர்ந்தன. யுதிஷ்ட்ரன் அந்த மனிதன் முன் தனது பகடைகளைக் காட்டிச் சொன்னான்.

'உனது பகடையை எடுத்துக் கொள்.'

அவன் யுதிஷ்ட்ரனிடம் சொன்னான்.

‘உங்கள் பகடையாலே நானும் ஆடுகிறேன். பந்தயத்தின் பணயம் சொல்லுங்கள்.’

யுதிஷ்ட்ரன் அந்த மனிதனின் ஆழ்ந்த கண்களைக் கண்டு வந்தான். அதில் வன்மம் துளிர்த்தபடியிருந்தது. ‘உன் யாசகமே எனது பணயம். வெண்பசுக்கள் ஏழு.’

‘நான் பணயமாக என்னை வைக்கிறேன்.’

பகடையை யுதிஷ்ட்ரனின் கைகள் உருட்டத் துவங்கின. அந்தப் பகடைகளின் மோதல் ஒலி முடிந்து அவை தரையிறங்கும் முன் எதிரில் இருந்தவன் ஏழு பசுக்களை வென்றுவிட்டான். இப்போது அவன் முகத்தில் மர்மக் கேலியொன்று தோன்றியது. யுதிஷ்ட்ரன் அவனிடம் பகடைகளைக் கொடுத்தபோது தனது மூத்தவனைத் தேடி பீமன் அங்கு வந்தான். யாரோ ஒரு மெல்லிய மனிதனோடு சூதாடும் சகோதரனைக் காண வேடிக்கையாக இருந்தது. அந்த மனிதன் தனது கைகளுக்குள் பகடையைப் பொத்தியபடி மனதில் இரு சொற்களைத் தேர்வு கொண்டான். அவை சுழன்றுகொண்டே இருந்தன. பீமன் இருவரின் சூதாட்டத்தைப் பார்த்தபடியிருந்தான். மீண்டும் ஏழு பசுக்களைப் பணயமாக வைத்தான். இந்த முறை இமை திறப்பின் கணத்தில் அதையும் தோற்றுவிட்டான். அண்ணன் முன் ஏதோ ஒரு மாய காரியம் செய்பவன் அமர்ந்திருக்கிறான் எனக் கோபமுற்ற பீமன்,

‘சம அந்தஸ்து உள்ள இருவரே சூதாட முடியும். நீ ஏதோ மாய வேலை அறிந்தவன். உன் கண்களில், முகத்தில் அது ஒளிந்திருக்கிறது.’

அந்த மனிதன் மிக நிதானமாகச் சொன்னான்.

‘சூதின் முன் அமர்ந்த எவரும் சமமானவரே. அது பேதம் அறிவதில்லை. அது சாவின் முற்றம். அங்கே முன்விதிகள் எதையும் தீர்மானிப்பதில்லை.’

திரும்பவும் யுதிஷ்ட்ரன் ஏழு பசுக்களைப் பணயமாக வைத்துத் தோற்றான். ஆட்டம் பாதியிலே முடிவடையாமல் இருந்தது. யுதிஷ்ட்ரன் முன் அந்த யாசகன் ஆட்டம் முடிந்துவிட்டதாகவும் தான் எண்ணி வந்த பசுக்களோடு நாடு திரும்ப அனுமதி கேட்டான். பீமன் மிகுந்த ரௌத்திரம் கொண்டு விளையாட்டு முடியவில்லை என அவனைப் பகடையை உருட்டச் சொன்னான். அந்த மனிதன் தனது பந்தயப் பணயமாக யுதிஷ்ட்ரன் கொடுத்த மலரை

வைத்தான். பீமன் அதை ஏற்றுக்கொள்ள மறுத்தான். யாசகன் யுதிஷ்ட்ரன் முன் கைகளை நீட்டிச் சொன்னான்.

'இது அரசர் தானமாகத் தந்த மலர். இதனை மலராகவோ நூறு குதிரைகளாகவோ, நூறு சொர்ணமாகவோ, ஏன் இந்த நகரமாகவோ கூட நான் உரிமை கொண்டாட முடியும். யாசகம் தரும் மனிதன் யாசகத்தின் பொருளின் தன்மையை முடிவு செய்ய இயலாது. இந்த மலரில் ஐந்து இதழ்கள் இருக்கின்றன. சகோதரர் ஐவராகக்கூட இதனைக் கொள்ள முடியும்.'

யுதிஷ்ட்ரன் முதன்முறையாகக் கலக்கம் கொண்டான். அவன் தான் மலரை யாசகம் தந்தபோது அதை மலர் என மட்டும் யாசகம் தரவில்லையே என உணர்ந்தான்.

பீமன் யோசனைகளில் மூழ்கியபோது யாசகனின் பகடை சுழன்றது. யுதிஷ்ட்ரன் தனது மனதின் தொலைவில் இருந்து கேட்கும் ஒரு சப்த தாதுவினை அறிந்து சொன்னான்.

'யுதிஷ்ட்ரன் அந்த மலரை வென்றுவிட்டான்.'

யாசகன் தனது பசுக்கூட்டத்தினை ஓட்டியவனாக நதிநோக்கிப் போனபோதும், திகைப்பும் பயமுமாக பீமன் அந்த மலரைத் தன் கைகளில் வைத்துக்கொண்டு பார்த்துக் கொண்டிருந்தான். அதன் எடை தன் கைகளால் தாங்க முடியாததுபோல இருப்பதாகப் பட்டது.

யுதிஷ்ட்ரன் வசீகரமும், திகைப்பும் ஒருங்கே கொண்டவனாக இருந்தான். அவனால் தனக்கு ஏற்பட்ட வடுவின் வேதனையை மறைத்துக்கொள்ள இயலவில்லை. பீமனை எதிர்கொள்ளவும் முடியாமல் இருந்தான். இந்திரப் பிரஸ்தத்தை விட்டு இருபத்தியோரு வெண்பசுக்களைக் கொண்டுசெல்லும் மனிதன் நடந்த நிகழ்வின் சுவடின்றி நிழலைப்போல சென்று கொண்டேயிருந்தான்.

யாசகன் தனது விடாத பயணத்தால் தேசமெங்கும் அலைந்து திரிந்து எண்பத்தி ஏழு வெண்பசுக்களைக் கொணர்ந்துவிட்டான். இனி பதிமூன்று பசுக்கள் மீதமிருந்தன. அந்தப் பசுக்கள் அஸ்தினா புரத்தின் இளவரசனான துரியோதனன் கொட்டிலில் இருப்பதாக அறிந்தான். அவன் துரியோதனனை அறிய முயலும் முன்பாக அவன் பார்வையில் படும் வண்ணமாக தூய கறுப்பு நிறக் குதிரை ஒன்றினை நகர வீதிகளில் கூட்டிக்கொண்டு அலைந்தான். ஒற்றர்கள் ஒரு இரவிற்குள்ளே துரியோதனனிடம் அந்தக் குதிரையைச்

சொல்லினர். துரியோதனன் அந்தக் குதிரைகளைத் தனக்கு உரியதாக்கிட வேண்டி யாசகனை அழைத்து வரச் சொன்னான். பதில் ஏதும் பேசாது அவன் குதிரையை துரியோதனனிடம் தர மறுக்கவில்லை.

ஆனால் அவன் ஒரேயொரு வேட்கை உள்ளவனாகத் தன்னைக் காட்டிக்கொண்டான். சந்தோஷ மிகுதியுற்ற துரியோதனன் அவன் ஆசையைக் கேட்கவே தான் அவனோடு சூதாடிட வேண்டுமென விருப்பம் கொண்டிருப்பதாகச் சொன்னான். துரியோதனனுக்கு சுய புகழ்ச்சியின் மென்மை உடலெங்கும் ஏறியது. அவன் ஆசையை நிறைவேற்றி வைப்பதாகச் சொல்லி பகடைகளை எடுத்து வரச் சொன்னான். பகடைகளைக் கொண்டு வைத்தபோது அவன் தனது குதிரையின் வால் மயிர் ஒன்றைக் கிள்ளி அதைப் பணயமாக வைத்துவிட்டான். அதற்குச் சமமாக துரியோதனன் ஏழு குதிரை களை வைத்தபோதும் சமாதானமாக யாசகன் தனது குதிரைக்குச் சமம் வெண்பசுக்கள் பதிமூன்று என்றான். துரியோதனன் ஆசை பிருதியால் மூத்துக்கொண்டான. யாசகன் தலை திருப்பும் நேரத்தில் பதிமூன்று பசுக்களையும் சூதில் வென்றவனாகத் தனது குதிரையையும் கூட்டிக்கொண்டு அரண்மனைவிட்டு வெளியேறிப் போனான். தாங்கமுடியாத வலியும் வேதனையும் கொண்ட துரியோதனன் தனது கதாயுதத்தால் அந்த யாசகனின் மார்பைப் பிளந்து உதிரம் பெருகச் செய்யும் ருத்ரம் கொண்டான். அவன் மன சமாதானம் வேண்டியவனாக தாய்மாமனான சகுனியின் அரண்மனைக்குச் சென்றான். சகுனி ரௌத்திரம் உமிழும் முகத்தோடு வரும் மருமகனின் அவசர நடையை அறிந்தவனாக அவனுக்குக் குளிர்ச்சியும் நறுமணமூட்டப்பட்ட பானகத்தினைத் தருவித்துத் தந்தான். துரியோதனன் தனது பதிமூன்று வெண் பசுக்களை சூதாடிக் கொண்டுபோனவனை கோபம் பெருகச் சொல்லியபோது சகுனி அந்த வேதனையைக் கேலி செய்து சிரித்தான்.

'மருமகனே, நீ சூதறியாதவன். வெட்கமறியாத ஆசை கொண்டவன்.'

'மாமா, என் கண்முன்னே குதிரையும் வெண்பசுக்களும் போய் விட்டன. அந்த யாசகனை ரணவதை செய்து கொல்ல வன்மம் மேலோங்குகிறது.'

'நீ நினைப்பதுபோல உன்னோடு பகடையாடியவன் சாதாரணமானவனல்ல மருமகனே, அவன் உன்னை தனது

பொறியில் சிக்கவைத்து வென்றிருக்கிறான். நீ வேண்டியது உனக்குக் கிடைக்கும். அவன் எந்த தேசத்து மனிதன்?'

'அவன் தென்நில மனிதனைப் போலதான் இருந்தான்.'

பகலுக்குள் சகுனி அந்த யாசகனைத் தன்னிடம் தேடி அழைத்து வந்துவிட்டான். யாசகன் நிசப்தமான முகத்துடன் சகுனியை வணங்கியவனாக நின்று கொண்டிருந்தான். சகுனி அவனை வெகுவாகப் பாராட்டியவனாகச் சொன்னான்.

'நீ எத்தனை பசுக்களை வென்றிருக்கிறாய்?'

'பதிமூன்று.'

'ஆனால் கூட்டிப் போனது பதினான்கு என துரியோதனன் சொல்கிறான். உன்னிடம் அதிகமுள்ள ஒரு வெண்பசுவைத் திரும்பத் தந்துவிடு.'

'நான் பதிமூன்று பசுக்களைதான் சூதில் வென்றேன். அவைதான் என்னிடமுள்ளன.' சகுனி துரியோதனன் பக்கம் திரும்பிக் கேட்டான்.

'நிஜமா மருமகனே..?'

துரியோதனன் பதில் பேசவில்லை. சகுனி யாசகனிடம் சொன்னான்.

'நீ ஓட்டிச் சென்ற ஒரு பசுவின் கர்ப்பத்தில் வளரும் சிசுவைக் கணக்கில் சேர்க்க மறந்துவிட்டாய். அது எங்களுக்குரியது. அதைத் தந்துவிட்டு பசுவை அழைத்துப் போ.'

யாசகன் தான் தந்திரச் சுழலில் சிக்குவதை உணர்ந்தவனாகச் சொன்னான்.

'கர்ப்பத்தில் உள்ள பசுங்கன்றை எப்படித் தருவது?'

'காத்திரு. அது கன்றை ஈனும்வரை காத்திரு. அல்லது அதையும் சூதில் வென்று சென்றுவிடு.'

யாசகன் பதில் பேசாமல் இருந்தான். சகுனி மருமகனிடம் சொன்னான்.

'பசுங்கன்றை பணயம் வைப்பதில் உனக்கு தடையிருக்கிறதா மருமகனே.'

'நான் பதிமூன்று பசுக்களை மட்டுமே இழந்தேன். அதன் கர்ப்ப சிசுவையல்ல' என்றான் துரியோதனன்.

சகுனியும் அந்த யாசகனும் சூதாடுவதாக முடிவானது. சகுனியும் அந்த மனிதனும் எதிர் அமர்ந்து கொண்டனர். அந்த மனிதன் சகுனியை பகடையை வீசச் சொன்னான். கடலின் வெகு ஆழத்தில் சிப்பியினுள் உள்ள உயிரி அலைவு கொள்வதுபோல கைகளுக்குள் எந்த சப்தமும் இன்றி பகடைகளை உருட்டினான். பகடை உருண்டது. அந்த மனிதன் உதடு திறந்து கேட்டபோது சகுனியின் பகடை மாறி விழுந்தது. ஒரு பசுவைத் தோற்றான் யாசகன்.

யாசகன் கண்கள் வெறிகொண்டன. அவன் இழந்து கொண்டே இருந்தான். நூறு வெண்பசுக்களையும் தன் குதிரையையும் தன்னையும் இழந்தவனாக அவன் நடுக்கமுற்றபோது சகுனி அவனைத் தேற்றியபடி கேட்டான்.

'எவரிடம் நீ சூதாடி அதிக பசுக்களை வென்றாய்?'

'யுதிஷ்ட்ரனிடம்.'

'எத்தனை பசுக்கள்?'

'இருபத்தியொன்று.'

'எத்தனை ஆட்டத்தில்..?'

'மூன்றே ஆட்டத்தில்.'

சகுனி பலமாகச் சிரித்துவிட்டான். சந்தோஷம் மிகுதியான துரியோதனன் குவளையில் காடியான கள்ளைப் பருகிக்கொண்டு இருந்தான். சகுனி யோசனையில் ஆழ்ந்தபடியிருந்தவனாகக் கேட்டான்.

'நீ வாக்கினால் சூதாடுகிறாய். நான் நிசப்தத்தால். உனக்கு நூறு பசுக்களையும் என் மருமகன் யாசகம் தருகிறான். நீ இந்த தேசத்தைவிட்டு அகன்று போய்விடு.'

துரியோதனனுக்கு எதுவும் புரியவில்லை. வென்ற நூறு பசுக்களையும் யாசகம் தந்த மாமாவைப் பார்த்தபடியிருந்தான். யாசகன் தலை கவிழ்ந்தவனாக அதை ஏற்றுக் கொண்டுவிட்டான். நூறு பசுக்களை அவனோடு ஓட்டிப் போகச் சொல்லிவிட்டு மருமகனிடம் சொன்னான்.

'மருமகனே, மாய சபாவில் உனக்கு ஏற்பட்ட அவமானங்களுக்கு பரிகாரம் செய்துவிடலாமா..?'

'மாமா, அதை நினைவுபடுத்தாதீர்கள். அது புரையோடிய ரணம்.'

'மருமகனே, நீ உடனே ஒரு சபாவை நிர்ணயம் செய். உன் அவமானம் துடைக்கப்பட்டுவிடும்.'

'மாமா, அது மயனால் உருவாக்கப்பட்டது. நாம் அதைவிட அழகான சபாவை உருவாக்குவதால் குந்தி புத்திரர்களுக்கு ஏன் அவமானமாகிறது?'

'சபாவால் அல்ல மருமகனே. விருந்தினால் அவமானமடையச் செய்ய முடியும்.'

துரியோதனன் எதுவும் புரியாமல் இருந்தான்.

'ஒரு யாசகனால் யுதிஷ்ட்ரனோடு சூதாடி அரிதான இருபத்தியோரு வெண்பசுக்களை வெல்ல முடிந்திருக்கிறது. அந்த யாசகன் நமக்கு வழிகாட்டிப் போயிருக்கிறான்.'

'நாம் அவர்களோடு சூதாடுவதா?'

'யுதிஷ்ட்ரனோடு சூதாடினால் போதும். விருந்திற்கு அழைத்து விளையாடுவோம். மருமகனே அழைக்கப் போவது நீயல்ல. அஸ்தினாபுரத்து அரசன் திருதராஷ்டிரன்.'

துரியோதனன் புரிந்து கொண்டுவிட்டான். தான் யாசகம் தந்த நூறு பசுக்களைவிட அரிதான தனது அவமானத்தைத் துடைக்கும் வழியை அறிந்து சொன்ன யாசகன் மேல் அன்பு கூடியது. அவர்கள் இருவரும் சிரித்துக் கொண்டிருந்தார்கள். சூதின் விதியறியாத பசுக்கள் நதி தாண்டி தென்நிலம் நோக்கிப் போய்க்கொண்டிருந்தன.

~

கௌரவசபையை நிர்மாண்யம் செய்திருந்தார்கள் வசீகரமும் அழகும் கூடிய சபையாக இருந்தது. விழாவிற்கான ஏற்பாடுகள் நடந்துகொண்டிருந்தன. யுதிஷ்ட்ரன் அரசரின் அழைப்பை ஏற்று தனது சகோதரர்களோடு வர சம்மதித்திருந்தான். சகுனியும் துரியோதனனும் சபையின் கொண்டாட்டத்தை அதிகப்படுத்தும் யாவையும் செய்துகொண்டிருப்பதை விதுரன் கண்டுகொண்டிருந்தான். விதுரன் மனம் முன்கூட்டியே உணர்ந்துகொண்டது.

அவன் அந்த சபாவைப் பார்த்தபடியிருந்தான்.

கொண்டாட்டமும் அவமானமும் இரட்டையர்போல ஒருவர் தோளில் ஒருவர் கைபோட்டபடி அந்தச் சபையில் அலைந்து திரிவதை விதுரன் கண்டுகொண்டேயிருந்தான்.

விருந்தின் முடிவற்ற போகம் வளர்ந்து கொண்டேயிருந்தது. பாண்டவர்கள் வந்து சேர்ந்திருந்தார்கள். அஸ்தினாபுரத்திற்கு

விருந்தினர்களாக தங்குமிடங்களில் தங்கியிருந்தனர். அரசன் அவர்கள் வருகைக்காக சொர்ண முத்திரைகளையும் மதிப்புமிக்க முத்துமாலைகளையும் பரிசாகத் தந்தான்.

சகுனியின் மனம் விருந்தின் உச்சநிலையின் மீதே கவனம் கொண்டிருந்தது. யுதிஷ்ட்ரன் மறுக்க இயலாமல் ஒத்துக் கொண்டு விட்டான். அருகாமையிலிருந்த பீமனுக்கு ஒரு மலரைத் தான் ஏந்திய தன் கணம் நினைவிற்கு வந்தது. அவன் சூசகமாக அண்ணனுக்கு நினைவுபடுத்துபவனைப்போல, 'மலர் எனும் வெண்பசு' என ரகசியக் குரலில் சொன்னான். யுதிஷ்ட்ரன் சம்மதித்தவனாக தனது பகடைகளை உருட்டத் துவங்கினான். சகுனி துரியோதனனுக்காக பகடையைத் தனது கைகளில் ஏந்தியபடி தன் இஷ்ட தெய்வங்களை உச்சாடனம் செய்தான்.

தோற்றுக் கொண்டேயிருந்தான் யுதிஷ்ட்ரன். முத்துக்களை, சொர்ணங்களை, குதிரைகளை, பசுக்களை, நகரங்களை, நிலத்தை, அந்தப்புரப் பெண்களை, சகோதரர்களை, தன்னை என நீண்டசூது அவன் இழந்தவை. மீதமிருக்கும் ஒரு பெண்ணின்மீது பணயம் வைத்தான். இனி மிஞ்சியிருப்பவை குழந்தைகள், முதியவர்கள் மட்டுமே. அவர்களைப் பணயமாக வைத்தாட எவருக்கும் உரிமையில்லை என விதுரன் உரத்துச் சொல்ல விரும்பினான். யுதிஷ்ட்ரன் ஐவரின் மனைவியான பாஞ்சாலியையும் தனது பகடையாட்டத்தால் தோற்றுப் போனான்.

வீட்டு விலக்காகி உதிரம் தோய்ந்த உடையுடன் இருந்த கிருஷ்ணையின் அறைக்குள் வந்த இரு தோழிப் பெண்கள் 'நீங்கள் உள்ளிட்ட யாவும் தோற்றுப் போனார்கள்...'

கிருஷ்ணைக்கு உதிரப்போக்கினைவிடவும் இது மிகுந்த வேதனை அளித்தது. அவர்கள் தன்னைத்தவிர மற்ற எந்த அரசகுமாரிகளையும் சூதில் பணயம் வைத்தாடவில்லையே.

வசுதேவ கிருஷ்ணனின் தங்கையையோ, நகுல சகோதரர்களின் மனைவிமார்களையோ, சூதில் இழக்கவில்லை. தான் ஒரு பசுவென பந்தயப் பணயமாக தோற்கப்பட்டதன் ரணம் பொங்கியது. அவள் அவர்களில் எவராவது தன்னைக் காண வரக்கூடுமெனக் காத்திருந்தாள்.

கொண்டாட்டத்தின் நிழல் அகன்று அவமதிப்பின் தீவிரம் துவங்கியது. கிருஷ்ணையை அழைத்து வரச் செய்திருந்தான். சபையோ அவளுக்காகக் காத்திருந்தது. துரியோதனன் மனைவிக் குரிய இடது தொடையைத் தட்டிக் காட்டி அவளைத் தன்வசம்

வந்து அமரச் சொன்னான். சபையில் நீண்ட மௌனம் நிலவியது. அனைவரும் செய்வதறியாது நின்றனர். ஒரு வேட்டையைப்போல யாவர் மனமும் அறியா ருசி கொண்டது. உதிரம் பெருகும் தீட்டுடை கொண்ட ஸ்த்ரீயாக அவள் நின்றிருக்கிறாள். கரிய கேசம் உடலின் பாதியை மறைத்திருந்தது. தூண்டப்பட்டுக் கொண்டேயிருந்தான் துரியோதனன். இச்சை அவள்மீது தன் ஆயிரம் நாவுகளால் ஊர்ந்தது. துச்சாதனனை அவள் துகில் பற்றி எடுக்கச் சொன்னான். அரண்மனை மாடங்களின் புரை வழியாக, ஒளிந்து பார்த்துக் கொண்டிருந்த ஸ்த்ரீகள் நடுக்கம் கொண்டனர். கிருஷ்ணையின் உடல் நடுங்கியது. அவள் தனது உடலை மறைத்திருந்த காட்டுப் பஞ்சினால் ஆன ஆடையை, அதன் குருதித் தெறிப்பை மீறி காத்துக்கொள்ள விரும்பினாள். துச்சாதனன் அவள் அருகாமைக்கு வந்து அவள் கேசத்தைப் பற்றினான். உதிரவாடை முகத்திலடித்தது. கைகளால் அதைப் பற்றிச் சுருட்டத் தயங்கியவனாக நின்றான். வேட்டைக்களத்தின் தீவிரம்போல சபை அடர்ந்த வனம் போலானது. அவளது துகிலை துச்சாதனன் பற்றிவிட்டான்.

~

உடலினின்று துகில் பிரிந்து சுருண்டுகொண்டே வந்தது. உடல் நிறம் தவிர வேறு ஆடைகளற்றவளாக அவள் தோற்றம் கொள்ளும் முன்பு அவள் உடலில் ஒளி நீண்டு வஸ்திரமென விரியத் துவங்கியது. உலகம் தோன்றிய நாள் முதல் முடிவற்று வரும் பெரிய வஸ்திரம் ஒளிதானே. அதுதானே பகல் என தினமும் பற்றி இழுக்க இழுக்க முடிவற்று வந்து கொண்டேயிருக்கிறது. பரஸ்பரம் யாவரும் அவரவர் உடலின் ஒளிக் கசிவாலேதானே பிறருக்குப் புலப்படுகிறோம். ஒளி யாவர் உடலினுள்ளும் திரண்டு அடங்கி உள்ளது. அது உச்ச நிலையில் தன்னை அவிழ்த்துக் கொள்ளவும் கூடுமல்லவா? கிருஷ்ணையின் உள் ஒளிந்து உயிர் சக்தி ஒளி வஸ்திரமென நீண்டு கொண்டிருந்தது. ஆடைகளென அவள் உடலினின்று பிரிந்து வளைய வளையமாக ஒளி சுருண்டு உரிந்து கொண்டே இருந்தது. தனது கைகளால் பற்ற முடியாத ஒளித் துகிலினைக் கண்டவனாக அதனைப் பற்றி இழுக்க முயன்ற துச்சாதனன், எடையற்ற மென் துகிலைப்போல ஒளி அவள் உடலிலிருந்து பிரிந்து சுருளுவதைக் கண்டான்.

அவன் கைகள் ஒளியின் துகில் திரையைப் பற்றி இழுக்க முடியவில்லை. அவன் சோர்வுற்றபடி இருந்தான். காந்தாரி இதை உணர்ந்துவிட்டாள். மறைவில் ஒளிந்து பார்த்த பெண்கள் அவள்

உடல் துவள நிற்பதையும், துகிலென எதையோ துச்சாதனன் பற்றிட முயன்று கொண்டிருப்பதையும் கண்டனர். பகலின் ஒளியைத் தனது உடல் முழுவதும் சுற்றியவளைப்போல அவன் அதை அவிழ்த்தபடியே இருந்தான். பின் அவனும் சோர்ந்து விழுந்தான். உடலில் ஒளி பிரிந்து கழன்ற திரௌபதி தன்நிலை மறந்து வீழ்ந்தாள். பற்றி இழுக்கப்பட்ட ஒளித் துகில் ஓடி மறைந்தன.

திருதராஷ்டிரன் அவளை விடுவித்துவிட்டான். அவள் தன்னோடு தன் கணவன்மார்களையும் விடுவிக்கச் செய்துவிட்டாள். அவர்கள் சபையை விலக்கித் திரும்பியிருந்தார்கள். அவமதிப்பின் ரணம் ஏறிய உடலோடு அவர்கள் வந்திருந்தார்கள். ஆறுதல்படுத்த முடியாத கிருஷ்ணையைப் பற்றி நகுலன் தனது சகோதரனிடம் சொன்னான்.

'அவள் ஒரு விருட்சத்தைப்போல தன் உடலின் அடுக்குகளைக் களைந்து கொண்டேயிருந்தாள், விருட்சம் நிர்வாணமற்றது. அவளுக்குள் சிகப்பு சரசரத்து ஓடும் சப்தம் கேட்கிறது. அவள் ஒரு விருட்ச ஸ்த்ரீ.'

~

திரும்பவும் சூதாட வந்த அழைப்பை ஏற்றுக் கொண்டுவிட்டான் யுதிஷ்ட்ரன். தன்னை இதைவிடவும் அவமதிப்பாக நடத்திட எவராலும் முடியாது என கிருஷ்ணை உணர்ந்தாள். ஒரு பெண்ணால் ஐந்து சகோதரர்களும் மீட்கப்பட்டார்கள் என்பதைவிடவும் ஐவரும் சூதில் தோற்று அடிமையாவதே சிறந்தது என யுதிஷ்ட்ரன் முடிவு செய்திருக்கிறார் என்றே அவளால் உணர முடிந்தது. அவள் நினைத்தபடியே அவர்கள் நாடு நகரங்களை இழந்து யார் கண்ணிலும் படாது வனவாசிகளாக வாழ்வதை ஏற்றுக் கொண்டார்கள்.

'அவமதிப்பின் சாலையில் தினசரி நடந்து அலைவதை விடவும் இது பாதுகாப்பானதில்லையா... யுதிஷ்ட்ரன் தன்னை ஒளித்துக் கொள்ளத் தயாராகிவிட்டார்' என தனக்குத்தானே கிருஷ்ணை சொல்லிக் கொண்டாள்.

அவளுக்கு சபையில் அவள்மீது ஊர்ந்து திரிந்த பலநூறு கண்களின் கூரிய நுனியின் தீண்டுதல் உடலெங்கும் துளையிட்டு விட்டதாக உணர்ந்தாள். சிரிப்பையும் ஏளனத்தையும்போல அவமதிக்கக்கூடிய செய்கைகள் உலகிலே இல்லையோ என அவளும் உணர்ந்தாள்.

அவர்கள் தங்கள் தேசம் விடுத்து வனவாசம் செல்வதற்காக ஒத்துக் கொண்டார்கள். எண்ணிக்கையற்ற அந்தப்புரப் பெண்களும், தானியங்களும், செல்வமும் ஒருங்கே அடையப்பெற்ற துரியோதனன் மாமாவின் குளிர்ச்சியில் அணைந்து கிடந்தான். சபாக்கள் திறந்தே கிடந்தன. அஸ்தினாபுரத்திலும் இந்திரப் பிரஸ்தத்திலும் விளையாட எவருமில்லை. காற்றின் ஓசை மட்டுமே அங்கு நடமாடி அலைந்தது. மயன் தனது இன அழிவிற்கு உரிய பழியைத் தீர்த்துக் கொண்டுவிட்டான்.

~

வனத்தைப்போல ஆறுதல் தரக்கூடிய வெளிதான் எது? எண்ணிக்கையற்ற இலைகளும், நிழலும், குளிர்ச்சியும் நீரோடை களும் இருளும் ஒளியும் நடனமிடும் பாறைகளும், மான்களும், நீண்ட புல்வெளிகளும் விரிந்த வனவெளியில் ஐவரும் அலைந்து திரிந்தனர். தனது வேதனையின் நோவைப் போக்கிக் கொண்டவளாக கிருஷ்ணை தனியே காற்றைப்போல உலாவிக் கொண்டிருந்தாள்.

மழைக்காலத்தில் வனத்தின் உருவமே மாறிவிடுகிறது. இடை விடாது பெய்யும் மழையின் ஊடே ஒரு ஸர்ப்பமென பாஞ்சாலி தனியே இலைகளுக்குள் அலைந்து வருவாள். குளிர்ச்சி, ஈரம் கொட்டிக் கொண்டிருந்தபோதும் அவள் உடலில் வெம்மை அடங்கவேயில்லை. அவளது கேசம் வளர்வதை நிறுத்தியிருந்தது. கேசத்தைக்கூட தனது இஷ்டம் போல வளரவும் நிறுத்தவும் செய்யக்கூடிய வலிய ஸ்த்ரீயாக இருந்தாள்.

~

இடியும் மின்னலும் கூடிய அடை மழைக்காலமானது. ரிஷிகளின் கூடாரங்களைப்போல மூங்கிலால் அமைக்கப்பட்ட இடத்தினுள் ஐவரும் ஒடுங்கிக் கிடந்தனர். அவர்களின் இயல்பே கானகவாசி களைப் போல மாறிவிட்டது. சிறிய சப்தத்தினைக்கூட அறிந்து விடுகிறார்கள். எப்போதாவது மழையோடு காட்டுப் பன்றிகள் சப்தமிட்டபடியே மண்ணைத் தனது மூக்கால் தோண்டியபடி வரும்போது ஐவரும் விழிப்புக் கொண்டு விடுகின்றனர். காட்டுப் பன்றியைத் தனது அஸ்திரத்தால் வீழ்த்துகின்றான் விஜயன். இரவோடு அதன் மாமிசத்தை வேகவைத்துப் புசிக்கிறார்கள். காடு இயல்பான வெளியாகிவிட்டது.

தௌமியர் என்ற ரிஷி அவர்களோடு வழிகாட்டுபவராக அலைந்து கொண்டேயிருந்தார். நீடித்து மழை பெருகும் நாட்களில் நினைவுகளில் மூழ்கிப்போவாள் கிருஷ்ணை. அவளோடு எதையும் பேசிப் பகிர்ந்து கொள்ளக்கூட அவர்கள் தயங்கினார்கள். அவள் காத்துக் கொண்டேயிருந்தாள்.

வனம் தனது உருவத்தினை உருமாற்றிக் கொண்டேயிருக்கக் கூடியது. அவள் மரங்களின் பாறைகளின் வடிவமாற்றத்தைக் கண்டவளாக நகரின் ஞாபகம் மறந்திருந்தாள். ஐவரின் சுபாவமும் மாறியிருந்தன. கோடைகாலத்தில் வனம் பற்றி எரியும்போது திரௌபதி அதைப் பார்த்துக் கொண்டேயிருப்பாள். நெருப்பைப் போல இதமளிக்கும் விருப்பம் வேறெதுவும் அவளுக்கு இல்லை. தொலைவில் அலையும் சுடர்களைக் கண்ணால் குடித்தபடியே அவளின் நாட்கள் நீண்டு கொண்டிருந்தன.

~

வாசனைப் பின்பாதை

இரண்டு சிகரங்களுக்கு இடையே வளைந்து சரிந்து பாறைகளின் மீதேறிக் கொண்டிருந்தது நதி, அதன் துல்லியமும் குளிர்மையும் கண்டவர்களாக நால்வரும் அமர்ந்திருந்தார்கள். நதியின் இரவு மிகத் தொன்மையானது. வானின் நட்சத்திரங்கள் நதிநீர் மீது மிதந்து அலைவதையும், அதை மீன்கள் விரட்டிக் குதூகலிப்பதையும் யுதிஷ்ட்ரன் பார்த்துக் கொண்டிருந்தான். வெகுதூரம் பயணம் செய்து வந்திருந்தார்கள். தேசங்களிலும், மலைப்பாதைகளிலும் நடந்த சோர்வு நதியின் முன்னிலையில் அழிந்து போனது.

கற்சிலைகளைப்போல நதியைப் பார்த்தபடியிருக்கும் தனது சகோதரர்கள் பீம, நகுல, சகாதேவர்களையும், காற்றில் அலைபடும் கூந்தலுடன் தனிவெளியில் நடந்து கொண்டிருக்கும் யக்ஞசேனியையும் யுதிஷ்ட்ரன் பார்த்துக் கொண்டிருந்தான். நெடுநாட்களுக்குப் பிறகு அவன் மனம் சாந்தி கொள்ளத் துவங்கியது.

காற்று விரிந்து வேகம் கொள்ளத் துவங்கியதால் எங்கும் இடையறாத இரைச்சல் சப்தம் கேட்டபடியிருந்தது. கற்கள் நதியின் கிளை வழிகள் பிரிந்து நான்கு பக்கமும் ஓடுகின்றன. ரத்தத்தினை வெளிற வைக்கும் குளிர்ச்சி. தண்ணீருக்குள் யுதிஷ்ட்ரன் பார்த்துக் கொண்டேயிருந்தான். கூழாங்கற்கள் மிருது கொண்டிருப்பதைக்

கண்டதும் அவை பாலில் செய்த கோளம்போல் இருப்பதாகப் பட்டது. அவன் தண்ணீரின் சலனத்தை மீறியதொரு நிதானத்தைக் கண்டான். அர்ச்சுனன் இல்லாமல் நால்வர் மட்டும் பயணிக்கும் இந்த யாத்திரா காலமானது ஏனோ தருமனுக்கு உகந்ததாகயிருந்தது. அவன் அர்ச்சுனனைப் பற்றிய தன் நினைவுகளில் ஆழ்ந்தவனானான்.

அர்ச்சுனன் எப்போதும் அவனது கைமீறியவனாகவேயிருந்தான். தன் மனதின் ஆசைகள் மட்டும் அவனை வழிநடத்திக் கொண்டிருந்தன. அவன் சகோதரர்களில் வசீகரனாகவேயிருந்தான். அவன் மனம் எப்போதும் சாகசத்தின் துடிப்பைப் பெருக்கியபடி இருந்தது. அர்ச்சுனனைவிடவும் வலியவனான பீமன் சகோதரனின் மூர்க்க நேசத்தால் பீடிக்கப்பட்டவனாகயிருந்தான். யுதிஷ்ட்ரன், பீமனின் கோபம் தனது விருப்பத்திற்குரியதாகவே கொண்டிருந் தான். நகுல, சகாதேவர்கள் எப்போதும் அவர்களின் நிழல் உருவங் களைப் போலப் பின்தொடர்ந்து கொண்டேயிருந்தனர். சகோதரர் களான அந்த இருவருக்குள்ளும் பாஷைகளற்றதொரு உறவுநிலை கூடியிருந்தது. குந்தி புத்திரர்களான அவர்கள் மூவரும் அந்தப் பிரியத்தைக் கொண்டிருக்கவில்லை.

நதி மிகப் பெரியதாகயிருந்தது. அதன் சீற்றம்கூடிய சரிவுகளில் யக்ஞசேனி என்னும் திரௌபதி தனியே நடந்து திரிந்தாள். தனது தேசத்திலிருந்து மட்டுமல்ல தன்னோடு வந்த மனிதர்களை விட்டு அகவெளியில் அவள் வெகுதூரம் விலகியவளாகிவிட்டாள். எதிரேயிருக்கும் இரண்டு சிகரங்களும் கூர்மையாகத் தெரிந்தன. இரண்டின் கூர்முனைகளில் பனி வளையமிட்டிருந்தது. சூரியனின் பூச்சொளி படர்ந்த சிகரங்களின் பீடித்த மௌனத்தை அவள் கேட்டுக் கொண்டேயிருந்தாள். நடமாட்டமற்ற மலைப்பாதைகள் ஒடுங்கி இருந்தன. தொலைவுவரை எந்த உயிரின் நடமாட்டமும் இல்லை. இந்த சிகரத்தின் உச்சியை நோக்கிப் பயணிக்கப் போகிறோம் என்பதை முன்னரே யுதிஷ்ட்ரன் சொல்லியிருந்தான். அவர்கள் மலையேற்றத்திற்கான உணவுப் பண்டங்களையும், மன தைரியத்தையும் தேற்றிக் கொண்டிருந்தனர்.

குளிர் நிரம்பிக் கொண்டேயிருந்த இரவில் நகுலன் வெடவெடப் பால் பீடிக்கப்பட்டான். அவன் கண்கள்கூட நடுக்கம் கொள்ளத் துவங்கின. நால்வரோடு உடன் வருவதாயிருந்த தொல் குடிகளும், இரண்டு வேதியர்களும் ஏதேதோ சாற்றை அரைத்து அவன் உதடுகளில் பிழிந்தனர். நகுலன் பிதற்றிக் கொள்ளத் துவங்கியிருந்தான்.

பீமன் அவன் அருகே அமர்ந்தவனாக தனது வெம்மை பொங்கும் கைகளால் அவனைத் தடவியபடி இரவில் விழித்திருந்தான். நெருப்பை காற்று விழுங்கியபடி நீண்டது. கற்களைச் சூடாக்கியிருந்தார்கள். அக்னியைக் குடித்த கல்லில் சூடு நிரம்பியிருந்தது. தனது கைகளால் அந்தக் கற்களை எடுத்துச் சூடேற்றித் தனது சகோதரனின் நெற்றியில் அவன் வைப்பதாகயிருந்தான். இரவு நீண்டு கொண்டேயிருந்தது.

நகுலன் தானறியாமல் பிதற்றத் துவங்கினான்.

'நெருப்பு, நெருப்பு... அம்மா வேண்டாம்.'

அவன் நாவு கூக்குரலிட முடியாமல் அடங்கிக் கொண்டது. யாவரும் கண்களை மூடியபடியே விழித்திருந்தனர் போலும். பீமன் அந்தச் சொற்களின் வழியே எதையோ ஞாபகப்படுத்த முனைகிறான் என யோசனை கொண்டவனாக அவனைத் தேற்றினான்.

திரௌபதி உணர்ந்துவிட்டாள். அவள் மிக ரகசியக் குரலில் பீமனிடம் சொன்னாள்.

'தாயின் ஞாபகம் பீறிடுகிறது.'

பீமன் அவனறியாமல் வேதனையின் துக்கமேறிட உமிழ் விழுங்க முடியாமல் இருந்தான். நதியின் சலசலப்பு வேகமாகிக்கொண்டே வருகிறது. தொல்குடிவாசிகளில் ஒருவன் இருளில் அலைவுறும் மிருகமொன்றைப்போல பாறைகளின் மீதேறி நின்றவனாக நட்சத்திரங்களைக் கண்டு கொண்டிருந்தான். சிகரங்களுக்குள் நெருப்பு உமிழ்வதும் அடங்குவதுமாக இருந்தது. தொல்குடியாளன் திரும்பிவந்து யுதிஷ்ட்ரனிடம் சொன்னான்.

'நாம் திரும்பிப் போய்விடுவோம். காலநிலை மாறப் போகிறது. சிகரத்தை அடைவது சுலபமல்ல.'

யுதிஷ்ட்ரன் அந்தக் குரலின் வேகத்தைப் புறக்கணிப்பவன்போல சொன்னான்.

'நான் பத்ரீ விருட்சத்தைக் காண வேண்டும்.'

'பயணம் துவங்கியதுமே மழை பற்றிக் கொண்டுவிடும். நாம் திரும்பி விடுவோம்.'

'நான் பயணம் செய்கிறேன். சகோதரர்கள் திரும்பிச் செல்லட்டும்.'

அவர்கள் பார்த்தபோது சிகரங்களினிடையே ஒரு பந்தென நெருப்பு வளையமிட்டது. யுதிஷ்ட்ரன் அது என்ன தீ வளையமெனக்

கேட்டான். தொல்குடியாளன் மலையின் உயரத்தில் சில விசித்திரப் பறவைகள் இருப்பதாகவும் அவை நெருப்பை உமிழ்ந்து விளையாடக்கூடியவை என்றான்.

உறக்கமற்ற இரவு நீண்டது. காலை புலரியில் நால்வரும் நதியினுள் பிரவேசித்தபோது கற்களும்கூட குளிர்ச்சியில் நடுங்கிக் கொண்டிருந்தன. காட்டெருமைகள் கூட்டமாக நதிவழியே தொலைவை நோக்கிக் கடந்து சென்றன. வெண்ணிற நதியில் நரம்புகளை அவிழச் செய்யும் குளிர்மையோடியது. யக்ஞசேனி நகுலனைப் பார்த்தபடியிருந்தாள். ஒரே இரவில் அவன் வயதைக் கடந்த சிறுவனைப்போல முகமாற்றம் கொண்டிருந்தான். யுதிஷ்ட்ரன் பீமனிடம் சொன்னார்.

'நீங்கள் திரும்பிவிடுங்கள். சிகரத்தின் பாதை வலியது.'

யக்ஞசேனி தான் உடன் வருவதாகச் சொன்னாள். சகோதரர்கள் மூவரும் பின்தொடர்வதாகச் சொன்னார்கள். இரண்டு தொல் குடியானவர்கள் முன்வர அவர்கள் ஆறு பேர்களாக மலையின் மீதேறுவதாக முடிவு கொண்டார்கள்.

சிகரத்தின் உயரத்திற்கான பாதைகள் எதுவுமில்லை. பசிய பாறைகளும், இடைவழிகளும் மட்டுமேயிருந்தன. நால்வரும் இருவேறு பாதைகளில் நடந்தனர். மனம் மேலேற நடக்க நடக்க பின்னோக்கிச் சென்று கொண்டேயிருந்தது.

யக்ஞசேனி தனது பிள்ளைகளை நினைவு கொண்டாள். தொலைதூர நகரில் தனது சகோதரன் வீட்டில் அவர்கள் ஓய்வு கொண்டிருக்கக் கூடும். சகோதரர்களின் முகமும் வீடும் தொலைவும் அலையாடத் துவங்கின. அவள் தனது யுவநாட்களை நினைவு கொள்ளத் துவங்கினாள். தாய் நேசிப்பதைத் தர இயலாத திரௌபதையின் ஆசைகளை அவள் தனியே எண்ணியபடி நடந்தாள்.

மலையின் மீதேறத் துவங்கியதுமே பெருமழை பெய்யத் துவங்கியது. இடியும் மின்னலும் வெட்டிப் பெருகின. அவர்கள் மறைவிடம் தேடி ஓடினார்கள். குன்றுகளின் புடவிடையிலே அவர்கள் ஒடுங்கி நின்றபடி மழை பெய்வதைப் பார்த்த படியிருந்தார்கள். தொல்குடிகள் அந்த மழையின்போது வான் உலகத்தில் இருந்த விருட்சங்களின் கனிகள் உதிர்வதாகவும், அதை எடுத்து ருசித்தால் உடல் வலிவு ஏற்படும் என்றும் மழைக்குள் தேடி வெண்ணிற சிறு கோளங்களை எடுத்து உண்டார்கள். பாறைகளைப் போல உறைநிலையில் அவர்கள் பெய்து கொண்டிருக்கும் மழையைப் பார்த்தார்கள்.

எதன் பொருட்டாக இப்படி முடிவற்ற சிகரமொன்றின் கற்புடவையினுள் நாம் விலங்கென ஒளிந்திருக்கிறோம் என பீமன் யோசித்தவனாக இருந்தான். இயற்கையின் முடிவற்ற இந்த வனமும், ருசிமிக்க விலங்குகளுமே தங்களுக்குப் போதுமானது தானே. இனியும் தேசத்தை ஆள்வதால் என்ன கிடைத்துவிடப் போகிறது? மழை மிகவேகமாகப் பற்றிக்கொண்டது.

மழையால் பகல் மறைந்து இருளைப் போன்றதொரு மயக்கமான வெளிச்சமின்மை நிரம்பிக்கொண்டிருந்தது. மலையின் உள்ளே யாரோ விசும்புவதுபோல பாறைகள் ஒருவிதமான மூச்சுச் சப்தத்தை வெளியிட்டபடியிருந்தன.

தொல்குடியாளர்கள் மழையை வெறித்தபடியிருந்தார்கள். மிகுந்த ரௌத்திரம் கொண்டு மலையைப் பற்றி உலுக்குவதுபோல மழை தீவிரமாகியது. திரௌபதை இந்தப் பெருமழையின் வேகத்தால் சாந்தி கொண்டவளைப்போல இருந்தாள். பாறைகளில் நீர்க்கசிவு இறங்கி அவள் கால் விரல்களில் ஏறிக்கொண்டிருந்தது.

பீமன் பசியால் பீடிக்கப்பட்டான். இளம் சூட்டில் மிருது கொண்ட மானின் இறைச்சி ருசி அவன் நினைவில் அரும்பியது. நகுல சகாதேவர்கள் பார்த்துக் கொண்டேயிருந்தார்கள். சகாதேவன் மழைத்துளியின் வேகத்தைக் கண்டதுமே அது இந்த இரவிற்குள் பெய்து அடங்கப் போவதில்லை என அறிந்தவனாகத் தனது சகோதரனிடம் சொன்னான்.

'மழை உன்னை பலவீனனாக்க அனுமதிக்காதே நகுலா.'

நகுலன் தனது அழகிய கண்களால் மழையை வெறித்தபடி சொன்னான்.

'மலையேற்றம் தாயின் நினைவுகளைப் பெருகச் செய்கிறது அண்ணா. இந்த மழையின் சீற்றம் நெருப்பின் அலையாகவே எனக்குப் புலப்படுகிறது.'

'கடந்த காட்சிகளிலிருந்து விடுபட்டுவிடு நகுலா.'

'இந்த மழையைப்போல அது என்னைச் சுற்றிலும் பீடித்திருக்கிறது.'

தொல்குடியாளர்கள் மழையை இமைக்காது கண்டு கொண்டிருந்தனர். காற்று மழையை ஏந்தியபடி பாறைகளில் கொண்டு வீசித் திரும்பியது.

நீண்டநேரத்தின் பின்பாக வெறிக்கத் துவங்கியது மழை. பாதைகள் சரிந்து மூடியிருந்தன. நடக்க நடக்க வலியும் வேதனையுமே

மிஞ்சியது. யுதிஷ்ட்ரன் தன்னைப் பின்தொடர்பவர்களைப் பற்றிய நினைவின்றி முன்னால் சென்றவனாக இருந்தான். விரித்த கூந்தலும் அசதியேறிய கண்களுமாக திரௌபதை நடந்து வந்து கொண்டிருந்தாள். இரவு கூடுவதற்குள் ஏதேனும் ஒரு குகையினுள் சென்றுவிட வேண்டுமென அவர்கள் நடந்து கொண்டிருந்தனர்.

வெடித்த பாறைகளின் ஊடே நடந்தபோது திரௌபதையின் வீறிடும் குரல் கேட்டது. பீமன் நடுக்கமுற்றவனாக அருகாமை சென்றபோது திரௌபதை வீழ்ந்திருந்தாள். அவள் அருகாமையில் சர்ப்பமொன்று நழுவி பாறையடியில் சுருண்டோடியது. பீமன் உரத்து யாவரையும் அழைத்துச் சப்தமிட்டான்.

திரௌபதையின் கண்கள் சொருகியிருந்தன. அவள் உடலின் நிறம் மாறிக்கொண்டு வந்தது. பீமன் மிகுந்த ரௌத்திரமும், இயலாமையும் கொண்டவனாக செய்வதறியாது கத்தினான். தொல்குடியாளர்களில் ஒருவன் பாறைகளின் சரிவில் இறங்கி ஓடினான்.

திரௌபதை வீழ்ந்த இடத்திலே கிடந்தாள். அவளுக்கு மெல்ல நினைவு தப்பத் துவங்கியிருந்தது. சிகரங்கள் மனிதர்கள் யாவரும் மறைந்து வெண்புகை போல சுருள் வளையமொன்றினுள் தன்னைப் புதைத்தவளாகயிருந்தாள். பீமன் அவளை அழைத்தபடியே இருந்தான்.

யுதிஷ்ட்ரன் வீழ்ந்து கிடக்கும் திரௌபதையைப் பார்த்ததுமே துக்கம் மீறியவனாக அருகாமையில் அமர்ந்து பார்த்துக் கொண்டிருந்தான். மனம்கூடாத சாத்தியங்களில் சரிந்து பயந்தது.

அவளின் கிட்டித்த பற்களைத் திறந்து சாற்றைப் புகட்டினார்கள். அவள் நாவு படிந்திருந்தது. மெல்லமெல்ல அவள் தன் உணர்வு கொண்டபோது எங்கும் இருளின் நதி ஓடிக் கொண்டிருந்தது. அருகில் இருப்பவர் எவரும் கூட புலப்படவில்லை. அவள் தன் கண்களை விழித்துப் பார்த்தபோது இருளில் பலமான கையொன்று அவள் கேசத்தைத் தடவியதை உணர்ந்து பற்றிக் கொண்டாள். கண்ணீர்த் துளியொன்று பீறிட்டது.

மிகத் தொன்மையான மனிதர்களைப்போல அவர்கள் சிகரத்தின் வழிப்பாதை ஒன்றில் தனித்தனியே அமர்ந்தவர்களாகக் காற்றால் அலைக்கழிக்கப்பட்ட இரவைக் கழித்துக்கொண்டிருந்தார்கள்.

~

பகலில் திரௌபதை விழித்துக் கொண்டுவிட்டாள். யுதிஷ்ட்ரன் திரௌபதையைச் சுமந்துகொண்டு வரும்படி பீமனிடம் சொல்லி யிருந்தான். பீமன் அவளைத் தனது பலமான கைகளால் முன்னெடுத்தவனாக மலையேறி நடந்தான்.

வெண்மையும், சுத்தமும், துல்லியமுமான நதிமுகமொன்றிற்கு வந்து சேர்ந்தார்கள். அது சிறிய குளம் ஒன்றைப் போலிருந்தது. பாறைகள் சுற்றிலும் அமைய அதனுள் நீர் பெருகிக் கொண்டிருந்தது. அதன் கரையொன்றில் தொலைவில் தனித்துநின்ற பத்ரீவிருட்சத்தினைக் கண்டான் யுதிஷ்ட்ரன், அவர்கள் யாவரும் அந்த விருட்சத்தின் அடியில் வந்து நின்று இலை உதிர்க்காமல் இருப்பதன் அதிசயம் கண்டவர்களாகப் பார்த்துக் கொண்டேயிருந்தனர்.

பீமன் பத்ரீ விருட்சமெனும் அந்த இலந்தை மரத்தைப் பார்த்தான். அது மற்றெந்த மரத்தைப் போலவே சாதாரணத் தோற்றம் தருவதாகயிருந்தது. யுதிஷ்ட்ரன் அந்த விருட்சம் மிகத் தொன்மையானது என்றும், அதன் வேர்கள் தரையில் ஊன்றவில்லை என்றும், அது வான் உலகின் அமிர்த தாரையில் புதையுண்டு இருப்பதாகவும் சொன்னான்.

~

திரௌபதை அந்த விருட்சத்தினைவிடவும், அதன் காலம் மீறிய உயிர்ப்பைக் கண்டவளாக அதனைத் தன் கைகளால் ஸ்பரிசித்தாள். அது வெம்மையாக இருந்தது. இத்தனை பனி கொட்டும் மலையின் உயரத்தில் இந்த விருட்சம் மட்டும் இத்தனை வெம்மை கொண்டிருக்கிறதே எனப் பார்த்துக்கொண்டிருந்தாள்.

யுதிஷ்ட்ரன் தாங்கள் அந்த விருட்சக் கரையிலே சில நாட்களைக் கழிக்கலாம் என்றான். வந்தவர்களும் ஒத்துக்கொண்டார்கள்.

இரவில் அபூர்வமான சுகந்தமொன்று கசிந்து கொண்டேயிருந்தது. எந்த மலருமற்ற அந்த சுகந்தத்தை யாவரும் முகர்ந்தனர். மயக்கமூட்டும் வாசனையது. தொல்குடியானவர்கள் வானின் நட்சத்திரங்கள் அரும்பும் வாசனை அது என்றார்கள். இரவில் சிலநேரம் வானிலிருந்து மான்கள் துள்ளி மலை உச்சியில் குதித்து விடுமென்றும் அவை தன் உடலில் இருந்து சுகந்தத்தைக் கசிய விடுவதாகவும் மற்றொருவன் சொன்னான்.

திரௌபதை அந்த சுகந்தத்தை தன் உடல் எங்கும் நிரம்பிட அனுமதித்தவளாக காத்துக் கொண்டேயிருந்தாள். பின்னொரு

நாளில் ஒரேயொரு இதழ் மட்டும் பறந்து காற்றில் வளையமிட்டு வீழ்ந்தபோது திரௌபதை அதைத் தன் கைகளில் ஏந்தியபடி நுகர்ந்தாள்.

‘ஒரே மலரில் இத்தனை வாசனையா?’ என வியந்தவளாக அதன் இதழ்களைப் புரட்டினாள். தொல்குடியாளன் அதை சௌகந்திகம் என்றான்.

ஆயிரம் இதழ்கள் உடைய மலர் என்றும் வெகு தொலைவின் அப்பால் உள்ள ஒரு மடுவில் அது பூத்திருப்பதாகச் சொன்னான். திரௌபதை அந்த விசித்திர மலரை விரித்து தன் கூந்தலில் சூடிட விரும்பியவளாக அவள் பீமனை அழைத்துச் சொன்னாள்.

பீமன் அந்த மலரைத் தான் அறிவதெப்படி என்றான். திரௌபதையோ வாசனையின் பாதையிலே நடந்து சென்றால் கண்டுவிடலாம் என்றவளாக பீமனைத் தேடிப்போகச் சொன்னாள்.

~

வாழ்வில் முதல்முறையாக பீமன் வாசனையின் பாதையில் நடந்து செல்லத் துவங்கினான். காற்று வாசனையின் பாதையை மாற்றிக் கொண்டேயிருந்தது மரங்களையும், சரிவுகளையும், குறுகிய பாதைகளையும் கடந்தவனாக அவன் நடக்க நடக்க அது முடிவற்ற கிளைகள் கொண்ட பாதை என்பதை உணர்ந்து கொண்டுவிட்டான். தான் தேடிச் செல்வது சௌகந்திகத்தை அல்ல வாசனையின் மூலாதாரத்தை என்பதை உணர்ந்தவனாக அது தன் நுட்பத்தின் அதிசாத்தியத்தில் மட்டுமே கூடும் என உணர்ந்தவனாக நடந்து சென்றான்.

காற்று வாசனையின் தொலைவை விரித்துக் கொண்டேயிருந்தது. அதன் ஊற்றைக் காண முடியவேயில்லை. அலைக்கழிப்பும், வேதனையும் மிக்கவனாக பீமன் சோர்வுற்று அமர்ந்திருந்தான். பெயர் தெரியாத வண்டு ஒன்று மலரைத் தேடி அலைவதைப்போல தான் சென்றுகொண்டே இருப்பதாகப் பட்டது.

பீமன் வாசனையின் முகத்துவாரத்திற்கு வந்தபோது கண்டான் அந்த மடுவில் சௌகந்திகம் பூத்திருந்தன. அந்த மலரின் இதழ்கள் விரியவிரிய வாசனை பூப்பதைக் கண்ட அவன் அதில் ஒரேயொரு மலரை மட்டும் பறித்துவிட முயன்றான். ஆனால் அந்த மலரைக் கைகளால் பறிக்க இயலவேயில்லை. தனது பலத்தால் அந்த மலரை அவன் பறிக்க முயற்சித்துக் கொண்டேயிருந்தான். தாமரை

மலரைப் போலவேயிருந்த சௌகந்திகம் பறிக்கப்படாத மலராகயிருந்தது. அவன் மடுவின் கரையிலே காத்துக் கொண்டேயிருந்தான். ஒரு மலர் தானே உதிரும் நாளில் அவன் கைவசமானது.

தேடி வந்து சேர்ந்தார்கள் யுதிஷ்ட்ரனும் திரௌபதையும் சகோதரர்களும். மிகுந்த வெட்கமுற்றவனைப் போல அவன் ஒடுங்கிவிட்டான். ஒரேயொரு மலரைத் தனது கைகளில் இருந்து எடுத்து திரௌபதையிடம் தந்தான். அவள் அதன் சுகந்தத்தை நுகர்ந்தவளாக யுதிஷ்ட்ரனிடம் தந்தபோது பீமனின் மனதில் அவமதிப்பும் ரணமும் ஏற்பட்டது. அவன் யாவையும் விழுங்கி நிசப்தித்துவிட்டான்.

~

கண்பார்வைக்குப் புலனாகாத நதியொன்று நீண்டு ஓடிக் கொண்டிருப்பதாகவும் அது அபூர்வமாக சில நாட்களில் இரவில் எவர் கண்ணிலாவது தென்படக்கூடுமென்றும் அறிந்த யுதிஷ்ட்ரன் சகோதரர்களோடு பயணம் செய்யத் துவங்கியிருந்தான்.

செம்மை படிந்த நிலப்பரப்பாக இருந்தது. காட்டுமரங்களில் வெண்ணிறமும் சிவப்பும் கலந்த பூக்கள் இருந்தன. இந்தச் செம்பாலையில் கள்வர்கள் மட்டுமே நடந்து திரியக் கூடுமென்று அறிந்த பீமன் தனது சகோதரர்களையும் கிருஷ்ணையையும் மிகக் கவனமாகக் கண்காணித்தபடி நடந்து வந்தான். பகல் மிக வெக்கை கூடியதாக இருந்தது. அவர்கள் காற்றில் அலைக்கழிக்கப் பட்டவர்களாக நடந்து கொண்டிருந்தார்கள். கானல் மட்டும் தொலைவுவரை ஓடி அதில் மிருகங்களைப்போல உருத்தோற்றங் கள் எழுந்து ஓடிக்கொண்டிருந்தன.

தாகத்தால் பீடிக்கப்பட்டவர்களாக நாவு உலர நடந்தபோது நகுலன்தான் முதலில் தண்ணீர் வேட்கையைச் சொன்னான். தொலைவுவரை நீர் முகம் தெரியவேயில்லை. பீமன் உயரமாக இருந்த மரமொன்றில் ஏறி நின்று பார்த்தான். ஒரு சிறிய மரக் கூட்டமும் அதன் நடுவே தண்ணீர் வட்டமும் தெரிந்தது. தான் சகோதரனின் பொருட்டு தண்ணீர் கொண்டுவருவதாகப் புறப்பட்டான். சகாதேவன் மறுத்தவனாக தானே புறப்பட்டு நீர்நிலையை நோக்கி நடந்தான். அவர்கள் செம்பழுப்பு நிறமுள்ள ஒரு மரத்தடியில் அமர்ந்துகொண்டனர். காற்றின் இடைவிடாத ஓசை கேட்டபடியிருந்தது.

நகுலன் திரும்பவும் வேட்கை மீறியவனாகச் சொன்னான்.

‘சகாதேவன் வழிதவறிவிட்டான் போலும். தாகம் மேலிடுகிறது.’

பீமன் அப்போதும் தானே போய்த் தண்ணீர் கொண்டுவருவதாகப் புறப்பட்டான். தாகம்மீறிய நகுலன் தானே நடந்து சென்று நீர் அருந்தி வருவதாகச் சொல்லிப் போனான். மூவர் மட்டும் காத்துக் கொண்டிருந்தார்கள்.

நீண்ட நேரத்திற்குப் பிறகு கிருஷ்ணை சொன்னாள்.

‘இருவரும் வழி தவறிவிட்டார்களா என்ன? இல்லை மயக்கம் பீடித்துவிட்டதா?’

பீமன் தனது சகோதரனிடம் தானே நீர்நிலைக்குச் சென்று அழைத்து வருவதாகச் சொன்னான். யுதிஷ்ட்ரன் குழப்பமுற்றவனைப்போல யோசித்தபடி அனுமதித்தான்.

பிறகு பீமன் நீர்நிலையை நோக்கி நடந்துபோனான். மரங்களுக்கு ஊடே நீர்நிலையின் கரையில் நகுல சகாதேவர்கள் வீழ்ந்து கிடந்தார்கள்.

அதைக் கண்டதும் அரற்றியவனாக பீமன் யார் அவர்களை மயக்கமுறச் செய்தது என உரத்துச் சப்தமிட்டு ஓடி அலைந்தான். எவரும் தென்படவில்லை. ஏதேனும் மாய உருவம் ரகசியமாக ஒளிந்துள்ளதா எனத் தேடினான். எவரையும் காணவில்லை. தண்ணீரைத் தெளித்து மயக்கத்தைக் கலைக்க நீர்முகம் குனிந்து கைகளில் நீரை அள்ள முயன்றபோது ஒரு குரல் கேட்டது.

‘நில், நீரைத் தொடாதே. அது உனக்கு சொந்தமானதல்ல.’

யார் பேசுகிறார்கள் எனத் தெரியாமல் நீரைக் குனிந்து பார்த்தான். உருவம் எதுவுமில்லை. பயமற்றவனாக ஒரு கை நீரை அள்ளிக் குடித்தான். மயக்கமுற்றவனாக பீமனும் கரையிலே வீழ்ந்தான்.

பறவையொன்று திடீரென மரங்கள் இருந்த திசைக்குப் பறப்பதைக் கண்ட திரௌபதை திரும்பவும் கேட்டாள்.

‘ஏதோ ஆபத்து பிடித்துள்ளது. மூவரும் திரும்பவில்லை.’

‘உன்னைத் தனியே விட்டு நான் போக இயலாது’ என்றான் யுதிஷ்ட்ரன். ‘நான் பயமற்றவள். நீங்கள் புறப்படுங்கள்.’

யுதிஷ்ட்ரன் நீர்நிலைக்கு வந்தபோது மூவரும் மயங்கிக் கிடந்தனர். நீர் முகம் அவனையும் நிறுத்தியது. அவன் நிதானமாக நீ யார் எனக்

கேட்டான். தனது கேள்விகளுக்கு விடை தருபவர்கள் மட்டுமே அந்தக் குளத்தில் நீர் அருந்த முடியுமென்றது தண்ணீர். வீழ்ந்துகிடக்கும் சகோதரர்களைக் கண்ட துக்கம் மேலிட அவன் உன் கேள்விகள் என்ன சொல் என்றான். தண்ணீர் உலகியலின் இரட்டை நிலைகளை தனது கேள்வியாக்கியது. யுதிஷ்ட்ரன் பதில் தந்தவனாக நின்றான். குரல் அடங்கிய நீர் யுதிஷ்ட்ரன் பதிலால் சாந்தியுற்றது. அவன் நீரின் கேள்விகளுக்குப் பதில் தந்தவனாக தண்ணீரை அள்ளிச் சகோதரர்கள் முகத்தில் தெளித்தான். சொப்பனத்திலிருந்து விழிப்படைபவர்கள்போல அவர்கள் எழுந்து கொண்டார்கள். பீமன் மிகுந்த வெட்கமுற்றவனைப்போல தனியே நடந்துவந்தான்.

செம்பாலையின் நீண்ட இரவொன்றில் அவர்கள் சாலமரமொன்றின் நடுவே படுத்துக்கிடந்தபோது வானம் மெல்லச் சுழன்று நீலமும் கறுப்பும் கொண்டு வளையமிடுவதை கிருஷ்ணை கண்டாள். காற்றின் கதி மாறிச் சுழன்றது. அவள் பார்த்துக் கொண்டிருக்கும் போது ஒரு வானவில்லென வளையமிட்டுச் சுற்றி நீர் வெளியொன்று கடந்துபோனது. கிருஷ்ணை அதைக் கண்டவளாகச் சொன்னாள். அதுதான் அவர்கள் பார்க்க விரும்பி அலைந்த காணாநதியென்றாள். அவர்கள் கவனம் கொள்ளும்போது அங்கே எதுவுமேயில்லை.

மூன்று கனவுகள்

நீண்ட நாட்களுக்குப் பிறகு கிருஷ்ணர் ஒரு சொப்பனத்திற்கு உட்பட்டார். துவாரகையின் படுக்கையறையில் சயனத்தின் கடைசி பாகத்தில் தன் உடலின்மீது படரும் காற்றின் ஈரம் அவர் துயிலின் நெடிய வனத்தினுள் பிரவேசித்தபோது சொப்பனத்தின் இதழ்கள் விரியத் துவங்கின. கிருஷ்ணர் மலையுச்சியில் மேயும் ஆடுகளின் மீதான கவனத்துடன் பாறையில் சரிந்து தெற்கே ஓடும் நதியைக் கண்டவராகயிருந்தார். நதி சீறிக்கொண்டு ஓடுவதுபோல சப்தம் உரத்துக் கொண்டிருந்தது.

தொலைவில் நதியின் மறுகரைக்கு அப்பால் ஒரு ஸ்த்ரீயும் சில சிறுவர்களும் சுமக்கமுடியாத பாரத்துடன் வந்து கொண்டிருந்தனர். அவர்கள் ஏதோ ஒரு பொருளைக் கொண்டுவருவது போலிருந்தது. யார் அவர்கள் என தொலைவால் புலப்படவில்லை. அவர்கள்

காட்டுவாசிகளைப்போல தெரிந்தனர். அவர்களின் வேதனைமிக்க மூச்சுக் குரல் தொலைவு வரை கேட்டுக் கொண்டிருந்தது.

நதியை நோக்கி நெருங்கிவர அவர்கள் ஒரு மனிதனின் உடல் எலும்புகளைச் சுமந்தபடி வந்துகொண்டிருப்பதான காட்சி தெரிந்தது. மத்திய வயதுடைய அந்த ஸ்த்ரீ யாரையும் பின் திரும்பிப் பார்க்கவும் விரும்பாதவளாக வந்து கொண்டிருந்தாள். அவள் முன்பாக நடந்து வந்தவன் கைகளில் ஒரு கபாலமிருந்தது. மற்ற இருவரும் உடல் எலும்புகளையும் சாம்பல் கலயமும் கொண்டு வந்தனர். ஒரே முகச்சாயல் கொண்ட இருவர் முன் நடந்தவர்களைப் போல மற்றொரு உடலின் சிதை எலும்புகளைச் சுமந்தபடி அழுது வீங்கிய கண்களுடன் நடந்து வந்து கொண்டிருந்தனர். அந்தப் பெண் நதியின் சீற்றத்தைக் கண்டவளாக கரையில் காத்துக் கொண்டிருந்தாள். அவளது பருத்த உடல் பெருமூச்சிட்டவாறு இருந்தது. சிறிய துடுப்பு கொண்ட பரிசலைத் தேடி எடுத்து வந்தான் சிறுவர்களில் மூத்தவன். அவர்கள் பரிசலில் ஏறிக்கொண்டனர். அவர்களில் பலம் கொண்ட சிறுவனின் கைகள் நீரைத் துடுப்பென விலக்கி நகர்ந்தன. நதியின் இரைச்சலில் அவர்கள் கடந்து மறுகரை வரமுடியவில்லை.

பரிசலில் துளையிட்டு நீர் பெருகத் துவங்கியது. காப்பாற்று வதற்காக அவள் தன் மகன்களில் மூத்தவனைத் தண்ணீரில் தள்ளிவிட்டாள். அவன் தனது கபாலத்தோடு நதியில் வீழ்ந்தான். அவள் ஒவ்வொருவராகத் தள்ளி விட்டுவிட்டு இரட்டையர் போலிருந்தவர்களிடம் நீங்கள் தப்பிப் போய்விடுங்கள் என்றபடி குதிக்கத் தயாரானபோது அவர்கள் விசும்பிக் கதறினர். அப்போது அந்த ஸ்த்ரீயின் குரல் கேட்டது.

'சோதரா... வசுதேவா... நான் ஏன் இத்தனை துயரமடைகிறேன்.'

அது தனது சகோதரி குந்தி என அறிந்த கிருஷ்ணர் குரல் கொடுக்கச் சப்தமிட்டார்.

'குதித்து விடாதீர்கள். நானிருக்கிறேன்.'

அவர்கள் அந்தக் குரலுக்குப் பதில் தரவில்லை. கிருஷ்ணர் ஓடி நதி நோக்கிப் போகும்போது அவர்கள் குதித்திருந்தார்கள். சில எலும்புகள் மட்டுமே மிதந்தன. தாங்கமுடியாத துயரத்தில் விம்மிக் குரலிட முயன்றபோது விழிப்புக் கண்டது. கிருஷ்ணர் தனது உதிரத்தில் தான் கண்டிராத சகோதரிகளின் குழந்தைகள்மீது ஈர்ப்புக் கூடியது. எழுந்து வெளியே வந்து நின்றார். தகப்பனற்ற ஸ்த்ரீயும்

குழந்தைகளும் தாயுமற்ற இரட்டையர்களும் தண்ணீரின் உள் அலையும் காட்சி மோதிக்கொண்டேயிருந்தது.

கிருஷ்ணர் பாண்டவர்களின் நேசனான தன்னை உணர்ந்தபோது யாரோ ஒரு பெண்ணின் பாட்டு தொலைவில் கேட்டது.

‘ஓ, தாய் மாமனே… நீ என் பிள்ளைகளுக்கு காற்றாயிருக்கிறாய். உன் வலிவைத் தந்து வளர்த்துவிடு.’

பாண்டவர்கள் சேர்ந்த சிலநாட்களுக்குப் பிறகு காந்தார அரசனும் அஸ்தினாபுரத்தின் நிரந்தர விருந்தாளியாகிவிட்ட மாமனுமான சகுனிக்கும் ஒரு கனவு வந்தது. அன்றைக்கு சகுனி முன்னிரவிலே உறங்குவதற்குச் சென்றிருந்தான். கனா துவங்கியது, எங்கிருக்கிறோம் என அவனுக்குப் புலப்படவேயில்லை. நெருக்கமான ஒரு சப்தம் மட்டுமே தொலைவில் கேட்டது.

‘சோதரா, குழந்தைகள் பசியாக இருக்கிறார்கள். பழங்களைச் சேகரித்து வா.’

சகுனி இக்குரலின் திரையைக் கண்டபோது மழையற்று எரிந்து கொண்டிருக்கும் வெயில் ததும்பிய வனவெளியின் பெரிய கரிய பாறைமீது நூறு பிள்ளைகளோடு தனது சகோதரி அமர்ந்திருந்தாள். பார்வையற்ற கணவன் ஒரு செம்பாறைமீது அமர்ந்திருந்தான்.

வனத்தின் விருட்சங்கள் உலர்ந்து வெடிப்பு கண்டிருந்தது. கணவனைப் போலவே கண்களைக் கட்டிக் கொண்டுவிட்ட ஸ்த்ரீ வேதனையுடன் பாறையில் அமர்ந்திருந்தாள். அரண்மனையில்லை. ஏவலாட்கள் இல்லை. பசியின் குரல் மட்டும் கேட்டுக் கொண்டே இருந்தது. சகுனி வனத்தினுள் நடந்துகொண்டேயிருந்தான். எங்கும் இலைகள் உதிர்ந்து சருகாகியிருந்தன. நீண்ட அமைதி ததும்பிக் கொண்டிருந்தது. காலடி ஓசை கேட்டு பதுங்கின அணில்கள். மரங்கள் கனி தராத காலமாகயிருந்தது. தொலைவுவரை தனது சகோதரியின் குரல் கேட்டுக்கொண்டேயிருந்தது. உதிர்ந்த கனிகள் ஏதாவது தென்படக்கூடுமா என்றுகூட பார்த்துக்கொண்டே அலைந்தான்.

~

சகுனியின் செவிகள் திறந்தேயிருந்தது. நூறு குழந்தைகளின் தகப்பனான திருதராஷ்டிரன் ஒரு சப்தத்தினைக் கேட்டான். அது எங்கிருந்தோ ஓடி வரும் செந்நரிகளின் சப்தம் என்பது அதன் சீற்றல் ஓசையிலே கேட்டது. அவன் பதற்றமுற்றவனாகச் சொன்னான்.

'குழந்தைகளை அணைத்துக் கொள். நரிகள் வருகின்றன.'

குழந்தைகள் நடுங்கின. சகுனி நரிகளின் குரலைக் கேட்டான். அவை தனது சகோதரியின் திசை நோக்கிச் செல்லும் ஓசையறிந்தவனாக ஓடித் திரும்பத் தொடங்கினான். நரிகள் சில நிமிஷம் தயங்கி நின்றன. பின் அவை பாய்ந்து உதிர ருசி கொள்ளத் துவங்கின.

'என் குழந்தை... அண்ணா, அம்மா...' என குரல் சிதற சிதற தனது வலிவைத் திரட்டி திருதராஷ்டிரன் நரிகளை விரட்டிக் கொண்டிருந்தான். பார்வைத் திரையை விலக்காத சகோதரியின் உரத்த குரல் கேட்டது.

'சகுனியே... சகோதரனே... என் குழந்தைகளை நரிகள் புசிக்கின்றனவே.'

சகுனி தனது வீசுகம்பால் நரிகளைத் துரத்தினான். அவைகள் குழந்தைகளைக் குற்றுயிராக்கி ஓய்ந்திருந்தன. யாவரும் தாள முடியாதபடி துயரமேறி விசும்பினர். இறந்துபோன குழந்தை களைக் கண்ட மற்ற சிறுவர்களின் நடுக்கம் கூடிக்கொண்டே வந்தது. சகுனி துக்கம் மீறியவனாக சிறுவர்களைக் கட்டிக்கொண்டு அழுதான். இரண்டு பார்வையற்றவர்கள் மணலில் சரிந்து விம்மும் காட்சி மனதை ரணமாக்கியது. பாதுகாப்பற்ற குழந்தைகளின் மரணத்தைக் கண்டதன் இயலாமை பீறிட்டது. உதிர வாசனை களோடு நரிகள் எங்கோ பதுங்கிக் கொண்டன.

மனம் துவள சகுனி கோபமும், இயலாமையும், பாதுகாப்பாகக் காக்க வேண்டுமென்ற திடமுமாக வில்லேந்தி சப்தமிட்டபோது தனது அறையில் விழித்துக்கொண்டான். அவன் உடல் நடுங்குவது அடங்க சில நிமிஷமானது. தனது சகோதரியும், குழந்தைகளும் பாதுகாப்பாக உறங்குகிறார்களா எனப் பார்த்து வருவதற்காகச் சென்றான். சகோதரியின் அறையில் விளக்குகள் எரிந்து கொண்டிருந்தன. அவள் தன் தனியறையில் இருந்தாள். குழந்தைகள் சயனிக்கும் அறைக்குப் போனபோது யாவரும் துயிலின் வெம்மையில் மூழ்கியிருந்தார்கள். சகுனி தன் அறைக்குத் திரும்பிய போது உதிரம் சூடாகி உடம்பை அதிவேகமாகச் சுற்றுவது போலிருந்தது. பின் அவன் தனது தேசத்திற்குத் திரும்ப ஒருபோதும் நினைவு கொள்ளவேயில்லை.

~

யுதிஷ்ட்ரன் கனவு கொள்வதேயில்லை. கனவுகள் அழைக்கழிப்பு மிக்கவை. அவை எந்த மனிதனையும் துயருறச் செய்துவிடக்

கூடியவை என யுதிஷ்ட்ரன் அறிந்திருந்தான். ஆனாலும் கனவுகள் எவர் அனுமதிக்கும் காத்திருப்பதில்லையே. வனவாசத்தின் நாள் ஒன்றில் தர்ப்பைப் புல்லின் படுக்கையில் சகோதரர்களோடு படுத்திருந்த யுதிஷ்ட்ரனின் கனவில் இரண்டு மிருகங்கள் வெளிப்பட்டு, மிகவும் பரிச்சயமான குரலில் பேசத் துவங்கின. 'ஏ, ராசனே... நீயும் உன் சகோதரர்களும் அதிதிகளும் இந்த வனத்தில் உள்ள மிருகங்களில் பெரும்பான்மையை வேட்டையாடிக் கொன்றுவிட்டீர்கள். உங்கள் கண்களில் படாமல் நாங்கள் நடமாடு வதும், இரை தேடுவதும் இயலாது போயிற்று. எங்கள் வம்சத்தின் பாதியைப் புசித்த பிறகும்கூட உங்கள் பசியடங்கவேயில்லை. மீதமிருப்பவர்கள் சொற்பமே, நாங்களும் அழிந்துவிட்டால் பின் இந்த வனத்தில் எங்கள் வாசனை அற்றுப் போய்விடும். இந்த வனம் எங்களது ஆதிவீடு, பூர்வ காலம் தொட்டு நாங்கள் சூரியன் அறியாத இந்த இருள்கூடின வெளியில் நடமாடி இனம் பெருக்கி அலைந்தோம். உங்கள் வேடுவம் எங்களின் வம்சத்தையே அழித்து விட்டது. ஹே நீதி ராசனே... நீ எங்களைப் புசிப்பது எப்போதுதான் நிற்கும்? உங்களின் வன் கொலையில் நாங்கள் செத்துக்கொண்டே இருக்க வேண்டியதுதானா..? போய்விடுங்கள், இந்த வனத்தை விட்டு வேறு வனத்திற்கு. நாங்கள் மீதமிருக்கும் சிலராவது உயிரோடு பெருகி வாழ்வதற்கு இடம் விட்டுப் போய்விடுங்கள்.'

மிருகங்களின் முகங்கள் கனவில் தோன்றிச் சுழன்றன. யுதிஷ்ட்ரன் அப்போதுதான் உணர்ந்தான் கானக வேட்டையில் அவர்கள் அழித்த உயிர்களின், மிருகங்களின் மஞ்சள் நிறமான ஆழ்ந்த கண்களில் குரூரம் கலைந்து கருணையின் மீதான கசிவு தென்பட்டது. அவன் மிருகங்களின் இயல்பு குலைந்த முகத்தினைக் கண்டு தவறுக்கான ஒப்புதலைத் தந்தவனைப்போல சொன்னான்.

'நாளையே இந்த வனத்தைவிட்டுப் போய்விடுகிறோம்.'

கனவில் மிருகங்கள் கலைந்து போகும்வரை அதன் கண்கள் ஒளிர்ந்து கொண்டிருந்தன. யுதிஷ்ட்ரன் அந்த வனம் விட்டுப் போகவேண்டு மென சகோதரர்களிடம் சொன்னபோது அவர்கள் காரணமற்ற சலிப்பும் மூத்தவரிடம் கொண்ட மரியாதையுமாக பின் நடந்து வேறுபகுதி போயினர். சொப்பனப் பலன் சொல்லும் ஆருடக்காரர்கள் பலர் அந்த தேசத்தில் இருந்தனர். அவர்களிட மிருந்துதான் நான் மேற்சொன்ன கதைகளைக் கேட்டறிந்தேன். பயமும் தினசரி வாழ்வின் எதிர்பாராத தருணங்கள் அதிகமும் கூடிய வாழ்நிலையில் அவர்கள் சொப்பனத்தினின்று பிரிந்துவிட முடியாதவர்களாக இருந்தார்கள்.

அஸ்தினாபுரத்தில் சில வகையினர் சொப்பனங்களை இயல்பு வாழ்க்கையின் பகுதியாகவே கருதி அதற்கு உரிய நியதி கொள்ளவும் பழகியிருந்தனர். நனவில் சந்திக்கமுடியாத பெண்ணைக் கனவில் கூடி மகிழ்ந்து புணர்வது நனவென்றே அறியப்பட்டது. தேசம் அரைமயக்க நிலை கொண்டிருந்ததால் சொப்பனங்களை அறிவதிலும் அதன் உட்பொருள் காண்பதிலும் ஆருடக்காரர்கள் விற்பன்னர் களாக இருந்தனர். திருமணங்களில் பாதி சொப்பனங்களால் மட்டுமே தொடர்ந்து நிகழ்ந்து கொண்டிருந்தன.

~

கர்ணன் நெடுநாட்களாக அந்தக் கனவினைக் கண்டுவந்தான். ஒரு நதியிலிருந்து கிளைவழியொன்று பிரிந்து நகரவழிகளில் குறுக்கிட்டு தனது வீட்டுப் படிகள் ஏறி தனது படுக்கையின் கீழே சுருண்டு கொள்கிறது. நதி யாரையோ காண வந்ததுபோல் அவனது முகத்தைப் பார்த்துக் கொண்டேயிருந்தது. தான் நீரின் படுகையிலே படுத்திருப்பதுபோல தோன்றும். அது ஏதோவகையில் மிக கதகதப்பானதாகயிருக்கும். இக்கனவு தோன்றத் துவங்கும்போது புலப்படாத முகமொன்று நினைவில் பொங்கி எழும். வீறிட்டு அழும் குழந்தையின் சப்தம் பின் தெளிவற்று அவனுள் படர்ந்து அடங்கிவிடும். இக்கனவின் நாட்களில் அவன் விழித்துக் கொண்டபோது மிக துயருற்றவனாகி விடுவான்.

சொப்பன பீதியை அடைந்தவர்கள் நிஜ வாழ்வின் மர்மத்தை எளிதில் கடந்து போயினர். சொப்பனத்தின் படுகையாகவே சில நேரங்களில் அந்நகரம் விரிந்திருந்தது. சொப்பனம் ஒரு பாஷை. அது நீங்கள் கற்றுத் தேர்ந்துவிட முடியாதது. பழகி ருசிக்க மட்டுமே முடிந்தது அக்கண பாஷை.

~

11

வயது முதிர்ச்சியுற்ற ஒரு தகப்பனும் அவனது மகனும் மட்டுமே ஒரு சிறு கிராமத்தில் இருந்தார்கள். தகப்பன் முதுவயது கொண்டும் திடமானவனாக இருந்தான். மகன் வேட்டைக்காகச் சுற்றியலையும்போது தகப்பன் எங்காவது காட்டுக் கிழங்குகளைத் தேடிக்கொண்டிருப்பான். மகன் அஸ்திரங்களில் நல்ல பயிற்சி கொண்டவனாக இருந்தான். ஆனாலும் அவனுக்குரிய சரியான வில் கைவசமாகவில்லை. அவன் நாண் ஏற்றும் வேகம் தாளாது வில் முறிகின்றன. ஒரு நாளின் இரவில் உறங்கும் தகப்பனின் உருவம் கண்ட அவன் ஒரு க்ஷணம் திகைத்து பின் இயல்பாகி தனது வில்லைத் தான் கண்டதாக உணர்ந்தான். விழித்த தகப்பனிடம் அவனது முதுகெலும்பைத் தான் வில்லாக உருக்கொள்ள ஆசைப்படுவதாகக் கூறினான். தகப்பனும் சம்மதித்துத் தானே புலன் ஒடுக்கி சில நாளில் இறந்தும் போனான். தகப்பனின் முதுகெலும்பை வில்லென ஏந்தியவனைக் கண்ட மிருகங்கள் ஒடுங்கின. அவன் தனது குறியை தகப்பனின் மீதேறி எய்வதால் அது இடியென உரத்துச் சப்தமிட்டது. வில்லில் வெதுமையும் வலியும் ஏறிக் கொண்டேயிருப்பதாக உணர்ந்து கொண்டேயிருந்தான். தகப்பனின் நாவென வில்லேற்றம் சப்தமிட்டபடியிருந்தது.

- அஸ்திரா

யுத்த துவக்கம்

காற்றின் கிளை வழிகளை அறிந்து சொல்லக்கூடிய மனநுட்பம் கொண்டவர்கள் பலர் அஸ்தினாபுரத்தில் இருந்தார்கள். அவர்கள் காற்றின் நடமாட்டத்தை தங்கள் நாசியால் உணர்ந்து அறியக் கூடியவர்கள். காற்று அடர்ந்த விருட்சமொன்றினைப்போல தனது கிளைகளை விரித்து மேலோடியும் விரிந்தும் சுழன்றும் சென்று கொண்டேயிருக்கிறது. ஏழுவகையான கதிமாற்றம் ஒழுங்கு தவறாமல் தொடர்ந்து நடந்து வருகிறதென்றும் அறிந்த ஒரு மனிதனை சந்தித்தேன். அவன் எல்லா மனிதர்களைப் போலவே மிக மெலிந்தவனாகவும் கூரிய கண்கள் கொண்டவனாகவுமாக இருந்தான்.

அவன் தன்னோடு நெருங்கிப் பழகி வரும் ஸ்நேகிதனைப் பற்றி பேசுவதைப் போலவே காற்றை ஒருமையிலும் மிக நெருக்க மாகவும் விளித்துப் பேசிக்கொண்டிருந்தான். அவன் கூட்டிச்சென்ற வெளிகள் எங்கும் அலைந்து கொண்டேயிருந்தேன். அவனை ஒரு உளவாளியைப்போல ராஜாங்கம் வைத்திருந்தது. மிகவும் ரகசியமாக, யாரும் அறியாத இரவுகளில் அவன் அரண்மனையின் அறைகளை நோக்கி அழைத்துப் போகப்படுவான். விதுரனையோ, பிதாமகர் பீஷ்மரையோ அவன் சந்தித்துப் பேச அழைத்துப் போவார்கள். அந்த மனிதனிடம் நகரைக் கடந்துசெல்லும் காற்றின் கதியையும், அதன் இயல்பையும் அறிந்துகொள்ள வேண்டுவார் கள். அவன் எண்ணாயிரம் வீரர்கள் கொண்ட படை நாட்டைக் கடந்துபோனால் ஏற்படும் காட்சிகளைப்போல மனதில் காற்றினை விரித்த அதன் ஓட்டத்தினை விவரித்துக்கொண்டே இருப்பான். மற்ற நேரங்களில் இதைப்பற்றிய எதையும் அவன் எவரிடமும் பேசிக்கொண்டதேயில்லை.

அவனை சில நாட்கள் முன்பாக இரவில் அழைத்து வருவதற்காக காவல் வீரர்கள் வந்திருந்தார்கள். அவன் எல்லா நாட்களையும் போலவே மிகவும் இடுக்கிய தன் கண்களுடன் அரண்மனை நோக்கிப் பயணித்தான். அவன் முகம் இயல்பைவிடவும் இறுக்க மாகயிருந்தது. பின்னிரவிலும் கூட நகரின் இசை அடங்கவில்லை. நடனமும் வெறிகொண்ட மதுக் கூச்சலும் தொலைவில் சென்று சுழன்றன.

அவன் அரண்மனைக்குப் போனபோது மிகச் சொற்பமான எண்ணெய் விளக்குகளே எரிந்து கொண்டிருந்தன. அவனை இட வலமாக அழைத்துக்கொண்டு போய் மிகச்சிறிய அறையொன்றில் உட்காரச் செய்தனர். அந்த அறையில் நீண்ட திரைச்சீலைகள் அசைந்து கொண்டிருந்தன. ஐந்து முகம் கொண்ட விளக்கு ஒன்று எரிந்து கொண்டிருந்தது. அவன் மிக நிசப்தமாக அமர்ந்திருந்தான். பிதாமகர் பீஷ்மர் அவன் இருந்த அறைக்குள் பிரவேசித்தபோது அவன் எழுந்து ஒரு ஓரமாக நின்றுகொண்டான். அவரது பொன்னிறமான சிகை அந்த செவ்வொளியில் தோற்றம் மாறிக் கொண்டேயிருந்தது. அவர் ஏதேதோ யோசனைகளில் இருந்தார். தன் எதிரே நிற்கும் சலனமற்ற முகத்தைக் கண்டபடி அவனிடம் காற்றின் இயல்பைப் பற்றிக் கேட்டுக்கொண்டிருந்தார். அவன் பதில் பேசவில்லை. அவர் தனது தாழ்வான குரலில் அவனிடம் கேட்டார். 'காற்றின் திசைவழி எப்போது மாறப் போகிறது?' அவன் அந்த அறையின் சுடர்களில் ஒன்றுகூட அலைவு கொள்ளாததைக் கண்டவனாகச் சொன்னான்.

'காற்று திசை மாற இன்னும் நாட்கள் இருக்கிறது. காரணமற்ற இறுக்கம் படிகிறது.'

அவர் நிமிர்ந்து பார்த்தபடியே திரும்பவும் கேட்டார்.

'என்ன சொல்கிறாய்?'

அவன் தனது கண்களை நேர்கொண்டபடியே சொன்னான்.

'அறையில் உள்ள கல் விளக்கின் சுடர்கள் அசைவுறவில்லை. அவை நடுங்கிக் கொண்டிருக்கின்றன. நீங்கள் கேட்க விரும்பியதைக் கேட்கும்வரை உங்களின் பதட்டம் காற்றில் பற்றி நகர்கிறது பிதாமகரே.'

அவர் அந்த மனிதனை நோக்கிக் கேட்டார்.

'யுத்தம் துவங்கிட உள்ளது. எந்த இடம் காற்றின் உள்வட்டமாக இருக்குமென அறிந்து சொல். காற்று திசைமாறி அடித்தால்

அஸ்திரங்களைப் பிரயோகிக்க முடியாது. நீ காற்றின் இயல்பு வெளியை அறிந்துவர வேண்டுகிறேன். பதினெட்டு அக்ரோணி சேனைகள் சுழன்று அலைந்தாலும் காற்றின் கதி மாறாத இடமாக இருக்க வேண்டும். அதற்கான நாட்களைக் கணக்கிடு.'

அவன் தலையசைத்தான். பிதாமகர் அவனிடம் சொன்னார்.

'யுத்தம் ஒருவேளை நடக்காமலும் இருக்கக்கூடும். நீ அதை எந்தச் சுவடுமின்றி தேடிவர வேண்டும். உன் கால்கள்கூட நீ செல்லும் திசையை அறியக்கூடாது. மிகமிக ரகசியம்.'

அந்த மனிதன் அறையில் இருந்து வெளியேறிய இரண்டாம் நாளில் தொலைவை நோக்கிப் பயணிக்கத் துவங்கினான். அவன் சமந்த பஞ்சகம் என்ற விரிந்த பிரதேசவெளிக்கு வந்தபோது அங்கே காற்று சுற்றும் தன்மையை உணர்ந்தபோது அது தனக்குச் சாதகமாக இருக்குமெனக்கண்டான். அவன் குருக்ஷேத்திரமென்னும் அந்த நிலவெளியெங்கும் சுற்றியலைந்தான். செம்பழுப்பு நிறமுடைய மண்ணும், அருகாமையில் கடந்துசெல்லும் நதியும், தொலைவிலிருந்த அந்த முடிவற்ற பகுதியை அவன் மனம் அளந்தது.

காற்றில் அலைபடும் ஒரு சிறகைப்போல அவன் அந்த இடங்களை அறிந்தபடி மிதந்துகொண்டிருந்தான். நாட்களையும் வேகத்தினையும் அவன் மனம் கணக்கிட்டது. அவன் கடந்து செல்லும் பாதையில் தன்னைப் போலவே மிக நுட்பம் கொண்ட மனிதன் ஒருவன் அங்கு வந்து போயிருப்பதை அறிந்தான். வந்த மனிதன் மிகுந்த அவசரத்திலும், தான் ஒரு ரகசியம் என்பதைக் கண்டுபிடித்துவிட்ட வியப்பிலும் இந்த இடத்தினை அறிந்து திரும்பியிருக்கிறான் என அறிந்தபடி அவன் தனது தேசத்திற்குத் திரும்பினான்.

யுத்த அரங்கமாக அவன் சமந்தபஞ்சகத்தைத் தேர்வு செய்ததைச் சொன்னான். அங்கே காற்றின் கதி சமனமாகியிருக்கிறது என்றும் மேற்கில் நின்று யுத்தம் செய்பவர்களுக்கு இது சாதகமாக இருக்குமென்றும் அவன் தான் கண்டு வந்ததைச் சொன்னான்.

பிதாமகர் அதை அறிந்தபடி அந்த மனிதனை சொர்ணபுஷ்பம் தந்து அனுப்பும்போது அவன் தனக்கு விருப்பமற்றதைச் சொல்வது போலச் சொன்னான்.

'நமக்கு முன்பே அந்த இடம் யுத்த அரங்கமாக தேர்வு செய்யப் பட்டிருக்கிறது. யாரோ ஒரு மனிதன் வந்து போயிருக்கிறான்.'

பிதாமகர் அதைக் கேட்டதும் தனது மனத்திற்குள்ளாக சொல்வது போலவே சொன்னார்.

உப பாண்டவம் | 281

'யுதிஷ்ட்ரன் மிகுந்த வேகமுடையவனாகி விட்டான். உன் மன நுட்பத்தை விடவும் சகாதேவனின் கண்கள் நட்சத்திரங்களின் நகர்வு வழியே இதை அறிந்திருக்கக்கூடும்.'

வெளியேறி அவன் போனபிறகும் அந்த அறையிலே அமர்ந்திருந்தார் பிதாமகர், விதுரனின் வருகைக்காக அவர் காத்துக் கொண்டிருந்தார். விதுரன் தன்னோடு தன்னைப் போலவே மிகவும் ஒடுங்கிய ஒரு மனிதனை அழைத்து வந்தான். அந்த மனிதன் ஒளியின் கதி அறிந்து க்ஷணத்திற்கு க்ஷணம் எங்கிருந்து எங்கு விரிகிறது, ஒளிர்கிறது, குறைகிறது என்பதை ருசித்துக்கொண்டே வருபவன். அவனை விதுரன் யுத்த களம் தேடுவதற்காக அழைத்து வந்திருந்தான். அந்த மனிதன் பிதாமகரின் முன்னால் தலையை வணங்கியபடியே சொன்னான்.

'மிகுந்த ஒளியில்லாததும், சீராக ஒளி விரியக்கூடியதுமான சமந்த பஞ்சகத்தைக் கண்டேன். அங்கு நீண்ட பகல் வருவதில்லை. மிகக் குறைந்த பகல் கொண்ட நாட்களே யுத்தத்திற்குச் சாதகமாயிருக்கும். யுத்த திசையில் காலையில் துவங்கி ஒளி விரிவதை விடவும் அதன் இரண்டாம் போக்கான மேற்கில் வீசும் ஒளித் திக்கே யுத்த சாதகமாயிருக்கும்.'

விதுரன் பிதாமகரின் கண்களையே பார்த்துக் கொண்டிருந்தான். பிதாமகர் அவனை அனுப்பிவிட்டு விதுரனிடம் சொன்னார்.

'யுத்தகளம் முடிவாகிவிட்டது. குந்தி புத்திரர்கள் முடிவு செய்து விட்டார்கள். குருக்ஷேத்திரம். எப்போது யுத்தம் துவங்கப் போகிறது என நாட்களை மட்டுமே கணக்கிட வேண்டும்.'

விதுரன் இதை முன்பே அறிந்தவனாக ஆச்சரியம் ஏதுமற்றவனாக சொல்லிக் கொண்டிருந்தான்.

'பதினெட்டு இடங்களில் ரதங்கள் செய்யப்பட்டு வருகின்றன. அஸ்திரங்களைச் செய்யும் தச்சர்கள் பகல் இரவாக வேலை செய்கிறார்கள். யானைகள் பழக்கப்பட்டு வருகின்றன. களஞ்சியக் காரர்கள் தானியங்களைச் சேகரித்துக்கொண்டே வருகிறார்கள்.'

பிதாமகர் சலனமில்லாமல் சொன்னார்.

'விதுரா, யுத்தமென வந்தபிறகும் நீ குந்திபுத்திரர்களோடுதான் இணக்கமாகயிருக்கிறாய். உன் மனம் அவர்கள் நிழலென பின் அலைகிறது. நீ அறிந்த ரகசியங்களைக் கூட மறைக்கிறாய்.'

விதுரன் தனது குரலில் கடுமையோடு பேசினான்.

'மன்னரின் ஒரு வார்த்தை யுத்தத்தை நிறுத்திவிடும். அவர்கள் கேட்பது யாசகமல்ல. உரிமை. அவர்களுக்கு உரியதை நாம் அவர்களுக்குத் தந்துவிட வேண்டியது தர்மம்தானே. பிதாமகர் இதில் மௌனமாய் இருப்பது அவரின் ராஜவிசுவாசத்தை மட்டுமே காட்டுகிறது.'

பிதாமகர் அந்தக் குற்றச்சாட்டை ஏற்றுக் கொண்டவரைப்போல சொன்னார்.

'விதுரா, உன் சகோதரனும் அஸ்தினாபுரத்தின் அரியணைக்குரியவனுமான திருதராஷ்டிரனை நான் தடுத்து வைத்திருக்கிறேன் என்கிறாயா? அவன் தனது புத்திரர்களின் பாவையாகிவிட்டான். நாம் யுத்தமென வந்தால் என்ன செய்வதென முடிவு கொள்ள வேண்டும். விதுரா, நீ இந்த தேசத்தின் நியாயவான். உனக்கு உறவுகளோ, மனக்கிலேசங்களோ இருத்தல் கூடாது. நீ இவைகளுக்கு அப்பாற்பட்டவன். சொல். நம்மிடம் போதுமான தானியங்கள் கையிருப்பு உள்ளதா? முதியவர்களும் ஸ்த்ரீகளும் பாதுகாப்பாக இருக்கத் தேவையான இடங்கள் உள்ளதா? பத்து அக்ரோனி வீரர்களுக்கும் குதிரைகளுக்கும் உணவிட முடியுமா? போதுமான பசுக்கள் இருக்கிறதா..?'

விதுரன் இந்த முறையீட்டின் முன்னே தன் மனதைப் புதைத்துக் கொண்டுவிட்டான்.

'அறுவடையில் இருந்தே நான் தானியங்களைச் சேகரிக்கத் துவங்கிவிட்டேன். அவை யுத்தம் துவங்கிய எண்பது நாட்களுக்குப் போதமானதாக இருக்கக்கூடும். மீதமுள்ள தானியங்கள் நமது அரியணைக்குட்பட்ட ராஜ்ஜியங்களிலிருந்து வந்து சேர்கின்றன. மூன்று தேசங்களிலிருந்து பசுக்களைச் சேகரம் செய்துவிட்டேன். பதினாயிரம் தச்சர்கள் நமக்கு வேலை செய்கிறார்கள், ஸ்த்ரீகளையும் குழந்தைகளையும் பத்திரமாக வைத்துக்கொள்ள வேண்டிய மறைவிடங்கள் தயாராகிவிட்டன. நுட்பமாக பொறிகளைச் செய்யும் மனிதர்களைத் தென் திசையிலிருந்து அழைத்து வந்திருக்கிறேன்.'

பீஷ்மர் விதுரனின் செயல்களின் கதி அறிந்தவராகச் சொன்னார்.

'நாம் யுத்தகளத்திற்குள் சுற்றிலும் உள்ள கிராமங்களைத் தயாராக்கிக் கொள்ள வேண்டும். அவைதான் நமது படைகளுக்கான நிழல் இடம், யுத்தத்தில் காயமுறுபவர்களுக்கும் ரணமுறிவுகொள்பவர்களுக்குமான ரோக நிவாரண சாலைகளும் முறிவு

மருத்துவர்களையும் முன்னமே அனுப்பிவிட்டேன். அவர்கள் தென்திசைக் கிராமங்களில் இருப்பார்கள். வடதிசை கிராமங்களில் சல்லியம், பேரிகை, பணவம், துந்துபி, கொம்பு, சங்கம் என எண்வகை இசை வாசிக்கும் இசைவாணர்களும் புஷ்பங்களை மாலையாக்கும் மனிதர்களும் பசுக்களைப் பராமரிக்கும் மனிதர் களும் ஆறு கிராமங்களில் தங்கிவிடுவார்கள். பசுக்கூட்டங்கள் எட்டு கிராமங்களில் சேகரம் கொள்கின்றன. சங்கு வாசிப்பவர்களும் யானைகளுக்கான உணவை வைத்திருப்பவர்களும் குதிரைகளுக்கு உண்டாகும் காயங்களைக் குணமாக்கும் வைத்தியர்களும் இரண்டு கிராமம் வீதம் தங்கியிருப்பார்கள். முக ஒப்பனையாளர்களும் அஸ்திரங்களைக் கூர் தீட்டுபவர்களும் மூன்று கிராமங்களில் சுற்றிலும் இருப்பார்கள். இறந்த உடலை நதியில் வீசி எறிந்து வருவதற்கான ஒரு படை எப்போதும் தயாராக அருகாமைக் கிராமமொன்றில் தங்கியிருக்கும் ஏற்பாடுகள் நடந்து கொண்டேயிருக்கின்றன.'

~

பிற தேசமெங்கும் இருந்து யுத்தத்திற்கான படைகளை அனுப்பி வைக்கும் சம்பிரதாய முறைகள் நிறைவேறியிருந்தன. யுத்தம் துவங்கிட இருக்கிறதென யாவரும் அறிந்திருந்தனர். விவசாய வேலைகள் யாவும் வெகு வேகமாக முடிக்கப்பட்டன. பெண்கள் மிகுந்த வேலைகள் செய்வதான நாட்கள் வந்தது. குதிரைகள் பாதைகளில் கடந்து கொண்டேயிருந்தன. சமிக்ஞைகள் பழகிய கிளிகளைப் பயிற்றுவிக்கும் மனிதர்கள் கிளிகளுக்கு பறந்து சென்று கீச்சிட்டு வர பயிற்றுவித்துக் கொண்டேயிருந்தனர்.

பாண்டவ கௌரவர் இருவர் தரப்பிலும் பசுக்களைப் பாதுகாக்கவும், அவற்றைப் பராமரிக்கவும் படைவீரர்களுக்குத் தரும் மரியாதையை விடவும் அதிகமான ஏற்பாடும் தயாராயின. வீரர்கள் அஸ்திரங் களைப் பிரயோகித்துப் பார்த்தபடியிருந்தனர். யுத்தத்தில் பயன்படுத்திப் போடும் சங்கு வகைகள் ஏராளம் இருந்தன. அந்த சங்கின் சப்தம் மிக விநோதமாக இருந்தது. சங்கினை ஓதி முழக்குபவர்கள் தங்கள் உறையிலிட்டுக் கொண்டு வந்த சங்குகளை முழங்கி சப்தமிட்டுப் பார்த்தனர். அதன் ஓங்காரம் வெட்ட வெளியில் எழும்பி நீண்டது.

~

படைகள் புறப்பட்டன. வெவ்வேறு தேசங்களில் இருந்து கால்நடையாக நடந்து அவைகள் கடந்து கொண்டிருந்தன. வீரர்கள் கைகளில் வில்லும் அம்பும் கொண்டபடியும் வாள் ஏந்தியபடியும் தங்கள் கிராமங்களைக் கடந்து போய்க் கொண்டிருப்பதைச் சிறுவர்களும் பெண்களும் வேடிக்கை பார்த்தனர்.

குதிரைகள் ஒரு சீராக இரவிலும் இருளைத் தின்றபடி நடந்து சென்று கொண்டிருந்தன. குதிரைகளின்மீது அமர்ந்து போகின்றவர்கள் கற்சிலைகளைப்போல சலனமற்றவர்களாகக் கடந்தனர். பகலிலும் இரவிலும் யுத்த அரங்கமெனத் தேர்வு செய்யப்பட்ட இடத்தை நோக்கி ஊர்ந்தபடி வந்துகொண்டேயிருந்தன. வேறுவேறு பாஷைகள் கொண்ட வீரர்களின் கூச்சல் கிராமங்களைக் கடக்கும் போது தெருக்களில் பதுங்கி ஓடும் நாய்கள் தெருவில் நின்று அவர்களைக் கண்டு கத்திக் குரைத்தன. எங்கும் புழுதியையும் வெக்கையையும் எழுப்பியபடி வீரர்கள் போய்க் கொண்டே இருந்தார்கள். ரதங்கள் வேகமாக ஊரைக் கடந்து போவதை மலை மீது பசுங்கன்றுகளை மேய்த்துக் கொண்டிருக்கும் இடையர்கள் பார்த்துக் கொண்டிருந்தார்கள். நாற்பத்தியெட்டு நாட்களுக்கும் மேலாகியது படைகள் யுத்த களத்தின் அருகே வந்து சேர்ந்து தங்குவதற்கு.

~

நதி ஒருபோதும் இத்தனை மனிதர்களைக் கண்டதேயில்லை. ஒரு வனம் வெடித்து மிருகங்கள் கிளம்பி வந்து நதியில் வீழ்ந்து பருகுவதும் அசதியைக் கலைப்பதும் போன்று எண்ணற்ற வீரர்கள் நதியில் பருகியபடியும், வீழ்ந்தும் நதியைப் புணரச்செய்த படியிருந்தனர்.

யுத்த நியதிகளை விடுத்துக் கொள்வதென முடிவு செய்தார்கள். விதுரன் இதற்கான நியாய முறைகளை வகுத்திருந்தான். சேனைகள் பகலில் மட்டுமே யுத்தம் செய்தல் வேண்டும். சமவீரர்களுக்குள் மட்டுமே யுத்தம் செய்தல் வேண்டும். அஸ்திரம் எய்பவன் கதை ஏந்தியவனை எதிர்கொள்வது கூடாது. ரதம் ஓட்டும் சாரதிகள், அஸ்திரம் தருபவர்கள், எண் இசை வாசிப்பவர்கள், சங்கு முழங்குபவர்கள் மற்றும் உபகாரர்கள் எவரையும் எந்த ஆயுதத்தாலும் தாக்குதல் கூடாது.

யுத்தம் துவங்கியவுடன் எவரும் அஸ்திரப் பிரயோகமோ வாள் பிரயோகமோ செய்யக்கூடாது. முதலில் ஒருவருக்கு ஒருவர்

வாக்கினால் சண்டை செய்யவேண்டும். அந்த வாக்கினால் இறந்து போனவர்களையும் கௌரவம் மிக்க மூதாதையர்களையும் ஸ்த்ரீகளையும் பங்கம் செய்யும் வாக்கினை பிரயோகிக்கக் கூடாது. வாக்கினால் யுத்தம் செய்யும் வீரனுக்கு அவன் சாரதி சொல் எடுத்துத் தருதல் கூடாது. ரதசாரதிகள் ஒருபோதும் ரதத்தில் வரும் அரசனுக்கோ, வீரனுக்கோ அறிவுரை சொல்லுதல் கூடாது.

யுத்த வீரர்களின் ஒழுங்கு மிக அவசியம். அவர்கள் தங்கள் அரசனின் அதிரதனின் ஆணையை மட்டுமே முன்னடத்திச் செல்ல வேண்டும். ஒவ்வொரு படையும் உபபடைகளாக பிரிக்கப்படும். உபபடைகள் நால்வகையாகப் பிரிக்கப்படும். நால்வகை, பதினாறு குறும் பிரிவாகும். ரதத்தில் அவரவர் குலம் சார்ந்த கொடிகளைச் சின்னங்களாகக் கொள்ளுதல் வேண்டும்.

யுத்த களத்தில் குதிரைகளை வலியச் சென்று கொல்லுதல் கூடாது. யுத்த களத்தில் அலையும் பட்சிகளை யாரும் வில்லெறிந்து கொல்லுதல் கூடாது.

யுத்தம் துவங்கும் முன்பாக ஒரு முகூர்த்த காலம் பேரிகை, சங்கு, துந்துபி, சங்கம், பணவம் வாசிக்கப்பட வேண்டும். படைகள் இலக்கின்றி மோதிக்கொள்ளுதல் கூடாது. அவர்கள் வியூகங்கள் உருவாக்கிக் கொள்ள வேண்டும். நால்வகை வியூகங்களான மானுஷ வியூகம், தெய்வ வியூகம், கந்தர்வ வியூகம், அசுர வியூகம் என்பவற்றில் ஒன்றை வடிவமாகக் கொள்ளலாம்.

யுத்த மோதுதலில் அரசனை சொற்ப வீரன் எதிர்கொள்ளல் கூடாது. பிறப்பால் தாழ்வுற்றவர் எவரும் உயர் பிறப்பாளனை அஸ்திரம் எய்துதல் கூடாது. யுத்த சமயத்தில் மந்திர உச்சாடனம் செய்து மீவழி யுத்தம் செய்வது தாழ்வான பிறப்புடைய எவருக்கும் அனுமதிக்கக் கூடியதில்லை. ரதத்தில் குதிரைகளைப் பூட்டும்போது குதிரைகளின் தன்மை சுழி அறிந்து பூட்டுதல் வேண்டும்.

எந்த வீரனும் எவரையும் உறவுமுறை விளித்தல் கூடாது. சூரியன்தான் யுத்தத்தின் சாட்சி, அவன் கண்கள் யுத்தகளமெங்கும் ஊர்ந்து அலையும். அது நம்மை அறிந்தபடியிருக்கும்.

விதுரனின் வரைமுறைகளை யுத்த நியதியாகக் கொண்டார்கள். பீஷ்மர் படையின் பிரிவுகளைத் தனித்தனியே பிரித்து உண்டாக்கினார். பீஷ்மரைப் படையின் தளபதியாக நியமனம் செய்தனர். மூப்பும் வலிவும் கொண்டிருந்த பீஷ்மர் தனது கடைசி யுத்தம் இதெனச் சொன்னார்.

பாண்டவர்கள் கிருஷ்ணனைத் துணைகொண்டார்கள். கிருஷ்ணன் யுத்தம் ஒரு பொய்த் தோற்றம் என்றும் அந்த யுத்த அரங்கம் வெற்றி பெறுவதற்கு வீரர்கள் மட்டும் காரணமல்ல மனமும் சாதுர்யமும் மட்டுமே யுத்தத்தை வெல்லக்கூடியது என்றான். அவன் விதுர நியதிகளையே தனது படைகளுக்குமான நியதி என்றான். அவர்கள் தங்கள் படையினை முன் நடத்தி பீஷ்மரை எதிர்கொள்ளப்போகும் தளகர்த்தா யாரென முடிவு செய்யாமலே இருந்தனர்.

யுதிஷ்ட்ரன் தனது சகோதரர்களுடன் அதைப்பற்றி பேசியபடியே இருந்தான். யாவரும் கிருஷ்ணனை மட்டுமே தேர்வு கொண்டனர். கிருஷ்ணன் தான் ஆயுதம் ஏந்திப் போர்புரிய மாட் டேன் என உறுதி கொண்டுவிட்டேன் என்றான். அவர்கள் செய்வதறியாமல் இருந்தனர்.

தங்களின் குருவான பீஷ்மர், துரோணர், கிருபாச்சாரியாரை எதிர் நின்று போரிடப் போவது யார் எனக் கலக்கம் ஏறிக்கொண்டே வந்தது.

யுத்தம் க்ஷணத்திற்கு க்ஷணம் உருமாறிக் கொண்டேயிருக்கும் ஒரு வடிவம். இதில் நடப்பதை அறிபவன் மட்டும் யுத்தம் வெல்ல முடியாது. நடக்கப்போவதை முன் உணர்பவன்தான் யுத்தத்தினை வெல்கிறான் என சகாதேவன் சொன்னான். அவர்கள் இருவரில் ஒருவரை தலைமை கொள்ளச் செய்வதென முடிவு கொண்டார்கள்.

சல்லியன் ஒரு தாய்மாமன், திருஷ்டத்யும்னன் எனும் மைத்துனன் இருவருமே யுத்த சூட்சுமம் அறிந்தவர்கள். சல்லியன் தனது உதிரமெங்கும் யுத்த நினைவுகளைக் கொண்டவன். திருஷ்டத்யும்னன் ஒரு யுத்தவாதி. யாவரும் சல்லியன் எனும் தாய்மாமனைத்தான் கிருஷ்ணனைப்போல முடிவு செய்தார்கள். தாயிடம் தங்கள் விருப்பத்தினைத் தெரிவித்திட யுதிஷ்ட்ரன் வந்தான். சல்லியனை பாண்டவர் படையின் பிரதானியாகக் கொண்டு வருவதை ஏனோ விரும்பாமல் இருந்தாள் குந்தி, மனதில் மாத்ரி தந்த வெறுப்பு பீறிட்டுக்கொண்டேயிருந்தது. அவள் இந்த யுத்தம் சல்லியனால் வெற்றிகொள்ள முடியாதது. அவர்களை விடவும் திருஷ்டத்யும்னன் உங்களை முன்னடத்துவான் என்றாள். மீறமுடியாத நிசப்தத்தோடு யுதிஷ்ட்ரன் இதைக் கிருஷ்ணனிடம் சொன்னான். கிருஷ்ணன் அதை மிகுந்த புன்னகையோடு கேட்டபடி பதில் சொன்னான்.

‘என் சகோதரி பீஷ்மரைவிடவும் யுத்த தந்திரம் அறிந்தவளாக இருக்கிறாள். யுதிஷ்ட்ரா இது கைப்பின் மலர். இது அரும்பிக்

கொண்டேதானிருக்கும். சல்லியன் இதை எதிர்கொள்வது இயல்பாக இருக்காது.'

யுதிஷ்ட்ரன் தனது சகோதரர்களில் இளையவர் நகுல சகாதேவர்களை மட்டுமே அழைத்தான். சகாதேவன் தனது சகோதரன் பேசும் முன்னமே உணர்ந்துவிட்டான். 'நகுல சகாதேவர்களே, நான் வணங்கக்கூடியவரிடம் உங்கள் தாயின் சகோதரனும் மாமனுமான சல்லியனிடம் சொல்லுங்கள். அவர் நம்மோடு யுத்தத்தில் பங்கு கொள்ள வேண்டுமென, நம் படையை வழி நடத்தும் திருஷ்டத்யும்னனுக்குப் பின்பலமாக இருக்க வேண்டுமென.'

அவர்கள் இருவரும் மௌனமாக அமர்ந்திருந்தார்கள். தாயின் முகமும், அவள் நெருப்பில் வீழ்ந்து எரிந்த காட்சிகளும் நினைவில் சுழன்றது. இருவரும் சகோதரனைப் பார்த்தபடியிருந்தனர். நகுலன் மட்டும் கொஞ்சம் உணர்ச்சிவசப்பட்டவனாகச் சொன்னான். 'மாமாவின் கண்களை நேர்கொள்ள முடியாது. அண்ணா, நமது மைத்துனனை விடவும் அவர் ஆகச்சிறந்த வில்லாளி.'

யுதிஷ்டிரன் அதற்குப் பதில் தரவில்லை. அவன் மிகவும் மௌனமாக இருந்தான். பின்பு அவன் குரல் வெளிப்பட்டது.

'இது தாயின் விருப்பம் சகோதரனே.'

துரியோதனன் சல்லியனைத் தனக்குரியவனாக்கிக் கொண்டு விட்டான். தாய்மாமன்களில் அவனும் ஒருவன் என துரியோதனன் தந்த மரியாதையும் அன்பும் சல்லியன் பாண்டவர்களைப் பிரிந்து செல்வதென முடிவு தந்தாகிவிட்டது. தனது தங்கையின் பிள்ளைகளை எதிர்கொள்ளும் அளவு மனத் திடம்கொள்ள முடியாதவனாகவே சல்லியன் இருந்தான். அவன் துரியோதனன் சார்பில் பீஷ்மர் படையில் யுத்தம் செய்வதன் முன்பாக தனது சகோதரியின் வடிவாகவேயிருந்த தனது இரு மருமக்களையும் காண ஆசை கொண்டான். அவர்கள் மாமாவின் விருப்பத்தின்பேரில் அவரைக் காண வந்தார்கள். தாளமுடியாத துயரமும் அவமதிப்பும் கொண்ட தனது தாயின் சகோதரரின் வெதுமைக்குள் அவர்கள் நிசப்தமாக அமர்ந்திருந்தனர். சல்லியன் தணிவான குரலில் பேசினான்.

'உங்கள் சிரசிற்கு எதிராக என் அஸ்திரம் பாயாது மருமகனே. நான் அவமதிப்பு எனும் கொடிய அஸ்திரத்தால் தாக்கப்பட்டுவிட்டேன். என் உடலில் குருதி வடிந்தபடியே இருக்கிறது. நான் விடைபெறுகிறேன். மரணத்தின் போர்வையை எனைச் சுற்றி அணிந்தபடி யுத்தகளத்தில் நிற்க விரும்புகிறேன். நீங்களோ யுதிஷ்ட்ரனோ என்

தங்கையின் பிறப்புகள்தான். என் அஸ்திரம் உங்கள் முன் செயலற்றுவிடும். நான் யுத்த பிரதானியாகேன்.'

சகாதேவன் உணர்ச்சிவசமாகிச் சொன்னான். 'மாமா, யுத்தத்தின் நெடிய வாள் நம் குருதியின் தொடர்பை வெட்டி நீள்வதைத் தாளமுடியவில்லை.'

அவர்கள் பின் பேசிக்கொள்ளவேயில்லை.

அவமதிப்பும் வேதனையும் சூடியபடி துரியோதனனின் அறையில் காத்திருந்தான் கர்ணன். தான் நெடுநாட்களாகக் காத்திருந்த யுத்தம் துவங்கும்போதும் தனது பிறப்பின் கொடி தன் காலைச் சுற்றி வீழ்த்திவிட்டதன் கோபமும் இயலாமை தந்த வருத்தமுமாக காத்துக் கொண்டிருந்தான். ஸ்நேகம் மீறிய துரியோதனன் கர்ணனை விடவும் தாளமுடியாதவனாக இருந்தான். இந்த யுத்தமே தேவையில்லை, கர்ணனும் தானுமாக இருவராகவே பாண்டவர் களை வெல்ல முடியுமென அவன் நம்பினான். பீஷ்மர் தனது வன்மத்தின் சாற்றை கர்ணனின் மீது உமிழ்ந்தார். கர்ணன் பீஷ்மரின் இறுதி நாள்வரை தான் யுத்த சாலைக்கு வருவதில்லை என சூளுரைத்தான்.

~

யுத்தம் துவங்கும் முன்பாக அதன் தீராத குரோதமும் வெறியும் பகைமையும் எங்கும் கசிந்து வரத்துவங்கியது.

யுதிஷ்ட்ரன் மேற்கே படை நின்று யுத்தம் புரிவதென முடிவு செய்தான். கிழக்கே கௌரவர்கள் தங்கள் இடமாகக் கொண்டனர். யுத்தம் துவங்குவதன் முன் நடக்கக்கூடிய பூமி பூஜைகளும் குலச்சடங்குகளும் யாகங்களும் பலிகளும் தினமும் நடந்து கொண்டேயிருந்தன. யுத்தம் துவங்கும் நாளை கிரகங்கள் முடிவு செய்தன. பலியிடப்பட்ட மிருகங்களின் நிணமும் உதிர வாசனையும் அறிந்த கழுகுகளும் பருந்துகளும் வானில் தொடர்ந்து அலைவுறத் துவங்கின. யுத்தம் துவங்குவதாக எங்கும் அறிவிக்கப்பட்டது.

தேசத்தில் மீதமிருந்தவர்கள் பெண்களும் வயதானவர்களும் குழந்தைகளும்தான். பெண்கள் மிகுந்த இயல்பு கொண்டவர்களாக நெடுநாட்களுக்குப் பிறகு போகநிலை விலக்கிய சுதந்திரிகளாக உலாவினர். எங்கும் ஆண்களின் வலிய குரல்கள் இல்லை. தனிமையும் அலாதியுமான வீடுகள் சாந்தம் கொண்டிருந்தன.

~

அந்தகர்களாகயிருந்த காந்தாரியும் திருதராஷ்டிரனும் யுத்த களத்திற்குப் போய்விடவே ஆசை கொண்டார்கள். விதுரன் தான் யுத்தத்தினின்று விலகியவன் எனத் தன்னை அறுத்துக்கொண்டு விடுபட்டுவிட்டான். காந்தாரி தன் மனம் துவண்டுவருவதால் யுத்த நிகழ்வுகளை அறியவேண்டாம் என்றவளானாள். திருதராஷ்டிரன் சஞ்சயனை தனது அறைக்கு வரச்செய்திருந்தான். சஞ்சயனால் தொலைவை இங்கிருந்தே உணர முடிந்தது. அவன் தானும் யுத்த களத்தில் இருப்பவர்களைப் போலவே எதிரில் இருக்கும் திருதராஷ்டிரனுக்கு நடப்பவற்றைச் சொல்லத் துவங்கினான்.

~

அர்ச்சுனன் துர்க்கையை வழிபடுவதற்காகச் சென்றிருந்தான். ருத்ர வடிவமான பெண் தெய்வத்தின் முன் அமர்ந்தவனாக அவன் எருதுகளைப் பலி கொடுத்தான். அறுபட்ட எருதின் குருதி தெறித்து எங்கும் சிவப்பேறியது. அவன் அந்தக் குருதியை ஒரு ஆலிலையில் ஏந்திப் பருகினான். மிருக வேட்டையில் வெறிகொள்ளும் வேடுவனைப் போலவே அர்ச்சுனனின் முகத்தோற்றம் உருக் கொண்டிருந்தது. அவன் தன் அஸ்திரங்களைக் குருதியில் நனைய விட்டான்.

கிரகங்களின் புள்ளிவரிசைகளைத் தனது மனதின் கோடுகளால் வரைந்து நீளும் சகாதேவன் காத்துக் கொண்டேயிருந்தான். யுத்தம் மானுடர்களால் நடத்தி வெல்லப்படுவதல்ல. அவை கிரகயுத்தமென அவன் உள்மனம் சொல்லியபடியிருந்தது.

~

இருபக்கமும் படை வீடுகள் அமைக்கப்பட்டிருந்தன. கௌரவர்களுக்கும் பாண்டவர்களுக்கும் ஒப்பனை செய்பவர்களும் வஸ்திரங்கள் உடுத்திவிடுபவர்களும் உணவு தருபவர்களும் இசைவாணர்களும் பானகம் தருபவர்களும் நிரம்பியிருந்தனர். எங்கிருந்தோ கூடைகூடையாக மலர்கள் கொய்து வரப்பட்டிருந்தன. மாலைகளை சூடிக்கொள்வதில் ஆர்வமுடையவர்களுக்கு அவை கட்டித்தரப்பட்டபடியிருந்தன.

பக்வா பக்வா எனக் கூச்சலிடும் பட்சிகள் யுத்த களத்தில் அருகாமையில் பறந்தலைகின்றன. இந்தப் பட்சியின் ஒலிக் குறிப்பானது மரணம் நெருங்கியவர்களுக்குதான் யுத்தம் என அறியப்பட்டது. பதிமூன்றாம் நாளிலே அமாவாசை கொண்ட

நாளில் யுத்தம் துவங்குவதென முடிவு செய்யப்பட்டது. யுத்தத்தின் முன்நாளில் பலருக்கும் துர்சொப்பனங்கள் உண்டாகின. சொப்பனத்தில் மான்கள் நரியுடல் கொண்டிருந்தன. கிணறுகள் நுரை கக்கி காளைபோல கர்ஜிக்கின்றன. காற்று பருக்கைக் கற்களை வீசி பறக்கிறது. அக்னியானது நீலநிறமாகி இடமாக சுழலும் சுவாலை கொண்டதாகவும் துர்வாசனை உடையதாகவும் இருந்தது.

ஒரு தேர், ஒரு யானை, மூன்று குதிரை, ஐந்து காலாள் அடங்கியது ஒரு பத்தி. மூன்று பத்திகள் ஒரு சேனாமுகம். மூன்று சேனாமுகம் ஒரு குல்மம், மூன்று குல்மம் ஒரு கணம். மூன்று கணம் ஒரு வாகினி, மூன்று வாகினி ஒரு பிடுதனை, மூன்று பிடுதனை ஒரு சமு. மூன்று சமு ஒரு அணிகினி, பத்து அணிகினி ஒரு அக்ரோணி. இதன்படி ஒரு அக்ரோணியில் 21,870 தேர்களும், 21,870 யானைகளும், 65,610 குதிரைகளும், 1,09,350 காலாட்களும் இருக்கும். கௌரவர்கள் பதினொரு அக்ரோணியும், பாண்டவர் ஏழு அக்ரோணியும் படைகள் கொண்டிருந்தனர்.

துருபதன், விராடன், திருஷ்டத்யும்னன், சிகண்டி, சாத்யகி, திருஷ்டகேது, மகதராசன், சகாதேவன் என்ற ஏழு பேர் சேனாதி பதிகளாகவும், பெருஞ்சேனாதிபதியாக திருஷ்டத்யும்னனும் இருந்தார்கள்.

~

கௌரவர் படையில் கிருபர், துரோணர், சல்லியன், ஜயரதன், சுதட்சிணன், கிருதவர்மா, அசுவத்தாமா, கர்ணன், பூரிசிரவா, சகுனி, பாகுவிகள் என பதினொரு சேனாதிபதிகள்.

படையில் அதிரதன் அர்த்தரதன் என இரு பிரிவு உண்டு.

யுத்தம் துவங்கும் நாளின் அதிகாலையில் சூரியன் உதிப்பதற்காகக் காத்துக் கொண்டேயிருந்தார்கள். மேகங்கள் கலைந்து விரிய சூரியன் மெல்ல வானின் கிழக்கே உதயமாகிக்கொண்டே வந்தபோது பெரும் கூச்சலும் இசையின் உரத்தலும் அதிகமாயின. பறவைகள் இந்த மாபெரும் கூச்சலைக் கண்டு பயந்து வெகுதூரம் அலைந்தன. முதல் அஸ்திரங்களை யார் எய்வதென யாவரும் காத்துக் கொண்டேயிருந்தனர். இரு படைகளுக்கும் நடுவேயிருந்த மாபெரும் இடைவெளியில் காற்று சரிந்து கொண்டிருந்தது. குதிரைகள் துடிப்பு மீறியிருந்தன. இருபுறமும் ஆரவாரம் பெருகின. யுத்த களத்தில் அர்ச்சுனன் மெல்ல தன் வடிவம் இழந்து கொண்டிருந்தான். அவன் மனம் தளர்ந்து கொண்டேயிருந்தது.

வாலிப வயதைக் கடந்து மத்திய வயதிற்கு வந்திருந்தவன் தன் எதிரிலே புதல்வர்கள் யுத்தத்திற்கு வந்திருப்பதைக்கூட பார்த்தான். ஏனோ அவன் மனம் பின்னோக்கிச் சென்று கொண்டேயிருந்தது.

~

அர்ச்சுனன் யுத்த களத்தில் தன் வயதைக் களைந்து கொண்டேயிருந்தான். பின்னோக்கி நகரும் மனது பால்யத்தில் வந்து நின்றது. தான் நீண்டநாட்களுக்குப் பிறகு வனத்திலே அலைந்து திரிந்து விளையாடி யாருமற்றவனாகத் தாயோடு நகரம் வந்த ஞாபகம் துளிர்த்தது. தன் பால்யத்தில் துளிகளாக எதிரில் நிற்பவர்கள் தெரிந்தார்கள். தனது வில்திறம் சொரூபம் குணம் யாவும் அவர்களின் சுவீகாரம் என்பது புரிந்தது. அவன் அந்த இடத்தில் ஒரு சிறுவனைப் போன்ற மனநிலை கொண்டிருந்தான். வாழ்வனுபவங்கள் அவனை விட்டு அலைந்திருந்தன. அவன் எதிரே நிற்பவர்கள் முன் தான் ஒரு சிறுவனாக முன் நின்ற காட்சிகளைக் கண்டான். அவர்கள் தங்கள் உருக் கலைந்து ப்ரியத்திற்குரியவர் நின்றார்கள். அவன் யுத்தத்தை அல்ல தனது கடந்தகாலத்தின் பெரு வெளியின் பிரதிமைகளைப் போல அவர்களைக் கண்டான். மனம் விம்மத் துவங்கியது. அவன் தன் வில்லைச் சுழலவிட்டான்.

பகையும், குரோதமும் மனதில் துளிர்க்காத சிறுவனின் மன உலகு அவனுள் மெல்ல தன் உடலை வளைத்து மேல் எழும்பத் துவங்கியது. அதில் அவன் வில்வித்தையின் ருசியில் தன்னைப் பறிகொடுத்த சிறுவனாக இருந்தான். அதோ எதிரில் நிற்கும் பீஷ்ம பிதாமகரும், குரு துரோணரும், கிருபரும் தன்னை ஒரு சிறுவனாகத் தோளணைத்து தலை வருடி, அவன் வேட்கையின் தூண்டுதலை நிகழ்த்தியபடி இருந்தனர். அவர்களின் வெதுவெதுப்பு தன் உடலினுள் பெருகி ஓடியது. தனது பால்ய நாட்களில் இனிப்பிட்ட உணவுதந்து ஸ்நேகமும் கொண்ட மனிதர்கள்தான் எதிராளிகளாக நின்றனர். துரியோதனன் உள்ளிட்ட யாவரும் தன் வயதை ஒத்த சிறுவர்களாக அவர்களோடு முரண்டுகொண்டு கோவித்துக் கலந்த நினைவு பெருகியது.

~

யுத்தம், நினைவுகளின் படுகையில் நிற்பவனுக்கு உதவாதது. நினைவின் துளைகளை மூடியடைந்த யுத்தம் மனிதர்களை வயதால்

அணுகுவதில்லை, தோற்றத்திலே அணுகுகிறது. யுத்த வீரனுக்கு எதிராளியின் உடல் தனித்தனியாகவே தோன்றுகிறது. எதிரே நிற்பவன் குருதியும் நிணமும் கொண்ட உருவம். அவன் மனதின் சித்திரம் யுத்தம் அறியாதது. பால்ய நினைவு பெருகப் பெருக தன் முன் நின்ற சைன்யம் மறந்து ஸ்நேகமும் பிரியமும் மீறியவர்களாக யாவரையும் கண்டான். அவனது உடல் சிறுவனின் தோற்றத்திற்கு வந்துவிடாதா என்பது போலிருந்தது. அவனது மனவேட்கை தன்னால் எவருக்கு எதிராகவும் வில் ஏந்தமுடியாது என்ற முடிவு உடலை நடுக்கமுறச் செய்தது. அவன் தன் சாரதியான கிருஷ்ணனைக்கூட சக வயது உடைய ஸ்நேகிதனைப் போலதான் பார்த்தான். குழப்பமேறிய முகத்துடன் வில்லை நழுவவிட்ட தனது பிரிய நண்பனைப் பார்த்த கிருஷ்ணன் சொன்னான்.

'அர்ச்சுனா, உன் கண்கள் காட்சிகளின் உள்அரங்கினுள் சுழலுகின்றன. நீ எதிர் நிற்பவர் முன் சிறுவனைப் போல உருக் கொண்டு விட்டாய். உன்னை வீழ்த்தக்கூடிய ஒரே ஆயுதமான ஞாபகத்தின் முன் நிற்கிறாய். ஞாபகம் உன் காலைப் பற்றி இருளினுள் இழுக்கின்றது. அது நிஜமானதல்ல.'

'கேசவா, யாவும் அழித்தொழிக்கப்பட வேண்டியதுதானா? இந்த மனிதர்கள் என் கைகளின் ரேகைகளைப்போல என்னோடு ஊர்ந்து பிரிந்து குறுக்கிட்டவர்கள்தானே... நீ யாவும் மறந்து விட்டாயா? பால்யனே, நீ இடையர்களோடும் ஸ்த்ரீகளோடும் குதூகலம் கொண்ட நாட்கள் யாவும் மறக்கப்பட்டு விட்டனவா..?'

'அர்ச்சுனா, நான் ஒரே நேரத்தில் பால்யத்திலும் வாலிபத்திலும் மத்யத்திலும் முதுமையிலும் வாழ்கிறேன். என் இருப்பை நான் ஒருமுகம் கொள்வதில்லை. நீ உன்னை அர்ச்சுனன் என்ற வில்லாளியாகவே மையம் கொண்டிருக்கிறாய். யுத்த நிமிஷம் அதனை உருக்குலைத்துவிட்டது.'

'நீ வில்லாளி. பல்குணன் அல்ல. நீ பால்யன், நீ யுவன்.

நீ முதியோன். நீ தகப்பன், நீ மகன், நீ எதிரே நிற்கும் அஸ்வம்.

நீ உன் தாய், நீ பிறக்கப்போகும் சிசு, நீ பிறவா உயிர்.

நீ அஸ்திரம், நீ அதை எய்பவன். நீ உன் காதலி, நீ உன் தேரோட்டி.

உன் புலன்களின் சரித்திரத்தை உன் சரித்திரமாகக் கொள்ளாதே. நீ புலன்களின் புலனாளி. அர்ச்சுனா, ஒருவனால் ஒரே சமயத்தில் காலத்தினுள் நுரையென மிதந்தும் முடிவற்ற கலாதீதத்தில் மலரென அரும்பவும் முடியும். நீ உன் பிணைவுகளை நெகிழ விடு.

உறக்கத்தைப்போல உன் இருப்பு ஒரே சமயத்தில் இருப்பிலும் இல்லாமையிலும் மிதக்கட்டும். துயிலும்போது அர்ச்சுனா நீ எங்கேயிருக்கிறாய்? உன்மீது படர்ந்து விரிகிறதே சொப்பனம், அதன் இதழ்களில் அர்ச்சுனா நீ எந்த வயது உடையவன்? உன் சொப்பனத்தில் அலைகிறதே ஒரு மஞ்சள் புலி அது உன் உடல்மீதா ஊர்ந்து செல்கிறது? துயிலைப்போல நினைவுகளாகாத மனிதனும் நீயே.'

'அர்ச்சுனா, நீ உன் அஸ்திரத்தை ஒருக்காலும் கடந்து காலமெனும் குளத்தில் எய்து எந்த மச்சத்தையும் வேட்டையாட முடியாது. உன் புலன்கள் பால்யம், யுவம், முதுமை என தன்னெதிர் விரியும் உலகியல் உணர்வுகளைப் பிரிப்பதில்லை. நண்பனே, நீ புலன்களின் புலனாளி. அதை உணர்ந்து கொள்.'

கிருஷ்ணன் தனது ப்ரிய ஸ்நேகிதனை பால்யத்தினின்று மீட்டுக் கொண்டேயிருந்தான். அர்ச்சுனன் உணர்ந்துவிட்டான். அவன் வில் நாண் அதிரத் துவங்கியது. நண்பர்கள் இருவரும் மௌனத்தில் கேட்பவர் அன்றி ஒரு செவியும் அறியாது மன ரகசியங்களைப் பேசிக் கலைந்தனர். யுத்தம் துவங்குவதற்கான ஓசைகள் உரத்து எழும்பின. நியாயமுறைகளின்படி யுதிஷ்ட்ரன் பீஷ்மரிடம் ஆசி வாங்க அருகாமை சென்று கொண்டிருந்தான்.

குதிரைகள் காத்துக் கொண்டேயிருந்தன.

~

12

யுத்தத்தில் பிடிபடுபவர்களுக்கு அடையாளக் குறியிடும் வழக்கமிருந்தது. இடது மார்பில் சூட்டுக்கோலால் மீன், வராகம், ஸர்ப்பம், பசு போன்ற உருவங்கள் பொறிக்கப்படுகின்றன. இரண்டு முறைக்கு மேலாகப் பிடிக்கப்படுபவன் யுத்த சேவையிலிருந்து விலக்கப்பட்டு நீர் இறைக்கும் கல் உருளைகளைத் தள்ளும் பணிக்கு அனுப்பப்பட்டுவிடுவான். தனது மார்பில் நிரந்தரமாகப் பதிந்து போய்விடுகிற அதைத் தாங்கமுடியாமல் பிடிபட்டதும் வீரர்கள் உடலை ஊனம் செய்துகொள்வார்கள். ஊனம் இருந்தால்கூட அரச சேவையில் அனுமதிக்கப்படுவதில்லை. நாவை அறுத்துக்கொண்ட இரு தென்புல வீரர்கள் பசுக்கொட்டிலில் காவல்பணிக்கு அனுப்பப்பட்டார்கள். ஒரு தேசத்தினைக் கைப்பற்றும்போது வசமாகும் பெண்களின் ஸ்தனங்களில் முத்திரை பதிப்பதும் ஒரு வழக்கமாகயிருந்தது. யுத்த கைதியாக சேவகம் செய்பவர்களுக்கு வாழ்நாள் முழுவதும் ஒரு வேளை உணவு மட்டுமே தரப்படும். பிடிபட்டு எவராவது தப்பிப் போனால் தேடி அடையாளம் காணப்பட்டு உயிரோடு பட்சிகளுக்குரிய உணவாகக் கட்டப்பட்டு விடுவார்கள். இதற்கென எட்டுப் பொறிகள் உள்ள பிடிகம்பமொன்று ஒரு குன்றின் உயரத்தில் நடப்பட்டிருப்பதைக் கண்டேன்.

- அஷ்டபொறி

யுத்த பட்சிகள்

வீழ்ந்து கொண்டேயிருக்கும் உடலை ருசித்து அலுத்த பறவைகள் மிகக் கூச்சலிட்டுப் பறக்கின்றன. அவற்றின் சிறகும்கூட குருதி படிகிறது. அங்கம், சிபோளம், சிருத்தி எனும் மூன்றுவகை கழுகுகள் சதா வானில் பறந்து கொண்டேயிருக்கின்றன. பாதி உயிர் கொண்டு வீழ்ந்து கிடக்கும் குதிரை உடல்களில் பருந்து அமர்ந்து நிணம் தின்னும்போது அவற்றின் சப்தம் தாளமுடியவேயில்லை. உலகின் மொத்த பறவைகளும் வந்து சேர்ந்துவிட்டனவோ என்பதுபோல எங்கிருந்தோ வானமெங்கும் படபடத்து நிறைகின்றன.

பறவைகளின் மோதலில் இடியென சப்தம் வெடிக்கிறது. அலகுகள் மோதிக்கொள்கின்றன. வீரர்களின் தலைக்கு மேலாகச் சுற்றி அலைகின்றன. இதோ இரண்டு ரதங்களுக்கு ஊடே வீழ்ந்து கிடக்கும் மனிதனின் முன் நின்று அவன் முகத்தைத் தீண்டுகிறது ஒரு பறவை. அவன் பதறுகிறான். அந்தப் பிராந்தியமெங்கும் பறவைகளின் இடமாகிறது. அவர்களால் விரட்டவும் முடியவில்லை.

தொலைவில் நின்ற மரங்களின்மீது இலைகளைவிடவும் அதிகமாகப் பறவைகள் கூடி அமர்ந்திருந்தன. அவைகள் கிவக், ப்வாக் என உரத்துச் சப்தமிடுவது இரவில்கூட பயம் மூட்டியது.

யுத்தம் பெரிய உணவுக் கூடமாகயிருந்தது. பறவைகளுக்கு அவை தங்கள் உணவு சதா நகர்ந்து கொண்டேயிருக்கின்றதாகத்தான் வீரர்கள் செல்வதைப் பார்த்தன. சிவப்பு நிறமுடைய கழுகுகள் அங்கும் வந்து நிரம்பியிருந்தன. அவை மிகப்பெரிய சிறகு கொண்டிருந்தன. அந்தச் சிறகுகளை படபடக்கச் செய்யும்போது காற்றின் கதிமாறி இரைச்சல் அதிகமாகியது. யுத்த பட்சிகளைத்

தவிர சில கிழட்டுப் பருந்துகள் ஏதாவது குருதிப் பள்ளத்தில் ருசித்துக் கொண்டிருந்தன. சிறிய பறவைகள் யாவும் எங்கோ ஒளிந்துவிட்டன போலும், பகலை விடவும் இருளில் பட்சிகளின் சப்தம் மிகக் கோரமாகயிருந்தது. உடல்களை எடுத்து வீசி எறியும் பறவைகள் யுத்த பரப்பில் மிதந்து அலைந்தபடியிருந்தன. வானம் சதா சிறகசைப்பின் துடிப்பைப் பரவவிட்டபடி நீண்டிருந்தது.

நதியில் வீசி எறிந்த உடல்களை நதிக்கரையோரமாக கூட்டமாக நிற்கும் செந்நாய்கள் இழுத்துக்கொண்டு செல்கின்றன. அவற்றின் நீண்ட பற்கள் சதா துடித்துக்கொண்டேயிருக்கின்றன. சில செந்நாய்கள் ஊளையிட்டபடியே யுத்த பிராந்தியம் நோக்கிப் பாயும்போது கோபம் மீறிய அஸ்திரவாதி ஒருவன் பலம்கொண்டு அம்பால் வீழ்த்துகிறான். உடலில் அம்பு துளையிட சில செந்நாய்கள் அலறி ஓடுகின்றன. சில ஓநாய்கள் இரவில் பிரவேசித்து தரையை முகர்ந்தபடி எங்காவது வீழ்ந்து கிடக்கும் உடலைத் தேடியபடி அலைகின்றன. ஏதாவது உடலை அவை அறிந்தபோது பற்களால் கவ்வி இழுத்துக்கொண்டு ஓடுகின்றன. அந்த உடலின் சிதறல்கள் வெற்று வெளியெங்கும் கிடப்பதை பகலில் காணும் எவரும் ஓநாய்களின் பெருமூச்சை அதில் அறிவார்கள்.

யுத்தம் துவங்கிய சில நாட்களுக்குள் அவற்றிற்கு மிதமிஞ்சிய உணவு கிடைத்தபடியால் அவை தங்கள் உடல் தினவைத் தாளமுடியாமல் தங்களுக்குள் சண்டையிட்டுக் கொண்டிருந்தன. அவை ஒன்றையொன்று துரத்திப் பாய்வதும் குரைப்பதும் தாள முடியாததாக இருந்தது.

~

யுத்தத்தில் கால்முறிவு கொண்ட குதிரைகளும், காது அறுபட்ட குதிரைகளும் வீழ்ந்து கிடந்தன. அவற்றை ஒரு கிராமத்தின் பெரிய அறச்சாலையொன்றில் கொண்டுவந்து சேர்த்திருந்தனர். குதிரைகளின் வேதனை மிகத் துயரம் தருவதாகயிருந்தது. உடலெங்கும் அம்புகளால் கண்கள் உண்டாக்கப்பட்ட குதிரைகளைக்கூட சொஸ்தப்படுத்த மருந்துகள் அரைக்கப்பட்டுக் கொண்டிருந்தன. பார்வை அறுபட்ட குதிரைகள் திசை தெரியாது அலைந்தன.

குதிரைகளுக்கு உரிய மருந்தை அரைக்கும் மருத்துவர்கள் இரவிலும் இலைகளை நீரில் கொதிப்புறச் செய்துகொண்டிருந்தனர். பச்சை வாசனை எங்கும் நிறைந்து கொண்டிருந்தது. வாய் கட்டிக்கொண்ட

குதிரையொன்று கண்கள் பிதுங்க வீழ்ந்து கிடந்தது. ரண வைத்தியர்கள் தங்கள் பிள்ளைகளை சிகிச்சிப்பதுபோல குதிரைகளைக் காத்துக் கொண்டிருந்தனர்.

கிராமத்தின் வழி தப்பிய குதிரைகள் சில மலையோரங்களில் தனியே அலைந்துகொண்டிருந்தன. ரதத்தில் பூட்டப்பட்ட குதிரைகளில் மூன்று பிடி அறுபட்டு ஓடத் துவங்கி முடிவற்று தென்திசை நோக்கி ஓடிக் கொண்டேயிருந்தன. குதிரைகளின் உடலை ரண வைத்தியத்திற்காக கிடத்திக்கொண்டிருந்தார்கள். அஸ்திரம் துளைத்த குதிரைகள் வேதனை மீறி உடலைப் புரட்டிக் கொண்டிருந்தன. சிவப்பிலும் வெண்மை விழுந்த கறுப்பிலும் அந்த உடல்கள் சோர்வுற்றுக் கிடந்தன. குதிரைகளின் வேதனை தீர்க்கச் செய்வதறியாத மருத்துவர்களில் ஒருவன் காடி மதுவையும் மயக்கமூட்டும் இலைகளையும் அரைத்துக் கவளம் கவளமாக அவற்றிற்குத் தந்தான். அவை அரை மயக்கத்தில் வீழ்ந்தன.

யுத்தம் துவங்கிய நாள் முதல் நால்திசையும் விரிந்துள்ள தொலைதூர பயணங்களில் சிறுபடைகளாகப் பிரிந்து வேட்டையாளர்கள் இறைச்சிக்காக மான்களை வேட்டையாடிக் கொண்டேயிருந்தார்கள். மான்களில் புள்ளியிடப்படாத மானொன்றின் ருசி மிகுந்ததாக அறிந்த வேட்டையாளர்கள் அதைத் தேடிக் கொல்ல அலைந்து கொண்டேயிருந்தார்கள். யுத்த சமயம் அது என அறியாது உலர்ந்து கிடக்கும் சருகுகளின் ஊடே தன் கொம்புகளை தாழச் செய்தபடி கூட்டமாக வரும் மான்களை ஒளிந்து சப்தமிடாத வீரர்கள் துரத்திக் கொன்றனர். மான்களின் செவிசப்தம் அடங்கிவிட்டது. இனி அந்த வனவெளியில் மான்களை தோளில் தூக்கியபடி வீரர்கள் ரதங்களுக்கு வந்து கொண்டேயிருந்தனர். குருதியின் கிளை பிரிந்து வழியெங்கும் சொட்டியது. அடிபட்ட மான்களைக் கண்டு குரங்குகள் கத்தின. மான்குட்டிகளின் கூட்டமொன்று அதிகாலையில் நதியில் நீந்தி வந்து கொண்டிருந்தது. பதினாறு வில்வீரர்கள் மரங்களின் பின் ஒளிந்து காத்திருந்தனர். தொலைவில் மான்கள் அலை அலையாகத் தாவி தண்ணீரில் ஓடுவதை சூரியன் மட்டுமே கண்டு கொண்டிருந்தது. தன் உருவைக் காணக்கூட மனமற்ற மான்கள் கரை நோக்கி நீந்தின.

அஸ்திரத்தின் கண் மானின் சிரசைக் குறி வைத்தது. மான்கள் மிகவும் விநோதமான சப்தத்துடன் நீரில் கடந்து திரும்பும்போது வில்லில் இருந்து அம்பு பீறிட்டுப் பாய்ந்தது. மான்குட்டிகள் தண்ணீரில் வீழ்ந்தன. சில அம்புகள் தண்ணீரை வேட்டையாடின. குருதி பெருகி நதியில் சிவப்பு நிறம் ஓடத் துவங்கியது. நிமிஷ நேரத்தில்

மான்கள் ஒடுங்கிவிட்டன. நல்ல ருசியான இறைச்சியை யுத்த களத்தில் உள்ள அரசர்களுக்காக ஏந்தியபடி நகர்ந்து போய்க் கொண்டிருந்தனர் வீரர்கள்.

வனத்தில் மான்களைக் காண்பதேகூட அரிதாகிவிட்டது. வேட்டை யாடப்பட்டே வந்தன. தினமும் நூறு நூறென ஓடும் மான்களை ஒளிந்து சப்தமிடாத வீரர்கள் துரத்திக் கொன்றனர். செவி சப்தம் அடங்கிவிட்டது. இனி அந்த வனவெளியில் மான்களின் நட மாட்டமே இருக்காதோ என வேடுவர்கள் அச்சம் கொண்டனர். ருசியான மான்கறியை அரசகுமாரர்கள் உணவாக அருந்தியபடியே இருந்தனர்.

மான்கள் அரிதாகத் துவங்கியும் வனத்தின் நெடிய இருள் பரப்பினுள் வீரர்கள் அலைந்துகொண்டேயிருந்தனர். எங்கும் சலனமே இல்லை. பகலில்கூட இருள் நிரம்பிக்கொண்டிருந்தது. குதித்தோடும் ஏதாவது மிருகத்தைக்கூட மான் எனத் திகைத்து அலைந்தனர்.

முயல்களும், மிளாவும், எருதுகளும் வேட்டையாடப்பட்டு இறைச்சிக்காகக் கொண்டுபோகப்பட்டன. யுத்தம் அறியாத மான்கள்கூட முற்றாக அழிக்கப்பட்டன. தப்பிய மான்குட்டிகள் எங்கு ஒளிந்தன என்பதை அறிய முடியவேயில்லை.

ஏழு பிரிவுகளாக மீன்களைப் பிடித்து வரும் மனிதர்கள் சென்றார்கள். மீன்களை அதன் துள்ளலில் கண்டு வில்லால் எய்து பிடிக்கும் வீரர்களும் வலையிட்டுப் பிடிப்பவர்களும் மணமறிந்து பிடிப்பவர்களும் பொறியால் பிடிப்பவர்களும் என பல்திறம் கொண்டவர்கள் அலைந்துகொண்டே இருந்தனர்.

மீன்கள் யுத்த நாட்களைப் பற்றிய பிரக்ஞை எதுவுமின்றி நீரோட்டத்தில் சென்றுகொண்டேயிருந்தன.

பாண்டவர்களில் இளையவனான பீமனுக்குத் தினமும் மீன் இல்லாத உணவு சலிப்புத் தந்துவிடும். அவன் மீன்களை ருசிப்பவன். அவன் பொருட்டும் இதர ஏழு அதிரதர்களுக்கும் உரியதாக கசப்பற்ற மீன்களை வேட்டையாடியபடியே அலைந்து கொண்டிருந்தது ஒரு கூட்டம். மீன்களைக் கூடைகூடையாகச் சுமந்து செல்லும் நடையாட்கள் பாண்டவ சேனைகளின் கூடாரம் நோக்கிப் போய்க் கொண்டேயிருந்தனர்.

தளர்ச்சியடையாத பசுக்களும், ஒரு ஈத்து, இரு ஈத்துக் கொண்ட பசுக்களும் ஆயிரக்கணக்கில் பல கிராமங்களிலும் நின்றன.

பின்னிரவிலே பால் கறப்பவர்கள் விழித்துக் கொள்கிறார்கள். அவர்கள் இருளில் மிகச்சிறிய கல்விளக்கின் சுடரை ஏந்தியபடி அசைவற்று நிற்கும் பசுக்களின் பாலைக் குடங்களில் கறக்கிறார்கள். பின்னிரவில் இந்த ஓசை ஒரு சங்கீதமெனப் பரவுகிறது. கைவிரல்கள் வலிகொள்ள பால்காம்பைப் பற்றி இழுக்கின்றன. எங்கும் பால்மணம் சுரக்கின்றது. குளுமையும் வெதுமையும் ஒரே நேரத்தில் பிறக்கின்றன. கண்களில் ஈரம் கசிகின்ற பசுக்களின் நெற்றியைத் தடவிவிடும் மனிதனின் கைகளை அவை நக்குகின்றன. பாலை அதிகாலைக்கு முன்பாகக் கொண்டு போகிறார்கள். எங்கோ நடக்கும் யுத்தம் அறியாத பசுக்கள் பாலைப் பொழிந்தபடி இருக்கின்றன. குடம் குடமாக பால் சென்றுகொண்டே இருக்கின்றது. தரையெங்கும் பால் சிந்திய கவிச்சி வாடை பகலெங்கும் நிறைகிறது. சைன்யத்திற்குப் பால் தரப்படமாட்டாது. அரச குடும்பத்தினருக்கே அது போதுமானதாகயில்லை. அரைத்து வைத்த அரிசியும், காராமணியும் கலந்து பசுக்களுக்குக் கொடுத்து வரும் சில ஸ்த்ரீகள் மட்டும் யுத்த சம்பந்தமின்றி அங்குமிங்கும் அலைந்து கொண்டிருந்தனர்.

~

எண் வகைக் கள்ளும், வடிசாராயமும் கொண்டுவரப்பட்டுக் கொண்டே இருந்தன. விடிகாலையில் எழுந்ததும் அருந்தக்கூடிய புளிப்பு ஏறாத நுரைகொண்ட கள்ளைக் கலயம் கலயமாகக் கொண்டுவந்த பனையேறிகள் அதில் வண்டுகள் நுரைகளில் மிதப்பதைக்கூட அறிய மறந்து போய்க் கொண்டிருந்தனர்.

இலுப்பையிலிருந்து வடித்துக் காய்ச்சக்கூடிய இலுப்பைச் சாராயம், தென்னையிலிருந்து இறக்கிக் காய்ச்சக்கூடிய தென்னஞ் சாராயம், ஈஞ்சமரங்களிலிருந்து வடித்து வரப்படும் ஈஞ்சச் சாராயம், கூந்தற்பனைகளில் இருந்து காய்ச்சப்படும் கூந்தற் பனஞ் சாராயம், மிருக எலும்புகளையும் இலைகளையும் போட்டு வடிக்கும் வடிசாராயம் என மிதமிஞ்சிய குடுவைகள் காய்ச்சிக் கொண்டு வரப்பட்டன. இந்தச் சாராயங்களை அவர்கள் குடிப்பதைப் போலவே விலங்குகளுக்காக காய்ச்சித் தருவதும் தேசமெங்கும் இருந்து வந்தது.

இரவில் வீரர்கள் ரண காயங்களையும் வேதனைகளையும் மறப்பதற்காக இந்த சாராயத்தைக் குடல் நிரம்பும் அளவுக்குக் குடித்தனர். துர் சொப்பனங்கள் நிரம்பிய இரவு அவர்களுக்கு

விரிந்தது. உடைத்து எறியப்பட்ட கள் குவளைகள் மலை மலையாகச் சிதறிக் கிடந்தன. யுத்த வேளைகளில் கள் அருந்துபவர்கள் அனுமதிக்கப்படுவதில்லை. பதிலாக இரவானதும் அவர்கள் மிதமிஞ்சிக் குடிக்க அனுமதிக்கப்பட்டிருந்தார்கள்.

யுத்தம் அறியாத பனையும் தென்னையும், துளித் துளி கள்ளைச் சுரந்தபடியிருந்தன.

இருள் எல்லா நாட்களை விடவும் யுத்த சமயத்தில் அதிகம் நிரம்பி விடுகின்றது. படை வீடுகளுக்குள் எண்ணெய் விளக்குகள் சதா எரிந்து கொண்டேயிருக்க வேண்டியிருக்கிறது. எண்ணெய் விளக்கு களுக்காக கொண்டுவரப்பட்ட வேப்ப எண்ணெயின் வாசம் சுடராகக் கசிகிறது. மிகச்சிறிய சுடர்கள் எரிவதை இருள் விழுங்கி விடுவதற்காகத் தனது அகன்ற நாவைச் சுழற்றிக்கொண்டே இருந்தது.

சமையல் கூடத்தின் நெருப்பு அணைக்கப்படுவதேயில்லை. எரிந்து கொண்டேயிருக்கிறது. அதன் வெக்கை தாளாது உடல் கொப்பளித்த சமையல் ஆட்கள் ஈரத் துணிகளால் உடலைப் போர்த்திக்கொண்டே அலைகிறார்கள். தானியங்கள் அரைபட்டுக் கொண்டேயிருக்கின்றன. கொதித்துக்கொண்டே இருக்கிறது அடுப்பு. தீராத உணவின் தேவை பசியைப் போக்கிட முடியவேயில்லை.

பழங்களும், ஊறவைத்த தானியங்களும் இடிக்கப்பட்டு இனிப்பிட்ட உணவை யாவருக்கும் தருவதற்காக, பகலிலும் இரவிலும் பலர் அலைந்து கொண்டேயிருந்தனர்.

~

முக ஒப்பனையாளர்களும் சிகை ஒப்பனையாளர்களும் இரவில் மிகச் சொற்ப நாழிகையே உறங்குகிறார்கள். அவர்கள் சேகரித்து வந்திருந்த வாசனைத் திரவியங்களைக் கைகளில் பூசியபடி உதயத்திற்கு முன்பாக அரசகுமாரர்கள் நீராடப் போகும்போதே தயாராகிவிடுகிறார்கள். தண்ணீரில் வாசனைத் தைலங்கள் கலக்கப்படும்போது எங்கிருந்தோ மயக்கமானதொரு வாசனை நீள்கிறது. அந்த வாசனையை நுகரும்போது அது யுத்தகளமென்பது யாவருக்கும் மறந்துவிடுகிறது.

தங்கள் முகத்தை எவரும் பிரதிபிம்பமாகக் காண்பதை விலக்கியபடி ஒப்பனைக்கு தங்களைத் தந்தபடியிருந்தனர்.

புலரி துவங்குவதன் முன்பாக கலைந்த இருளில் கேசத்தைத் தூபமிடுகிறார்கள். தூபவாசனை எங்கும் புகைகிறது. முக ஒப்பனை யாளர்கள் தம் வாசனை திரவியங்களால் தயார் செய்கிறார்கள். அவர்களுக்கு சில நாட்களிலேயே அது யுத்த களமென்பது மறந்துபோனது.

சிகையலங்காரம் செய்பவர்கள் நெளிவு ஊசிகளால் அலங்கரிக் கின்றனர். தாங்கள் அலங்கரிக்கும் மனிதன் நாளை தன் முன்னே அலங்காரத்திற்குத் தன் முகத்தை சிகையைத் தர உயிரோடு இருப்பானா எனத் தெரியாத பயமும் திகைப்பும் அவர்களிட மிருக்கும். வாசனைகள் எதுவும் அறிவதேயில்லை.

தினமும் இரவானதும் இவர்களின் கண்கள் வானின் பேரியக்கத்தின் மீது கவிந்துவிடுகின்றன. போரிடுவது வீரர்களாகயிருந்தபோதும் கிரகங்களின் சுழற்சியே போரைத் தீர்மானிப்பதாக உணர்ந்தவர் களாக அவர்கள் குன்றின் உயரத்திலிருந்து நட்சத்திரப் பாதைகளைக் கவனித்துக் கொண்டிருந்தனர். எங்கிருந்தோ இடவலமென சுற்றிச் சுற்றி வீழும் விண் சிதறல் ஒன்றைக் காண்கிறார்கள். மனம் எதிர்வரும் நிகழ்வுகளைக் கணக்கிடுகிறது. அவர்கள் போரின் கூச்சலையோ தவிப்பையோ தங்களின் மீதேற்றிக் கொள்ளாமல் வானில் சஞ்சரிக்கிறார்கள்.

~

இசைவாத்தியக்காரர்கள் சைனியத்தின் வீரர்கள் தயார் ஆவதற்கு முன்பாக தயாராகிட வேண்டியவர்களாகயிருந்தனர். அவர்கள் தினம் படை புறப்படுவதற்கு முன்பாக இசைக்க வேண்டியிருந்தது. அதற்கான ராகக்குறிப்புகள் தனியே எழுதப்பட்டிருந்தன. இசை வானர்களின் கூட்டமொன்று தங்கள் வாத்தியக் கருவிகளை ஏந்தியபடி பின்னிரவில் விழித்துக் கொள்கின்றனர். அவர்கள் பயம் நீண்டவர்களாக நீராடுகிறார்கள்.

பின்பு அவர்கள் தங்கள் வாத்தியக் கருவிகளை சரி பார்க்கிறார்கள். சில இசைவாத்தியக்காரர்கள் பல்வகை இசைக் கருவிகளை தங்களோடு மாற்றாகக் கொண்டுவந்திருந்தனர். அடிவானத்தைக் கண்டபடி காத்திருந்தனர். பாண்டவர் பக்கம் எந்த வகையான ராகம், பண் வாசிக்கப்படுகிறதோ அதன் எதிர் இசை, எதிர் சுரம் மற்ற வகைகளில் வாசிக்கப்படுவதாகயிருந்தது. அதற்காக அவர்கள் காத்துக் கொண்டேயிருந்தனர். சாவும் நிணமும் குருதியும் கண்டு நடுங்கிய மனம் கொண்ட இசையாளர்கள் யாவும் மறந்து இசையை

அந்த வெளியில் சாந்தியென பரவ விடுகின்றனர். அந்த இசையைக் கேட்டதும் யாவர் மனமும் தானறியாத தைரியம் கொள்கின்றன. யுத்த களத்தில் எந்த இசைவாணனையும் எவரும் தாக்குவதோ அடிப்பதோ இல்லை. அவர்கள் யுத்தகளத்தில் இருக்கும் யுத்தம் சாராத மனிதர்களாக அலைந்து கொண்டிருந்தனர்.

சங்கு முழங்கும் மனிதன் விடிகாலையில் தனது பிராணப் பியாசத்தைத் துவக்கி விடுகிறான். தன் உடலில் காற்றினைச் சேகரம் செய்யக்கூடிய சுவாசப் பயிற்சிகளை மேற்கொள்கிறான். அது மிகுந்த ஓசை தருவதாக இருக்கிறது. அதைக் கேட்பவர்களுக்கே சாவின் பீதி தொற்றிக் கொள்கிறது. சங்கு முழங்குபவர்கள் தங்கள் உயிரோசைபோல பூம்பூம்மென சப்தமிடுகிறார்கள். எங்கோ கடலடியில் ஓடிக்கொண்டிருந்த சங்கு மெல்ல கடல்மீறிக் கைவசமாகி உலர்ந்து இசைக் கருவியானபோதும் அதில் கடலின் சீற்றமும், மர்மமும் ஒளிந்தே இருந்தன. சங்கை முழங்கும் மனிதன் அதன் உச்சத்தை எட்டும்போது தன் கண்களின் நுனியில் உதிரத்தின் கூர்முனி சேகரமாவதை அறிகிறான். யுத்தத்தில் அவர்கள் முன் நடந்து போகும்போது குதிரைகளும் யானைகளும்கூட அந்த சப்தத்தின் கதி கண்டு மிரட்சியுற்றபடி நிற்கின்றன.

~

சங்கு வாசிப்பவன் மட்டுமின்றி அரசர்களும், வீரர்களும், அதிரதர்களும் அவரவர்களுக்குரிய அடையாளமாக சங்கை வைத்திருந்தனர்.

கிருஷ்ணன் பாஞ்சஜன்யமெனும் சங்கையும், தனஞ்ஜெயன் தேவ தத்தம் எனும் சங்கையும், விருகோதரன் பௌண்ட்ரம் எனும் சங்கினையும், யுதிஷ்ட்ரன் அந்த விஜாரம் எனும் சங்கையும், சகாதேவன் மணிபுஷ்பகம் என்ற சங்கையும் யுத்த களத்தில் கொண்டிருந்தார்கள்.

~

வில்லாளி எவனும் ஒற்றை வில்லுடன் யுத்தகளம் செல்வதே இல்லை. அவன் வில்லை எதிராளியைக் கண்டதுமே தேர்வு செய்கிறான். எல்லா வில்லும் வில் எனும் கருவியுமல்ல. அதோ தெரிகிறதே வில் அது ததிசி எனும் ரிஷியின் முதுகுத் தண்டு, வஜ்ரா எனும் அந்த வில்லைக் கண்டவர்கள் அதனை ஏந்தி நிற்கும் மனிதனின் துணிவைக் காண்கிறார்கள்.

வில்லாளி தன்னைவிடவும் அஸ்திரம் தரும் மனிதனைதான் நம்பியிருக்கிறான். அஸ்திரம் எடுத்துத் தருபவன் வில்லாளியின் மனம் அறிந்து சேகரம் கொண்டிருந்த அஸ்திரங்களிலிருந்து தேவையானதை எடுத்து நீட்டுகிறான். அஸ்திர முனைகளில் கொடிய விஷங்கள் தடவி உலர வைக்கப்படுகின்றன. உலர்ந்த விஷங்கள் காற்றில் விசை கொண்டதும் பற்றி எரியத் துவங்கிவிடக் கூடியவை. அவற்றை விசைகொண்ட மனிதன் எய்யும்போது வானில் நெருப்பு பற்றி எரிகிறது. அஸ்திரம் தருபவன் ஒளிந்து கொள்ள ரதத்தில் பொறியிருந்தது. அதில் ஒளிந்து கொண்டவனாக யுத்த வேகத்தில் அவன் கைகள் அம்பைத் தந்தபடியிருக்கின்றன. வில்லாளி இறக்கும் நிலையில் இருந்தபோதும்கூட அஸ்திரம் தருபவன் தனது கைகளில் வில்லேந்துவதில்லை. யுத்த பூமி விட்டு விலகி தனியே நடக்கும் அவன்மீது எவரும் அம்பிடுவதுமில்லை.

யுத்தம் ஒரு இடத்தில் மையம் கொள்வதில்லை. அது சுழன்று கொண்டேயிருக்கிறது. இடம் மாறி மாறி அலையும் பெரு வெளியில் அது தாவிக்கொண்டேயிருக்கிறது. அலைந்து கொண்டேயிருக்கிறார்கள். யுத்த சம்பந்தமின்றி பல்லாயிரம் மனிதர்கள் யுத்த வேகத்தினை விடவும் மிக வேகமாக பணிவிடைகளுக்கும் உபசாரத்திற்கும் உணவுக்குமாக பல திசைகளிலும் சுற்றியலைந்து கொண்டிருந்தார்கள்.

~

யுத்தம் துவங்கியதுமே எதிராளியோடு எவரும் போரிட முடியாது. அவனை முதலில் சொல்லால் அழைத்து யுத்தமிட வேண்டும். வசைகளும் கோபமும் மீற யாவரும் கூக்குரலிட முதலில் சொற்சண்டையிடுகிறார்கள். பிறகு ஆயுதங்களில் எது குறைவானதோ அதைக் கைக்கொள்வார்கள். அதிலும் பலவானை விட பலவீனனே ஆயுதத்தைத் தேர்வு கொள்வான்.

தேரோட்டிகளே யுத்த வீரனின் போரிடலுக்குத் தூண்டுதலாக இருக்கிறார்கள். அவர்கள் ரதத்தை வீழ்ந்துகிடக்கும் உடல்களை விலக்கியும் எதிராளியின் முரட்டுக்குரலில் குதிரைகள் மிரட்சி கொள்ளாமலும் ஓட்டுகிறார்கள். ரதமேறி வந்த வீரன் யுத்தத்தில் மாண்டதும் தங்கள் குதிரைகளை அவிழ்த்துவிட்டு கையேந்தும் ஆயுதத்தால் போரிட்டு சாவதே சாரதியின் தர்மமாகயிருந்தது.

~

வியூகம் என்பது ஒரு உடல் சைன்யம் கொள்ளும் ஒற்றை உடலமைப்பு வியூகத்தை ஒருவன் கண்களால் அல்ல, மனதாலே அறியமுடியும். தனித்தனியர்களாக நிற்பவர்கள் தனி வீரர்கள் அல்ல. அவர்கள் ஒரு பறவையின் கண்களைப்போல சுழலக் கூடியவர்கள் என்பதை அறிவது எளிதானதல்ல. வியூகம் ஒரு ரகசிய வடிவம். இதன் உள்ளே பிரவேசிக்கும் எவனும் அந்த வெற்று வெளியினுள் நீந்தி நீந்திக் களைப்புற்று அதன் வசமாகிவிடுவான்.

யுத்தத்தில் சைன்யம் நடந்து குதிரையில் பயணித்துச் சென்றாலும் தினசரி அது தன் மொத்த இயக்கத்திற்கு ஒரு வடிவம் கொள்கிறது. ஒரு நாள் மிதத்தலை, ஒரு நாள் பறப்பதை, ஒரு நாளில் இடவலமாக, வலஇடமாக நகர்வதை, ஒரு நாளில் சுழல்வதை என தன் உருவை அது மாற்றிக் கொண்டேயிருக்கிறது. வியூக சூட்சு மங்கள் உலகின் சூட்சுமமாக இயற்கையில் எண்ணிக்கையற்று இருந்தன.

ஒரு வேப்பம் பூவினை விடவும் விசித்திரமான கோட்டையமைப்பு வேறு எதில் இருக்கிறது. அது கசப்பு எனும் ஒரு ருசியை, வாசனை தருவதைத் தவிர வேறு எதையும் தனக்குள் அனுமதிக்காத வடிவமாக இருக்கின்றதே.

மலர்களும் மிருகங்களும்தானே வியூக சூட்சுமம் ஆகின்றன. வியூகத்தினைத் தன் மனதால் சிருஷ்டிப்பவன் தொலைவை, அதன் வெளியை உணர்கிறான்.

~

கருடம், மகரம், கிரவுஞ்சம், சியேனம், பத்மம், அர்த்த சந்திரம், வஜ்ரம், கிருங்காடம் எனும் பலப்பல வியூகங்களை, யுத்த சைன்யங்களைக் கொண்டு சிருஷ்டித்தனர். வியூகங்களைத் தீர்மானிக்கும் முன்பாக அந்த வியூகத்திற்கான கிரக நிலைகள் கூடியிருக்கின்றதா என அறிவார்கள். சில நாட்களில் வியூகத்தினை யார் முதலில் முடிவு செய்வதென்பது ரகசியமாகவே இருந்தது.

வியூகத்தின் கண்களாகயிருப்பவன் சுழன்று கொண்டே இருக்கிறான். அவன் இயக்கம் சேனையின் சுழற்சியைத் தன் வசமாக்குகின்றது. ஒரு உடலினுள் புகுவது எப்படி? அதன் நாசி வழி புகுந்து வால் வழி வெளியேற முடியுமா என்ன? உடல் சதா இயங்கிக் கொண்டிருப்பதாயிற்றே. இயக்கம் கொள்ளும் சூட்சும வடிவமே அன்றைய வியூகமாகிறது. பீஷ்மரும்,

திருஷ்டத்யும்னனும் வியூகத்தைத் தீர்மானிக்கும் முன்பாக அதன் சிறகுகளாக இடவலம் நிற்பவர்களையும் அதன் இரு கண்களையும், அதன் உடலாக நிற்பவர்களையும் தேர்வுகொண்ட பிறகே வியூகம் கொண்டனர். ஒவ்வொரு வியூகமும் அங்கம், தலை, சிறகு, உக்கிர அரூபி எனும் நால்வகை அமைப்பு கொண்டதாகயிருக்கும். இதில் அங்கமாக யானைகளும், தலையாக அரசர்களும், சிறகாகக் குதிரைகளும், உக்கிர அரூபிகளாக படை வீரர்களும் வடிவம் கொள்வர்.

மானுடம், தெய்வம், காந்தர்வம், ஆஹறிகரம் என நான்கு வகையான வியூக சூட்சுமங்கள் இருந்தன. அவை உடலற்ற உடல் என்பதன் மென்வடிவமாக இருந்தன. வியூகம் தன் இயக்கத்தாலே வியூக ரூபத்தினை மேற்கொள்கிறது. உடலே ஒரு யுத்த கேந்திரமென வியூகங்கள் அறிவித்தபடியிருக்கின்றன.

யுத்தம் துவங்கும் முன்பாக துர்க்கைக்குரிய பலிகள் தரப்பட்டன. குருதியினை உடல் எங்கும் பரவவிட்ட துர்க்கையின் முன் அர்ச்சுனன் வணங்கி ரத்தத்தினைத் தனது உடலில் பூசிக் கொள்கிறான். வீரர்கள் தாய் கடவுளின் சாந்திக்குப் பூஜையிடுகிறார்கள். சூரியன்தான் யுத்த தெய்வமாக இருக்கிறான். அதிகாலை சூரிய கிரணங்கள் பரவத் துவங்கியதுமே வீரர்கள் அது தங்களைக் காக்கட்டும் என வழிபடுகிறார்கள்.

யுத்த சமுத்திரத்தில் குதிரைகளின் வனப்பைக் காண்பது மிகுந்த ஈர்ப்புடையதாக இருந்தது. வெவ்வேறு நிறங்களில் விதங்களில் குதிரைகள் யுத்த முன்களத்தில் இருந்தன. குதிரைகளின் சுழியறிந்த மனிதர்கள் இக்கலையில் வல்வனாக யுயுத்சுவைக் கொண்டாடி னார்கள். அவன் குதிரையின் பார்வையைக்கூட அறிந்தவனாக இருந்தான். குதிரைகள் யுத்த சப்தத்தால் கலைந்து ஓடிவிடாமல் வைக்க அவன் பயிற்சி கொடுத்திருந்தான். ஒரு அஸ்வ சூட்சுமவாதி யுத்த களத்தினைக் கண்டதும் கண்களை நீந்தவிட்டான். அதே கரடி நிறக் குதிரை தெரிகிறதா, வெள்ளைநிறக் குதிரை, நீலநிறக் குதிரை, சிவப்பு நிறக் குதிரை, வெண்மையும் கறுப்பும் கலந்த குதிரை, தாமரையிலை நிறமுடைய குதிரை, கிளியிறகு நிறமான காம்போஜ தேசக் குதிரை, கறுப்புநிறக் குதிரை, தந்த நிறமும் கறுத்த வாலும் கொண்ட குதிரை, நெற்றியில் வெள்ளை தப்பி விழுந்த குதிரை, மஞ்சள் பட்டுக்கு ஒப்பான குதிரை, இந்திரகோபப் பூச்சி நிறமுள்ள

குதிரை, வைக்கோல் புகை நிறமுள்ள குதிரை, தாமரையும் புஷ்பநிறமுமான பாகலிக தேசக் குதிரை, சிவப்பும் மஞ்சளுமான குதிரை, காடை இறகு நிறக் குதிரை, எள்பூ நிறக் குதிரை, தயிர் நிறமான முதுகு கொண்ட குதிரை, மங்கிய வெண்மை முதுகு கொண்ட குதிரை, கிளிநிறக் குதிரை, பித்தளை நிறக் குதிரை என வர்ணம் மாறிமாறி அலையும் குதிரைகளின் ஊடே அலைந்து கொண்டேயிருந்தான்.

இருளில் யானைகள் நிற்பதே புலப்படுவதில்லை. யானைகள் மூர்க்கம் கொள்வதற்காக தூபங்கள் போடப்பட்டன. அந்த வாசனையை நுகர நுகர யானை மிக வேகம் கொள்ளும். யானையை வேணுகங்கம் எனும் கருவியால் ஓட்டுகிறார்கள். வேறு தேசங்களில் இருந்து அழைத்து வரப்பட்ட யானைகளை மிகக் கவனமாகப் பழக்கினார்கள். யானைகளைக் குளிப்பாட்ட தினமும் நதி நோக்கி போகிறவன் அதன் ரணங்களை சுத்தம் செய்துவிடுகிறான்.

யானைகள் நிதானமாக நதியினுள் இறங்குகின்றன. யுத்த வேளையில் யானையின் அம்பாரியில் அமர்ந்த மனிதன் காட்சிகளின் தொலைவைப் பார்க்கிறான். கரிய யானைகள் மோதும்போது சப்தம் உண்டாகி வெடிக்கிறது. யானைகளும் நோவு கொள்கின்றன. யுத்த களத்தில் அலைகின்றன. இரவு யானையைச் சூழ்ந்து கொள்கிறது.

~

ஒவ்வொரு பகலும் யுத்த மோதலுக்கு உரியதென்பது ஒவ்வொரு இரவும் நீத்தார் ஞாபகச் சடங்குகளுக்கு உரியதாகி விட்டது. தினமும் சகோதரர்களும் பிள்ளைகளும் ரத்த உறவு கொண்டவர்களும் இறந்துகொண்டே வந்தார்கள். அடக்கி வைக்கப்பட்ட துக்கம் மீறியவர்களாக அவர்கள் சூரியன் மறையும்வரை காத்திருப்பார்கள். சூரியன் மறையத் துவங்கியதும் யுத்தம் இன்று முடிவுபெற்றதாகக் கேட்கும் சங்கொலி துயரத்தின் நெடிய குரலாக விரிவு கொள்ளும்.

நடந்துசெல்ல முடியாது மனத்துயரும் வேதனையும் மீற, அவரவர்கள் இருப்பிடம் திரும்பியபோது உதிரக் கறைபடிந்த வாட்களும், ஆடைகளும் காண நேரிடும்.

பாண்டவர்கள் கௌரவர்கள் என்ற பேதமில்லை. துயரம் யாவரையும் ஒரு போலதான் பற்றிக் கொள்கிறது. வாய்விட்டு அழமுடியாத துக்கம் பெருகுகின்றது. இறந்த மனிதனின்

உடலுக்குரிய சடங்குகள் ஒரு பக்கம் நடந்தபடியிருக்கின்றன. அவனது உடைமைகள் நதியில் வீசி எறியப்படுகின்றன. அடையாளம் காண முடியாதபடி சிதைவுற்ற உடல்களைப் பறவைகல் உண்கின்றன.

மரணத்தின் கொடிய பாலையான யுத்த களத்தில் தினமும் சாவு சடங்கிற்குரிய முறைகள் நடந்துகொண்டே வருகின்றன. ரத்தப் பூக்களும் தைலங்களும் பலி உணவுகளும் தயாராகின்றன. இறந்து போனவரின் நினைவுக்காக யாவரும் ஒன்று கூடுகின்றனர். அப்போதும் அவர்கள் கண்கள் தாழ்ந்திருக்கின்றன. உடல் வேதனையை விடவும் அவர்களுக்கு தினமும் இந்த சாவுச்சடங்கின் நிசப்தம் மிகுந்த வேதனை தருவதாக இருக்கிறது.

உறக்கம் கூட மறுக்கிறது. துக்கம் மீறிய மனிதன் இரவு வேகமாக கடந்துவிடாதா என இருள்வெளியைப் பார்த்தபடியிருக்கிறான். புத்திரர்களைப் பலி கொடுப்பது இயல்பாகிவிட்டது. இதோ திரும்பிக் கொண்டிருக்கிறான் துரியோதனன். தனது ப்ரியத்திற்குரிய மகனான லட்சுமணனைத் தனது வாளாலும் பல்லாயிரம் கணைகளாலும் வீழ்த்தி உயிர் துறக்கச் செய்த அபிமன்யுவைக் கொன்ற பிறகும்கூட தகப்பன் அந்த உணர்வு பீறிட புத்திர சோகத்தில் உடல் வருந்திக் குமுறியபடி வீழ்ந்து கிடக்கிறான். தேற்றி அவனை ஆறுதல் கொள்ளச் செய்யும் மனிதர்கள் இருந்தபோதும் அவன் மனம் ஆத்திரமும் சோகமும் கொள்கிறது. தனது மகன் லட்சுமணன், அபிமன்யுவால் கொல்லப்பட்டான், அதுவும் தன் கண் எதிரில் என்பதன் ரௌத்திரம் பெருகியபடி இருந்தது. லட்சுமணனின் இறுதிச் சடங்குகள் நடந்து முடிந்திருந்தன. சகோதரர்களும், தனது தாயாதிகளும் கலந்து கொண்ட சவச்சடங்கில் துரியோதனன் தனது நிலை மறந்து கதறி அழுகிறான். அவன் கண்ணீரைத் தேற்ற முடியவில்லை. அது கொதி மிக்கதாக இருக்கிறது.

இனி பகடையாடுவதில்லை என பகடைகளை வீசி எறிகிறான் சகுனி. இனி யார் இருக்கிறார்கள் அவனுக்குப் பின் இந்த விளையாட்டினைத் தொடர... அதோ அவனுடைய ப்ரிய மகனும் கொல்லப்பட்டுவிட்டான். சகுனியின் நிழலில் வளர்ந்து தகப்பனின் ப்ரியம் அதிகம் கொள்ளாத சகுனியின் மகனும்கூட அபிமன்யுவினால்தான் கொல்லப்பட்டான். சகுனி ஒருபோதும் இத்தனை தளர்ச்சியுற்றதேயில்லை. அவன் கண்கள் ஒடுங்கி விட்டன. இனி மீதம் எதுவுமில்லை என்பதை அவன் அறிந்து விட்டான். தகப்பனின் முன்பாக பிள்ளை பறிபோவதை அறிவது

மிகத் துயரமானது. அவன் கிருஷ்ணனைக் கண்டான். அவர் சலனமற்று இருந்தார். சகுனி தனது மகனின் மரணத்தைத் தாங்கியவனாக இனி தன் விளையாட்டு ஓய்ந்தது எனக் காத்திருந்தான்.

வீழ்ந்துவிட்டான் அபிமன்யுவும். தாயின் கர்ப்பத்திலே யுத்த சூட்சும பிரவேசம் கற்ற அபிமன்யு வீழ்த்தப்பட்டு வன்மத்தின் வடுக்களை ஏந்தியபடி செத்துக் கிடந்தான். தனது மகன்களில் தகப்பனின் வழியைக் கொண்டிருந்தவனான அபிமன்யு கொல்லப் பட்டுவிட்டான் என்பதே அர்ச்சுனனைத் தாள முடியாதவனாக் கியது. ஒரு ஸ்த்ரீயைப்போல விசும்பி அழத் துவங்கினான். தனது வில் திறத்தினை முன் எடுத்துப் போகக்கூடிய ஒரு வாரிசும் போனான் என்ற புத்திர சோகம் அவனைப் பீடித்தது. அபிமன்யுவின் சாவுச்சடங்கில் அவன்தான் தகப்பன் என்பதை மட்டுமே நினைவில் வைத்திருந்தான். அர்ச்சுனன் என்ற வில்லாளி இல்லை. அர்ச்சுனன் என்ற காமதாரி இல்லை. அர்ச்சுனன் என்ற தகப்பன் மட்டுமே இருக்கிறான். துயரம் பூத்துக் கொண்டேயிருக்கிறது. மகனின் மரணத்தோடு தானும் உடன் வீழ்ந்து மரணம் அடையப்போவதாக புலம்புகிறான். கிருஷ்ணரின் கைகள் தேற்றுகின்றன. அபிமன்யு என்ற தனது மகனைப் பறிகொடுத்த துக்கம் மீறியவனாக அர்ச்சுனன் புலம்புவதையும் இரவு கேட்டுக்கொண்டுதானே இருக்கிறது.

ஒரு வார்த்தையில் தனது தகப்பன் கொல்லப்பட்டுவிட்டான் என்பதை அறிந்த அஸ்வத்தாமா தனது அம்பால் இந்த முழு உலகினையுமே பற்றி எரியச் செய்துவிடுபவனைப்போல கூச்சலிட்டான். தகப்பன் மகன் என்ற உறவினைவிடவும் இரட்டையர்களைப்போல தன் இருப்பின் பாதியாக தனது மகன் அஸ்வத்தாமாவைக் கொண்டிருந்த துரோணர் யுத்தகளத்தில் தனது மகன் இறந்து போய்விட்டான் என்ற சேதியைக் கேட்டதுமே தனது வில்லை நழுவ விட்டுவிட்டார். தனது உடலின் பாதி அறுபட்டு விட்டதைப்போல தான் ஒரு அஸ்திரர்களின் அஸ்திரன் என்பதை மறந்து துக்கம் மேலிட அவர் செய்வதறியாது திகைத்தபோது தொலைவில் யுதிஷ்ட்ரனின் ரதம் தென்பட்டது. ஒரே வார்த்தை தன் மகன் இறந்தது உண்மைதானா என அறியவேண்டுமென துரோணரின் குரல் கேட்டது. யுதிஷ்ட்ரன் அதற்குப் பதில் தரும் முன் தனது கண்களைத் தாழச் செய்துவிட்டான்.

‘அஸ்வத்தாமா இறந்துவிட்டது.’

வார்த்தையின் மீதான கவனம் கூடவில்லை. துரோணர் இறப்பு என்ற ஒரு சொல்லின்மீதே கவனம் கொண்டிருந்தவராக தன்னை

மரணத்தின் முன் ஒப்புக் கொடுத்துவிட்டார். துரோணவதம் ஒரு வார்த்தையால் கூடியது.

தகப்பனைப் பறிகொடுத்த அஸ்வத்தாமா தான் ஒரு பிராமணன் என்பதால் தகப்பனின் உயிர் கொள்ளவேண்டிய சாந்தி சடங்குகளுக்காக அந்த இரவில் வானில் அரூபமாக நடக்கும் உருவங்களை அழைத்துக் கொண்டிருந்தான். சாவுச் சடங்கிற்கான குரல் எங்கும் ஒலித்துக் கொண்டேயிருந்தது.

கர்ணனால் கொல்லப்பட்டான் தன் மகன் என்ற சேதியே பீமனை வீழ்த்திவிட்டது. தன்னைப் போலவே உருவமும் வேகமும் கொண்டிருந்த இடும்பியின் புத்திரனான தனது மகன் கடோத்கஜன் கர்ணனால் கொல்லப்பட்டுக் கிடந்தான். தனது உதிர வழி பிறந்தவன் என்றபோதும் அவன் க்ஷத்திரியர் வம்சமல்லவே. அசுர உடல்தானே பறவைகளுக்குரிய உணவுதானே என்பதுபோல வீழ்ந்து கிடந்தான். பருந்துகளையும், வல்லூறுகளையும் விலக்கி தனது புத்திரனின் உடலை நதிக்கரைக்குக் கொண்டு வந்தான் பீமன். பெரிய இறகுகளோடு பறவைகள் பின்தொடர்ந்துகொண்டே இருந்தன. அவன் கூச்சலிட்டு விரட்டியபடி மகனின் உடலைக் கிடத்தினான். தனது சகோதரர்களில் எவரும் கடோத்கஜனின் மரணத்திற்காக வருந்தவும் இல்லை. அவன் மரணம் பெரிய நிகழ்வுமில்லை என விலகிக் கொண்டிருந்தனர். தனி ஆளாக நின்றிருந்தான். அசுர வம்சத்துப் பெண்ணின்மீது கொண்ட பிரியமும் கூடுதலும் மறக்கமுடியாத பீமன் தனிமையில் ஒரு பெண்ணைப்போல விசும்பி விசும்பி அழுதான். இப்போதே அவன் திரெளபதியைத் தேடிச் சென்று தன் மனத்துயரைக் கொட்ட வேண்டும்போல இருந்தது. அவள் தன்னைப் புரிந்துகொண்டவள் என பீமன் நினைத்தான். புத்திர சோகம் பீமனையும் பீடித்துக் கொண்டது.

கர்ணன் தனது மகன்கள் இருவரும் யுத்தத்தில் கொல்லப்பட்டதை நினைவில் இருத்தியபடியே தனது யுத்த பிரவேசத்திற்காக காத்துக் கொண்டிருந்தான். தகப்பன் பிள்ளைக்கு சவச்சடங்கு செய்யும் வேதனை அவனையும் பற்றிக்கொண்டது. ஆண்களை விடவும் ஸ்த்ரீகள் மயக்கமற்றவர்களாக தொடர்ந்து புலம்பி வீழ்ந்த படியிருந்த நாட்கள் மெல்ல நீண்டு கொண்டேயிருந்தன.

~

யுத்த காலத்தில் இரவைப்போல ஆறுதல் தருவது வேறு எதுவாக இருக்கக்கூடும்? மாலை முடிந்து இருளின் நுட்பங்கள் பெருகத்

துவங்கியதுமே விருட்சங்கள் மறையத் துவங்குகின்றன. பகை எதிர் என்ற இருநிலைகள் மறைகின்றன. எங்கும் வேதனையின் விம்முதலும் ஆறுதல் படுத்தவேண்டிய நிகழ்வுகளும் மட்டுமே மீதமிருக்கின்றன. துயிலின் அடிவாரத்தில் படுத்துவிட யாவரும் விரும்புகின்றனர். ரணத்தை குருதியை ஒரு தாதியைப்போல இரவு துடைத்து விடுகின்றது. பேசும் மனிதனின் குரல் மட்டுமே கேட்கிறது. முகம் அறிய முடியவில்லை. யார் பேசுகிறார்கள் என்பது முதன்மையல்ல. அது வேதனையின் குரல். ரணம்பட்ட மனிதனின் தீனமான குரல், இரவில் அது கிளைத்துக்கொண்டே இருக்கிறது. தூக்கமும் விழிப்புமற்ற நிலையை யாவரும் உணர்கிறார்கள். வானில் நட்சத்திரங்கள் பெருகுகின்றன. நிலா அழிந்த வானின் பின்னிரவில் நிலா பிறையாகத் தென்படுகிறது. சாந்தியைக் கொண்டுவரும் இரவு பெரிய ஸ்த்ரீயைப்போல பல்லாயிரம் வீரர்களையும் தன்னை அருந்தத் தந்தபடி படுத்துக் கிடக்கிறது முடிவுற்று.

~

13

ஒரு சிறுமி சிறிய மண்குடத்துடன் நதியருகே நின்று கொண்டேயிருந்தாள். அதிகாலைச் சூரியன் தொலைவில் ஒளிர்ந்து கொண்டிருந்தது. அவள் தனது குடத்தைத் தண்ணீரில் அமிழச் செய்தபடி எதற்கோ காத்துக் கொண்டிருந்தாள். சூரியன் மெல்ல நகர்ந்து நகர்ந்து வானின் உயரம் வந்து கொண்டிருந்தது. சூரியனின் முகம் தனது மண்குடத்தின் உள்ளே தெரிவதைக் கண்ட சிறுமி வேகமாக குடத்தைத் தூக்கிக்கொண்டு வீட்டிற்கு ஓடினாள். தான் சூரியனைப் பிடித்துக்கொண்டு வந்துவிட்டேன் எனதாயிடம் சப்தமிட்டுச் சிரித்தாள். தாய் அருகாமை வந்து பார்த்தபோது குடத்தில் மங்கிய இருள் மட்டுமே தெரிந்தது. குழந்தையால் அந்த ஏமாற்றத்தைத் தாங்க முடியவில்லை. அது விசும்பி விசும்பி அழுதது. யாருமறியாமல் மறுநாளும் அதேபோல ஒரு மண் குடத்துடன் நதியில் காத்திருந்தாள். சூரியன் குடத்தினுள் நகர்வு கொண்டதும் தனது தாயின் வஸ்திரத்தால் மண்குடத்தின் வாயை மூடிக் கட்டி தான் சூரியனைப் பிடித்துவிட்டதாகச் சிரித்தாள். அவளது சிரிப்பின் வசீகரம் கண்ட சூரியன் அவள் குடத்திலே அடங்கிக் கொண்டான். அவள் தன் வீட்டிற்குக் குடத்தைக் கொண்டுபோனாள். தனது தாய் வந்ததும் காட்டுவதற்காக சிறுமி காத்திருந்தாள். சூரியன் அடங்கிவிட்டதால் மாலை வரவேயில்லை. பகல் நீண்டுகொண்டே போனது. தாய் நெடுநேரமாகி களைப்புற்றவளாக வீடு வந்தபோது சிறுமி காட்டிய அதிசயம் காண மனமற்று கோபம் கொண்டு பானையை விலக்கவே அது உருண்டு சரிந்தது. தாய் பார்த்துக் கொண்டிருக்கும்போது பிரம்மாண்டமான வெளிச்சம் வீட்டை நிரப்பி மெல்ல வடிந்து மறைந்ததாக பலரும் சொல்லும் ஒரு நதிக்கரை கிராமத்திற்கு வந்திருந்தேன். அது சைன்யங்களின் வைத்தியசாலை எனப் பொருள்படும் பெயரைக் கொண்டிருந்தது.

- நெடும்பகலூர்

சரதல்பம்

சூரியனைவிட்டு அகலாத அந்த ஒளியின் திசையிலே உன்னை வைத்திரு என தன் மகனுக்குப் புரிய வைத்துக் கொண்டிருந்த விவசாயி ஒருவனைக் கண்டேன். அவன் தன் வாழ்வைச் சூரியனோடு பொருத்திக் கொண்டுவிட்டான். சூரியன் செல்லும் திசைவழியும், அதன் காலமாற்றங்களும் அவனுக்குள் புதையுண்டிருந்தன. அந்த மனிதன் தனது நிலத்தினைச் சூரியன் இயக்கத்தை வைத்தே உழுவதும் விதைப்பதும் உலரவிடுவதும் அறுப்பதுமாக இருந்தான். சூரியன் ஒருபோதும் தன் சுபாவத்தில் ஒரேபோல இருப்பதில்லை.

சூரியன் வடக்கில் சஞ்சரிக்கும் உத்தராயணமும், தெற்கில் சஞ்சரிக்கும் தட்சிணாயனமும் அவன் தினசரி நிகழ்வுகள் நடந்து வருகின்றன. அவன் தட்சிணாயனத்தில் காத்துக் கொண்டே இருக்கிறான். அது சாவதற்குக்கூட உகந்த காலம் அல்ல என்பது அவனுக்குப் புரியும். நிலம் வெளிறிய நீண்ட பகுதியில் பனையடி ஒன்றில் அவன் வீழ்ந்து கிடந்தபடி சூரியனைப் பார்த்துக் கொண்டேயிருக்கிறான்.

சூரியனின் குதிரைகள் சென்று கொண்டேயிருக்கின்றன. என்ன நிறமுடையது அக்குதிரைகள்... அக்குதிரைகளின் சப்தமற்ற வேகம் அவனை ஈர்த்தபடி இருந்தது. வானம் குதிரைகளின் பாதையாக விரிந்திருந்தது.

நான் அந்த மனிதனிடம் சூரியனைப் பற்றிக் கேட்டேன். அவன் சூரியனின் தினசரி ஓட்டத்தை அறிந்துகொண்டே வந்திருந்தான். அவன் சூரியனின் போக்கை ஒரு யுத்தப் பிரவேசம் என்றான். அவன் பேச்சில் இருந்து சூரியன் இரு சகோதரிகளை மணந்தவன் என்றும்

ஒளியெனும் பெயரிடப்பட்ட தேஜஸ் என்பவளை அவன் தன்னோடு எப்போதுமே கூட்டி வருகிறான். அவளின் சகோதரியான இருள் என்பவள் காத்துக் கொண்டேயிருக்கிறாள். அவளது வீட்டிற்கு சூரியன் போனதும் ஒளி எனும் சகோதரி வெளியேறிவிடுகிறாள். அவள் சூரியன் வரும்வரை காத்துக்கொண்டே இருக்கிறாள். இரண்டு சகோதரிகளின் பிரிய வசத்தில் சூரியன் அலைந்து கொண்டேயிருக்கின்றான் என்றான்.

அவன் சூரியனின் கதிர்களை அஸ்திரம்போல அறிந்திருந்தான். கதிர்கள் விளையும் பயிரின் எந்தப் பக்கம் அது இறங்கி சேகரமாகிறது என்பதையும்கூட அறிந்து வைத்திருந்தான். மிகத் தனிமையான சஞ்சாரியாக சூரியனை அவன் கருத்தில் கொள்வதும் உண்டு. அவன் சூரியனோடு பேசுவதைக் கொண்டிருந்தான். சூரியனிடம் அவன் தன் தானிய மணிகளின் கதைகளைச் சொல்லிக்கொண்டு வருவான். சூரியன் மிக நிசப்தமாகக் கேட்டபடி அலைவான்.

நீண்ட காத்திருப்பு தொடர்ந்து கொண்டேயிருந்தது. அவன் வெக்கை மீறிய நிலவெளியில் உலர்ந்தபடியிருந்தான். அவனது தாகம் தீர முடியாதது என அறிந்த சூரியன் வடக்கில் சென்று கொண்டிருந்தது.

~

பீஷ்மர் தன் எதிரே வில்லுடன் நிற்கும் அந்தப் பெண்ணைக் கண்டார். அந்தப் பெண் இப்போது சிகண்டி என்ற பெயருடைய மனிதனாக எதிரே அர்ச்சுனனோடு ரதத்தில் முன் நின்றாள். யாவர் கண்களும் எதிரே நிற்கும் துருபதன் மகனை ஒரு வீரனாகக் காண்கின்றன. சிகண்டி கவச உடை பூண்டு வில்லேந்தி நிற்கிறான். பீஷ்மருக்கு மட்டுமே அது பெண் உருவமாகத் தெரிகிறது. அவள் மீளும் நினைவுதான் பெண் உருவமா என யோசித்தபடியே தனது வில்லைக் கீழே வைத்தார்.

பின்தொடர்ந்து கொண்டிருக்கும் அம்பா என்ற ஸ்த்ரீ தன் இறுதி நிகழ்விற்காக வில்லில் நாண் ஏற்றிக் கொண்டிருந்தாள். பீஷ்மருக்குப் பக்கமாக அவருக்குத் துணை நின்ற துச்சாதனன் குரலிட்டான்.

'ஒரு பாணம் சிகண்டியின் சிரசை அறுத்துவிடும். வில்லை ஏந்துங்கள்.'

சிகண்டியின் ஒன்பது பானங்கள் அவரைத் துளைக்கின்றன. கோபமுற்ற பீஷ்மர் வில்லை உயர்த்துகிறார். அவர் வில்லை முறிக்கிறான் அர்ச்சுனன். வில்லைக் கைகளால் ஏந்த முடியவில்லை.

காலத்தின் வெகு ஆழத்தில் இருந்து அம்பாவின் குரல் கேட்கிறது.

'இது நேசிப்பைப் புறக்கணிக்கும் மனிதனுக்குரிய அஸ்திரம். மரணத்தைவிட வலியதென,' சொல்லியபடி அஸ்திரம் விடுகிறான். பீஷ்மரின் இதயத்தினுள் புகுந்து வெளியேறுகிறது.

பீஷ்மர் உணர்ந்துவிட்டார், தனது பீறிடும் குருதியை மீறி தான் நிலைகுலைவதை. அவர் தன் முடிவை நோக்கித் தன்னைத் தயாராக்கிக் கொண்டார்.

வீழ்த்தப்பட்டார் பீஷ்மர் என்பதோடு மாலை வீழ்ந்துவிட்டது. பீஷ்மரின் உடலை அம்புப் படுக்கையான சரதல்பத்தில் வைக்கிறார்கள்.

பீஷ்மர் யோகமறிந்தவர். அவர் தன் உடலின் எந்த பாகங்களில் வேதனை உண்டாகிறதோ, அந்தப் பகுதிகளில் உணர்வு அற்றுப்போகும் கலை அறிந்தவராக இருந்தார். அவரது உடல் வேதனையை விலக்க அறிந்திருந்தது.

தகப்பனின் பிரியத்துக்குரிய பெண்ணைத் தேடித் தந்ததற்காக அவர் பெற்ற விரும்பும்போது சாகும் வரம் அவரிடமிருந்தது. அவர் வீழ்ந்து கொண்டிருக்கும் சூரியனைப் பார்த்தார்.

'இது தட்சணாயனம். சூரியன் தெற்கே சஞ்சரிக்கிறது. இது மரணத்திற்குரிய காலமல்ல. அது வடதிசை போகும்வரை யுத்த களத்திலே காத்திருக்கிறேன்.'

அவர் வாழ்வு சூரியனின் நகர்வோடு பிணைக்கப்பட்டுவிட்டது. அவர் உடலெங்கும் தாகம் பீறிட்டவராக இருந்தார். யாராலும் தீண்டப்படாத தண்ணீரை வேண்டியவராகயிருந்தார். அர்ச்சுனன் தனது பாணத்தால் நிலத்தைத் துளையிட்டான். நீரூற்று எழுந்தது. தண்ணீரின் ருசியை நாவு அறிந்தது.

~

நீண்ட நாட்களுக்குப் பிறகு அவர் படை வீடு திரும்பாத இரவு முதலாக அமைந்தது. அவர் அன்றைய போர் நிகழ்வுகளை ஆராயவில்லை. மனம் யுத்தத்தினின்று தன்னைத் துண்டித்துக் கொண்டுவிட்டது. அவர் தனது தாயை ஞாபகம் கொண்டார்.

சிறியவனாக அவள் கரங்களில் புதைந்தபடி அந்த தேசத்தினின்று நதியை நோக்கி நடந்தபோது காற்றின் மென்மையும் தாயின் அரவணைப்பும் கொண்ட நிகழ்வு அவருக்கு நினைவோடியது. தாய் ஒரு நதியானாள். பின் எப்போதும் அவளோடு நெருக்கமாக உணரவேயில்லை. மண்ணின் அடியில் முடிவற்ற தொலைவில் ஓடிக்கொண்டிருக்கும் நீரான தாய்தான் தன் செவியருகில் நீரூற்றாக எழும்பி தன்னைப் பார்த்துக்கொண்டிருக்கிறாள் என்பதுபோல உணர்ந்தார்.

பொங்கிக் கொண்டிருக்கும் நீரூற்றே தன் தாயின் வடிவம் என்பதே குளுமையாக இருந்தது. அவர் தாயின் நேசிப்பு அறியாத மனிதனாக எல்லாத் துயரத்தையும் மனதை மீறி பீறிட விரும்பினார். தண்ணீரின் கிளைகள் பூத்துச் சொரிந்தபடியிருந்தன. தனது வாழ்வின் நீண்ட தனிமையில் ஒருபோதும் அவர் இத்தனை துயரம் கொண்டதே இல்லை. தாயின்மீதான அவரது நெருக்கம் அந்த இரவெங்கும் பற்றிக்கொண்டது. அவர் எதையும் பேசிக்கொள்ளவே இல்லை. மனதைக் கட்டுப்படுத்தி விட்டார். அது தன் கரைகளுக்குள் ஒடுங்கி ஓடத் துவங்கியது. பீஷ்மர் தன் கண்களை மூடிக்கொண்டு விட்டார். இனி அதன் வேலை சொற்பமே என உணர்ந்தவரைப்போல அவரது செவி திறந்து கொண்டது. உலகியலின் ஓசைகளை அது தொடர்ந்து கேட்டுக்கொண்டேயிருந்தது.

கேள்வியாடல் : யுதிஷ்ட்ரன்

குதிரைகள் இரவினுள்ளும் நடந்துகொண்டிருந்தன. யுதிஷ்ட்ரனும் கிருஷ்ணனும் வந்திருந்தார்கள். அவர்கள் வீழ்ந்து கிடக்கும் மனிதனைக் கண்டபடியிருந்தார்கள். வெண்ணிறமான சிகை மண்ணில் புரண்டது. யுதிஷ்ட்ரன் அவர் மனம் விழிப்புற்று இருப்பதைக் கண்டவனாக அவர் அருகில் அமர்ந்தான். தன் மனதின் கேள்விகளுக்கு விடை தரக்கூடிய மனிதன் அவர் மட்டுமே என்பது போல அவன் நியாய முறைகளைப் பற்றிய தனது கேள்விகளைக் கேட்கத் துவங்கினான். பீஷ்மர் பதில் பேசத் துவங்கினார்.

இத்தனை காலம் தனது மௌனத்தினைத் தனக்குள்ளாக முடிச்சிட்டுக் கொண்டிருந்த மனிதன் அதனை அவிழ்ப்பதுபோல அவரின் நாவு அசைந்தபடியிருந்தது.

முடிவற்ற கதைகளையும் அனுபவ நிகழ்வுகளையும் விவரித்துப் பேசும் அவரைக் காண்பவர்கள் அவர் ஒரு க்ஷத்திரியனா அல்லது விவசாயியா எனப் புரியாமல் திகைத்தனர். முதுமையின் முன் விவசாயி தனது வாழ்வின் முதல் பாகங்களை நினைவுகொண்டும் அனுபவத்தினை ஊடுசரடாக்கியும் பேசுவதைப் போலவே பீஷ்மர் பேசிக் கொண்டேயிருந்தார். யுத்தகளத்தின் தொலைவில் அவரது குரல் இரவில் தனித்துக் கேட்டபடியிருந்தது.

ஒவ்வொரு நாளும் சூரியன் மிக மெதுவாக நகர்வது போலிருந்தது பீஷ்மருக்கு. அவரால் வானம் முழுவதையும் காண முடியவில்லை. அவர் உடலருகே பறவைகள் எதுவும் வரவேயில்லை. தனது யுவநாட்களில் சூரியன் அதிவேகமாக நகர்ந்து போய்க் கொண்டிருந்ததுபோல தெரிந்தது. இன்றைக்குத் தனது முதுமையைப் போல சூரியனையும் வயோதிகம் பற்றிக் கொண்டுவிட்டதா என்ன?

அவரது உயிர்ப்பு பகையை மெல்லக் கலைத்துக் கொண்டிருந்தது. பாண்டவர்களும் கௌரவர்களும் வில்லாளிகளின் வில்லாளியான பீஷ்மரைக் காணக் காத்திருந்தனர். யுதிஷ்ட்ரன் தனது சகோதரர் களோடு பார்த்துக் கலைந்தான்.

~

கேள்வியாடல் : கர்ணன்

ஒரு இரவில் தனியே புலம்பி சிறகடிக்கும் பட்சியென கர்ணன் அவர் எதிருக்கு வந்து சேர்ந்தான். பீஷ்மர் தான் மனமறிந்து அவமதித்த வீரர்களில் அவனும் ஒருவன் என்பதை உணர்ந்தவர்போல நிசப்தமாக இருந்தார். கர்ணன் தனது பிறப்பின் ரகசியம் அறிந்திருந்தான். தன் ரகசியம் அறிந்த மனிதர் பீஷ்மர் என்பதும் அவனுக்குப் புரிந்திருந்தது. அவர் ஸ்த்ரீகளின் மனோலோகம் அறிந்திருக்கக்கூடும். பீஷ்மர் கர்ணனைத் தனக்கு நெருக்கமாக இருக்கச் செய்தார். கர்ணன் அவரது அவமதிப்பை மறந்திருந்தான்.

பீஷ்மர் அவனிடம் 'நான் யுத்தகளம் விலகிவிட்டேன். இனி யுத்தம் உன் வசம்' என்றார். கர்ணன் அப்போது அந்த முதிய மனிதனிடம் கேட்க விரும்பியதெல்லாம் 'பீஷ்மரே, எதற்காக, எதன் பொருட்டு நீங்கள் இத்தனை அலைக்கழிப்புக் கொள்கிறீர்கள்?' என்ற கேள்வியே. அவன் கேட்கும் முன்பே அதை அறிந்து கொண்டார் போலும், அவர் கர்ணனின் கண்களை நோக்கியபடி சொன்னார்.

'வாக்கினாலே பீஷ்மர் நடமாடுகிறான். என் வாக்கின் சுற்று வலைகள்தான் என்னை இந்த நகரத்தோடு பிணைத்திருக்கின்றது. நான் விடுபட முடியாத துயராளி.'

கர்ணன் அவரைப் புரிந்துகொண்டவன்போல சொன்னான்.

'இந்த அம்புப் படுக்கை உங்கள் வாழ்வின் துவக்கத்தில் இருந்தே சயனத்தில் பழகிவிட்டிருப்பீர்கள் - ரகசியங்களின் கூர்நுனிகளில் தான் இத்தனை நாட்களும் படுத்திருக்கிறீர்கள். இந்த சரதல்பத்தின் ஒரு அம்பு நானும்தானே...'

'எனது அஸ்திரங்களை நானே தேர்வு செய்து பழகிவிட்டேன்.'

பீஷ்மர் அவனிடம் மிகவும் பிரியத்தோடு சொன்னார்.

'கர்ணா... நீ உன் பிறப்பால் அல்ல செயல்களாலே அறியப் படுபவனாகிறாய். உன்னை அவமதிப்பது நானல்ல. உன்னைச் சுற்றிப் படர்ந்த தனிமை. ராதேயா. நீ உன்னை எப்போதும் விலக்கிக் கொண்டே வந்திருக்கிறாய். உன் பிரியம் அளவிட முடியாதது. உன் ஸ்நேகத்தால் பீடிக்கப்பட்ட துரியோதனன் மட்டுமே உன்னை அறிவான். அவன் உன் பாதங்களைக் கண்டிருக்கிறான்.

ராதேயா, உன் பாதங்கள் உன் தாயின் சாயலைக் கொண்டிருக் கின்றன. அவள் பாதங்களின் மறுதோற்றம் போல உன் கால்விரல் கள் தெரிகின்றன. இதை யுதிஷ்ட்ரன்தான் என்னிடம் கண்டு சொன்னவன். அவன் தன் மனதால் உன்னை அறிந்திருப்பான். நீ யாருடைய மகன் என்பது ரகசியமல்ல. அது ஒளிக்கப்பட்ட நிஜம்.'

பீஷ்மர் பின் எதையும் பேசிக் கொள்ளவேயில்லை. ராதேயன் தான் திரும்பவும் வருவதாகச் சொல்லியபடி பீஷ்மரை விடுத்துப் போனான்.

சம்போகத்தில் ஸ்த்ரீக்கு கூடுதலான சுகம் கிடைக்குமா புருஷனுக்குக் கிடைக்குமா என யுதிஷ்ட்ரன் கேள்வி கேட்டபோது ஸ்த்ரீ சுபாவமறியாத பீஷ்மர் சம்போகத்தில் ஸ்த்ரீ பாவம் என்பதே மிகுந்த சுகமுடையது என ஒரு இரவில் தானறிந்த கதையொன்றைச் சொன்னார். நியாய முறைகளையும் சாஸ்திர தர்க்க விவாதங் களையும் உலகியலின் நியதியையும் கேள்விகளெனக் கேட்டு அலைந்தபடியிருந்த கௌரவ பாண்டவ வீரர்களின் பதில்களுக்குப் பின்பாக நீண்ட நிசப்தத்தில் வீழ்ந்திருந்தார் பீஷ்மர்.

~

கேள்வியாடல் : காற்று

யாருமில்லை என்ற வெற்று வெளியில் தனித்த பீஷ்மரின் முன்பாக காற்று சுற்றி அலைந்தபடி அவர் உடலின் மீதேறி சிகையைக் கலைத்தது. அவர் காற்றின் மிருதுவை அறிந்தவராக அதன் நெருக்கத்தோடு எதையோ பேச முற்பட்டவரைப் போல கேட்டார்.

'நீ எதைக் கேட்க விரும்புகிறாய் காற்றே?'

காற்று அந்த மனிதனை வலம் சுற்றியபடியே கேட்டது.

'இத்தனை அலைக்கழிப்பும் வேகமும் கொண்ட என் இயல்பு எப்போதுதான் சாந்தி கொள்ளும்...'

காற்றின் கேள்வியை அறிந்த அவர் மனம் விழித்துக்கொண்ட படியே பதில் தந்தது.

'காற்று என்பது கரைகளற்ற நதி, நீ ஓடிக் கொண்டேயிருக்கிறாய். உனது கண்கள்தான் உலகியலின் ரகசிய உயிர்ப்பு. உன் இயக்கத்தின் சூட்சும தாதுக்கள்தான் இயக்கத்தின் உயிர்ச்சத்தாகின்றன. நீ ஒரு சாட்சியாகிறாய். கடந்து போனவைகளின் நடப்பின் எதிர் நாட் களின் சாட்சியாகிறாய். முடிவற்ற சுழல் நதியான உனக்கு இயக்கமே சாந்தி. அலைக்கழிப்பே அமைதி. காற்றே... நீ அலைய விதிக்கப்பட்டவன். துயரவான்.'

அவர் குரலின் மிருதுவையும் தன்னில் ஏந்தியபடி காற்று தனது துக்கத்தினை அவிழவிட்டபடி கடந்து போய்க் கொண்டே இருந்தது.

~

கேள்வியாடல் : ஒளி

நீண்ட பகலின் முடிவற்ற அத்வான வேளையில் சூரியனின் ஒளி அவரது உடலைச் சுற்றிலும் நீந்திக்கொண்டிருந்தது. வெண்ணிற மான சிகை ஒளியில் மினுக்கம்கொண்டு தரையில் புரள்வதைப் போல அலையாடிக் கொண்டிருந்தது. ஒளியின் நூறு உதடுகள் திறந்துகொண்டு பீஷ்மரிடம் கேட்டது.

‘நாள் கடந்து சென்றுகொண்டேயிருக்கிறது. தொலைவு எப்போதும் தீராமல் இருந்து கொண்டேயிருக்கிறது. தொலைவு என்பதுதான் என்ன?’

பீஷ்மர் ஒளியின் நாவுகளின் வசீகரத்தால் தூண்டப்பட்டவராகச் சொன்னார்.

‘தொலைவு என்பது உன் சிருஷ்டி மயக்கம். ‘தொலைவின் தூரம் என்பது ஒரு மயிரிழையை விடவும் மிக மெல்லிய இடைவெளி மட்டுமே. நீ இயங்க இயங்க இந்த இடைவெளி பெரிதாகி பெரிதாகி தொலைவு எனும் முடிவற்ற வெளியின் எல்லையின்மை உண்டாகிவிடுகிறது. ஒளியே நீ உடலையே இயக்கமென விரித்துக்கொண்டிருக்கிறாய்.’

ஒளி அவர் பார்த்துக் கொண்டிருக்கும்போதே ஒரு இடத்தில் நில்லாமல் முன்பின்னாக அலைந்தபடி எங்கோ செல்ல அவசரப் படுபவனைப்போல வெளியேறியது.

~

கேள்வியாடல் : இருள்

மெல்ல வளர்ந்து வளர்ந்து பிசுபிசுப்பேறி யாவையும் விழுங்கியபடி வந்த இருள் பீஷ்மரின் குரல் அருகே வந்து நின்று கேட்டது.

‘ஒளியின் சகோதரியான நான், தீராப் பசியுடையவளாக இருக்கிறேன். எது என் பசியாகயிருக்கிறது?’

இருளின் திரவத்தினை நறுமணமென உடலெங்கும் பூசிக்கொண்ட பீஷ்மர் சொன்னார்.

‘இருளே, நீ ஒளியின் சகோதரி. உன் தீராப் பசிக்குரியது பொருட்கள் அல்ல. உன் சகோதரியான ஒளியை ருசித்தபடி பின்தொடர்கிறாய். தனது சுவடுகளைக்கூட விட்டுவைக்காத உன் சகோதரி ஓடிக் கொண்டே இருக்கும் வரை நீயும் பின் சென்றபடியே இருக்கிறாய். ஒளியை ருசித்த உன் மயக்கம் மீளும்போது உன் உடல் வெளிறத் துவங்கிவிடுகிறது. உன் சகோதரி வெளியேறி நடக்கத் துவங்கி விடுகிறாள். நீ தீராத பசியாள்.’

~

கேள்வியாடல் : மழை

வானம் இடியோடு பெய்யத் துவங்கியது. எங்கும் தாரை தாரையாக மழை இறங்கிக் கொண்டிருந்தது. விரல் நுனிவரை படர்ந்து இறங்கும் மழைக்குத் தன்னை ஒப்புக் கொடுத்தபடியிருந்த பீஷ்மரின் உடலெங்கும் சரமென இறங்கியது மழை. முடிவற்றுப் பெய்து கொண்டேயிருக்கும் மழையின் சப்தம் மீறியபடியிருக்க பீஷ்மர் தனது நினைவில் புதைந்து கொண்டேயிருந்தார்.

மழை அவரிடம் கேட்டது.

'பல்லாயிரம் கரம் கொண்ட என்னை எவர் வில்லேற்றி எய்கிறார்கள்? நான் எதை இலக்காகக் கொண்டு பாயும் அம்பு?'

ஊர்ந்து இறங்கும் மழையின் நீர்மையைத் தன் உடலெங்கும் நிரம்பச் செய்தபடி பீஷ்மர் சொன்னார்.

'மழையென்னும் விசித்திர அஸ்திரமே, நீ எய்யப்படும்போது ஒரு துளியாக இருக்கிறாய். உன் வேகம் உன்னைப் பல்லாயிரமாக உருமாற்றி விடுகிறது. மழையென்னும் மாய ரூபமே மழை என்பது ஒரு பூப்பு. ஒரு வேம்பு பூக்களைச் சொரிவதுபோல வானம் பூப்புக்கொண்டு சொரிகிறது. உன் பூத்தலின் வேகமே உன்னை வசீகரம்கொள்ளச் செய்துவிடுகிறது. பூமியின் வனப்பின் மீது தீராத ஆசைகொண்ட ஆகாசம் பூமியை அணைத்துக்கொள்ள உன் சரபாணங்களை அனுப்பி கவ்விக் கொள்வதாகவே அறிகிறேன். நீ சஞ்சாரி.'

~

கேள்வியாடல் : நெருப்பு

தொலைவிலிருந்த காட்டில் நெருப்பு பற்றிக்கொண்டு ஊர்ந்து கொண்டிருந்தது. காற்றின் வேகத்தால் அது சுழன்று சுழன்று சப்தித்து வீசியது. நெருப்பின் ஒரு கிளை தனியே பிரிந்து பீஷ்மரின் முன் வந்து நின்றது. அவர் அலைவுறும் நெருப்பைக் கண்டார். நெருப்பு அவரிடம் கேட்டது.

'காற்றால் நான் தொடர்ந்து அலைக்கழிக்கப்பட்டு நடுக்கமேறிக் கொண்டே இருக்கிறேன். சலனமற்ற இடத்தைக் காட்டக்கூடாதா?'

பீஷ்மர் சொன்னார்.

‘ஒரு ஸ்த்ரீயின் மனக் குகையினுள் ஆசையென பிரவேசித்து விடு. பின் உனக்கு சலனமில்லை. அழிவுமில்லை. சுடர்ந்து கொண்டேயிருப்பாய்.’

பீஷ்மர் மரணத்திற்காகக் காத்துக் கொண்டேயிருந்தார். தொலைவில் யுத்த சப்தங்கள் பெருகியபடியிருந்தன. வடதிசை சூரியனுக்கான காத்திருப்பு நீண்டுகொண்டேயிருந்தது.

~

கேள்வியாடல் : ப்ரிய ஸ்த்ரீ

யாரும் அறிந்திராத இரவொன்றில் பீஷ்மரின் சரதல்பத்தைக் காண வந்திருந்தான் சிகண்டி. பீஷ்மரின் முகம் சாந்தமோடியிருந்தது அவர் அறிந்துவிட்டார் வந்திருப்பது பெண் என. அவர் தணிவான குரலில் அம்பா என அழைத்தார். சிகண்டி திரும்பினான்.

திரும்பவும் அவரது குரல் கேட்டது.

‘ப்ரிய சிகண்டியே... நீ வெறும் அஸ்திரம், உனை எய்தவள் அம்பா. நீ ஏன் துயருற்றவனைப்போல இருக்கிறாய்?’

சிகண்டி தனது நீர்த்த கண்ணால் அவரைப் பார்த்தபடியே சொன்னான்.

‘சூட்சும வில்லாளியே, எனது மனம் நடுக்கமுற்றுக் கொண்டே இருக்கிறது. உங்கள் கண்களில் நான் எப்போதும் ஸ்த்ரீரூபம் கொண்டவனாகவே இருக்கிறேன். எனது இருப்பின் வேதனையைத் தீர்க்க முடியாதா?’

பீஷ்மர் சில நேரம் நிசப்தமாக இருந்தார். பிறகு சொன்னார்.

‘அம்பா, இந்தக் குரல் உனக்கு கேட்கவில்லையா? எது உன்னை இத்தனை வன்மையாக அலைக்கழிக்கிறது... நீ சாந்தியுறாதவளாக இருக்கிறாய்.’

நெடும் தொலைவில் இருந்து வருவதுபோல அம்பாவின் குரல் கேட்டது.

‘அவமதிப்பு எளிதானதல்ல. அது உடலிலே முறிந்துவிட்ட அஸ்திரம். நான் அதிலிருந்து விடுபட்டுவிடுவேன் என பரசுராமரைக்

கண்டபோது நினைத்திருந்தேன். அவரும் என்னை ஏமாற்றி விட்டார். அந்த யுத்தநாள் நினைவிருக்கிறதா?'

பீஷ்மர் தனது நினைவைப் பெருக்கினார்.

எங்கிருந்தோ மிகவேகத்தோடு வீரர்கள் தேசம் நோக்கி வந்து கொண்டிருந்தார்கள். அவர்கள் பீஷ்மரின் அறைக்குள் பிரவேசித்து சொன்னார்கள்.

'கையில் கோடாரியும் வலிய வில்லும் ஏந்திய மூர்க்க ரிஷியாக பரசுராமர் ஒரு பெண்ணோடு தேசத்தில் பிரவேசித்துக் கொண்டிருப்பதாக.'

அவர் அம்பா திரும்பி வந்து கொண்டேயிருப்பதை அறிந்தார். ஆனாலும் அவள் பரசுராமரை அழைத்துக்கொண்டு வருவதை அவர் எதிர்கொள்வது சிரமமாகவேயிருந்தது.

பரசுராமரை வரவேற்பதற்காக தன்னைத் தயார்படுத்திக் கொண்டார். எந்த அரசபோகத்தையும் விரும்பாத பரசுராமரிஷி தனி வெளியில் காத்துக் கொண்டிருந்தார். ஒரு பெண்ணின் காதல் பொருட்டு தனது விருப்பத்திற்குரிய வில்லாளியான கங்கா புத்திரனோடு பேசுவது பரசுராமருக்கே தயக்கமாக இருந்தது. பீஷ்மர் அவரை வணங்கி தன்னை ஒப்புக்கொடுத்தவரைப்போல அமர்ந்தார். அம்பாவைப் பார்த்துக் கொண்டேயிருந்தார். அம்பா ரௌத்திரத்தால் நிரம்பியவளாக இருந்தாள். அவளோடு வந்த இரவுகளிலே அதை அவர் கண்டுவிட்டார். உறக்கமற்று அவள் வேட்டையில் ரணமான மிருகத்தைப் போல காத்துக்கொண்டே இருந்தாள். அவர்கள் அமர்ந்த மரத்தில் காற்று பூக்களைப் பறித்தபடி நீந்திக் கடந்தபோது அது பரசுராமரின் காலடியில் வீழ்ந்தது. மஞ்சளும் சிவப்பும் கலந்த அந்தப் பூவை எடுத்துப் பார்த்தார். பீஷ்மரின் கண்களும் அதைப் பார்த்தபடியே இருந்தன.

'அம்பாவை ஏற்றுக்கொள் பீஷ்மா. எனது அஸ்திரம் உறவு அயலவர் அறிவதில்லை. அது உனக்கு எதிராகவும் பாயக்கூடும்.'

'ஏற்றுக் கொள்கிறேன். அதற்கு முன்பாக நீங்கள் கையில் வைத்துள்ள மலரை காற்றின் வசம் திரும்பத் தந்துவிடுங்கள். அது காற்றுக்குரியது.'

அவர் வியப்போடு திரும்பிப் பார்த்தார்.

'மலர் எப்படி காற்றுக்குரியதாகும்? அதை எப்படி காற்றிடம் ஒப்படைக்க முடியும், முட்டாள்தனமாக இல்லையா?'

'நீங்கள் அறியாததல்ல. நான் காற்றைப் போன்றவன். எனது செயல்கள் எனது விருப்பம் சார்ந்ததல்ல. அது என் சுபாவம்.'

'காற்றுக்கும் மலருக்கும் உள்ள தொடர்புதான் அம்பாவுக்கும் உனக்குமானதென்கிறாயா?'

'வேறு நோக்கமெதுவுமில்லை. நான் தேசத்தை வென்றேன். யாவும் சகோதரர்கள் பொருட்டே. இதுவும் சகோதரர்கள் பொருட்டால் ஏற்பட்டதே.'

பரசுராமர் மௌனமாக இருந்தார். அம்பா தனது சொல்லால் எதிராளியை தன்வசமாக்கும் பீஷ்மரின்மேல் மிகுந்த கோபம் கொண்டாள். பரசுராமர் சொன்னார்.

'நான் உன்னோடு யுத்தமிடுவதாக வாக்கு தந்திருக்கிறேன்.'

'நான் எனது அஸ்திரங்களை கை தொடாமல் உங்கள் வில் முனையின் கூர்மைக்கு சிரசைத் தருகிறேன்.'

பரசுராமர் வில்லை எடுத்தபடி அம்பாவிடம் சொன்னார்.

'நான் ஒரு அஸ்திரம் மட்டுமே இவனுக்கு எதிராக பிரயோகிக்க முடியும். அதைப் பிரயோகிக்கிறேன். பீஷ்மா, உனது வில்லை ஏந்திக் கொள்.'

பீஷ்மர் தனது வில்லை ஏந்தினார். பரசுராமரின் வில்லில் இருந்து அஸ்திரம் விடுபட்டதும் எங்கும் மேகமாகி மழை கூடியது.

தாயால் காக்கப்படுகிறான் பீஷ்மன் என பரசுராமர் உணர்ந்தபோது பீஷ்மாஸ்திரம் எதிராளியின் வில்லை அறுத்தது. அம்பா தானே வில்லை ஏந்தினாள். பரசுராமரின் கோடாரி அதைத் துண்டித்தது.

'ஸ்த்ரீ வில்லேந்த தகுதியானவளில்லை.'

அந்தக் குரலில் கடுமை கூடியிருந்தது. இந்த நாடகத்தை சகிக்க முடியாதவளாக அம்பா அவர்களை விடுத்து ஓடினாள். தனது மரணம் மட்டுமே இனி அவரைக் கொல்லும் ஆயுதமென விலகிப் போனாள். அவள் விருப்பத்தின்படியே அக்னியில் பிரவேசித்தாள்.

பீஷ்மர் தனது சயனத்தில் இருந்தபடியே சொன்னார்.

'அம்பா, உன் நேசம் என்னை மரணத்திற்குரியவனாக்கியதால் சந்தோஷமடைகிறேன். நான் அளவுமீறிய உனது ப்ரியத்தால் மரணமடைவது சாந்தி தருகிறது. அம்பா காற்று மலர்களைக் கொள்வது வெறும் சுபாவமல்ல. அது நேசிப்பு தனிமை மீறிய அலைக்கழிப்பு.'

நீண்ட விசும்பலோடு சிகண்டி புறப்பட்டுப் போனபோது நட்சத்திரங்கள் கண்டபடியிருந்தன.

~

கேள்வியாடல் : பகடையாளன்

குதிரைகளைத் தொலைவிலே அவிழ்த்துவிட்டுத் தனியே நடந்து வரும் அந்த மனிதனின் ஓசை பல கேட்டுப் பழகிய பீஷ்மரின் செவி அது அருகாமை வரும்வரை காத்துக்கொண்டிருந்தது.

அருகாமையில் வந்து நின்ற மனிதனை பீஷ்மரின் குரல் வரவேற்றது. 'காந்தார அரசன் சகுனியே, நீ இரவை விடவும் சப்தமில்லாமல் நடக்கப் பழகிவிட்டாய்.'

'பரிகாசம் உங்களிடமிருந்து எனை நோக்கிப் பிறப்பது இன்றல்ல பீஷ்மரே… நான் உங்களது ரதம், காந்தார நாட்டினுள் பிரவேசித்த நாளிலே அது துவங்கிவிட்டதை அறிவேன். உங்கள் பரிகாசம் மிகுந்த கசப்பேறியது.'

'சகுனியே, நீ எனை எப்போதுமே நெருங்கி வராதவனாகவே இருக்கிறாய். எனது பரிகாசம் உனக்கு சூட்டப்படும் வெகுமதி. அது ஒருபோதும் ஒரு துளி பொய்கூட ஏந்துவதில்லை.'

'நான் அறிவேன். எனது மனம் காலத்தில் நீண்ட சுழற்சிக்குப் பிறகும் தீர்க்கப்படாத சில கேள்விகளோடு எஞ்சியிருக்கிறது.'

'அந்தக் கேள்விகள் உனதல்ல, உனது சகோதரியின் மனதில் பிறந்தவை. நீ அவளின் பகடைக் காய்.'

'பகடைகள் விளையாட்டின் பலனை ருசிப்பதில்லை. நான் பகடையாக இருப்பதை பெருமையாகக் கொள்கிறேன். காந்தார தேசத்திற்குள் உங்கள் குதிரை பிரவேசிக்கும்போது எனது சகோதரி அறியாத சிறுமியாக இருந்தாள். ஒரு அந்தகனின் பொருட்டாக பலியாக அவளை ஏன் தேர்வு கொண்டீர்கள்?'

'திருஷ்டாவை நீ நினைப்பதுபோல நான் அந்தகனாக நினைப்பதே இல்லை. அவன் வலிமையானவன். இந்த தேசம் வலிய தேசமாகிட வேண்டுமென்பதே எனது விருப்பமானதாக இருந்தது. காந்தார ஸ்த்ரீகள் புத்திரப்பேறில் சோடையற்றவர்கள்.'

உபபாண்டவம் | 325

‘காந்தார தேசப் பெண்களை நீங்கள் அவமதிக்கிறீர்கள். அவர்கள் வெறும் ஜீவபதுமைகள் அல்ல.’

‘சகுனியே நீ அவசரப்படுகிறாய். எனது காரியங்கள் யாவும் என்னில் தோன்றியதில்லை. நான் காந்தார தேசத்திற்கு இளைய தாயாரால் அனுப்பப்பட்டேன்.’

‘கள்ள நாடகம், நான் எனது சகோதரியோடு வந்த நாளிலே தெரிந்துவிட்டேன். இது ரகசிய நடமாட்டத்தின் மூடு மைதானமென.’

‘காந்தாரா, நீ உனது சகோதரியைவிடவும் மிக பயந்தவன். அவள் உன்னை எப்போதும் தனது பிடியிலே வைத்திருந்தாள். அவள் தனது கண்களைத் கட்டிக்கொண்டது என் பொருட்டாகவுமிருக்கக் கூடுமில்லையா?’

‘என் பொருட்டு அவள் அந்தகம் கொள்ள வேண்டியதில்லை.’

‘நான் சொல்வதைக் கேள். அவள் தனது கணவன் அந்தகன் என்பதை உனக்கு முன்பாகவே அறிந்துவிட்டாள். அந்தகர்கள் எப்போதும் தனக்குரிய வழிகாட்டியாக நெருங்கிய ஒரு மனிதனைக் கொண்டிருப்பார்கள். அவனே அந்தகனின் கண்களைப்போல வழிநடத்திப் போவான். உன் சகோதரி உன்னை அந்தகனின் கை கழியைப்போல உருமாற்றிவிட்டாள். உன்னைத்தவிர வேறு எந்த மனிதன் அந்தகராசனின் விருப்பத்திற்கு உரியவனாக இருந்தாலும் தான் புறக்கணிக்கப்பட்டு விடுவோம் என காந்தாரி அறிந்து விட்டாள். நீ உனது தேசத்திற்குப் புறப்படும் நாளில்தானே அவள் தனது பார்வையை விலக்கிக் கொண்டது நடந்தேறியது. அவள் உன்னை தன்னோடு இருத்திக் கொண்டுவிட்டாள்.’

‘அப்படியிருக்காது. குழப்பமடையச் செய்யாதீர்கள்.’

‘அவள் தனது கணவனின் ஆசைகள் யாவையும் உன்னைப் பயன்படுத்தி பூர்த்தி செய்துகொண்டாள். நீ இந்த தேசத்தின் இறுதிப் பலிக்கான யாகக் குதிரை.’

‘எங்களை எப்போதுமே நீங்கள் அவமதித்தீர்கள். உங்களை கொல்வதைப் பற்றி நான் எனது தனிமையில் பல நாட்கள் யோசித்திருக்கிறேன்.’

‘நீ நான் சாவதை விரும்பவில்லை. என்னை ஸ்நேகிக்க விருப்பமுடையவனாக இருந்தாய். அது உனக்குக் கூடவேயில்லை.’

‘நிஜமாகவே அப்படியுமிருக்கக்கூடும். நான் இந்த தேசமறியாதவன். வந்தேறி சகோதரியோடு சுகவாசியென வாழ்பவன்

என அவமதிக்கப்பட்டேன். அப்போதெல்லாம் நீங்கள் நிசப்தமாக யாவையும் கேட்டுக் கொண்டிருந்தீர்கள்.'

'அப்போது தேசம் பரிமளகந்தியுடையது.'

'இதே நகரத்தில் நானும் எனது சகோதரியும் குழந்தைகளோடு எப்போது வேண்டுமானாலும் துரத்தப்பட்டுவிடுவோம் என பயந்து கொண்டிருந்தோம்.'

'உனது சகோதரி வலியவள். அவள் பாண்டுவை, அவன் மனைவியை தனது சொற்களால் அவமதித்தபடிதானிருந்தாள். நீ அதனை நிறைவேற்றுபவனாக இருந்தாய்.'

'பாண்டு செயலற்றவன்.'

'நீ உனது சகோதரியால் பீடிக்கப்பட்ட பிறகு இந்த தேசத்தை அவள் கண்ணில் கட்டிய வஸ்திரத்தைப்போல அவளோடு இறுக்கிப் பிணைத்துவிட முயற்சித்தாய்.'

'நீங்கள் குந்தி புத்திரர்களைப் பாண்டுவின் பிள்ளைகளாக ஏற்றுக் கொண்டீர்களே... அவர்கள் பாண்டுவின் பிள்ளைகள் இல்லையெனில் ராஜ்ஜியத்தில் அவர்கள் உரிமையற்றவர்கள்தானே.'

'அவர்கள் குந்தி புத்திரர்கள்தான். இந்த தேசமே ஸ்தரீகளின் வழியைதான் தொடர்கிறது.'

'எனது சகோதரியை விடவும் தந்திரம் மிகுந்தவள் குந்தி. அவள் மாத்ரியை தனது வெறுப்பினால்தானே நெருப்பில் பலியாக்கி விட்டாள்.'

'சகுனியே, நீ திருஷ்டாவின் குரலைக்கொண்டே பேசுகிறாய்.'

'புறக்கணிக்கப்பட்டவர்கள் யாவரும் ஒரே குரலுடையவர்கள்தான்.'

'சகுனியே, நீ எனது விருப்பத்திற்குரியவன். நான் உனது தனிமையை பல நிலைகளில் கண்டிருக்கிறேன். குழந்தைகளை மனைவியை தேசத்தை விலக்கிய நீ கபடமற்றவன். உனது செயல்கள் யாவும் சகோதரியின் நேசத்தால் தூண்டப்பட்டவை.'

'எனது மருமக்களில் அந்தகர்களாக ஒருவனுமில்லை. நான் இந்த தேசத்தில் இருந்து விடுபட்டுப் போய்விடலாம் என நினைக்கும் ஒவ்வொரு நாளிலும் உங்கள் செயல் ஒன்றால் அவமதிக்கப்பட்டவனாக தேசத்தை இறுகப் பற்றிக்கொள்ள நேர்ந்திருக்கிறது.'

'தாயையும் தகப்பனையுமல்ல. உனது சுபாவத்தையே உனது மருமக்கள் கொண்டிருக்கிறார்கள். துரியோதனன் உனது எண்ணங்களின் பிரதிபிம்பமாக வளர்ந்திருக்கிறான்.'

'எனது சகோதரியின் பிள்ளைகளை இப்போதும் நான் சிறார் களாகவே பார்க்கிறேன். அவர்கள் எதற்காவது ஆசைப்பட்டு ஏமாற்றமுறும் போதெல்லாம் எனது வன்மம் பெருகிவிடுகிறது.'

'சகுனியே, இந்த தேசத்தின் முடிவை உனது பகடைகள் தீர்மானிக்கச் செய்துவிட்டாய். எனது ஒரு சொல் போதும். அன்று உன்னைத் தடுத்திருக்க முடியும்.'

'விதுரனை அவமதிக்கவே அதை அனுமதித்தீர்கள்.'

'சூதர்கள் எவரும் உங்கள் ப்ரியத்திற்குரியவர்களாக ஒருபோதும் இருந்ததில்லை. விதுரன் மூவரில் சூதன் என்பதால் அவனை அரசவம்ச பெண் மணக்காமல் தேசத்தின் சூத ஸ்த்ரீயோடு மணம் கொள்ளச் செய்தீர்கள். கர்ணன் சூதனென்பதால் உங்களால் புறக்கணிக்கப்பட்டான். சூததுவேசம் நிரம்பிய மனம் உங்களுடையது.'

'நான் சூதர்களின் நேசன். எனது புறக்கணிப்பு மட்டுமே அவர்களை உயர்த்தியது. நான் அவர்களின்மீது துவேசமானவனாகயிருந்தால் எவரும் இந்த தேசத்தோடு நெருங்கியிருக்கவே முடியாது.'

'விதுரன் உங்களை மீற முடியாதவனாக இருந்தான். அவன் பரிதாபத்திற்குரியவன். பாண்டுவின் விதவையை நேசிப்பவன்.'

'சகுனியே, நீ வெறுப்பை உமிழ்ந்தபடியிருக்கிறாய்.'

'எனது உடலில் அது மட்டுமே நிரம்பியிருக்கிறது. நாம் ஒருவரையொருவர் வெறுப்பினால் மட்டுமே நேசிக்க முடியும் போலும்.'

சகுனி மிக மெதுவாக இருளில் நடந்து போய்க் கொண்டிருந்தான். துயருற்ற ஒரு ஸ்த்ரீ பிரிந்து போவது போலவே பீஷ்மருக்குத் தோணியது.

சூரியன் திசை மாற அப்போது சில நாட்களே மீதமிருந்தன.

~

14

தீவினைகளின் காலம் துவங்குவதை முன் அறியும் முறைகள் நடைமுறையில் இருந்தன. தூங்கிக் கொண்டிருப்பவர்களின் நகங்களையும் கூந்தலையும் எலிகள் தின்பதையும், பற்களற்ற முண்டன் ஒருவன் யாரும் காணாதபோது தெருவில் கத்தி ஓடுவதும், யாக வேள்வியில் உள்ள அக்னியை யாரோ பறித்து சூடிக் கொள்வதும், சொப்பனத்தில் பகடையாடுவதும், காற்று வெம்மையை வாரி வீசுவதும், பகலில் சில தெருக்கள் மட்டும் இருட்டிவிடுவதும், வானில் இருந்து பருக்கைக் கற்கள வீழ்வதும், உணவில் வாசனை அற்றுப்போவதும், விதைத் தானியங்கள் சோடைபோவதும், நள்ளிரவில் துயில் கலைக்கும் சிரிப்பொலி கேட்பதும், தாகம் பிடிப்பதும், எறும்புகள் ஊரை விலக்கிப் போவதும் யாவும் அழியப்போவதன் முன் குறிகளாக இருந்தன.

- முன்குறிப்பு

நீருக்குள் ஒளிந்தவன்

அந்த மடுவைக் காணச் சென்றேன். நதிக்கரைக்குத் தொலைவாக இருந்த அந்த மடுவின் கரைகளில் நிறைய மரங்கள் இருந்தன. எப்போதும் நிழல் விரிந்தபடியிருந்த அந்த மடுவினுள் தண்ணீர் நிரம்பியிருந்தது. அதனுள் சலனமேயில்லை. பகலில் சூரியன் அதில் கடக்கும்போது மட்டும் அதன் கண்கள் பசிய இருளை ஊடுருவிப் பார்க்கின்றன. தண்ணீரினுள் எவ்விதமான சலனமும் இல்லை. மடுவினுள் தீராத ஒரு இருள் சூழ்ந்து இறங்கியிருந்தது. நான் அதன் அருகாமைக்கு வந்தவனாகக் குனிந்து கண்டு கொண்டேயிருந்தேன். ஏதோ புலப்படாத உணர்வு நிரம்பியது.

நீண்ட நாட்களுக்குப் பிறகு அந்த இரு வேடுவர்களும் அதே மடுவில் குதித்து இறந்துபோனதாக வேடுவக்குடிகளில் அறிந்தேன். இரு வேடுவர்களின் வீட்டினை நோக்கி நடந்தபோது அது மிக அருகாமையில் இருந்தது. குறைந்த வேடுவர்களே இருந்த வன குடியில் அவர்கள் விலங்குகளை வேட்டையாடியும் மீன் பிடித்து அரச குடும்பத்து உணவிற்காக தந்தும் வாழ்ந்து கொண்டிருந்தனர். யுத்தத்தில் துரியோதனன் ஒளிந்த இடத்தைக் காட்டித் தந்த இரு வேடுவர்களும் தங்களுக்குரிய கூலிப்பணம் கிடைத்த மறுநாளே ஏதோ ஒருவகையான வேதனை பீடிக்க அதே மடுவின் முகப்பிற்கு வந்து சேர்ந்தார்கள்.

பகல் அவர்களை வருத்தியது. எவராலும் கண்டுபிடிக்கப்பட முடியாத துரியோதனனை காட்டிக் கொடுத்த வஞ்சனையின் ருசி அவர்கள் உடல் எங்கும் நிரம்ப அவர்கள் நோயுற்றவர்கள் போலானார்கள். அவர்களின் மனம் நடுங்கியபடியே இருந்தது.

எல்லா நாளையும்போல அந்த நாளும் அவர்கள் வேட்டைக்குப் புறப்பட்டார்கள். நீண்ட இரட்டை முள் மீன்களைப் பிடித்து வருவதென அவர்கள் கையில் கூர்ஈட்டிகளுடன் புறப்பட்டார்கள். அன்றைய விடிகாலையில் அவர்கள் மீன்கள் அலைந்தோடும் நதிக்கரையில் அமர்ந்தபடி கூர்ஈட்டிகளால் குத்திக் குத்தி மீன்களைக் கூடையில் நிரப்பினார்கள்.

மீன் என்றால் பீமனுக்கு மிகுந்த ப்ரீத்தி என்பதை அவர்கள் அறிந்திருந்தார்கள். உணவிற்குத் தேவையான மச்சங்களை சேகரித்ததும் பீமன் தரப்போகும் மதுவும் வெகுமதியும் ஆசையைக் கிளறிட அவர்கள் நகரம் விரைந்து கொண்டிருந்தார்கள்.

யுத்த அரங்கத்தினின்று விடுபட்டுப் போய்விட்டான் துரியோதனன். அவன் எங்கே சென்றிருப்பான் என அறிந்தவர் எவருமில்லை. ஒற்றர்கள் திசையெங்கும் அலைந்தபோதும் துரியோதனனின் சுவடுகளைக்கூட காணமுடியவில்லை.

அவன் உடல் எங்கும் ரணமும் வேதனையும் அதிகமாக எங்கோ ஒளிந்து கொண்டுவிட்டான். பகல் நீண்டுகொண்டேயிருந்தது. வேடுவர்கள் ருசிமிக்க மீனோடு திரும்பி வரும்போது எரியும் சூரிய ஒளியின் தகிப்பில் நிழல் தேடி வந்தபோது யாருமற்ற மடுவில் ஏதேதோ குரல்களின் சுழற்சியைக் கண்டார்கள். தண்ணீர் சலனமற்று இருந்தது.

வேடுவர்களில் ஒருவன் குனிந்து பார்த்தான். உள்ளே தண்ணீரினுள் அமர்ந்து கண்களை மூடியபடி தியான கோலம் கொண்டிருந்தான் துரியோதனன். அவன் உடல் ரணம் வெடித்திருந்தது. வேடுவர்கள் மிக ரகசியமான குரலில் பேசிக் கொண்டார்கள்.

‘உள்ளேயிருப்பது அஸ்தினாபுரத்தின் யுவராஜன் துரியோதனன்.’

மற்றொரு வேடுவனும் குனிந்து பார்த்தான். தண்ணீரினுள் துரியன் அமர்ந்திருந்தான். அவர்கள் பார்த்துக்கொண்டே இருந்தார்கள். வேடுவர்களில் ஒருவன் மனதில் விசித்திர ஆசை பிறந்தது.

‘இந்த மச்சத்திற்குத் தரும் வெகுமதியைவிடவும் யுவராசன் உள்ள இடத்தினைக் காட்டினால் அதிக வெகுமதி கிடைக்கும்.’

மற்ற வேடுவனும் தலையசைத்தான். இருவரும் அரண்மனை நோக்கி நடந்து செல்வதை வெயில் கண்டபடியிருந்தது.

அவர்கள் பீமனுக்குரிய மீன்களைத் தந்துவிட்டு மதுக்குவளை களைப் பெற்றவர்களாக பீமராசனைக் காண வேண்டுமெனக்

காத்திருந்தனர். பீமன் அவர்களை எதிர்கொண்டபோது மிதமிஞ்சிக் குடித்திருந்தான். அவன் கண்கள் வீங்கியிருந்தன. வேடுவர்கள் அவன் தோற்றத்தைக் கண்டு பயந்தனர். ஒரு வேடுவன் தாழ்ந்த குரலில் சொன்னான்.

'நீங்கள் தேடிக் கொண்டிருப்பவரின் இருப்பிடம் எங்களுக்குத் தெரியும்.'

பீமன் அவர்கள் பேச்சில் ஈடுபாடு காட்டாதவன்போல இருந்தான். வேடுவன் திரும்பவும் சொன்னான்.

'நாங்கள் அஸ்தினாபுரத்து யுவராசன் துரியோதனன் ஒளிந்துள்ள இடத்தை அறிவோம்.'

பீமன் போதையில் இருந்து விடுபட்டவனைப்போல திகைப்புற்று வெளிறியபடி கேட்டான்.

'என்ன செய்கிறான்?'

'மடுவில்'

'என்ன செய்கிறான்?'

'தீண்டப்படாத தண்ணீரினுள் தியான கோலம் கொண்டிருக்கிறார்.'

சிவந்து பருத்த பீமனின் கண்கள் நெறிபட்டன. நாக்கைக் கடித்தபடி வசையிட்ட அவன் உரத்துக் குரலிட்டான். வீரர்கள் வந்து சேர்ந்தார்கள். வேடுவர்களை அழைத்தபடி அவர்கள் புறப்பட்ட போது பாண்டவர்களில் ஐவரும் அங்கு வந்து சேர்ந்தனர்.

வேடுவன் சலனமற்ற தண்ணீரின் உள்ளே இருக்கும் துரியோதனனைக் காட்டினான். எந்தக் காட்சியிலும் மனம் லயிக்காமல் தன்னை ஒருமைப்படுத்தி வந்த துரியோதனன் தண்ணீரினுள் அமிழ்ந்தபடி இருந்தான். பீமனின் கதாயுதம் உயர்ந்து தண்ணீரில் பாய்ந்தது. தெறித்துக் கரைமீறி சிதறிய தண்ணீரைக் கண்ட யாவரும் பயந்தனர். பீமன் கூக்குரலிட்டான். அது யாவரையும் நடுநடுங்கச் செய்தது. வேடுவர்கள் அருகாமையில் ஒடுங்கி நின்றனர். துரியோதனன் விழிப்புற்றவனாக தண்ணீரிலிருந்து வெளிப்பட்டு மடுவின் கரைக்கு வந்தான். எதிரில் பாண்டவர்கள் யாவரும் நின்றிருந்தனர். அவன் கண்கள் இரு வேடுவர்களையும் கண்டது. துரியோதனன் மிக நிதானமாகச் சொன்னான்.

'நான் களைப்புற்றிருக்கிறேன்.'

பீமனின் குரல் உயர்ந்தது.

‘உன் ரத்தம் பூச உலர்கிறது திரௌபதியின் கூந்தல்.’

துரியோதனன் ஒரு முறை சுற்றியவனாகப் பார்த்தான். பிறகு சொன்னான்.

‘நான் ஒருவன் மட்டுமே மிஞ்சியிருக்கிறேன். என்னோடு போட்டியிடும் மனிதனோடு வெற்றி தோல்வியைப் பொருத்த விரும்புகிறேன்.’

பீமன் தான் துரியோதனனோடு கதாயுத்தம் செய்வதென முடிவானது. பலராமர் அப்போது அங்கு வந்து சேர்ந்தார். தனது இரு சிஷ்யர்களுக்குள் நடக்கவிருக்கும் கதாயுத்தத்திற்கான அரங்கம் தேடி அவர்களை நடத்தி அழைத்துக்கொண்டே போனார்.

அரக்குநிற மண் விரிந்த நிலத்தினை கதாயுத்தத்திற்கான இடமாகத் தேர்வு செய்தார்கள். பீமனும் துரியோதனனும் ஒருவரையொருவர் பார்த்துக் கொண்டார்கள். துரியோதனன் வெகு நிதானமாக இருந்தான். பீமன் ஆர்ப்பரிப்பும் கூக்குரலும் கொண்டிருந்தான். யுத்த நியதிகள் வரையறுக்கப்பட்டன. நீண்ட நாட்களுக்குப் பிறகு துரியோதனனுக்குத் தனது தாயின் நினைவு வந்தது. அவன் தாயின் நெருக்கத்திற்கு விரும்பியவனைப்போல மனதிற்குள்ளாகவே ஆற்றிக் கொண்டான்.

அந்த வலிய கதையைப் பிரயோகிக்கும் மனிதனைக் கண்டதேயில்லை. பீமனின் உடல் நோவு கண்டது. துரியோதனன் யாவும் மறந்தவனாகக் கதையைச் சுழற்றியபடி சண்டையிட்டுக் கொண்டிருந்தான். பீமன் தோற்றுவிட்டால் முழு யுத்தமே துரியோதனன் ஜெயித்ததாகிவிடுமே என்ற அச்சம் யுதிஷ்ட்ரன் முகத்தில் நிரம்பியது. பீமனின் வேதனைமிக்க கண்கள் கிருஷ்ணனைக் கண்டன. கிருஷ்ணன் தனது முகக்குறிப்பால் சங்கேதமொன்றை உணர்த்திவிட்டான்.

துரியோதனன் ஒரு இரு உடலாளன். அவன் உடலில் கீழ்ப்பாதி மலரென இருக்கும் என்ற சூட்சுமம் புரிந்த பீமன் தனது கதாயுதத்தால் துரியோதனனின் தொடைகளை நோக்கி வீசினான். ரத்தம் பீறிட முறிவுகொண்டது தொடை. துரியோதனன் வீழ்ந்து விட்டான். யாவரும் எதிர்பார்த்ததை மீறி அவனிடம் துக்கமில்லை. சாந்தி மட்டுமே கூடியிருந்தது.

வீழ்ந்தவுடனே அவன் தனது தோல்வியை ஒப்புக்கொண்டு விட்டான். தான் சூதால் வீழ்த்தப்பட்டோம் என்பதை அவன் மனது அறிந்தபோதும் சாந்தி கொண்டவனாகவேயிருந்தான். கிருஷ்ணன்

துரியோதனன் முகத்தினைக் கண்டார். அதில் துக்கமில்லை. பாண்டவர்களில் ரௌத்திரம் தணிவான பீமன் துரியோதனனைக் கொன்றுவிட விரும்பினான். யுதிஷ்ட்ரன் அதைத் தடுத்துவிட்டான்.

அவனை உயிர்பிரியாத தனிமையில் விட்டுப் பிரியும்படியாக அவர்கள் கலைந்தனர். இரு வேடுவர்களும் மிதமிஞ்சிக் குடித்தபடியும், கூக்குரலிட்டபடியும் தங்கள் வேட குடியை நோக்கித் திரும்பியிருந்தனர். சகவேடர்கள் பெண்கள் யாவரும் அவர்கள் இருவரையும் துஷ்ட மிருகமெனக் கண்டு விலகிப் போயினர். அந்த வெகுமதிப் பொருட்கள் யாவும் சபிக்கப்பட்ட பொருட்களைப்போல எவராலும் தீண்டப்பட முடியாமல் இருந்தது. இரு வேடுவர்களும் விலக்கப்பட்டவர்களாக தங்கள் துரோகத்தின் கசப்பைப் பருகியபடி இரவைக் கழித்தனர். மறுநாளின் பகலில் அவர்கள் அந்த மடுவிற்குள் பார்த்தபோது முந்தைய நாளைப் போலவே சலனமற்ற துரியோதனனைக் கண்டார்கள். நம்பமுடியாத அக்காட்சி நடுக்குறச் செய்தது. தங்கள் தவறுக்குப் பிராயச்சித்தம் செய்ய முற்பட்டவர்களைப்போல இருவரும் தண்ணீரினுள் பிரவேசித்தனர். மடு அந்த இரு வேடுவர்களையும் மூழ்கிடச் செய்துவிட்டது.

யாருமற்ற தனிமையான இரவில் வீழ்ந்து கிடந்தான் துரியோதனன். இனி அவனுக்கு இயக்கம் இல்லை. நட்சத்திரங்கள் பெருகியிருந்தன. தன்னைப் பின்தொடர்ந்த சைன்யங்கள் யாவும் அழிந்து போயின. தான் தனியாள். இப்போது பார்வையற்ற தாய், தகப்பன், மனைவியர் தவிர அவன் உடன்பிறந்தவர்களோ, பிரிய ஸ்நேக கர்ணனோ உயிரோடு இல்லை. யுத்தம் முடிந்துவிட்டது. தோல்வியின் கரையில் தனியே அவன் வீழ்ந்து கிடந்தான்.

யாரோ நடந்துவரும் சப்தம் கேட்டது. நாணலின் ஓசையது. துரியோதனன் கண்கள் திறந்து கொண்டன.

பால்யத்திலிருந்து அறிந்துவந்த அஸ்வத்தாமா வந்து சேர்ந்திருந்தான். அவன் தகப்பனுக்குரிய கடன்களை முடித்திருந்தான். இறுதி நிமிஷத்தில் இருக்கும் துரியோதனனிடம் தான் இருக்கும் வரை யுத்தம் முடிவுறாது என்றான். துரியோதனன் ஆறுதலடைந்தவனாக மலர்ச்சியுற்றான்.

அஸ்வத்தாமாவை துரியோதனன் தனது யுத்த சேனாதிபதியாக்கிக் குருதியால் தாரை வார்த்துத் தந்தான். வீரர்கள் யாருமற்ற சைன்யத்திற்கு அஸ்வத்தாமா தளகர்த்தாவானான். அவன் வீழ்ந்து

கிடக்கும் துரியோதனனைக் கண்டதும் பரிவு மேலிட்டவனாகச் சொன்னான்.

'நண்பா, உன் உயிரைத் தக்க வைத்திரு. நான் பாண்டவ வம்சத்தவர்களை அழித்த செய்தியோடு வருவேன். அதற்குள் நீ எனைப் பிரிந்துவிடாதே.'

துரியோதனன் சாந்தி கொண்டான். அஸ்வத்தாமா தனி மனிதனாகச் சென்றான். இரவில் கோட்டான்கள் வேட்டையாடுவதைக் கண்டான்.

தான் இனி ஒருபோதும் தயக்கம் காட்டக் கூடாதென முடிவு செய்தவனாக அவன் படைப்பிரிவின் துகிலிடத்தை அடைந்தான். வெற்றியின் மிதமிஞ்சிய போகத்தில் துயிலுற்ற வீரர்களையும் பாண்டவர்களின் ஐந்து பிள்ளைகளையும் கண்டான். அத்தனை பேரையும் உறக்கத்திலே உயிர் பிரியச் செய்து தீக்கிரையாக்கினான். இரவில் எங்கும் நெருப்பின் கோர நாவுகள் நடனமாடின.

தொலைவில் எரியும் வெக்கையை அறிந்தபடி துரியோதனன் முன் உணர்ந்துவிட்டான். அஸ்வத்தாமா வரும்வரை அவன் காத்துக் கொண்டிருந்தான். அஸ்வத்தாமா தான் பாண்டவர்களை அழித்து விட்டதாகவும், துரியோதனன் படை அழிவற்றது என சொன்ன சேதி அவன் ரணத்தை சாந்திப்படுத்தியது. தான் நிம்மதியுற்றவனாக சாந்தி பெருக இரவின் நெடிய படுகையில் வீழ்ந்தான். பின் துரியோதனன் எழுந்துகொள்ளவேயில்லை.

மடுவில் இருந்து நான் வெளியேறி நடக்கும் தொலைவில் ஒரு சைன்யம் கடந்து செல்வதுபோல அரூப நடமாட்டம் இருந்து கொண்டே இருந்தது. அஸ்வத்தாமா தனது படையை நடத்திக் கொண்டே போகிறான் என அறிந்த நான் அவர்களின் வழி பின் சென்றேன். காற்று வளையமிட்டபடி சென்றது.

15

உடலின் பாதி தங்கமாக உருமாறியிருந்த நரியொன்று யாகம் நடக்கும் இடமெல்லாம் சுற்றியலைந்து கொண்டிருந்தது. கொடிய பஞ்சகாலத்தில் உதிர்ந்த தானியங்களைப் பொறுக்கி வந்து ஜீவிக்கும் ஒரு மனிதன் தனது மனைவி, மகன், மருமகளோடு காடு சுற்றி கொஞ்சம் சோளம் கொண்டுவந்து சேர்த்தான். அதை மாவரைத்து காய்ச்சி கஞ்சியாக்கிக் குடிக்கக் காத்திருந்தபோது பசி தாளாத துறவி ஒருவன் வந்து சேர்ந்தான். வந்தவனுக்கு பசி தீர அவர்கள் தாங்கள் காய்ச்சிய கஞ்சியில் ஒரு குவளை தந்தார்கள். அவனுக்குப் பசியாறவில்லை. அடுத்த குவளை மனைவிக்குரியது. அவள் தானும் அதைத் துறவி குடிக்கத் தந்தாள். அப்போதும் பசி தீரவில்லை. மகன் மருமகள் இருவரும் மீதமிருந்ததையும் துறவிக்குத் தந்தார்கள். துறவி பசியடங்கி வாழ்த்திப் போனபிறகு பட்டினியாகப் படுக்கச் சென்ற அவர்கள் கனவில் வடதிசை தேவதை தோன்றி இனி உங்கள் பசியடங்கி வசதி பெருகுமென்றாள். இரவில் வந்த நரி அங்கு சோளம் திரித்த திருகையைச் சுற்றி உதிர்ந்து கிடந்த மாவை உடலில் புரண்டு அப்பியதால் உடலில் ஒரு பாதி தங்கமானது. எந்தக் காரணமுமற்று தானம் தரும் யாகசாலையில் புரண்டால் மறுபாதியும் தங்கமாகிவிடும் என்ற நம்பிக்கையில் நரி அலைந்து கொண்டேயிருந்தது. எந்த யாகமும் நரியின் ஆசையைப் பூர்த்தி செய்வதாக அமையவில்லை. சொர்ண நரி யாகங்களைப் பரிகசித்து ஓடியது.

- இடபாதி நரி

வெறுமையின் சித்திரம்

அஸ்திரக் குளமெனும் விரிந்த நீர்நிலையொன்றினைக் காண்பதற்காக தனித்துப் போய்க் கொண்டிருந்தேன். காணும் வழியெங்கும் குதிரைகளின் கால் எலும்புகளும் இறந்து மக்கிப் போன உடல்களின் கபாலங்களும், மிதமிஞ்சிப் போன விலங்கு களின் எலும்புகளும் குவிந்து கிடந்தன. நிலத்தின் நிறமே மாறியிருந்தது. ஒரு காலத்தில் யுத்த பூமியாக அறியப்பட்ட சமந்தபஞ்சகத்தில் இன்று தீராத உதிரக் கறை படிந்திருக்கிறது. அந்தப் பிராந்தியத்தினின்று ஒரு பிடி மண்ணைக் கையில் எடுத்தால்கூட அது உதிரமாகிக் கசிந்துவிடுமென பயந்த ஜனத்திரள் அந்தப் பக்கமே நடமாடவில்லை. நீண்ட பாலையென விரிந்து தனிமையில் எரிந்து கொண்டிருந்தது யுத்தகளம். அதற்குச் செல்லும் வழிகள்கூட தூர்ந்து போய்விட்டன.

யுத்தம் நடந்த இடம் மட்டுமல்ல, அதனைச் சுற்றிய பன்னிரண்டு கிராமங்களில்கூட வசிப்பவர்கள் எவருமில்லை. நான் சென்ற கிராமத்தின் வீதிகள் நடமாட்டமற்ற தனிமையில் துக்கித்து இருந்தன. வீடுகள் திறந்தபடி கிடக்க, யாருமற்ற ஒரு கிராமம் காற்றின் நடமாட்டத்திற்காக திறந்து வைக்கப்பட்டிருந்தது.

யுத்த நாட்களில் மிகவேகம் கொண்ட மனிதர்கள் அலைந்து திரிந்த இப்பகுதியில் இன்று நடமாட்ட அசைவேயில்லை. வீடுகளின் உள்ளே பூச்சிகளின் குரல்கள்கூட நிசப்தித்துவிட்டன. நான் தெருவில் நடந்தபோது பாதம் கண்டிராத செம்மை படிந்த மண் உலர்ந்து எழுந்து என் முகம்வரை கண்டுபோனது. அங்கிருந்த விருட்சங்கள்கூட இலை உதிர்ந்து நின்றிருந்தன. வீடுகளின் திறந்தமை தந்த அதிர்ச்சியும், வெக்கையும் காணும் எவரையும் தீண்டி விடுவதாகயிருந்தது.

உப பாண்டவம் | 337

நான் பார்த்த வீடொன்றில் பயன்படுத்தப்படாத அஸ்திரங்கள் குவிந்து கிடந்தன. யுத்த இறுதி நாட்களுக்காகக் காத்து வைத்திருந்த அஸ்திரங்கள் போலும். அவை மனிதர்களின் கைவசமாகாமல் அப்படியே விடுபட்டுப் போயிருந்தன. சில வீடுகளில் தச்சாசாரிகள் செய்து முடிக்கப்படாத ரத சக்கரங்களும் வாள்பட்டறைகளில் அடிக்கப்படாத குறுவாட்களும் தெரிந்தன. நான் அந்தச் சிறிய கிராமத்தின் இரு கிளையாகப் பிரியும் வீதிகளுக்குள் நடந்தேன். யுத்த நாட்களுக்கு முன்பே ஊரை ஸ்த்ரீகள் விலக்கி மாறிடம் போயிருந்தனர். ஸ்த்ரீகள் போய்விட்ட கிராமம் தன் இயல்பிலே உலரத் துவங்கிவிடும் என்பதை அறிந்திருந்த எனக்கு அவர்கள் முன்னொரு நாளில் நடமாடி அலைந்த வீடுகளின் எச்சங்களில் கால் வைப்பதுகூட தயக்கமானதாகயிருந்தது.

நிறைய பசுக்கொட்டில்கள் இந்த ஊரில் இருந்திருக்கக் கூடுமெனத் தோன்றியது. உலர்ந்த சாணங்கள் நிறைந்து கிடந்தது. ரதங்கள் வேகமாக வந்து போய்த் திரும்பிய பாதை வளைவு ஒன்றில் அச்சுமுறிந்த இரு ரதங்கள் நிலை கொண்டிருந்தன. நான் நீண்ட வெயிலேறிய நாளின் மதியத்தில் அக்கிராமத்தினுள் நடந்து சென்றேன்.

வடதெருவின் பாதியில் நான் கண்ட காட்சியானது என்னை ஒரு க்ஷணம் திகைக்கச் செய்தது. இறந்து கிடக்கும் யானையொன்றின் எலும்புகளும், உடல் அமைப்பும் அப்படியே வீதியை அடைத்தபடி கிடந்தன. உருவமற்ற யானையொன்றினைக் கண்டதால் திகைப் புற்று அதன் அருகாமைக்குப் போனபோது முறிவு கொண்டு முகம் சிதைந்த யானையொன்று வீழ்ந்து இறந்து கிடந்தது.

யுத்த களத்தில் ரண வேதனையுற்ற யானையைப் பாகன் இங்கு கொண்டு வந்திருக்கக்கூடும். யானையின் எலும்புகளுக்குள் ஊடுருவியிருந்த ரணத்தால் யானை பகல் இரவென சப்தமிட்டது. யானைக்குரியவன் அதனை இந்தச் சிறிய கிராமத்தின் வீதிகளுக்கு நடத்திக் கூட்டி வருவதற்குள் அது மூன்று நான்கு சிறிய இடங்களில் வீழ்ந்து தள்ளாடி நடந்தது. அவன் அதனை சொஸ்தமாக்கிட முடியும் என்பதைக் கைவிட்டு தனிமையில் விட்டுப்பிரிவதென முடிவு கொண்டவனாக, அது வடதெருவில் வீழ்ந்ததும் அவன் தான் கொண்டுவந்திருந்த மருந்துகளை கவளம் கவளமாக அதன் வாயில் திணித்துவிட்டு, துக்கம் மேலேற தனது தலையில் அடித்தபடி யுத்த திசைவிட்டு மாறி அதன் எதிர்த் திசையில் அரற்றியபடி ஊரைப் பிரிந்து போனான்.

யுத்தத்தின் இறுதி நாளுக்குமுன் இது நடந்தேறியது. அப்போது ஊரில் ஒருசிலர் மட்டுமே இருந்தார்கள். அவர்கள் ஊரில் இருந்து மீண்டு போகமுடியாமல் தீக்கிரையாக்கப்படக் கூடுமெனில் தாங்களும் ஊரோடு எரிந்து போகலாம் என மன திடம் கொண்டவர்களாக அவரவர் வீடுகளில் பதுங்கியிருந்தார்கள்.

யானை தனது சாவுக்காகப் போராடிய இரவு துவங்கியது. இதுபோல ஒரு வேதனையை அவர்கள் எப்போதும் நேர்முகம் கொண்டதே இல்லை. ரணத்தின் மீதான வேதனை தாளாது யானை புரண்டு புரண்டு விழுந்ததை எங்கிருந்தோ பறவைகள் அறிந்துவிட்டன. அடர்ந்த இறகு விரிய பறவைகள் இரவின் இருளிலே அந்த ஊரின் விருட்சங்களில் வந்து நிறைந்துவிட்டன.

கல்லை விழுங்குவதுபோல குரல்கொண்ட அந்தப் பறவைகளின் குரல்தான் சாவின் வருகையை அதிகப்படுத்துவதாக உணர்ந்து மீதமிருந்த முதியவர்களில் சிலர் வெறிகொண்டு எறிகல்லாலும் அஸ்திரங்களாலும் பறவைகளை ஊரை விட்டு விரட்ட முனைந்தனர். பறவைகள் கிளைவிட்டு மேலேறிப் பறப்பதும் ஊரை வளையமிடுவதுமாக இருந்ததேயன்றி வேறிடம் செல்லவேயில்லை.

முதியவர்கள் சோர்வுற்றார்கள். யானை மெல்ல தன் சக்தியை இழந்துகொண்டே வந்தது. பின் அதுவும் நிசப்தித்துவிட்டது. கோரமான பறவைகளின் சண்டை துவங்கியது. பலரின் வீடுகள் மீதும் யானையின் உடலைக் கவ்வி எடுத்து வீசின பறவைகள். அவர்கள் இனியும் ஊர்தங்க இயலாது எனப் புரிந்தவர்களாக அந்த ஊரைவிட்டுப் பிரிந்து இரவோடு வேறு திசை நோக்கிப் பயணம் செய்தார்கள்.

யானையின் பருத்த எலும்புகள் மட்டும் சூரியனைக் கண்டபடி இருந்தன. யுத்த அரங்கின் வெகு தொலைவுவரை வீழ்ந்து இறந்துகிடந்த வீரர்கள் எவரும் அறியாது இறந்து கிடந்தார்கள். கிராமங்கள் யுத்த வாசனையை இப்போதும் பரவவிட்டபடியே இருந்தன.

நான் அந்த ஊரின் சிறிய வீதிகளைக் கடந்து சென்றேன். காற்றுகூட கைத்து இறுக்கமாயிருந்ததாக இருந்தது. சமந்த பஞ்சகத்தின் அருகாமைக்குச் செல்லச் செல்ல சைன்யம் இருந்து அழிந்த வெறுமை கவ்வத் துவங்கியது.

~

அஸ்திரக்குளம் என்ற குளத்தில் மட்டுமே இப்போதும் தண்ணீர் ததும்பிக் கொண்டிருந்தது. மற்ற இடங்கள் யாவும் உலர்ந்து பாழ் வெளியைப் போலாகிவிட்டிருந்தன. மார்புக் கவசங்களையும் முகக்கவசங்களையும் விரல் உறைகளையும் அருகில் உள்ள கிணறுகளில் வாரிக் குவித்திருந்தார்கள். அந்தப் பகுதிக்குள் மழை நடமாடவேயில்லை. அதை விலக்கியே போய் வந்தது. அஸ்திரக் குளமென்பதை கிருஷ்ணரின் சொல்லிற்காக அர்ச்சுனன் சிருஷ்டித்தான் என்றார்கள். குதிரைகள் தாகம் மீறிக் களைத்து நுரைபொங்க யுத்த களத்தில் துவங்கியபோது அதன் நாவு தாகம் மேலிட காற்றைக் குடிப்பதைக் கண்ட கிருஷ்ணர் அர்ச்சுனனிடம் அஸ்திரத்தைப் பிரயோகிக்கச் செய்து ஒரு நீர் நிலையை உருவாக்கிட வேண்டுமென்றார். அர்ச்சுனன் தனது பதினொரு அஸ்திரங்களால் பூமியை ஊடுருவி ஒரு நீர்நிலையை உண்டாக்கினான். அதில் தண்ணீர் நிரம்பியது.

குதிரைகள் தண்ணீரின் சலனம் கண்டதாக நாவு [illegible] அருந்தின. எங்கிருந்தோ காகங்களும் அண்டங்காக்கைகளும் வல்லூறுகளும் கூட தாகம் மீறி அங்கு வந்து இறங்கின. கூடிய நேரத்தில் அது எண்ணிக்கையற்ற பறவைகள் வந்து கூடுமிடமாகிப் போனது.

குதிரைகள் தண்ணீர் அருந்தியதும் அர்ச்சுனன் ரதத்தினை கிருஷ்ணர் செலுத்திப்போன பிறகு அந்தக் குளத்தினை குதிரைகள் தாகமருந்தும் குளமாக்கினார்கள்.

நான் அந்தக் குளத்தருகே நெருங்க நெருங்க அண்டங்காகங்களைத் தவிர வேறு பட்சிகளைக் காண முடியவில்லை. உடல் பருத்த அண்டங்காக்கைகள் சிலுப்பிய மயிரோடு கூட்டமாக கரையில் அமர்ந்திருந்தன. யுத்தம் முடிவுற்றுவிட்டதென அவைகள் இன்னமும் அறியவில்லை போலும். இடைவிடாது சப்தம் போட்டபடியே இருந்தன.

நான் அஸ்திரக் குளத்தில் பார்த்தபோது அதன் தண்ணீர் சலனமற்று இருந்தது. யுத்தக் காட்சிகள் அதில் வரிசை வரிசையாகப் படிந்திருந்தன. மீதமிருந்த மனிதர்களின் நிழலையும் நடந்த காட்சிகளின் பின்நினைவுகளையும் என்னுள் படரவிட்டபடியிருந்த அஸ்திரக் குளத்தின் கரையருகே இருந்தபடி நான் காணாத யுத்தத்தின் இறுதிக் காட்சிகளைக் கண்டு கொண்டேயிருந்தேன்.

வென்றிருந்தார்கள் அஸ்தினாபுரத்தை கௌரவர்கள், தங்கள் தகப்பனின் இழந்த ஆசையை யுத்தம் முடிவுற்றிருந்தது. சொந்தப் பிள்ளைகளை, சகோதரர்களைப் பலிகொடுத்து யுத்த வாகை சூடப்பட்டிருந்தது. பாண்டவர்களும் கௌரவர்களும் பத்துப்பேர் மட்டுமே மீதமிருந்தனர். பதினெட்டு அக்ரோணி சேனைகளும் அழிந்திருந்தன. அவர்கள் நகரம் திரும்பும்போது நோயுற்றவர் களைப்போல சதா எதையோ தனக்குள்ளாகவே பேசியபடி திரும்பினார்கள்.

~

உதிரத்தைப் பூசிக் கொண்டேயிருந்தாள் திரௌபதி, உலர்ந்த கூந்தலில் உதிரம் சரிந்தது. சேடிப் பெண்கள் நடுக்கமுற்றவர்களாக ரௌத்திர தேவதையினைப்போல மினுங்கும் கண்களுடன் இருக்கும் ஸ்த்ரீயைக் கண்டவர்களாக அவளை நீராட அழைத்துப் போகக் காத்திருந்தார்கள். தனது கூந்தலில் உதிரம் பெருகி நுனிவரை ஓடக் காத்திருந்த அவள் தன் மன துக்கத்தை மறைத்துக் கொண்டவளாக தண்ணீரின் உள்ளே மூழ்கிக் கொண்டிருந்தாள். குளிர்ச்சி அவளைப் பற்றிக் கொள்ளவேயில்லை. எரிந்து கொண்டேயிருந்தாள்.

அவள் மனமும் உடலும் தீராத வெக்கையை பீறிடச் செய்தபடியிருந்தன. அவள் சிகையை நீரில் அலையவிட்டபடி இருந்தாள். யுத்த பலிகளின் துக்கம் அவளை இறுக்கியிருந்தது. அவள் ஒடுங்கிய ஸ்த்ரீயாக எந்த அலங்காரமும் அற்று தனது அறைக்குள் காத்திருந்தபோது தேசத்தில் கொண்டாட்டத்திற்கான இசை வாசிக்கப்பட்டுக்கொண்டே இருந்தது. நாடெங்கும் விதவைகளே நிறைந்திருந்தார்கள்.

சஞ்சயன் தனது வீடு திரும்பிவிட்டான். பதினெட்டு நாட்களுக்குப் பிறகு யுத்தம் முடிவுற்று பாண்டவர் வெற்றிக்குப் பிறகு தனது வீட்டினை நோக்கிச் செல்லச் செல்ல யுத்தத்தின் குற்றம் அவனையும் கவ்விக் கொண்டது. அவன் நிசப்தமானவனாக வீடு திரும்பியபோது ஸ்த்ரீகள் அவனைப் பொருட்படுத்தவேயில்லை. சஞ்சயன் தான் இந்த அஸ்தினாபுரம் அரசுரிமை யாவையும் விட்டுவிலக்கி எங்காவது இடையனாக வாழ்ந்து போவது இயல் பாக இருக்கக்கூடுமென ஆசை கொண்டவனாகக் காத்திருந்தான்.

தன் கண்ணில் பட்டு தினமும் தெறிக்கும் காட்சிகள் யாவும் முடிவு பெற்றுவிட்டன. மீதமிருப்பன அழிவின் கூத்து, அழிந்த பிறகு

மிஞ்சியிருக்கும் கொண்டாட்டங்கள். அவனுக்குப் பகலும் இரவும் மிகுந்த வேதனை தருவதாகியது. மிதமிஞ்சிக் குடித்தபடியிருந்தான்.

அவன் தனது நாவைத் துண்டித்துவிட வேண்டும் என்பதுபோல ஆத்திரம் கொண்டான். அவன் மனம் மிக அயர்ச்சியுற்றிருந்தது. தனது சொந்த வீட்டிலே அந்நிய மனிதனைப்போல விலக்கம் அதிகமாகியது. சிறுவர்களும் ஸ்த்ரீகளும்கூட அவன் அருகாமைக்கு வரத் தயங்கினார்கள்.

விழித்திருக்கும் தனது நினைவுகளை அவன் மெல்ல மூடிக் கொண்டேயிருந்தான்.

அந்த அறையில் இரு முதியவர்கள் மட்டுமே இருந்தார்கள். யாவும் முடிந்து போயிருந்தன. துக்கம் பொங்கிப் பொங்கி அவர்களை முற்றாகக் கவ்வியிருந்தது. கண்கள் இனி கசிவு கொள்ளக்கூட இயலாது உலர்ந்திருந்தன. முதியவர்களில் காந்தாரி மட்டுமே திட ஸ்த்ரீயாக இருந்தாள். அந்தகனான திருதராஷ்டிரன் வீழ்ந்து விட்டான். அவன் தனது உலகம் சப்தமற்று மூடிக்கொண்டுவிட்டது போல அடங்கிக் கொண்டுவிட்டான். அவனுக்குத் தாகம் மேலிட்டது. அவன் தனது மனைவியிடம் உலர்ந்த வார்த்தைகளில் சொன்னான்.

'தாகம்... தாகம்...'

அவள் குவளையைக் கையில் எடுத்துத் தந்தாள். தண்ணீரை அவன் குடித்தபோதும் தாகம் அடங்கவில்லை. அவன் பித்தேறியவனைப் போலச் சொன்னான்.

'என்னைக் கொன்றுவிடுங்கள். என் உடலெங்கும் தாகத்தின் உதடுகள் திறந்துவிட்டன.'

காந்தாரியிடம் பதில் இல்லை. அவள் எதிலும் சலனமற்று இருந்தாள். திருதராஷ்டிரன் எங்கோ தொலைவில் கவனிப்பவனாக இருந்துவிட்டுச் சொன்னான்.

'யாவரும் போய்விட்டார்கள். காந்தாரி, நாம் கொண்டாட்டத்தில் பதுமைகளைப்போல அமர்ந்திருக்க முடியாது. நான் உயிரை மாய்த்துக்கொள்ளப் போகிறேன். முதியவனால் வேறு என்ன செய்யமுடியும்?'

வெளியே பாண்டவர்களின் வெற்றிக்கான எக்காளங்கள் சப்தமிட்டபடியிருந்தன. காந்தாரி எழுந்து கொண்டாள். தன்னைச் சுற்றிலும் நூறு பிள்ளைகளின் நிழல் நடமாடுவதைப்போல

உணர்ந்தவளாக அவள் ஒவ்வொரு பிள்ளையாக போய் வாருங்கள் போய் வாருங்கள் என விடை கொடுத்தாள்.

பித்தேறி முதுமையின் துக்கம் மேலிட்ட இரு அந்தகர்களின் அறைக் கதவு தட்டப்பட்டது. கௌரவ வம்சத்தின் மிஞ்சிய ஒரேயொரு பெண் மட்டுமே மீதமிருந்தாள். துச்சலை அவள் தாயையும் தகப்பனையும் இழந்துவிடக் கூடாது என்றவளைப்போல தகப்பனின் தோள்களைப் பற்றிக் குலுக்கியபடி சொன்னாள்.

‘நாம் அஸ்தினாபுரம் விட்டு அவர்கள் வருவதற்கு முன்பு போய்விடுவோம். புறப்படுங்கள்.’

திருதராஷ்டிரன் குழம்பியிருந்தான்.

‘நீ யார்... யார் இதைச் சொல்கிறார்கள்?’

‘நான் துச்சலை. எழுந்து கொள்ளுங்கள். இனி நீங்கள் அரசரல்ல, முதியவர்கள். கொண்டாட்டத்தின் விரல் நம் அறைக் கதவைத் தட்டும் முன்பு வெளியேறி விடுவோம்.’

‘துச்சலை... துச்சலை...’ என திருதராஷ்டிரன் பேச்சற்றுப் புலம்பினான். காந்தாரி தன் மகளின் கடுமைக் குரலை அறிந்தவளாக சொன்னாள், ‘துச்சலை, இந்த அரண்மனையை விட்டு தப்பி ஓடிவிட வேண்டுமென்கிறாயா..? என் கைகளில் இன்னமும் வலு குறையவில்லை.’

‘என்ன சொல்கிறாய் காந்தாரி?’

‘அஸ்திரப் பயிற்சி கொண்ட உங்கள் கைகள் இப்போதும் முறிவடைய வில்லை. காத்திருப்போம். உடலின் ரத்த சூடு ஆறும் முன்பு யுதிஷ்ட்ரனை, பாண்டவர்களை நம் கைகளால் முறித்துவிட முடியும்.’

திருதராஷ்டிரன் தன் கைகளை முறுக்கிக் கொண்டான்.

‘அது நடக்கக்கூடுமா..?’

பாண்டவர்கள் வருவதற்கென சங்கொலிகள் கேட்கத் துவங்கின. காந்தாரி சொன்னாள்.

‘ஆசி வாங்குவதற்காக வருகிறான் யுதிஷ்ட்ரன். உங்கள் கைகளில் நூறு பிள்ளைகளின் ஆசைகளும் ரத்தத்தில் ஓடட்டும். அவன் உங்கள் பாதங்களை வணங்கி எழும்போது அவன் உயிர் கொள்ளக் கூடாது.’

துச்சலை அந்த இரு முதியவர்களின் பிதற்றலை அறிந்தவளாகச் சொன்னாள்.

‘வீண் கனவுகள் உங்களை அவமானத்தில் கொண்டு சேர்த்துவிடும். புறப்படுங்கள் கானகம் நோக்கி.’

அவர்கள் சிலைகள் என நிசப்தித்து விட்டார்கள்.

~

நீண்ட நாட்களுக்குப் பிறகு யுயுத்சு தன் தகப்பனைக் காண விரும்பினான். இப்பொழுது அவன் ஒருவன் மட்டுமே கௌரவ ஆண்களில் மிஞ்சியிருக்கிறான். நூறு சகோதரர்களும் களபலியாகிப் போனார்கள். யுயுத்சு தகப்பனின் அறையை நோக்கி நடந்தான். இனி தான் தகப்பனையும் தாயையும் தனது வசம் வைத்துக் காப்பாற்ற வேண்டும் என்ற ஆசையைச் சுமந்தபடி அவன் திருதராஷ்டிரன் அறைக்குப் போனான்.

காலடி ஓசையிலே அறிந்துவிட்டான் திருதராஷ்டிரன். அவன் குரல் வன்மமென மீறியது. தனது அறைக்குள் வருவதற்கு யுயுத்சுவிற்கு அனுமதியில்லை என்றும் அவன் தனது குலத்தின் குணத்தைக் கொண்டிருக்கவில்லை என ஏசியவனாக எழுந்துகொண்டான்.

யுயுத்சு தான் காத்துக் கொண்டிருக்கப் போவதாகச் சொல்லியபடி வெளியேறினான். அவன் வெளியேறியபோது திருதராஷ்டிரன் விதுரன் யுயுத்சுவை உயிர் பிழைக்க வைக்காவிட்டால் அன்றே சிசுவாக அழித்திருப்பேன் என விதுரனை ஏசும் குரல் நீண்டு கேட்டுக் கொண்டேயிருந்தது.

~

பாண்டவர்கள் அஸ்தினாபுரம் திரும்பினார்கள். எந்த தேசத்தின் வளமையும் செல்வமும் அதிகாரமும் அவர்களுக்கு ருசி தருவதாகயிருந்ததோ அது இன்று குலைந்திருந்தது. நாட்டில் விதவை ஸ்த்ரீகளும், சிறுவர்களும் மட்டுமே மீதமிருந்தார்கள்.

~

கௌரவர்கள் நூறுபேரும் இறந்துபோன பிறகு அவர் வசிப்பிடங்களை விட்டுத் தனது மருமக்களைத் தனது வசம் கொண்டுவந்த காந்தாரி, அவர்களைத் தங்கள் குழந்தைகளோடு அவரவர் தேசத்துக்கு அனுப்பியபடி இருந்தாள். தனியே கணவனின் துக்கத்தை ஏந்தியபடி பிரிந்துபோகும் பெண்கள் மிகுந்த

வாட்டத்துடன் நகரம் விலகிப் போனார்கள். தகப்பனின் வீடு திரும்ப மனமற்ற ஸ்த்ரீகள் காந்தாரியோடு தங்கிக் கொண்டார்கள். நூறு பேர்களின் வசிப்பிடமும் காலியாக இருந்தன.

பாண்டவர்கள் அவரவர்களுக்குப் பிடித்தமான வசிப்பிடங்களைத் தேர்வு கொண்டனர். துரியோதனனின் மாளிகையை யுதிஷ்ட்ரனும் துச்சாதனனின் மாளிகையை பீமனும், துச்சகனின் மாளிகையை அர்ச்சுனனும், துச்சலனின் மாளிகையை நகுலனும், துர்முகனின் மாளிகையை சகாதேவனும் எடுத்துக் கொண்டார்கள்.

~

யுதிஷ்ட்ரன் துரியோதனனின் மாளிகைக்குள் பிரவேசித்தான். நீண்ட விசாலமான அறைகள், விதவிதமான எண்ணெய் விளக்குகள், மரத்தால் செய்யப்பட்ட பதுமைகள், குளுமையூட்டப்பட்ட நீர் சொருவுகள். அந்த வசிப்பிடத்தில் பெண்கள் வசித்ததற்கான தடயங்கள் சொற்பமேயிருந்தன. மிகக் குறைவான அலங்காரமே கொண்டிருந்த அந்த அறையில் இசைக்கூடமொன்று அமைக்கப் பட்டிருந்தது. துரியோதனன் அரண்மனையில் முதல் நாள் யுதிஷ்ட்ரன் படுக்கைக்குப் போகும் முன்பு தான் அறியாமல் துரியோதனனின் நினைவு பெருகிவர தனிமையில் அவனிடம் தனது தவறுக்குத் தான் காரணவானில்லை என மனவருத்தம் கொண்டவனாக துயில்கொண்டான். அடர்ந்து பிசுபிசுப்பான திரவத்தைப் போல உறக்கம் அவனைப் பீடித்தது.

பீமன் பார்த்துக் கொண்டேயிருந்தான். துச்சாதனனின் மாளிகையை பறவைக் கூண்டுகளும், நீர்நிலைகளும், பெரிய மரக்கட்டில்களும், வனப்புமிக்க மலர்களும், உயர்ந்த வாசல்களும், நிறைய அறைகளும் கொண்ட காற்று வீசி கலையும் துச்சாதனனின் வசிப்பிடம் மிக வசீகரமாகயிருந்தது. கால மாற்றத்திற்கேற்ப படுக்கைகளை மாற்றிக் கொள்ளும் அறைகள் இருந்தன. விதவிதமான பதுமை விளக்குகள் எரிந்தன. ஒரேநேரத்தில் காற்று எல்லா அறைகளிலும் சுழன்று வளையமிட்டது. எங்கோ மணிகளைப் பதித்திருப்பார்கள் போலும். அதன் ஓசைகள் வீடெங்கும் கேட்டபடியிருந்தன. அந்த வீட்டின் அலங்காரம் மிக மென்மையாக இருந்தது. விட்டுவிட்டுக் கேட்கும் பட்சிகளின் சப்தம் பீமனுக்கு வனத்தை நினைவூட்டியபடி இருந்தது. ஏதேதோ தேசங்களில் இருந்த குயவர்கள் செய்துதந்த விதவிதமான குவளைகளும் காணப்பட்டன. பீமன் அங்கு அமர்ந்தவனாக

மதுவைக் குடித்தபடி இருந்தான். சகோதரர்களிலே தனக்குத்தான் இத்தனை மயக்கமூட்டும் வசிப்பிடம் கிடைத்து விட்டதென சந்தோஷம் அவனைத் தொற்றியது.

சகோதரர்கள் ஒவ்வொருவரும் தங்களது இருப்பிடம் குறித்த சந்தோஷத்திலே இருந்தனர். எண்ணிக்கையற்ற அறைகள் யாரும் பிரவேசிக்காமல் திறந்தே கிடந்தன. கௌரவர்களின் குதிரை லாயத்தில் நின்றிருந்த பலதேசக் குதிரைகள் கூட பாண்டவர் களுக்கே வசமானது. சுத்தமும் சுழிகளும் கொண்ட ஒரு குதிரையை அர்ச்சுனன் தன்வசமாக்கிக் கொண்டான்.

திருதராஷ்டிரனின் துக்கம் மீறிப் போய்க் கொண்டேயிருந்தது. தனது சகோதரனின் துக்கத்தைத் தாளமுடியாது அவனைக் காண மனமற்றவனாக விதுரன் தயக்கம் கொண்டிருந்தான். ஏதோ வகையில் அவர்கள் சாவிற்குத் தானும் உடன்பட்டவன் என்ற குற்ற உணர்ச்சி விதுரன் மனதில் பதுங்கியிருந்தது.

~

ஒரு குயவன் தேசத்தினை விட்டு நீங்கி வேறு இடம் செல்லும் முன்பாக நூறு மண் உருவங்களைச் செய்து கொண்டிருந்தான். நூறு கௌரவ உருவங்களை மண்ணில் செய்து திருதராஷ்டிர அரசனுக்குத் தந்துவிட்டு தேசம் விட்டுப் போவதென இரவோடு இரவாக செய்து வந்திருந்தான். மண் உருவங்கள் மங்கிய நிலா வெளிச்சத்தில் காய்ந்து கொண்டிருந்தன. அவன் வரிசையாக மண் உருக்களுக்குப் பெயர் சொல்லி அழைத்தான்.

'துரியோதனன், துச்சாதனன், துஸ்ஸகன், துச்சலன், துர்முகன், விவிட்சதி, விகர்ணன், ஜலசந்தன், அலோசனன், விந்தன், அனுவிந்தன், சுபாகு, துர்த்தகர்ஷன், துஷ்ப்ரதர்ஷணன், துர்ம க்ஷணன், பிரமாதி, துஷ்கர்ணன், கர்ணன், சித்ரன், உபசித்ரன், சித்ராஷன், சாருசித்ராங்கதன், துர்மதன், துஷ்ப்ரகர்ஷன், விவித்சு, சிகடன், சமன், ஊர்னநாபன், பத்பநாபன், நந்தன், உபநந்தன், சேனாபதி, சுஷேணன், குண்டோதரன், மகோதரன், சித்ரபாகு, சித்ரவர்மா, சுவர்மா, துர்விரோகணன், சயோபாகு, மகாபாகு, சித்ரகாலன், சுகுண்டவன், பீமவேகன், பீமபலன், பலாதி, பீமவிக்ரமன், உக்ராயுதன், பிரமதன், சேனாளி, பிமசரன், கனசாயு, திருடாயுதன், திருடவர்மா, திருடஷத்ரன், கோமகிந்திதி, சுணதரன், சராகந்தன், திருஷசந்தன், சத்யகந்தன், சக்ரங்லாகு, உக்கிரவான், உக்கிரசேனன், சேஷமூர்த்தி, சுபராதிதன், அபராஜிதன்,

பண்டிதகன், விசாலஷன், துராதனன், திருஷ்டகன், சுகப்தன், வாதவேகன், சவர்கன், சூத்தியகேது, பகவாசி, ராதந்தன், அனுமாயி, தண்டி, நிஷாங்கி, சுவாசி, தண்டதாரன், உக்கிரன், தனுகிரன், பீமதரன், வீரன், உக்கிரவான், வீரபாகு, சலோயூகர், வியூபோகு, களகாங்கதன், குண்டதன், சித்ரகன், துஷ்யாசன்...'

நூறு உருக்களும் நிசப்தத்தில் இருந்தன. குயவன் தான் சிருஷ்டித்த உருக்கள் என்றபோதும் பெயரிடப்பட்ட பிறகு அவர்கள் யுவராசர்கள் என்பதன் மரியாதையின் பொருட்டு அவர்களை வணங்கி நின்றான்.

~

ஆசி வாங்குவதற்காக யுதிஷ்ட்ரன் மிகுந்த தயக்கத்தோடு தனது பெரிய பிதாவான திருதராஷ்டிர மகாராஜாவின் அறைக்கு வந்தான். அங்கே பெருமூச்சின் ஒலி மட்டுமே கேட்டுக் கொண்டிருந்தது. கிருஷ்ணனும் உடன் வந்திருப்பதை அறிந்த திருதராஷ்டிரன் அவர்களை உரிய இடங்களில் அமரச் செய்தார்.

யுதிஷ்ட்ரன் தனது தவறுகளுக்குத் தானே பொறுப்பாளி என்றும் இவை தன்னால் உருவாக்கப்பட்டதில்லை என்றவனாக அவன் ஆசி வாங்குவதற்காக அருகாமை சென்றான்.

கிருஷ்ணன் ஒரு நிமிடம் யோசித்தவனாக யுதிஷ்ட்ரன் அருகாமை போவதை நிறுத்திவிட்டு ஒரு பதுமையை அருகே கொண்டு சென்றான்.

திருதராஷ்டிரன் கைகள் அதை இறுக அணைத்தன. பதுமையின் உடல் முறிவு கொண்டது. தன் கையில் உதிரம் படராததை அறிந்த திருதராஷ்டிரன் தோல்வியின் கசப்பைக் குடித்தவனாக விம்மினான். யுதிஷ்ட்ரன் தன் கண் முன்பே உடல் நொறுங்கி வீழ்ந்த பதுமையை தன் உடலெனக் கற்பனை கொண்டபோது நடுக்கம் தீரவேயில்லை.

யுதிஷ்ட்ரன் திரும்பவும் திருதராஷ்டிரன் அருகாமைக்கு வந்தான். தான் கிருஷ்ணனால் ஏமாற்றப்பட்டுவிட்டோம் என்பதை உணர்ந்த திருதராஷ்டிரன் மனக் கலக்கமுற்றவனாக தன்னை அடக்கிக் கொண்டான். உடல் எங்கும் நடுக்கமும் பயமும் தொற்ற யுதிஷ்ட்ரன் குரல் மங்கியது. அது திரும்பவும் ஆசியை வேண்டியது. தனது கைகளுக்கு இனி அந்த வலுவில்லை என்பதை உணர்ந்த திருதராஷ்டிரன் சோர்ந்துவிட்டான்.

~

காந்தாரியிடம் ஆசி கேட்டு நின்றான் யுதிஷ்ட்ரன். மணமாகி வந்த நாளில் இருந்து தன் பார்வையைத் திரையிட்டுக் கொண்ட காந்தாரிக்கும் ரத்தம் சூடு கண்டது. அவள் தன் கண்களை விலக்கி யுதிஷ்ட்ரனை எதிர்கொள்ள வேண்டும் என்றவள்போல மூர்க்கம் கொண்டாள். ஆனாலும் அவள் மனதின் வேட்கை செயல் கொள்ளவில்லை. அவளறியாமல் வன்மம் பீறிட்டு இமையின் விளிம்பு திறந்துகொள்ள அவள் கண்களில் நெடுநாட்களாக உறைந்திருந்த ஒளி, ஒரு அஸ்திரமென வெளியேறி யுதிஷ்ட்ரன் காலில் பாய்ந்தது.

பார்த்துக் கொண்டிருக்கும்போதே யுதிஷ்ட்ரனின் கால் விரல் நகங்கள் வளர்ந்து நீண்டு வேதனை பெருகியது. நகம் தானே மீறி வளர்வதைப்போல உடலை வருத்தக்கூடிய தண்டனையில்லை என்பதை யுதிஷ்ட்ரன் அறிந்தான். அது அவன் உடலை வருத்தியது. தான் தண்டிக்கப்பட்டுவிட்டோம் என்பதை உணர்ந்தவனாக அவள் ஆசியைப் பெற்றுவிட்டவனாகத் திரும்பினான்.

கிருஷ்ணன் பதிலற்றவனாக அந்தக் காட்சிக்கு மௌன சாட்சியாக இருந்தான். காந்தாரியின் கோபம் கிருஷ்ணனின் பக்கம் திரும்பியது. அவள் தனது பிள்ளைகள் மடிந்ததுபோல விருஷிணிகளின் வம்சமே அழிந்து போகுமென்றும், கிருஷ்ணன் வம்சமே இத்தோடு முடிவு பெற்று விடுமென்றாள். கிருஷ்ணன் சாபத்தை ஏந்தியவனாக வெளியேறினான்.

~

தேசம் புதிய அரசனின் முடிசூட்டு விழாவிற்காக தயாராகிக் கொண்டிருந்தது. உற்சாகமாக விதுரன், யுதிஷ்ட்ரன் அரசனாவதற்கான ஏற்பாடுகளைச் செய்து கொண்டிருந்தான். எங்கிருந்தோ வீரர்களும் பணியாட்களும் அழைத்து வரப்பட்டுக் கொண்டே இருந்தனர். குந்தி தனது பிள்ளைகள் ஐவரையும் வரச் சொல்லியிருந்தாள். அந்த இரவில் அதிக நட்சத்திரங்கள் இல்லை. அவள் எதற்காக தங்களை வரச் செய்திருக்கிறாள் என்பதை யுதிஷ்ட்ரன் முன் உணர்ந்துவிட்டான். குந்தி தனது புத்திரர்களிடம் சொன்னாள்.

'நான் மகப்பேறு ரகசியத்தை மறைத்துவிட்டதன் வேதனையை இனியும் தாங்கமுடியாது. கர்ணனின் புதல்வர்கள் இனி உங்களுடையவர்கள். அந்த ஸ்த்ரீயையும் புதல்வர்களையும் நீ அரசுக்குரிய மரியாதை செய்ய வேண்டும் யுதிஷ்ட்ரா.'

அவர்கள் யாவரும் ரதமேறியவர்களாக கர்ணனின் வீடு சென்றார்கள். தனது கனவனையும் பிள்ளைகளையும் இழந்த ஸ்த்ரீகள் மட்டுமே இருந்தார்கள். ஒன்றிரண்டு சிறுவர்கள் விளையாடிக் கொண்டிருந்தார்கள். அஸ்தினாபுரத்து அரசனாகும் யுதிஷ்ட்ரன் தங்களைத் தேடி வந்ததை உணர்ந்த குணசீலி அவர்களை வரவேற்றாள். யுதிஷ்ட்ரன் தனது மூத்த சகோதரனின் மனைவியைத் தாயென வணங்கினான். குந்தி அந்தப் பெண்களை, பேரக் குழந்தைகளைக் கண்டாள்.

யுதிஷ்ட்ரன் தாயின் ஆசையை வெளிப்படுத்தினான். அந்தப் பெண் பிடிவாதமான குரலில் சொன்னாள்.

'என் கணவர் உங்கள் மகனாயிருக்கலாம். நாங்கள் சூதர்கள். சூதவம்சமே என் வாரிசுகள். உங்களோடு ஒரே தட்டில் உணவருந்த அருகதையற்ற பிள்ளைகளைக் கொண்ட நாங்கள் அங்கு வர இயலாது.'

கர்ணனின் மனைவியையும் மருமக்களையும் தங்களோடு அழைத்து வந்துவிட முடியாது என்பதை குந்தி உணர்ந்து கொண்டுவிட்டாள். யுதிஷ்ட்ரன் திரும்பவும் அவர்களை அழைத்தான். ஐவரில் அர்ச்சுனன் மட்டுமே அவர்களைக் காணவும் இயலாதவனாக நின்றிருந்தான்.

எவரையும் சமாதானம் செய்ய இயலாது வீடு திரும்பினார்கள். கோபமடையாத யுதிஷ்ட்ரன் தன் வாழ்நாளிலே முதலாக தனது கோபத்தைத் தாய்க்கு எதிராக வீசினான்.

'ரகசியங்களை நீங்கள் ஒளித்து வைத்ததன் அவமதிப்பை நாங்கள் தொடர வேண்டியிருக்கிறது. இனி உங்கள் எவரிடமும் ரகசியம் தங்காது.'

~

ஸ்த்ரீ பர்வம்

நதி நோக்கி நடந்து கொண்டிருந்தனர் பெண்கள். இன்னமும் விடியல் கொள்ளவில்லை. மங்கிய இருள் வெளியில் பறவைகள் கலைந்து சப்தமிடுவதையும் காகங்கள் மேற்கே நோக்கிப் பறப்பதையும் கண்டபடி நடந்தார்கள். நதியைக் கண்டபோது அது நுரைத்து நுரைத்து கரையேறிக் கொண்டிருந்தது.

பெண்களில் ஒருத்தி வெண்நுரைகளின் ததும்புதலைப் பார்த்துக் கொண்டேயிருந்தாள். நுரை உருண்டு சரிந்து உள்வாங்குவதும், திரும்பவும் குமிழ்ப்பதுமாக இருந்தது. அவள் மனம் மீறியவளாக தனது கைகளால் வாயைப் பொத்தியபடி கரைந்து அழத் துவங்கிவிட்டாள். நுரை அவளுக்குத் தன் பிரியத்துக்குரியவனின் கண்களை நினைவுகொள்ளச் செய்துவிட்டதன் துக்கம் பீடித்துக் கொண்டது. அவள் கண்கள் எனப் புலம்பியபடி மண்டியிட்டு நுரைகளை அள்ளினாள். பிற ஸ்த்ரீகளையும் துக்கம் பற்றிக்கொள்ள அவர்கள் யுத்த பலியாகிப்போன ஆண்களின் நினைவு மேலிட விசும்பிக் கரைந்து நதியை விடுத்து அவசரமாக வீடு திரும்பினார்கள். துக்கம் குமிழ்ந்தபடியே இருந்தது.

மதிய நேரத்தில் வெயில் வீட்டினுள் எவர் அனுமதிக்கும் காத்திராமல் உள் வந்து கொண்டேயிருந்தது. வீட்டில் பெண்களே மீதமிருந்தார்கள். அவர்கள் தங்கள் இயல்பு மாறிக் கலைந்திருந் தார்கள். ஒரு ஸ்த்ரீயின் முதுகின் பின்னால் வெயில் ஏறி திரும்ப அவள் அதன் ஸ்பரிசம் அறிந்தவளாக திடுக்கிட்டு நேசமானவனின நினைவைப் பெருக்கிய வெயிலைக் கைவசம் கொள்ள எத்தனித்தபோது அது வீடு தாண்டி ஜன்னல் வழி இறங்கி வேறிடம் சென்று கொண்டிருந்தது. வெயிலின் ஊடேயும் மரணத்தின் அலைகள் மெல்ல வீசியபடியிருந்தன.

சொப்பனம் கண்ட ஸ்த்ரீகள் பின்பு உறக்கம் கொள்வதேயில்லை. தேசத்தில் விழித்திருப்பவர்கள் இரவில் பெருகிக் கொண்டே இருந்தார்கள். தங்களோடு தாங்களே பேசிக் கொள்பவர்களைப் போல அவர்கள் சதா மனமொழியை சிந்தியபடியிருந்தார்கள்.

நீண்டநாட்களுக்குப் பிறகு இரவில் மழை கூடியது. அதன் விரிதல் மெல்ல அகன்று அகன்று நகரமெங்கும் நிலவெளியெங்கும் இடைவிடாது பொழிந்தது. மழையின் மிருது நிரம்ப ஸ்த்ரீகள் ஞாபகங்களின் அடியில் பதுங்கிக் கொண்டார்கள்.

மழை பெய்தபடியிருந்தது. உடலின் மீதேறும் குளிர்மை தாளாது பிதற்றினார்கள். ஒரு பெண் கத்திக்கொண்டு வீதி வழி ஓடுகிறாள். வீசி எறியப்பட்ட ஆயுதங்களை மழை கையேந்தி சுழற்றுகிறது. மழையின் வசீகரம் பெரும் துக்கமாக விரிகிறது. அரண்மனைப் பெண்டிர் எண்ணெய் விளக்குகளின் சுடர்களைக் கண்டபடி புலம்புகின்றனர். கரிய யானையொன்று வெட்ட வெளியில் மழையில் நனைந்தபடி நிற்கும் காட்சி மீதமிருந்த ஆண்களைக்கூட துக்கமேற்றியது. முறிவுகொண்ட குதிரைகளும் கை அறுபட்டு வீழ்ந்து கிடக்கும் வீரர்களும்கூட மழையின் ஊடே தங்களை ஒப்புக்

கொடுத்தவர்களாக அதனை விலக்கவும் முடியாது ருசிக்கவும் முடியாது சரிந்து கிடந்தனர். இரவில் பெய்யும் மழை அபூர்வம் கூடியது. அது அதிகம் சப்திப்பதில்லை. ஸ்த்ரீயின் மனக் குரலைப் போல அது மிக நிசப்தமாகப் பெய்தபடியிருந்தது.

நூறு மருமக்களையும் அழைத்தபடி நதி நோக்கிப் போனாள் காந்தாரி. யாவர் பொருட்டும் துக்கம் பீறிட பூக்கள் நீரில் மிதக்கவிடப்பட்டன. அழகும் வசீகரமும் நிரம்பிய இந்தப் பெண்கள் இனி துக்க சாகரத்தில் மீளமுடியாமல் கிடக்கப் போகிறவர்கள் என்பதை காந்தாரியால் தாளமுடியவில்லை. சிகையை மழிப்பதற் கான சடங்குகள் நடந்தன. கேசமற்ற பெண்களைக் காண்பதைப் போன்றதொரு துக்கம் வேறில்லை என நாவிதர்கள் விம்மினர். சிகை நீரில் சுருள் சுருளென விரிந்து சென்றுகொண்டேயிருந்தது. கற்சிலைகளைப்போல பெண்கள் சலனமற்று நீரில் அமிழ்ந்தனர்.

ஒரு மாத காலம் நதிக்கரையிலே யாவரும் தங்கியிருந்தனர். இறந்து போனவர்களுக்கான சடங்குகள் பல நாட்களாக நடந்து கொண்டிருந்தன. மீளா உலகினுள் பிரவேசித்துவிட்டவர்களை சாந்தி செய்யும் பொருட்டு செய்யப்படும் படையல்களுக்காக பறவைகள் காத்துக் கொண்டேயிருந்தன.

தனது குழந்தைகளின் பொருட்டு காரியங்கள் செய்பவர்கள் நீண்டு கொண்டிருந்தார்கள். விடியாத காலையில் கர்ணனின் மனைவி தனது பிள்ளைகளுக்குரிய நீத்தார் கடனை சாந்தி செய்வதற்காக வந்து சேர்ந்திருந்தாள். அவளது மூன்றுபிள்ளைகள் போரில் மாண்டு போயிருந்தார்கள். விதுரன் அவளைக் கண்டவனாக மௌனமானவனாக இருந்தான். கடற்சங்கு ஒன்றை மனிதன் ஒருவன் பலம் கொண்டு ஊதும்போது அந்தப் பெண்ணின் கண்கள் நீர்த்துத் ததும்பின. துக்க சாயலைக் கண்டு கண்டு மனம் துவண்டபடியிருந்த விதுரன் தாளமுடியாது அரற்றியபடி அந்த இடம் விட்டுப் போனான்.

ஆண்களும் பெண்களும் இயல்பு நிலைக்குத் திரும்பியபோதும் மனதில் தங்களைப் பிரிந்த குழந்தைகளை, புருஷர்களை, பிரிய மனிதர்களின் துக்கத்தை ஏந்தியபடி அன்றாட காரியங்களின் வீதிகளில் நடந்தலைந்து கொண்டிருந்தனர்.

வணிகர்கள் நாடு திரும்பியபோது வழியெங்கும் யுதிஷ்ட்ரன் அரசு ஏற்கும் விழாவிற்கான யாகங்களும் ஏற்பாடுகளும் தீவிரம் அடைந்து வருவதைக் கண்டனர்.

16

ஒவ்வொரு அஸ்திரமும் ஒரு மிருகமென்றும், அது அம்பென ஒடுங்கி இருப்பதாகவும் அறிந்திருந்தார்கள். அஸ்திரங்களுக்கு ரகசியப் பெயரிடும் முறையும் வழக்கத்தில் இருந்தது. நாகம், செந்நரி, எருது, சிங்கம், சிறுத்தை என அஸ்திரங்களின் தன்மையை அறியும் திறன் வில்லாளிகளிடம் உண்டு. அஸ்திரங்களைப் பயன்படுத்தாத நாட்களில் அதனை சாந்தி செய்வது அவசியமென உணர்ந்திருந்தார்கள். சில அஸ்திரங்களை இலக்கை நிர்ணயிக்காமல் எய்துவிட்டால் அவை தன்னையே அழித்து விடுமென்றார்கள். அஸ்திரங்களை உருவாக்குபவர்கள் மிக ரகசியமானவர் களாக இருந்தார்கள். அவர்கள் யாரென யாரும் எளிதில் அறிந்துகொள்ள முடியாததாகயிருந்தது. ரகசிய அஸ்திரப் பிரயோகங்களைக் கற்றுக்கொள்ள பலரும் மிகுந்த பிரயாசை கொண்டிருந்தார்கள். க்ஷத்திரியர்களைத் தவிர மற்றவர்களுக்கு அது மறுக்கப்பட்டிருந்தது. சூத்திரன் ஒருவன் அஸ்திர ரகசியம் கற்கப் போய் குருவால் அவமதிக்கப்பட்டு துரத்தப்பட்டான். வில் திறம் கொள்ள பெண்கள் அனுமதிக்கப்படுவதில்லை. அஸ்திரங்களை இரவிலே எண்ணுவதும் அவை நாண் ஏற்றும்போது முறிவதும் துர்சகுனமாகவே அறியப்பட்டன.

- ரகசிய அஸ்திரம்

சப்திக்கும் நீரூற்று

தானியக் கதிரென உயர்ந்து எல்லாத் திசைகளிலும் சுழன்று வீழ்ந்து கொண்டிருக்கும் ஒரு நீரூற்றினைக் காண வந்திருந்தேன். சப்திக்கும் நீரூற்று எனும் அந்த நீர்வீச்சு வான்நோக்கி எதையோ பேசியபடியிருப்பது போல இருந்தது. சதா நீரூற்றில் விசை உயர்ந்து கொண்டேயிருந்தது. தன் மனவேகம் அடங்காத மனிதன் ஒருவனின் உயிர்ப்புதான் அந்த நீரூற்று என அறிந்தேன்.

அந்த மனிதன் எதிர்ப்புக் குரலிடுபவனாக இருந்தான். அறிவின் சூட்சுமத்தைக் கையில் ஏந்தியபடி அவன் நகரத்தினுள் பிரவேசித்த நாளிலிருந்தே அவன் கேள்விகளுக்குப் பதிலற்ற பண்டிதர்களும் வேள்விகள் செய்பவர்களும் அவன்மீது மிகுந்த கோபம் கொண்டிருந்தார்கள். அவன் வாலிபனாகயிருந்தான். சதா அவனுள் நெருப்புபோல அறிவு கனன்று கொண்டேயிருந்தது. தீர்க்கமான கண்களுடன் அவன் பரிகாசம் செய்யும் குரலைக் கொண்டிருந்தான்.

யாகசாலைகளில் அவனைக் காண்பவர்கள் மிகுந்த சங்கடம் கொண்டவர்கள். அவனது பரிகாசம் அவர்களின்மீது பாணமென ஊடுருவி வேதனை தந்தது.

'யாகத்தில் சொரியப்படும் பொருட்களை யார் உண்ணுகிறார்கள்?' என அவன் ஒரு நாளில் கேட்டான். அக்னி என்ற பதிலைக் கேட்டதும் அவன் பரிகாசம் மீறியது.

'வானில் வீசப்படும் யாகசாந்திகளை யார் ஏற்றுக் கொள்கிறார்கள்? உயிர்கள் எதன் மையத்தில் இயங்குகின்றன? நீ காண்பவை காணும்போது மட்டும்தான் இருக்கின்றனவா? இல்லை எப்போதும் இருந்துகொண்டே உள்ளனவா?' என அவன்

கேள்விகள் பதிலற்றுத் திரும்பும்போது அதன் ஏமாற்றம் தாளாது பலரும் அவனை விலக்க முற்படுவதையும் அறிந்தே வந்தான்.

சில நாட்களுக்கு முன்பாக அவன் யாகத்திற்காக பலியாக கொண்டு வரப்பட்ட மிருகங்களை விடுவிக்கச் சொல்லியவனாக யாகங்களால் எந்த சாந்தியும் ஏற்படாது எனக் குரலிட்டான். அவனை விரட்டி யாகத்தினைத் தொடர முற்பட்டபோது அவன் தன்னால் யாகங்களை இந்த தேசத்தைவிட்டே ஒழித்துவிட முடியும் என்றான். அவனை அப்புறப்படுத்தவும் யாவரும் பயந்தனர். அவன் சதா அலைந்து கொண்டேயிருந்தான்.

'உலகம் பிரதட்சண்யமானது. இதில் மூடுமந்திரம் எதுவுமில்லை. மாயை மர்மங்கள் இல்லை. நாம் அறிவின்மையால் பீடிக்கப்பட்டுக் கொண்டே வருகிறோம். காரணமற்ற மாயங்கள் நம்மைக் கவ்விய படி வருகின்றன. சொந்த யோசனையுள்ள மனிதனின் நடமாட்டம் ஒடுங்கிக்கொண்டே வருகிறது. அறிவை உங்கள் ஆயுதமென பயன்படுத்துங்கள்' என அவன் பிரகடனம் செய்துவந்தான்.

அவனுக்கு உணவோ இருப்பிடமோ தருவதைத் தவிர்த்தார்கள் யாக வேதியர்கள். அவன் மலைவாசிகளுடனும் சூதர்களுடனும் சுற்றியலைந்தான்.

'உலகின் செயல்கள் யாவும் காரண காரியங்களோடு தொடர்பு உடையது. இந்த முடிவற்ற சுழற்சியை மனிதன் புரிந்துகொள்ள வேண்டும். வெல்ல வேண்டும். அறிவே இதற்கான திறவுகோல்' என்ற அவன் குரல் நகரங்களில் மட்டுமல்லாது தேச கிராமங்களில் கூட கேட்கத் துவங்கியது.

மனித உயிர்களின் அழித்தொழித்தலை உயிர் வேதனையை அவன் கடுமையாக சாடியவனாகயிருந்தான். யுத்தம் சிலரின் அந்தரங்க ஆசைகளின் வெளிவடிவம் என்றும் யுத்தம் அகற்றப்பட வேண்டியது அவசியமென்றும் அவன் நேரிடையாகப் பேசுபவனாக இருந்தான்.

வீரனை விடவும் உடற்கட்டும் நாவன்மையும் கொண்ட அவனது நடமாட்டம் வயல்வெளிகளில் நதிக்கரைகளில் தோணியிலும் நிகழ்ந்து கொண்டேயிருந்தது. அவன் பொதுவான தர்மம் எதுவும் இல்லையென்றும், தர்மம் நியாயம் எவரால் தீர்மானிக்கப் படுகிறதோ, அதன் சார்பையே கொண்டிருக்கும் என்றும் எனவே, குற்றவாளிகள் நேசிக்கப்பட வேண்டியவர்கள் என அறிவித்தான். தேசம் அவன் குரலுக்குச் செவிசாய்க்கவில்லை. அவன் அதற்காகக் காத்திருக்கவுமில்லை.

யுத்தம் முடிந்திருந்தது. பாண்டவர்கள் அஸ்தினாபுரம் திரும்பியிருந் தார்கள். யுதிஷ்ட்ரனுக்கு ராஜ பதவி முடிவாகியிருந்தது. யுதிஷ்ட்ரன் தன் சகோதரர்களுடன் தேசத்தினுள் பிரவேசித்துக் கொண்டிருந்தான். அவனது ரதம் ஜனத்திரளின் ஊடே கடந்து கொண்டிருந்தது. வாழ்த்துகளும் மலர்சொரிதலும் நடந்தேறின. கூட்டத்தினை மீறியதொரு குரல் கேட்டது.

'யுதிஷ்ட்ரனே… திரும்பிச் செல். உதிரக்கறையுடன் நீ அரியணை நோக்கி பயணம் செய்வதை அனுமதிக்க முடியாது.'

யுதிஷ்ட்ரன் உள்ளிட்ட சகோதரர்களின் ரதம் நின்றது. கிருஷ்ணன் அந்த மனிதனைக் கண்டான். அவன் கூட்டத்தை விலக்கி யுதிஷ்ட்ரன் எதிரே வந்தான். 'உனது நிறைவேறாத ஆசைக்குப் பலியான உயிர்கணக்கு தீரவேயில்லை. உன் உடலெங்கும் ரத்த உறவுகளைக் கொன்ற கறை படிந்திருக்கிறது. நீ தேசத்திற்கு அதிபதியாக உரியவன் அல்லன்.'

அந்தக் குரலின் வன்மையை, மறுக்கமுடியாத உண்மையை அறிந்த யுதிஷ்ட்ரன் அவன் தனது மனசாட்சியின் வெளிவடிவம்தானோ என பார்த்தபடியிருந்தான். கிருஷ்ணர் சலனமுறவில்லை. சகோதரர்களில் பீமனும் அர்ச்சுனனும் மிகுந்த கோபமுற்றார்கள். பண்டிதர்கள் தங்கள் நடுவே நின்ற அவனை விலக்கி தனிமைப்படுத்தினார்கள்.

'யுதிஷ்ட்ரா, உன் உடலில் சாவின் வாசனை கசிந்து துர்மணமுடையதாக வீசுகிறது. போய்விடு.'

கூட்டத்தில் சிலர் அந்த மனிதனைப் பின்னாலிருந்து பற்றி இழுக்க முனைந்தனர். பீமனின் குரல் உயர்ந்தது.

'அவன் நாவைத் துண்டியுங்கள்.'

அவன் பரிகாசமான குரலில் சொன்னான்.

'நாவைப் புசிக்கப் பயன்படுத்துபவன்தானே நீ. என் குரல் நாவிலிருந்து பிறக்கவில்லை.'

யுதிஷ்ட்ரன் அந்த மனிதனின் மறுக்கமுடியாத கேள்விக்குத் தயங்கியவனாகச் சொன்னான்.

'நான் துக்கம் மீறியிருக்கும் உறவினர்களின் நிர்ப்பந்தம் பொருட்டே தேசத்தினுள் பிரவேசிக்கிறேன். என்னை தயை கூறுங்கள்.'

யுதிஷ்ட்ரன் குரலில் இருந்த தணிவு கண்ட அவன் குரலை உயர்த்திச் சொன்னான்.

‘துக்கம் எவரால் கூடியது? தேசத்தின் கடைசி உயிர்வரை உங்களது யுத்தபலியாக போனதற்கு என்ன சமாதானம் கூற முடியும்? நீ இறந்த உடல்களின் மீதேறிதான் அரசினை ஏற்க முடியும்.’

கூட்டம் தத்தளித்துக் கொண்டிருந்தது. யுதிஷ்ட்ரனிடம் பதில் இல்லை. அவன் திரும்பிப் போகும் மனநிலையில் இல்லை, கிருஷ்ணர் இதை அறிந்துவிட்டார். கூட்டம் ஏதோ ஒரு மாய விசையால் கட்டப்பட்டதுபோல அந்த மனிதனின் சொல்லால் பிணைக்கப்பட்டுவிட்டது.

கிருஷ்ணர் தனது கண்களைத் தாழச் செய்து, கூட்டத்தில் நிற்கும் வேதியர்களை நோக்கி சமிக்ஞை செய்தார். அவர்கள் புரிந்து கொண்டு விட்டார்கள். ஒரு குரல் உயர்ந்தது.

‘இவன் வேற்று மனிதன். துரியோதனனின் ஸ்நேகிதன். வஞ்சம் தீர்க்க மாற்று உருவில் வந்திருக்கின்றான்.’

இதை அந்த மனிதன் எதிர்பார்க்கவில்லை. அவன் தான் மாற்று உருக்கொண்டவனில்லை என உரத்துச் சொல்லியபோது கூட்டம் கலையத் துவங்கியது.

யுதிஷ்ட்ரன் முன் செல்ல இயலாது நின்று கொண்டிருந்தான்.

‘ரதம் புறப்படட்டும்’ என கிருஷ்ணரின் குரல் வெளிப்பட்டதும் ரதம் நகரத் துவங்கியது.

அந்த மனிதனை யாவரும் சூழ்ந்து கொண்டார்கள். அவன் எந்த எதிர்ப்பையும் தெரிவு கொள்ளவில்லை. நிசப்தித்து விட்டான். அவமதிப்பும் தாக்குதலும் அவன்மீது கூடிக்கொண்டே வந்தன. எங்கிருந்தோ ஓடிய ஒருவன் யாக காரியங்களுக்காக வைத்திருந்த நெய்யை அவன் தலைமீது கொட்டுகிறான்.

யுதிஷ்ட்ரன் பின் திரும்பிப் பார்க்கும்போது அந்த மனிதன் எரிந்து கொண்டிருந்தான். நின்ற நிலையில் சலனமற்று, வேதனையுற்று அவன் எரிந்துகொண்டே இருந்தான். மஞ்சளும், சிவப்புமாக உடல் வெடித்து நெருப்பு உயர்ந்து எரிந்தது. யுதிஷ்ட்ரனால் தாள முடியவில்லை. அந்த மனிதன் யாரென கிருஷ்ணனிடம் கேட்டான்.

கிருஷ்ணன் சாந்தமான குரலில் சொன்னான்.

‘சார்வாகன் என்ற பண்டிதன்.’

சார்வாகன் எரிந்து கொண்டேயிருந்தான். அவன் கேள்வி அவனோடு சேர்ந்து பதிலற்றதாக சாம்பலாகி விட்டது. யுதிஷ்ட்ரனுக்குத் தான்

அரியணை ஏறிய பிறகும்கூட மனம் சாந்திகொள்ள முடியவில்லை. தன் கண் எதிரே உதிரும் மலரென எரிந்து அடங்கிய சார்வாகனின் குரலும் கண்களும் தெரிந்தபடியே இருந்தன.

சகோதரர்கள் யாவரும் அவரவர் வீடுகளுக்குத் திரும்பியிருந்தார்கள். யுதிஷ்ட்ரன் கிருஷ்ணனைத் தேடிப் போனான்.

யுதிஷ்ட்ரன் வருவதற்காகக் காத்திருந்தவரைப்போல கிருஷ்ணர் சொன்னார்.

'உன்னால் சாந்திகொள்ள முடியாது யுதிஷ்ட்ரா. வேதனை உன் முகத்தில் பீறிடுகிறது.'

'அந்த மனிதன் துரியோதனனின் ஸ்நேகிதன்தானா?'

'இல்லை.'

'அவன் கேள்விகள் பதிலற்றவைதானா?'

'யுதிஷ்ட்ரா, நீ அந்த மனிதனின் கேள்விக்கு பதில் தருவதாக இருந்தால் தேசாதிபதியாகி இருக்க முடியாது.'

'அவன் என் மனசாட்சியின் வடிவம்போல இருந்தான். அவன் தன் அறிவின் கூர்மையை என் சிரசின் எதிரே நிறுத்திப் போனான்.'

'அறிவு சதா தர்க்கிக்கக் கூடியது. அரசனோ தர்க்கம் மீறியவன்.'

'தேசத்தின் முதல் பலி அறிவுதானா?'

'யுதிஷ்ட்ரா, அவன் யாவற்றையும் விழிப்படையச் செய்துகொண்டிருக்கிறான். அது உனக்கு உகந்ததல்ல.'

'என்னால் சமாதானம் கொள்ள முடியவில்லை.'

'சமாதானம் கொள்ளவேண்டியது நீயல்ல. ஜனத்திரள். நீ ஒரு நீரூற்றை அங்கே உருவாக்கிவிடு. அது உன் மனதை விலக்கம் கொள்ளச் செய்துவிடும்.'

யுதிஷ்ட்ரன் அரசனுக்குரிய தனிமையோடு கிருஷ்ணரை விலக்கிப் போனான். பின் அந்த நீரூற்றை நிர்மாணித்தார்கள்.

யுதிஷ்ட்ரன் ஆசை கொண்டதுபோல அது நிசப்தமாக இல்லை. பதிலாக சப்தித்துக்கொண்டே இருந்தது. பகல் இரவென அந்த நீரூற்றின் சப்தம் கேட்டபடியிருந்தது. யுதிஷ்ட்ரன் பின் ஒருபோதும் அதன் அருகாமைக்கு வரவேயில்லை.

~

உச்சாடனம்

மந்திரக்கலையும் மாய உச்சாடனங்களும் பெருகிக் கொண்டிருந்த நாட்களாக இருந்தது. மீமாய உருவங்களோடும் இருள் பிரதேசத்தினுள் மூழ்கியிருக்கும் அசுர சக்திகளை எழுப்பவல்ல உச்சாடனங்களைப் பழகிக் கொண்டிருந்தார்கள். பூதாராதனைகளும் ரகசிய இச்சைகளைப் பூர்த்தி செய்யும் மந்திரங்களும் யாரும் அறியாத வெளியில் நடைபெற்றன. இந்த மாயரூப அழைப்பாளர்கள் தங்களத்ய் மந்திரங்களையும் உயரிய நான்காம் வேதமாக ஏற்றுக் கொள்வதற்காக ரிஷிகளை நிர்ப்பந்தித்தார்கள். ரிஷிகள் மீமாய உச்சாடனங்களை ஏற்றுக் கொள்வதில்லை என மறுத்த நாட்களின் இரவுகளில் மாய உச்சாடனர்கள் தபோவனத்தில் பிரவேசித்து ரிஷிகளை அழித்தொழிப்பது நடந்தேறியது.

பலி பீடங்களில் இதற்கான விசேஷ பூஜைகள் நடைபெறும். இரவு கொண்டாட்டம் மிருந்துபோரும். பெண்கள் வெறி கொண்டவர்களாகக் கூத்தாடுவார்கள். ஆண்களைப் போலவே பெண்களும் உச்சாடனம் அறிந்திருந்தார்கள். ரகசிய மந்திரமொன்றின் மூலம் இறந்தவர்களை உயிர்ப்பிக்க வைக்க முடியுமென அவர்கள் குரலிட்டார்கள். அந்த மந்திரங்களை அறிந்த மூத்த உச்சாடனன் ஒருவன் தன்னை எதிர்ப்படும் முனிவர்களையும் ரிஷிகளையும் அழித்தவனாக நகரினுள் பிரவேசித்தான். சில அரசர்கள் அவனுக்கு நெருக்கமாயினர். நதியின் கரையிலிருந்த நகரமொன்றிற்கு அவன் வந்து சேர்ந்தபோது அங்கு சிலர் அவர்களின் கபாலத் தோற்றங்களைக் கண்டு பரிகசித்தார்கள். அந்த உச்சாடனவாதி பரிகசித்த இருவரின் காதுகளையும் தன் விரலால் சொடுக்கி கழுதையின் காதக்கிப் போனான். அரச சபை அவர்களுக்காகத் திறந்து கிடந்தது. வந்தவர்களில் ஒருவன் தண்ணீரில் கல்லை மிதக்கச் செய்வதையும், பார்த்துக் கொண்டிருக்கும்போதே கிளியைக் குதிரையாகவும், குதிரையைப் பூனையாகவும் உருமாற்றிக் காட்டினான். மாய உச்சாடனங்களைக் கற்றுக் கொள்ளவும், அதனைத் தன் இச்சைகளுக்குப் பூர்த்தி செய்யவும் ரகசிய சிஷ்யர்கள் தேசமெங்கும் உருவானார்கள்.

ஒரு குருவோடு இரண்டு சிஷ்யர்கள் நகரத்திலிருந்து வெளியேறிச் சென்றனர். கானகத்தில் அவர்கள் பிரவேசித்த வெளியில் மான் ஒன்று புலியால் தாக்கப்பட்டுக் குற்றுயிராகக் கிடந்தது. அதைக் கண்ட குரு தனது மந்திரப் பிரயோகத்தால் அதனை எழுப்பி நடக்க

வைத்தார். அவரோடு இருந்தபடியே எப்படியாவது சஞ்சீவி உச்சாடனத்தைக் கற்றுக்கொள்ள வேண்டுமென ஆசைகொண்ட ஒருவன் பலி செய்யும் நாட்களில் குருவிற்கு விருப்பமான சீடனாகத் தன்னை வளர்த்துக்கொண்டான்.

அவர் தனது சீடனுக்கு மாயக்கலையின் தன்மைகளைக் கற்றுத் தந்தபடியிருந்தார். சிறு வயது முதலே தகப்பனோடு யாவும் கற்றுத் தேர்ந்திருந்த மகள், சீடனின் மிகுந்த அழகும் வசீகரமும் கண்டவளாக அவன்மீது நேசம் மீறியிருந்தாள். அவள் தகப்பனிட மிருந்து சஞ்சீவி மந்திரத்தைக் கற்றுக்கொள்ளச் சரியான பாதையாக அவளைத் தேர்வு கொண்டான். அவன் ஒரு நாளில் மதுக் குடுவையினுள் உள்ள மதுவாக தன்னை உருமாறியபடி கோப்பையில் காத்துக் கொண்டேயிருந்தான். தனது ரகசிய மந்திரங்களை குரு உச்சாடனம் செய்யத் துவங்கும் முன்பு மதுவைக் குடித்தபோது அவன் அவர் உடலில் பிரவேசித்தான். மதுவின் கதி இன்று தன்னை தீவிரமாகப் பற்றுவதாக மயக்கம்கொண்ட குரு தனது உச்சாடனங் களைத் தனியே பிரயோகித்தபோது அறிந்துகொண்ட சீடன், அவர் உறங்கும்வரை காத்துக் கொண்டிருந்தான். உறங்கச் சென்றதும், அந்த குருவின் பெண்ணானவள், மது ரூபம் கொண்டவனை மந்திரத்தால் எழுப்பிவிட்டாள். அவன் அவரது வயிற்றிலிருந்து கீறி வெளியே வந்தான். வந்ததும் தனது மந்திரத்தால் குருவை உயிர்ப்பித்துவிட்டான். அவள் தனது நேசத்தினை ஏற்றுக்கொள்ளச் சொன்னபோது, அவன் இனி தன்னால் அது கூடாதென்றும், அவள் தகப்பன் வயிற்றில் இருந்து தான் மறு உயிர்ப்புக் கொண்டதால் சகோதரனாகிப் போனதாகப் பிரிந்து போனான்.

அவள் மிகுந்த ரௌத்திரம் கொண்டு சொன்னாள். 'நீ எதை ஸ்பரிசிக்கும்போதும் அது கல் உருக் கொண்டுவிடும்.'

அவன் தன்னைப் பற்றிய சாபத்தோடு நாடு திரும்பினான். வழியில் அவன் தொட்ட மரங்கள், குதிரைகள், தானியக் கதிர் யாவும் உறைந்து கல் வடிவம் கொண்டுவிட்டன.

~

நான் அந்தக் கல் தானியமொன்றைக் கண்டேன். அது செழித்து விதை முற்றிய நிலையில் கல் உருக் கொண்டிருந்தது. அந்தக் கல்லில் ஒரு மனிதனின் விரல் ரேகை பதிந்திருந்தது. நான் அந்த ரேகைகளில் இப்போதும் ஈரமும் குளிர்ச்சியும் கசிந்து கொண்டிருப்பதைக் கண்டேன்.

உப பாண்டவம் | 359

நீலனுடைய தேசத்திற்கு வந்திருந்தேன். அந்த தேசத்தில் மிகப் பெரிய கோட்டைகளோ அகழிகளோ இல்லை. எல்லாப் பக்கமும் திறந்துகிடந்த நாடாக இருந்தது. பாதுகாப்பிற்கான வீரர்களும் மிகக்குறைவாகவே இருந்தனர். இந்த தேசத்தினை அக்னி காவல் கொண்டிருப்பதாகவும், அது கட்புலனுக்கு அப்பால் வளைய மிட்டிருப்பதாகவும், நகரினுள் ஒரு அஸ்திரத்தைக்கூட எவரும் பிரயோகித்து விட முடியாதென்றார்கள்.

நகரின் தொலைவை நோக்கி எந்த மனிதனால் அஸ்திரம் விடப்பட்டபோதும் அது தானே நகர வளையினுள் வந்து திரும்பி எய்தவனிடமே சென்றுவிடும். நீலனின் மகள் அக்னியின் நேசத்திற் குரியவளாக இருந்தாள். அதனால் நாடு அக்னியால் காக்கப் படுகிறதென்றார்கள்.

நீலனின் யாகத்திற்காக வேதியர்கள் பலரும் வந்திருந்தனர். நீலனும், மயிலிறகைப்போல வனப்பைக் கொண்ட அவனது மகளும் யாகம் துவங்க வந்திருந்தார்கள். நீலன் யாகத்தினைத் துவக்கிவிடச் சொன்னான். யாக நெருப்பு பற்றிக்கொண்ட மறுகணமே அணைந்து விடுவதாக இருந்தது. ஒவ்வொரு முறை பற்ற வைக்கக் கடை கோலால் கடைந்தபோதும் யாக குண்டத்தில் நெருப்புக் கூடவில்லை. அது புகைந்து கொண்டேயிருந்தது.

நெருப்பை உண்டாக்கிட நீலனின் மகள் தனது உதடு குவித்துப் புகையை ஊதினாள். அவளது மூச்சு பட்டதும் நெருப்பு பற்றிக் கொண்டது. ஆனால் அது நிமிஷத்தில் அடங்கிவிடும். அக்னி நீலனின் மகளின் சுவாசக் காற்றை ருசித்தபடி அவளோடு விளையாடிக் கொண்டிருந்தது. அவள் சோர்ந்துவிட்டாள். யாக குண்டத்தில் நெருப்பு ஏன் பற்றவில்லை எனப் புரியாத அரசன் மனச் சோர்வுற்றான். அப்போது வேதியர்களில் ஒருவனைப்போல அக்னியே வடிவம்கொண்டு வந்து நெருப்பை உண்டாக்கித் தந்து நீலனின் மகளைத் தட்சணையாக அடைந்தது.

அன்றுமுதல் நகரின் வெளிவட்டமாக நெருப்பின் நாவு அசைந்து கொண்டேயிருந்தது. நகரில் இதுவரை ஒரு அஸ்திரம்கூட ஊடுருவ முடியவில்லை என்பதை அறிந்தபடி நகரினுள் பிரவேசித்தபோது அங்கே கண்ட பெண்களின் கண்களில் அந்த நெருப்பு மெல்லச் சுழன்றபடி இருந்தது.

17

பகலையும் இரவையும் கணக்கிடுவதற்கென தனித் தனியான காலக் கணக்குகள் இருந்தன. பகலை விட இரவு பெரியது என்றும் பகலெனும் குதிரை ஒன்று நகரத்தில் சப்தமின்றி பிரவேசிப்பதாகவும் அது ஒரு முறை சுற்றி வர பகலின் மூன்றில் ஒரு பகுதி கழிந்து விடுகிறது, மூன்றுமுறை குதிரை சுற்றி வந்ததும் பகல் முடிந்து விடுமென்றார்கள். இரவோ ஆறு இதழ்கள் உள்ள ஒரு மலரென்றும், அது விரிய விரிய இரவு கூடுகிறதென்றும், ஒவ்வொரு இதழ் விரியும்போதும் இரவின் இயல்பு மாறிவிடுவதாக இதழ் கணக்கு வைத்திருந்தார்கள். இதுபோலவே தூரத்தைக் கணக்கிட ஒரு வகை செம்பழுப்பு புள்ளியடித்த குருவிகள் பறந்து திரும்பும் அளவு வழித்தூரமென அறியப்பட்டது. காலவெளியின் இடைவெளிகளைக் கணக்கிட குன்றிமணியளவு, கடுகளவு, நெல்லளவு, எள்ளளவு, மயிரிழையளவு என நுண்பகுப்பு இருந்தது. வயதைக் கணக்கிட்டு கூட்டிக்கொண்டே போகும் பழக்கமில்லை. பதிலாக ஒரு ஜென்ம தினத்திலிருந்து மறு பிறந்த நாள்வரை கொண்டது ஒரு உயிர்ப்பு நிலை எனக் கொள்வதால் காலத்தொடர்ச்சி முதன்மைகொள்ளப்படவேயில்லை.

- நெல்கணிதம்

முதுபர்வம்

உதிர்காலம் துவங்கியிருந்ததைப் பெரும் நிசப்தம் காட்டித் தருகிறது. பாதைகளில் முந்தைய நாட்களைப்போல காற்றின் சலசலப்பில்லை. மரங்கள் இலைகளை உதிர்த்துவிட்டு வெறித்து நின்றன. கடந்துபோகும் காற்று இலைகளைத் தேடி காணாது புலம்பி நகர்கிறது. உதிர்காலம் தனது பெருவெளியை எங்கும் ஏற்படுத்தியிருந்தது. நான் கடந்துவந்த கிராமங்களின் முகப்பிலே உதிர்ந்த பழுத்த சருகுகள் சதா சுழன்றுகொண்டும் நகர்ந்து கொண்டும் இருந்தன. கிராமங்களில் உதிர்காலத்திற்கென்ற தனியான சுபாவம் வந்துவிடுகிறது. பேச்சற்ற வெளியொன்று வீடுகளுக்குள் புகுந்தபடி நிரம்பிய மிகச்சிறிய கிராமங்களுக்குள் நான் நடந்து சென்றேன். விருட்சங்கள் இலைகளை உதிர்த்து விடுவதும் இத்தனை மயக்கமும், யாவரையும் சுபாவம் மாற்றக் கூடியது என்பதை அங்குதான் கண்டேன்.

எங்கோ தொலைதூர வணிகத்திற்காக ஊரைப் பிரிந்து செல்லும் மனிதர்கள்கூட உதிர்காலத்தில்தான் புறப்படுகிறார்கள். மழை வருவதற்கு முன்பாக அவர்கள் தாங்கள் போய்ச் சேரவேண்டிய தேசத்திற்குப் போய்விட வேண்டுமென்ற திட்டம் நிரம்பி உள்ளது. கிராமங்களின் கிணறுகள் உள் இறங்கி இறைக்கும்படியாக அமைக்கப்பட்டிருந்தன. நான் தங்கியிருந்த கிராமமொன்றில் செவ்வக வடிவக் கிணறு ஒன்று இருந்தது. அதில் மணமாகி ஊரைப் பிரிந்து செல்லும் பெண்கள் தங்கள் வளையல்களில் ஒரு ஜோடியைக் கழற்றி எறிந்து போகும் பழக்கமிருந்தது. ஊரோடு கொண்ட உறவை பெண் பிரியும் நாளில் நீரோடு இணைத்து விடுகிறாள் என்ற வகையில் பெண்களில் சிலர் பிரிந்து போன தங்கள் சகோதரிகள் ஞாபகம் பீறிடும்போதெல்லாம் செவ்வகக்

கிணற்றில் வந்து நின்று தண்ணீரின் உள்ளே மூழ்கியிருக்கும் வளையல்களைத் தங்கள் சகோதரியாக பாவம் கொண்டு பேசிக் கலைகிறார்கள்.

உதிர்காலம் சந்நியாசிகளின் காலம் போலும். நான் நடந்து கொண்டிருந்த பாதைகளில் ஒற்றையாடை உடுத்திய துறவிகள் பலர் கடந்து போய்க் கொண்டிருந்தார்கள். அவர்கள் கறந்த பசுவின் பாலைத் தவிர வேறு எதையும் அருந்துவதில்லை என அறிந்தேன். சந்நியாசிகளின் கூட்டமொன்று எதையோ பாடி நடனமிட்டபடி ஊரின் கரைவழியாக கடந்து போவதை தொலைவில் கண்டு கொண்டிருந்த விவசாயிகள் தங்கள் வேலைகளைப் போட்டுவிட்டு ஓடி வந்தார்கள். சந்நியாசிகளில் சிலர் ருத்ரம் ஏறிய கண்களும், அகன்ற உதடும் கொண்டிருந்தனர். அவர்களின் பாட்டு மிகுந்த களிப்பேறியதாக இருந்தது. மாவுப் பண்டங்களையும் பால் கலயங்களையும் பெற்றுக்கொண்ட சந்நியாசிகள் காற்றில் அலைபடும் கேசம் கொண்டவர்களாக தெற்கு நோக்கிப் போகும் காட்சி அன்றாடமாகயிருந்தது. கிராமங்களில் மட்டுமல்லாது வழித்தடங்களின் கூடுமிடங்களில் கூட பெரிய நந்தவனங்கள் இருந்தன. அதில் உயர்ந்து பருத்த மரங்களும், இறங்கு கிணறுகளும், நிழலில் படுத்து உறங்கும் சாவடிகளுமிருந்தன. நான் பயணத்தில் தங்கிப் போன நந்தவனமொன்றில் ஒரு மூதாள் இருந்தாள். அவள், மரங்கள் இலைகளை உதிர்க்கும்போது கவனமாக அதைக் கூடையில் அள்ளி வந்தாள். அவள், தினமும் அந்த நந்தவனத்தில் சேகரித்தவைகள் ஒரு குவியலாக அங்கு நிரம்பிக் கொண்டிருந்தது. நான் மூதாளின் நிழல் அடியில் ஒரு பகல் அமர்ந்திருந்தேன். மெல்லிய துணுக்கொலிபோல சப்தமிட்டபடி காற்றில் முறிந்து பறக்கும் இலைகள் உதிர்ந்தபடியிருந்தன.

இலைகள் உதிர உதிரத்தான் இத்தனை இலைகள் மரத்தில் இருந்தனவா என்பது விந்தையாக இருந்தது. உதிர்காலத்தில் காற்று கிறுக்குப் பிடித்ததுபோல ஒரே இடத்தைப் பலமுறை சுற்றிக் கொண்டிருக்கிறது.

நீண்ட பகலில் மீன் பிடிக்கப் போகும் சிலர் தனிவெளியைக் கடந்து கொண்டிருந்தனர். அவர்கள் தங்கள் நிழலைத் தண்ணீரில் படரவிட்டுக் காத்திருப்பவரைப் போலவே உதிர்காலம் எங்கும் தன்னை விரித்துக் கொண்டிருக்கிறது.

மூதாளின் நந்தவனத்திலிருந்து இரவில் மரங்கள் யாவும் புலப்படவே இல்லை. உதிர்கால இருள்கூட வெளியேறியே

இருக்கிறது. மங்கலான வெளிச்சம் ஒன்று எங்கும் விரிந்திருக்கிறது. மூதாள் எப்போதும் உறங்குவதில்லை என்பதைக் கண்டேன். அவள் தனிப் பாதைகளில் குனிந்த உடலோடு நடந்து கொண்டே இருந்தாள். பெருமூச்சும், யாரையோ விளிக்கும் குரலும் கேட்டபடியிருந்தன. அவள் காத்துக் கொண்டேயிருக்கிறாள் என்பது புரிந்ததால் நானும் அவளோடு இருந்த இரவில் விழித்துக் கொண்டேயிருந்தேன்.

அவள் மிகச் சொற்பமான வார்த்தைகளே பேசினாள்.

‘முதுமை சதா விழித்துக் கொண்டேதானிருக்கிறது. உதிராமல் மிஞ்சியிருக்கும் இலைகளைப்போல இன்னமும் சில ஆசைகள் மனதில் அசைந்து சப்தமிட்டபடியே இருக்கின்றன. விழித்திருப்ப வர்களுக்கு இரவு நீண்டது.’

~

அவளுக்கு மட்டுமல்ல. உதிர்கால மரத்தைப்போல தனது புத்திரர்களை இழந்துவிட்ட திருதராஷ்டிரனும் கூட தன் அறையில் உறக்கமற்றவனாக அலைந்துகொண்டே இருக்கிறான். அவன் புலன்கள் மயங்கிவிடுகின்றன.

யுதிஷ்ட்ரன் ஆட்சி அமைந்தாயிற்று. யார் யாரோ புதியவர்கள் வந்து நிரம்பியிருக்கிறார்கள். பணியாட்கள், குதிரையோட்டிகள், ஒற்றர்கள்... எவர் குரலும் அவனுக்குப் பரிச்சயமாகவேயில்லை. தான் பழகி அறிந்த அஸ்தினாபுரம் மூழ்கிக்கொண்டே இருக்கிறதென உணர்ந்துவந்தான் திருதராஷ்டிரன்.

அவன் இரவுகள் மிக நீண்டவை. படுக்கையில் அவன் கைகள் தேடிக் கொண்டேயிருக்கின்றன. அவன் அறைகளுக்குள் நூறுபேர் பிரவேசிக்கிறார்கள். அவர்கள் எவரும் பேசிக்கொள்ளவில்லை. திருதராஷ்டிரன் அவர்கள் தனது படுக்கையைச் சுற்றி நிற்பதை உணர்ந்துகொண்டு விட்டான். ஆனாலும் அவர்கள் பேசாமல் நிற்பதன் அர்த்தம் புரியாமல் உரத்துக் கேட்கிறான்.

‘என்னுடைய தவறு இதில் என்ன இருக்கிறது? பேசுங்கள். துரியோதனா, ஏன் இப்படி நிசப்தமாகி நிற்கிறாய்..?’

எந்த பதில் குரலும் வருவதில்லை. தனது மருமக்களும் பேரக் குழந்தைகளும்கூட தன்னைப் போலவே இரவில் புலம்பித் தீர்க்கிறார்கள் என திருதராஷ்டிரன் உணர்ந்திருந்தான்.

அவன் அறையில் நூறு பேர் நுழைவதும், சுற்றி நடப்பதும் மட்டுமே அவர் காதுகளுக்குக் கேட்டுக்கொண்டே இருந்தது. சிலநேரம் அவர் தன்னைமீறி கரைந்து அழுவார்.

'என் புத்திரர்களே... புத்திரர்களே...' என அவர் விசும்பும்போது கூட ஆறுதல் குரல் கிடைக்காது. தனது கைகளை அகல விரித்துத் தன் பிள்ளைகளைக் கட்டிக்கொள்ளக் கூப்பிடுவார். சலனமிருக்காது.

தன்னைவிடவும் மிகப் பிடிவாதக்காரனான மகனிடம் திருதராஷ்டிரன் மிகவும் கெஞ்சும் குரலில் சொல்வான்.

'ப்ரிய துரியோதனா, சாவு என் அருகாமைக்கு வரத் தயங்குகிறது. நீ அதனை என் படுக்கைக்கு அழைத்து வா. நான் அதைக் கட்டிப் பிடித்துக் கொள்கிறேன். நீங்கள் அப்போதாவது என்னோடு பேசமுடியும்தானே.'

யாரும் பதில் பேசவில்லை. அவன் நீண்ட யோசனைக்குப் பிறகு தனது கண்களை இறுக்கிக் கொண்டவனாகச் சொன்னான்.

'துரியோதனா, உன்னைப் பேசவிடாமல் வைத்திருப்பவன் அந்த காந்தார தேசத்து சூதாடிதானே... மகனே நீ அவன் விரல்களின் நுனியில் கட்டப்பட்ட பாவையல்ல. என்னைப் பார். அவனை விடுவித்து என் குரலைக் கேளேன்...'

எப்போதும்போல நிசப்தம் கவ்வியது. திருதராஷ்டிரன் எழுந்து கொண்டுவிட்டான். யாரோ வெளியே அறை முகப்பிற்கு வந்து நிற்கிறார்கள். நடக்கவும் மனமற்றவனாக அவன் நின்று கொண்டேயிருந்தான். நீண்ட நாட்களுக்குப் பிறகு தனக்குப் பரிச்சயமற்ற ஏதோ ஒரு குகையில் தான் வசிப்பதைப் போலவும் இந்த இருளும் அதன் கிளைகளும் தன்னைச் சுற்றிவிட்டதைப் போலவும் திருதராஷ்டிரன் உணர்ந்தான். தானறியாமல் கோபமுற்றான்.

'சகுனியே, உன் பகடைகளைப்போல என் பிள்ளைகளையும் உருட்டி விளையாடுகிறாயா? அவர்களை என்னோடு பேசவிடு. நான் என் பிரியர்களின் குரலைக் கேட்க வேண்டும். என்னால் துரியோதனனின் கோபம் இன்றி ஜீவிக்க முடியாது.'

யாரோ மெல்லக் கதவைத் திறந்து பார்க்கிறார்கள். கதவு தானே மூடப்படுகிறது.

திருதராஷ்டிரன் பிறகு தானே மௌனமாகிவிட்டான். மிகப் பெரிய அறை சுருங்கிச் சுருங்கிச் சிறியதாகி தான் ஒரு கிணற்றின் படிக்கல்லில் தயங்கி நிற்பவனைப்போல மிக மெதுவாக நடந்தான்.

யுதிஷ்ட்ரனின் வைத்தியர்கள் இரவிலும் திருதராஷ்டிரன் அறைக்குள் வருகிறார்கள். அவர்கள் பாலில் ஏதோ ஔஷதம் கலந்துகொண்டு வருகிறார்கள். யார் நடந்து வருவது என்பதைக்கூட திருதராஷ்டிரனால் அறிய முடியவில்லை. அவன் தன்னை அழைக்கும் குரல் எந்தத் திசையிலிருந்து வருகிறதென அறியாமல் நிற்கிறான்.

ஒரு கை அவனைப் பற்றுகிறது. அவன் உணர்ந்துவிட்டான். அது காந்தாரியின் கைகள். அதுவும் தன்னைப்போல பலமற்றுப் போய் வெளிறி வருவதாக உணர்ந்தான்.

அறையில் யாருமேயில்லை. காந்தாரி திருதராஷ்டிரனைச் சாந்தம் கொள்ளச் செய்தவளாக படுக்கையில் அமர்ந்து கொண்டாள். நீண்ட மௌனத்திற்குப் பின் திருதராஷ்டிரன் கேட்டான்.

‘காந்தாரி, யுதிஷ்ட்ரனை நான் அழைத்ததாக பகடையாட வரச் சொல். என் சகோதரன் எங்கே ஒளிந்துவிட்டான்? இந்த இரவிலே பாண்டவர்களை சூதாடி தோற்கச் செய். அவர்கள் முன்போல வனவெளியில் வசிக்கட்டும்.’

‘அவர்கள் உங்கள் சகோதர புத்திரர்கள்.’

‘என்னாலும் பகடையாட முடியும். நான் யாவையும் தோற்றுவிட விரும்புகிறேன். என் உயிர் யுதிஷ்ட்ரனை அழைத்து வரச்சொல்.’

அவள் செய்வதறியாது நின்று கொண்டிருந்தாள். திருதராஷ்டிரன் சொன்னான்.

‘கோபம் மீறிய துரியோதனன் தனது தம்பிகளோடு என் படுக்கை அருகே நின்று கொண்டிருக்கிறான். அவன் மௌனம் என்னை வதைக்கிறது. நாம் யாவையும் இழந்து வெளியேறிவிடலாம்.’

காந்தாரி கடுமையான குரலில் சொன்னாள்.

‘நாம் பகடையாடி தோற்க வேண்டியது யுதிஷ்ட்ரனோடு அல்ல. மரணத்தோடுதான்.’

திருதராஷ்டிரன் உடனே சொன்னான்.

‘அழைத்து வரச்சொல், பகடைகளை எடுத்து வை. விளையாடிக் களைந்துவிடுவோம்.’

அவர்கள் பேசிக் கொள்ளவில்லை. எங்கோ பசுவின் குரல் கேட்டது. காந்தாரி, பொழுது விடிவை நோக்கி நடந்து கொண்டிருப்பதைப் புரிந்தவளாகச் சொன்னாள்.

'துரியோதனனையும் நம் புத்திரர்களையும் அழைத்துவரப் போயிருக்கிறார்கள், காத்திருங்கள்.'

அவர்கள் அர்த்தமற்றதும் தனிமை தாங்காமல் புலம்புவதுமாகக் கழித்த இரவு தினமும் நீண்டு கொண்டேயிருந்தது.

திருதராஷ்டிரன் அஸ்தினாபுரத்தில் ஓடும் ஒரு குதிரையின் ஒலி கூட தனக்குப் பரிச்சயமானதில்லை என்பதுபோல தன்னை உருமாற்றிக் கொண்டிருந்தான்.

விதுரன் பகலில் வந்திருந்தான். சில நாட்களாகவே உணவை விலக்கி வந்த சகோதரனைக் காண்பதற்காக திருதராஷ்டிரன் அறைக்கு வந்து சேர்ந்தான். அன்றாடக் காரியங்கள் துவங்கும் முன்பு யுதிஷ்ட்ரனும் சகோதரர்களும் ஆசி வாங்குவதற்காக திருதராஷ்டிரனைக் காண வந்திருந்தார்கள். அவர்களில் பீமன் மட்டும் தனக்கு விருப்பமில்லாத காரியத்தை மனம் ஒப்பாமல் செய்பவன்போல ஆசி கேட்டான். அவன் உடலின் கர்வமும், நடையின் மிதர்ப்பும் அறிந்த திருதராஷ்டிரன் கைகளை உயர்த்தி மட்டும் ஆசி தருகிறான். பீமன் அறையைவிட்டு வெளியேறும் முன்பாகச் சொல்கிறான்.

'என் கைகள் தினவு அடங்கவில்லை. துரியோதனன் ஒரே முறையில் அடிபட்டு இறந்துவிட்டான். அவனை நூறு முறை கொலல கைகள் முறுக்கேறியுள்ளன.' அந்த சப்தம் திருதராஷ்டிரன் காதில் விழுகிறது. பீமன் போய்விடுகிறான். விதுரன் தனது சகோதரனிடம் சொல்கிறான்.

'அரசே, யாவும் முடிந்துவிட்டன. ஒரு சொப்பனத்திலிருந்து விழித்தெழுவதுபோல நம்மிடம் இன்று மிஞ்சியிருப்பது எதுவுமில்லை.'

'விதுரா, என்னால் இந்த பீமன் ஒருவனைக் கொல்ல முடிந்தால் மட்டும் போதும். நான் சாந்தம் அடைந்துவிடுவேன். அவன் நடைச் சப்தம் என்னை வதைக்கிறது. விதுரா, அந்தகன் முதுமைக்கு மிகுந்த சுமையாளி.'

'அரசே, பீமனின் உடலில் இன்னமும் ரணம் ஆறவில்லை.'

'விதுரா, நான் காத்துக் கொண்டிருக்க முடியாது. என் பிள்ளைகள் இரவில் சாந்தமற்று அலைகிறார்கள்.'

'உங்களைப் போலவே பீமனும் தனது இறந்த மகனின் துக்கத்தை நெஞ்சில் சுமந்துகொண்டு அலைபவன்தானே மூத்தவனே.'

திருதராஷ்டிரன் பேசிக் கொள்ளவில்லை. அவர்கள் இருவரும் செய்வதறியாது இருந்தார்கள். திருதராஷ்டிரன் தனது புத்திரர்கள் சாந்தம் கொள்ளத் தேவையான சடங்குகளும், தானங்களும் செய்ய வேண்டுமென விரும்பினான். விதுரன் அதைத் தானே முன் நின்று செய்வதாகச் சொன்னான். மிக வயதாகிய திருதராஷ்டிரன் விதுரன் புறப்படும்போது கேட்டான்.

'விதுரா, அஸ்தினாபுரம் என்ற நகரம் இப்போது எங்கே இருக்கிறது? நான் எந்த நகரில் இருக்கிறேன்?'

விதுரன் பதில் தரவில்லை. அந்தகனின் கைகள் எதையோ பற்றி முறிப்பதுபோல இறுக்கிக் கொண்டிருந்தன.

விதுரன் மிகுந்த மனச் சோர்வுற்றவனாக வெளியேறிப் போனான். வெற்றிக்குப் பிறகும்கூட மனம் சாந்தம் கொள்ளாமல் விழித்திருப் பவர்கள் தேசமெங்கும் அதிகமாகிக்கொண்டே போனார்கள். அவர்கள் அறைகளில் விளக்குகள் எரிந்து கொண்டேயிருக்கின்றன. எந்நேரமும் பயணத்தின் பொருட்டு குதிரைகள் தயாராக நிற்கின்றன.

சிகண்டி தனது அறையின் விளக்கொளியில் நடந்தலைகிறான். அவன் நிழல் பெண் உருக்கொண்டு தனியே அலைகிறது. தனது அம்பால் வீழ்த்தப்பட்ட பீஷ்மன் உத்திராயணத்தில் உயிர் துறந்தபிறகு அவருக்குப் படுக்கையாக இருந்த அம்புகள் யாவையும் சிகண்டி சேகரம் செய்து வைத்துக் கொண்டான். இனி தான் பெண் உரு இல்லை, சிகண்டி என்ற துருபதபுத்திரன் என மனதின் ஒரு பாதி சொல்லியது. மறுபாதியோ அம்பாவின் தீராக் குரலாக இருந்தது. அவன் தன்னோடு பேசுபவனாக இருந்தான்.

'அம்பா... அம்பா, இனியும் நான் உருபேதம் கொள்ள வேண்டியவன்தானா..? உன் உக்கிரம் அடங்கவில்லையா... பீஷ்மர் அற்ற உலகில் சிகண்டி யார் பொருட்டு இருக்க வேண்டியுள்ளது?'

சிகண்டி தனது ஒப்பனையைக் கலைத்துவிட விரும்புபவன்போல தன்னுள் புதைவுற்ற அம்பாவையும் விடுத்துத் தனியனாக மாறிட முயன்றுகொண்டே இருந்தான்.

அம்பாவின் குரல் மனதின் அடியாழத்தில் கேட்டது.

'பீஷ்மர் இறந்துவிட்டார். இதன் துக்கம் என்னைப் பற்றி எரிகிறது. சிகண்டியே... நேசத்தைப்போல வலியது எது? நான் நேசத்தின் உக்கிரத்தால் கூடியிருந்தேன். பீஷ்மன் அற்ற உலகம் அதன் வெறுமையை என்னில் படரவிடுகிறது.'

சிகண்டி பதில் பேசினான்.

'அம்பா, நான் உன் விளையாட்டின் உருவடிவம். போதும். நான் யாவற்றையும் கலைத்துவிடப் போகிறேன்.'

அம்பா திரும்பவும் சொன்னாள்.

'சிகண்டியே, நான் எரிந்து கொண்டேயிருக்கிறேன். நீ எனை ஏதாவது ஒரு வனத்தில் விட்டுவிடு. அதன் முடிவற்ற சிற்றோடையைப்போல திசையற்று ஓடிக்கொண்டு இருந்துவிடுகிறேன்.'

சிகண்டி தனது குதிரையில் இரவோடு புறப்பட்டான். காட்டினுள் சப்தம் மிக உக்கிரமாகக் கேட்டது. நிலா எழுந்த பாதைகளில் அவன் சலனம் கலையாமல் போய்க் கொண்டேயிருந்தான். வடக்கு மலையின் உயரத்தில் அம்பா பெயரிடப்படாத சிறிய நீர் ஓட்டம் போல உருமாறிப் போனாள். சிகண்டி யாவும் கலைந்தவனாகத் திரும்பி வந்திருந்தான். அவன் உடல் மிகுந்த பலவீனனின் உடலைப்போல நோவு கண்டதாகியது.

~

18

ஒற்றைத் தூண்டிலோடு இரு குன்றின் இடையிலிருந்த சமனகுள மொன்றின் அருகே அமர்ந்த ஒருவன் அலைகளற்ற குளத்தில் தனது தூண்டிலை வீசி காலத்தின் பின் சென்று ஒடுங்கிவிட்ட எதையும் தன்னால் பற்றி வெளியே எடுத்துவிட முடியுமென்ற விசித்திரமானமனமாகயிருந்தான். குளத்தின் சலனமற்ற பரப்பின் ஆழத்தில் உலகின் கடந்த நாட்கள் யாவும் படிவு கொண்டிருந்தன. அவன் தனது தூண்டிலினை வீசி எறிந்தபோது அது அசைந்து கொண்டேயிருந்தது. தான் தூண்டிலை வீசிய கணம்வரை உள்ளே படிந்து கொண்டேயிருந்ததைக் கண்டான். இழுபட்ட தூண்டிலைச் சுண்டியபோது அதில் ஒரு குதிரை சிக்கிக்கொண்டு வெளியே வந்தது. அது கரையை அடைந்ததும் பின்னோக்கி ஓடியபடி நகரங்களை, கிராமங்களை விலக்கிய வெற்றுவெளியில் விரைவு கொண்டிருப்பதாகக் கண்டவர்கள் சொன்னார்கள். இக்குதிரை பகல் இரவென்ற பேதமின்றி பின்னோக்கி ஓடிக் கொண்டிருப்பதாகவும், அது எதை நோக்கிப் போய்க் கொண்டிருக்கிறது என்ற இலக்கு தெரியவில்லை எனவும், அது கடந்துபோகும் வழியெங்கும் மழையற்றுப் போவதாகவும், காற்று வெக்கையை வாரி இறைப்பதாகவும் இரவில் துர்சொப்பனங்கள் பெருகுவதாகவும் தேசமெங்கும் சொல்லப்பட்டு வந்தது.

- பின்னோக்கியோடும் குதிரை

நினைவில் வாழ்பவர்கள்

விதுரன் காத்துக் கொண்டேயிருந்தான். இரவின் வேறு வேறு ஜாமங்களில் தன்னைச் சந்திக்க வரும் ஒற்றர்கள் கொண்டுவரும் சேதியை அறிவதற்காக விழித்துக் கொண்டேயிருந்தான். ஒற்றர்களுக்கு அங்கே பரிபாஷையும் முத்திரைகளும் இருந்தன. இரண்டாம் யாமத்தில் வந்த ஒற்றன் தென்நிலம் முழுவதும் சுற்றி வருபவனாகயிருந்தான். விதுரன் அவன் மிக வேகமாகப் பயணித்து வந்திருக்க வேண்டும் என்பதை முகக் குறியிலிருந்தே அறிந்து கொண்டான். அவனது தாக சாந்திக்கு ஏற்பாடு செய்தான். ஒற்றனின் கண்களில் சலனமேயில்லை. அவன் நிதானமாகப் பேசினான்.

'கடைசி கிராமத்து மனிதன்கூட அறிந்திருந்தான் தேசத்தின் மூத்தவரான திருதராஷ்டிர மகாராஜனுக்கும் பாண்டவர்களில் ஒருவனான பீமனுக்கும் உள்ள பகையை. பீமன் எல்லா இடங்களிலும் திருதராஷ்டிரன் அரசனின் ஆணைகளை முறித்துக் கொண்டேயிருக்கிறார்.'

'என்ன நடந்தது?'

'சில நாட்களுக்கு முன்பாக துரியோதனனின் ரதசாரதிகள் இருவரின் தகப்பனார்கள் வந்து போனார்கள். தமது பிள்ளைகள் துரியோதன யுவராசனோடு மாண்டு போனதால் அவர்கள் பிழைக்கவும் வழியற்று துன்புறுவதாகச் சொன்னார்கள். திருதராஷ்டிரன் அவர்களுக்கு நதியை அடுத்த வடகரையின் கிராமத்தில் தேவையான நிலமும் பொருட்களும் தந்து அனுப்பினான். முதியவர்கள் ஊர் வந்து சேரும் முன்பாக பீமராசனின் ஆட்கள் குறுக்கிட்டு உரிமைப்பட்டயத்தைப் பறித்துக் கொண்டதோடு அவர்கள் இனி

அஸ்தினாபுரத்தின் பக்கமே வரக்கூடாது என விரட்டப்பட்டு விட்டார்கள்.'

விதுரன் பீமன் தீராப் பகையை எரிய விட்டுக்கொண்டே இருப்பதை அறிந்தான். அவன் அரண்மனையின் உள் விவகாரங்களில் ஒற்று செய்யும் ஐந்தாம் படைக்காரன் வரும் வரைக்கும் காத்திருந்தான். அவன் வந்ததும் பீமனுக்கும் திருதராஷ்டிரனுக்கும் உள்ள பகைமை நாளுக்குநாள் வளர்ந்து பெருகுவதையும் பீமன் தன்னையும் நஞ்சிட்டுக் கொல்லக் கூடுமென திருதராஷ்டிரர் பயம் கொண்டு உணவை ஒதுக்குவதாகச் சொன்னான்.

விதுரன் தான் இந்த தேசத்தின் இடைவிடாத சிக்கலைத் தீர்ப்பதிலே வாழ்வு கழிந்துவிட்டதை உணர்ந்தவனாக யுதிஷ்ட்ரனைக் காணச் சென்றான்.

பலகாலமாக தினமும் வந்து போய்ப் பழகிய அஸ்தினாபுரத்தின் அரண்மனைக்கு இப்போது மெல்ல வேறு சுபாவம் வந்திருக்கிறது. அது புதிய அரசர்களின் ஆசைகளுக்கு ஏற்ப தன்னை உருமாற்றிக் கொள்ளத் துவங்கியிருக்கிறது. பழகிய இடம் என்றபோதும் அதன் உருமாற்றம் விதுரனை திகைக்க வைத்திருக்கிறது. யாரோ விதுரனை அழைத்தார்கள்.

விதுரன் நெடுநாட்காலத்தின் முன்பு தான் கேட்ட ஸ்த்ரீயின் குரல் அது எனக் கொண்டவனாக அந்த அறைக்குள் பிரவேசித்தான். யுயுத்சு தன் தாயோடு நின்றிருந்தான். எந்தத் தாயைப் புறக்கணித்து வெளியேற்றினார்களோ அவளைத் திரும்பவும் தனது அரண் மனைக்குள் கூட்டி வந்திருக்கிறான். அந்தப் பெண் மிகுந்த அசதியுற்றவளைப்போல இருந்தாள். அவள் குரல் மிகவும் ஒடுங்கிக் கேட்டது.

'யாவரும் அடங்கிவிட்டனர். இனி உயிர் வாழ்வது எதன் பொருட்டாக?'

விதுரன் அவளிடம் பதில் பேச இயலாதவனாகயிருந்தான். அவள் மட்டுமல்ல, தேசத்தின் ஸ்த்ரீகளை ஏதோ ஒரு தீராத் துக்கம் பற்றிக்கொண்டுவிட்டது. யுத்தத்தின் நினைவுகள் அல்லது எதன் பொருட்டோ தீர்க்கமுடியாத வேதனையது.

அவளை நமஸ்கரித்தவனாக விடைபெற்றுக்கொண்டு அரண் மனையைவிட்டு வெளியேறினான். மனம் சதா அலைபாய்ந்த படியே இருந்தது. தானும் இந்த நகரத்தைப் பிரிந்து ஏதாவது அடையாளமற்ற திசையில் சென்று இளைப்பாற வேண்டும் என்பவனைப்போல நினைத்துக் கொண்டான்.

துரியோதனன் இறந்து பதினைந்து வருஷங்களாகிப் போனது. யாவரும் கடந்தகாலத்தின் நிகழ்வுகளை மறந்துவிட்டபோதும் நிம்மதியற்ற திருதராஷ்டிரன் மிகுந்த மூப்புடையவனாகிவிட்டான். சதா சிடுசிடுப்பும் அர்த்தமற்ற சந்தேகங்களும் அவனுள் நிரம்பின. சில நேரங்களில் காலம் பின்திரும்பிவிட்டவனைப்போல அவன் முந்தைய நாட்களைப் பற்றி யோசித்துக் கொண்டிருப்பான். தனது தாயும், மூத்தவர்களும் நிரம்பிய இதே அரண்மனையின் விசாலமான அறைகளில் அவன் தனியனாக நடந்து அலைந்த காட்சிகள் பெருகும். அவன் துரியோதனனின் கண்கள் வழியே தான் உலகைக் காண்பதாக நம்பி வந்தான்.

திருதராஷ்டிரன் மட்டுமல்லாது பீமனுக்கும் வயது அதிகமாகிக் கொண்டே வந்தது. பீமனும் தன் சுபாவத்தை மாற்றிக் கொள்ள வில்லை. கொண்டாட்டம் பெருகும் நாளில் எல்லாம் காடியேறிய கள்ளை அருந்திவிட்டு அவன் துரியோதனர்களைத் தான் எப்படிச் சிறுவனாக இருக்கும்போது மரத்தில் இருந்து உலுக்கி எறிவான் என பாவனையாக நடத்திக் காட்டும்போது அவன் கொள்ளும் சிரிப்பு எல்லா அறைகளையும் தொற்றிக்கொள்ளும்.

~

காந்தாரிதான் முதலில் முடிவு செய்தாள், அஸ்தினாபுரத்து அரண்மனைக்கு வந்த பெண்கள் யாவரும் தங்கள் வயோதிக நாட்களில் வனவெளிக்குச் சென்று இயற்கையோடு தங்களை ஒப்புக் கொடுத்து எந்தச் சுவடுமின்றி மரணத்திடம் தங்களை அடைக் கலம் தந்துவிடுகிறார்கள் என தேசத்தின் அரியணையில் அமர்ந்து யாவரையும் தன்வசம் செய்த சத்தியவதி முதல் அம்பிகா, அம்பாலிகா என யாவரும் வனவெளியில் தங்கள் முடிவைத் தேடிக் கொண்டார்கள். காந்தாரி தானும் இந்த அரண்மனையைவிட்டு வெளியேறிவிட முடிவு செய்தாள். முதியவர்கள் இருவரும் உணவை ஒழித்திருந்தார்கள். பாலும் சிலவேளை கனிகளும் மட்டுமே உண்டு வந்த அவர்கள் இனி நகரம்விட்டு நீங்குவது மட்டுமே முதன்மையான செயல் என உறுதி கொண்டவர்களாக ஆயத்தமானார்கள்.

யுதிஷ்ட்ரன் இதை எதிர்பார்த்தேயிருந்தான். அவன் தனது சகோதரனையும் தனது பெரிய பிதாவையும் ஒரே நேரத்தில் சாந்தம் கொள்ள வைக்கமுடியாது என்பதை உணர்ந்திருந்தான்.

திருதராஷ்டிரன் தான் வனவாசம் செல்வதற்கு முன்பாக இறந்து போன பீஷ்ம துரோண யுத்தவீரர்களுக்கும் துரியோதன சகோதரர் களுக்கும் சிரார்த்தம் செய்ய ஆவலுற்றான். பீமனால் இதைத் தாங்கிக்கொள்ள முடியவேயில்லை. தனது பிள்ளைகளை ரத்த உறவுகளை அழித்த கௌரவ வீரர்களுக்கும், பீஷ்மருக்கும், துரோணருக்கும் தங்கள் செல்வத்தில் தானம் தருவதை அவன் மிக வெளிப்படையாகவே எதிர்த்தான். சகோதரர்கள் இதில் சாந்தம் கொள்வதே சரி என்ற விதுரனின் வார்த்தை மட்டுமே பீமனை அடக்கியது. பீமனின் நாவு ரௌத்திரத்தை உமிழ்ந்தது. யுதிஷ்ட்ரன் தேவையான செல்வங்களைத் தந்தவனான பெரிய தகப்பனின் ஆசைகளுக்கு வழிவிட்டான். பசுக்களும் சொர்ணமும் தானம் செய்த திருதராஷ்டிரன் இனி தான் நகரம் நீங்கி கானகம் போவதாகச் சொல்லிப் பிரிந்தான்.

கார்த்திகைப் பௌர்ணமி அன்று அவர்கள் நகரைவிட்டு வெளியேறினார்கள். காந்தாரியோடு, பாண்டவர்களின் தாயும் குற்ற உணர்வில் பீடிக்கப்பட்டவளுமான குந்தியும், விதுரனும், சஞ்சயனும் அவர்களுடன் வர யாவரும் கங்கைக்கரை நோக்கி பயணிக்கத் துவங்கினார்கள். அவர்கள் பின்னால் வேதியர்களும் சில பணியாட்களும் குதிரை வீரர்களும் உடன் சென்றார்கள்.

~

நீண்டகாலத்திற்குப் பிறகு குசப்புல்லால் உருவான படுக்கையில் வெட்டவெளியில் படுத்திருந்தான் திருதராஷ்டிரன். அருகாமையில் ஓடும் நதியின் சப்தம் கேட்டபடியிருந்தது. குளிர்ச்சியான காற்று, மிகவும் நெருக்கமாகவும், நீண்டநாட்கள் பழகிய இடம் போலவும் அந்த இடம் திருதராஷ்டிரனுக்கு இருந்தது. அவன் அருகே விதுரனும் சஞ்சயனும் ஒரு பக்கமும், காந்தாரியும் குந்தியும் ஒரு பக்கமும் படுத்துக் கொண்டார்கள்.

பௌர்ணமி என்பதால் முழுநிலவு கொண்டிருந்தது. நீண்ட நாட்களுக்குப் பிறகு நிலவின் குளிர்வைத் தனக்குள் நிரம்பச் செய்தபடி படுத்திருந்த விதுரன் சாந்தமுற்றான். திருதராஷ்டிரனுக்கு உறக்கம் கூடவில்லை. அவனும் குளிர்ச்சியை உணர்ந்தான்.

‘விதுரா, இன்றைக்கு வானம் எப்படியிருக்கிறது?’

‘பூர்ணிமை நாள். வானம் ஒளிர்கிறது.’

‘என்னால் அறியமுடிகிறது விதுரா. எத்தனை காலம் வீணாகி விட்டது. இந்த நதியின் கரையில் ஒரு படகோட்டியாக நான் வாழ்ந்திருக்கக்கூடாதா? விதுரா, என் மனம் மிதந்து கொண்டேயிருக்கிறது.’

விதுரன் நிலவைப் பார்த்தபடியிருந்தான். திருதராஷ்டிரன் குரல் கோபம் கலைந்து இருப்பதை உணர்ந்தான். இரவு விரிந்து கொண்டேயிருந்தது. இந்த வெட்டவெளியும்கூட தனது அஸ்தினாபுரம்தான் என உணர்ந்தவன்போல திருதராஷ்டிரன் மன அமைதி கொண்டான். பின்னிரவிற்குப் பிறகும் உறக்கம் கூடாத விதுரன், ஒரு சிறுவனைப்போல ஆழ்ந்து கனவுகள் படரத் தனது சகோதரனைப் பார்த்துக் கொண்டேயிருந்தான். முதுமை யாவருக்கும் புலப்படாத அழகைத் தந்து விடுகிறது. அந்த அழகு விரிந்து அவர்கள் உறங்கிக் கொண்டேயிருந்தார்கள். நதியைப் போல எப்போதும் விழிப்புற்றவனாக இருந்தான் விதுரன்.

புலராத பொழுதில் நதியில் இறங்கி நின்றான் திருதராஷ்டிரன். நீர் அவனை வளையமிட்டது. அவன் தன் கைகளால் ஒரு ஸ்நேகிதனைப் போல நீரைப் பற்றிக் கொண்டான். அவன் சிரம் நீரில் மூழ்கி எழும்போது அவனறியாமல் புன்னகை கூடியது. எல்லார் வெறுப்பையும் போக்கிவிடும் நதி எதிர்நோக்கி ஓடியபடியிருந்தது. நதிக்கரையில் அரச கோலம் துறந்த மனிதனாக இருக்கும் திருதராஷ்டிரனைப் பார்ப்பதற்காக மீனவர்களும், வேதியர்களும் கிராம விவசாயிகளும் வந்து சேர்ந்திருந்தனர். திருதராஷ்டிரன் அவர்கள் தந்த கனிகளை ஏற்றுக்கொண்டான்.

யுதிஷ்ட்ரன் தனது தம்பிகளோடு வந்து சேர்ந்தான். ரதத்தினை நதியின் தொலைவிலே நிறுத்தியவர்களாக அவர்களும் நடந்தே வந்தார்கள். பட்சிகளின் ஓசை விட்டுவிட்டு ஒலித்த இடங்களை நோக்கி கண்களை அலையவிட்டபடி அர்ச்சுனன் மௌனமாக நடந்து வந்தான். தொலைவிலே அவர்களைக் கண்ட ரிஷிகள் முன் சென்று அழைத்தனர். பாண்டவர்களும் கானகவாசிகள் தந்த கனிகளையே உண்டார்கள்.

~

பின்னொரு நாளில் விதுரன் தனியே போய்விட்டான். எப்போது அவன் நதியைக் கடந்து மறுபக்கம் போனான் என்பதை யாரும் காணவில்லை. சஞ்சயன் அதிகாலையில் நதியில் ஒரு மனிதன் எதிர்திசை செல்வதைக் கண்டான். அந்த மனிதன் விரிந்த

கானகத்தினுள் பிரவேசித்துவிட்டதைக் கண்டு அழைத்தபோது பின் திரும்பாமலே போய்விட்டான். அது விதுரன்தான் எனத் தெரிந்த போது மனதில் ஏற்பட்ட துக்கம் சஞ்சயனால் தாங்க முடியவில்லை.

~

வனவாசிகள் அதன் பிந்திய நாட்களில் கண்டார்கள். ஆடைகளற்ற ஒரு மனிதன் இறுகிய முகத்தோடு விருட்சங்களின் ஊடே அலைந்து கொண்டேயிருப்பதை. அவன் யாரோடும் பேசுவதை விலக்க வேண்டி தனது வாயில் கூழாங்கற்களை வைத்து மூடிக் கொண்டு விட்டான் என்றும் அவன் கண்கள் மட்டும் இப்போதும் தீர்க்கமாக இருப்பதாகவும் சொன்னார்கள். வேடர்கள் எவராவது மரத்தில் இருந்து பார்க்கும்போது அந்த மனிதன் சூரியனின் எதிர் நின்றபடி பாறைகளில் தியான கோலத்தில் அசைவற்றிருப்பதும், விடிகாலையில் அவன் நதி நீரினுள் தன்னை அமிழச் செய்தபடி மூழ்கியிருப்பதையும் அறிந்திருந்தார்கள். தன்னை நோக்கி எவர் நெருங்கி வரத் துவங்கினாலும் அவன் விலகி ஓடிவிடுவதை வனவாசிகள் கண்டார்கள். அந்தத் திகம்பரனுக்கு உரிய தேனையும், கனிகளையும் பாறைகளில் கொண்டு அவர்கள் வைத்தபோதும் அவன் உணவை முற்றாக விலக்கி வருவதை அறிந்தபடியே இருந்தார்கள். அவன் எப்போதாவது ஒரு விருட்ச நிழலில் சாய்ந்து நிற்கும்போது அது கல் பிரதிமை போலவே இருக்கும். அவனை விதுரன் என வனவாசிகள் அறியவே இல்லை.

யுதிஷ்ட்ரன் தனது பிரிய விதுரன் ஜனத்திரளை விலக்கித் திகம்பரனாக கானகத்தில் அலைவதை அறிந்ததிலிருந்து தானும் பின்தொடர்ந்து போய்விட வேண்டும் என்ற ஆசை கொண்டான். தேசம் அவன் காலைப் பற்றிய முதலையாக இருந்துகொண்டே இருந்தது. பிரிய விதுரனைக் காண அவன் தனியனாக நதியைக் கடந்து போனான். பகலில்கூட இருள் பிரியாத சுடர்வெளியில் நடந்தபோது குரங்குகள் சப்தமிட்டன. யுதிஷ்ட்ரன் சருகுகளைக் கலைத்து ஓடும் மனிதனைக் கண்டபடி சப்தமிட்டு அழைத்தான். பின் திரும்பாமல் நின்ற அந்த மனிதன் ஒரு விருட்ச நிழலில் பதுங்கினான். அருகாமை வந்து தான் யுதிஷ்ட்ரன் என உரத்துச் சொன்னான். சலனமில்லை. ஓடியவன் தொலைவில் நிற்பது தெரிந்தது. தொலைவில் நின்று கொண்டேயிருந்தவன் அருகாமைக்குப் போன போது அந்த மனிதன் மிக மெலிவாகி எலும்புகள் துருத்திக்கொண்டு நிற்பதைக் கண்டான். விதுரன் தனது கண்களால் யுதிஷ்ட்ரனோடு பரிச்சயம் கொண்டான். பிறகு தனது வாயில் கிடந்த கூழாங்கல்லை

எடுத்து யுதிஷ்ட்ரனின் கைகளில் கொடுத்து விட்டுத் தாவி மறைந்துவிட்டான். அந்தக் கூழாங்கல்லைத் தனது கைகளில் ஏந்தியதும் உடலெங்கும் ரத்தம் சிலிர்ப்பு கொள்வதும், நரம்புகள் முறுக்கேறுவதுமாக இருந்தது. மின்னல் பாய்ந்து ஓடியது போலாகி நின்றான்.

விதுரனின் மனமொழி ஒரு கூழாங்கல்லாகியது.

யுதிஷ்ட்ரன் எப்படியாவது விதுரனைத் திரும்ப அழைத்து விட முடியாதா என கானகத்திலே சுற்றிக் கொண்டு இருந்தான். சில நாட்களின் பின்பாக ஒரு வனவேடன் வந்து அந்தத் திகம்பரன் ஒரு பாறைமீது நின்றபடி இறந்துவிட்டான் எனவும் அவன் உடல் அசைவுறவில்லை எனவும் சொல்லிச் சென்றான். யுதிஷ்ட்ரன் கானகத்தினுள் பிரவேசித்து கண்டபோது காற்றில் ஒரு மனிதன் உறைந்த முகம் கொண்டு இருந்தான். துக்கமும், வேதனையும் மீறிய யுதிஷ்ட்ரன் அரற்றியபடி வனத்தைவிட்டு வெளியே ஓடினான்.

புலன் இரவு

திருதராஷ்டிரன் வாழ்வின் கடைசி நாளின் முன்பாகத் தனது தகப்பனைக் கண்டுவிட வேண்டுமென ஆசை கொண்டவனாக இருந்தான். சஞ்சயன் எங்கிருந்தோ வியாசரை வரச் செய்திருந்தான். வியாசர் நடந்த நிகழ்வுகளின் தொடர்பு அற்றவரைப்போல தனது மூத்த குமாரனைக் கண்டார். அவன் இப்போதும் துக்கம் மீறியவனாக இருப்பதால் எது அவன் மனதை ஆக்கிரமித்து இப்படி அலைக்கழிக்கிறது எனக் கேட்டதற்கு, திருதராஷ்டிரன் தான் தனது புதல்வர்களோடு ஒரேயொரு முறை பேசிவிட்டால் சமாதானம் கொண்டுவிடுவேன் என்றான். அதைக் கேட்ட காந்தாரியும் தான் தனது சகோதரனை ஒரேயொரு முறை பார்த்தறிய வேண்டு மென்றாள். எல்லா ஸ்த்ரீகளும் தங்களை விட்டுப்போன புருஷர் களையும் குழந்தைகளையும் சகோதரர்களையும் காணும் துக்கம் பெருகியபடியிருந்தனர்.

துக்கம் யாவர் உடம்பிலும் ஓடிக் கொண்டேயிருப்பதைக் கண்ட வியாசர், ஒரேயொரு இரவு மட்டும் அவர்கள் தாங்கள் பிரிந்தவர் களைக் காணலாம் கூடலாம் எனவும், அந்த சாத்தியத்தைத் தான்

நாளை இரவு கங்கையில் நிகழ்த்திக் காட்டுவதாகச் சொல்லிப் போனார். பெண்களும் ஆண்களும் பல்லாயிரக்கணக்கில் நதியின் முன் பகலிலே வந்து குவிந்து காத்திருந்தனர்.

அன்றைய பகல் மிக மெதுவாகக் கடந்தது. திருதராஷ்டிரன் தனது புத்திரர்களைக் காணுவதற்காகக் காத்திருந்தான். பாஞ்சாலி தனது பிள்ளைகளைக் காண வந்திருந்தாள். குந்தி தனது மகன் கர்ணனை நேசம் கொள்ளவும், காந்தாரி தனது சகோதரன் சகுனிக்காகவும், பீமன் கடோத்கஜனுக்காகவும், உத்தரை தனது பிரிய காதலன் அபிமன்யுவிற்காகவும், தேரோட்டிகளின் மனைவிகள் தங்கள் புருஷ முகம் காணவும், போரில் தங்கள் யானைகளை இழந்த யாவரும் கரிய யானை உயிர்ப்பித்து வரக்கூடிய இரவிற்காகவும் காத்திருந்தனர். சஞ்சயன் மட்டும் சலனமில்லாமல் இருந்தான். அவன் ஒரு யுத்த சாட்சி. அவன் யுத்தத்தின் துக்கத்தை விட இந்த உயிர்ப்பித்தல்தான் மிகுந்த துக்கத்தை ஏற்படுத்திவிடும் என அறிந்தவனாகச் செய்வதறியாது நின்றான். நதி எப்போதும்போல சுழித்து ஓடிக்கொண்டே இருந்தது. நதியின்மீது பல்லாயிரம் கண்கள் ஊர்ந்து சென்றன. நீரினுள் இருந்து குமிழ்கள் பிறப்பது போல அவர்கள் பிறந்து வந்துவிடுவார்கள் எனக் காத்திருந்தார்கள். பகல் மிகமிக மெதுவாகக் கடப்பதாகப் பொறுமையற்ற ஸ்த்ரீகள் ஏசிக் கலைந்தனர். துக்கம் பீடித்த பெண்களில் யார் இளவரசி, யார் வண்டியோட்டியின் மனைவி, யார் சூதப் பெண் என்ற பேதமில்லை.

மாலை சரியத் துவங்கியதுமே அவர்களின் காத்திருத்தல் எல்லை மீறிவிட்டது. சஞ்சயன் தனது புலனால் முன்பே நடக்கப் போவதை அறிந்துவிட்டான். இரவு துவங்கப் போவதன் குறிகள் தென்படத் துவங்கின. பறவைகள் கூடு திரும்பின. திருதராஷ்டிரன் நீண்ட நாளின் பின்பு சஞ்சயனிடம் கேட்டான்.

'சஞ்சயா, இந்த ஒரு பொழுது மட்டும் எனக்கு பார்வை வந்து போகக் கூடாதா?'

வியாசர் நதியிலிருந்து எதையும் உருவாக்கப் போவதில்லை. யாவரையும் இருளில் மூழ்கிடச் செய்து அவரவர் மனதில் புதையுண்ட உருவங்களைத்தான் விழித்தெழச் செய்யப் போகிறார் என உணர்ந்தவன் போல சஞ்சயன் பார்த்துக்கொண்டே இருந்தான்.

இரவு கூடியது. ஆண்களும் பெண்களும் நதிக்கரையில் நிரம்பி இருந்தனர். திருதராஷ்டிரன் தனது நூறு பிள்ளைகளைக் கண்டான். யுத்த ரணம் ஏதுமற்று சாந்தமுற்றவர்களாக அவர்கள் இருந்தார்கள்.

குந்தி கர்ணனின் முகபாவத்தைப் பார்த்தபடியே இருந்தாள். உத்தரை அபிமன்யுவின் தோளில் புதைந்து கண்ணீர் விட்டாள். நதியில் இருந்து உயிர்பெற்று வந்த எவரும் ஒரு வார்த்தைகூட பேசவில்லை. துக்கம் மீறியவர்கள் தாங்களாகப் பேசியபடியும், கட்டிப்பிடித்தும், உணவு ஊட்டியும், கேசம் தடவியும், அழுது கதறியும் உறவாடியபடியிருந்தனர்.

தங்கள் சகோதரர்கள், கணவனைப்போல இருந்த அவர்கள் ஏன் இத்தனை நிசப்தமாக இருக்கிறார்கள் எனப் புரியவில்லை. ஒரு சைன்யம் நதியில் இருந்து புறப்பட்டு வெளியே வந்துகொண்டே இருந்தது.

யானை ஒன்று மெல்ல நீரில் அசைந்து அசைந்து வெளிப்பட்ட போது யானைக்குரியவன் மிகச் சந்தோஷமுற்று அதனைக் கட்டிக்கொள்ள இரு கைகளையும் விரித்து நெருங்குகிறான். தன் பற்களால் யானையைக் கடித்து சந்தோஷம் கொள்கிறான்.

யுத்தத்தில் பலியான யாவும் உயிர்ப்பும் பெற்று நதிக் கரையெங்கும் நிரம்பியிருந்தது. இவை யாவும் ஒரு மாயத் தோற்றம் என உணர்ந்த சஞ்சயன் மட்டும் கலைந்து விடுங்கள் எனக் கத்திக் கொண்டிருந்தான். தங்கள் மனம் சமாதானம் கொள்ளும் மட்டும் பேசிக் கொண்டார்கள். ஒருவரையொருவர் கட்டிக் கொண்டார்கள். ஆனாலும் பிரிந்துவிடப் போகிறார்கள் யாவரும் என்ற துயரம் அதிகமாகிய ஸ்த்ரீகள் இட்ட கூக்குரல்கள், பொழுது விடிவதற்கான இருள் கலையத் துவங்கியதும், வெளிவந்த யாவரும் நதிநோக்கி திரும்பவும் உள்ளே போகத் துவங்கியதும் ஸ்த்ரீகள் உணர்ச்சி மீறியவர்களாக தாங்களும் உடன் வருவதாக தண்ணீரினுள் மூழ்கினார்கள். எண்ணிக்கையற்ற பெண்களும் முதியவர்களும் தண்ணீரில் மூழ்கிச் சாகும் காட்சியைக் காணச் சகிக்காது சஞ்சயன் காப்பாற்றும்படி கூக்குரலிட்டான். அது எவர் செவியையும் தீண்டவேயில்லை. கூச்சல் மீறியதாகிறது. சஞ்சயனும் தனது புலனால் முன்பே நடக்கப் போவதை உணர்ந்தபோதும் நதிக்குள் யாவும் திரும்பிக் கொண்டிருந்தன. வீரர்கள் நதியினுள் சென்று மறைந்தனர். துக்கம் மீறி மயங்கிய பெண்களும் பிரிவின் முன் செயலற்ற மனிதர் களும் நிரம்பிய நதிக்கரையில் மறுநாளின் சூரியன் வந்தபோது இறந்த மிதந்துபோன பெண்கள் வேறுவேறு தொலைவு களில், புதர்களில், நதியில் ஒதுங்கிக் கிடப்பதைக் கண்டபடி நகர்ந்தது.

யாவரையும்விட சஞ்சயன் மிக துக்கம் ஏற்பட்டவனாகக் கத்தி ஓய்ந்தான். திருதராஷ்டிரன் மற்றும் பாண்டவ வம்சத்தின் ஆசை

இந்த தேசத்துப் பெண்களின் பலரையும் பலிகொண்டுவிட்டதே எனப் புலம்பினான்.

திருதராஷ்டிரன் தனது தவறை உணர்ந்து கொண்டுவிட்டான். நதி முந்தைய நாளின் சுவடு ஏதுமின்றி ஓடிக் கொண்டிருந்தது.

நான் நதிக்கரையில் அமர்ந்திருந்தேன். இதனுள் ஒரு பெரிய சைன்யமே புதைவு கொண்டுள்ளது என்பதைக் காணவேண்டிக் காத்திருந்தேன். நதியின் அடியாழத்தில் இப்போதும் குதிரைகளின் ஓசை கேட்கத் துவங்கியது. பின் அது நெருங்கி வந்தது. நதியிலிருந்து குமிழ்கள் வெளியேறி வரத் துவங்கின. குதிரைகள் ஓடும் குளம்படி ஓசைகள் இரவில் அதிகமாகக் கேட்கிறது என படகோட்டி சொல்லிப் போனான். நான் நதிமுகத்தில் காத்துக் கொண்டிருந்தபோது இரவில் எங்கிருந்தோ ஸ்த்ரீகளின் விம்ம லோசையைக் கேட்டுக் கொண்டிருந்தேன். அதன் பிறப்பிடம் எது என அறிந்துகொள்ள முடியவேயில்லை.

~

வனாக்னி

கானகம் எந்த மனிதனையும் உருமாற்றிவிடக் கூடியது. திருதராஷ்டிரன் தனது சுபாவத்தை முற்றாகக் கலைத்திருந்தான். நீண்டநாட்களுக்குப் பிறகு இரண்டு ஸ்த்ரீகளும் பரஸ்பரம் பேதமற்றவர்களாக ஒன்று சேர்ந்தார்கள். வனம் அவனுக்குச் சாந்தம் தருவதாக இருந்தது. பெண்கள் இருவரும் கனிகளை உண்பதைக் கூட விலக்கிவிட்டார்கள். காந்தாரி ஆரண்யத்தைத் தனது மாளிகையைவிடவும் மிருதுவானதாக அறிந்துவிட்டாள். திருதராஷ்டிரன் கடந்த காலத்தின் எதையும் நினைவில் படர விடாமல் காற்றைப்போல எதிர் சென்று கொண்டேயிருக்க வேண்டுமென விரும்பினான்.

மழைக் காலங்களில் பகலும் இரவும் காற்று ஒடுங்கிய வெளியில் மழை பிடித்துக் கொண்டபோது ஓலைக் குடைகளை ஏந்தியபடி அவர்கள் விருட்ச மறைவில் நின்றுகொள்வார்கள். கானக மழை எளிதில் அடங்குவதில்லை. மின்னல் வெட்டுவதும் இடியின் பேரோசையும் வெடித்த மழை நாட்களில் இரவிலும்கூட மழையின் தூறல் இருந்துகொண்டேயிருக்கும். பசுமையும் குளிர்ச்சியும் ஏறிய

வெளியில் ஒடுங்கிக் கிடப்பார்கள். உடலில் முன்னில்லாத ரத்த வேகம் மாறி ஓடுவதை திருதராஷ்டிரன் உணர்ந்தான். இன்றைக்கு தான் பிறந்திருந்த பூச்சிகள் இடைவிடாமல் சப்தமிட்டன.

நெடிய முதுமையில் அவர்கள் காத்துக்கொண்டே இருந்தார்கள். எப்போதாவது தங்களை வந்து பார்த்துச் செல்லும் யுதிஷ்ட்ரனைக் கூட அவர்கள் நிறுத்திவிட்டார்கள். கோடை துவங்கியிருந்தது. காற்றடி காலம் வந்திருந்தது. மலையின் தொலைவில் எங்கோ நெருப்பு பற்றிக்கொண்டு சடசடக்கும் ஓசை கேட்டது. வனநெருப்பு அவிழ்ந்துவிட்டால் அது எளிதில் அடங்காது என வேடுவன் ஒருவன் சொன்னான்.

அந்த நெருப்பின் வருகைக்காகக் காத்திருந்தவர்களைப்போல கேட்டாள் காந்தாரி.

'அது எரிந்து கொண்டேயிருக்குமல்லவா?'

வேடுவன் தலை அசைத்தான். நெருப்பு சில தினங்களுக்குள் வேகமாகப் பரவி உக்கிரமாகி எரியத் துவங்கியது. சடசடப்பு ஒலி இரவில் பெரும் சப்தமாகக் கேட்டது. ஒரு இரவில் வேடுவர்கள் அவர்கள் தங்குவதற்கு வேறிடம் செல்லலாம் என்றபோது காந்தாரி மறுத்தவளாக, நெருப்பின் திசை நோக்கி நாம் முன் நடந்து செல்லலாம் என்றாள்.

திருதராஷ்டிரன் அவள் ஆசையை உணர்ந்துவிட்டான். அவர்களுக்கு முன்பாகத் தனியாக அவன் நடந்து சென்றான். பெண்கள் இருவரும் வேறு பாதையில் நெருப்பினை எதிர்கொள்ள முன் நடந்தார்கள். சஞ்சயனால் தாளமுடியவில்லை.

நெருப்பு நெருங்கிவந்து மூன்று முதியவர்களையும் பற்றிக் கொண்டது. சஞ்சயனை வேடுவர்கள் பிடித்துக் கொண்டுவிட்டார் கள். தன் கண் முன்னாலே அஸ்தினாபுரத்து அரசனும் இரண்டு முதிய அரசிகளும் நெருப்பில் எரிந்து அடையாளமற்றுப் போன துக்கம் தாளாது சஞ்சயன் புலம்பியவனாக வெளியேறிப் போனான்.

பனி உறைந்த குகைகளின் உள்ளே சஞ்சயன் யாவும் கடந்து உறைந்துவிட்டான் எனச் சொல்லிய துறவி ஒருவனைக் கண்டேன். அவன் வடக்கே மலையின் மிக உயரத்தில் பனிமூடிய குகைகள் எண்ணற்று இருப்பதாகவும் அதில் ஒரு மனிதன் பனியால் மூழ்கடிக்கப்பட்டவனாக இப்போதும் இமைகள் திறவாது ஒடுங்கியிருப்பதாகவும், அவன் விழித்து எழும் நாளில் பனி தானே உடைபட்டு விடுமென்றான். சஞ்சயன் சூரியனுக்கு வெகு

தொலைவில் போய்விட்டான். ஆனாலும் என்ன, அவனுக்குச் சூரியனின் வாசம் நாசியில் ஏறிக்கொண்டேதானே இருக்கிறது. பனியின் பெரும் நிசப்தமென ஒடுங்கிவிட்ட சஞ்சயனைக் காண நான் வடக்கு மலையின் உயரத்திற்குப் பயணிக்க ஆயத்தமானேன்.

எண்ணிக்கையற்ற கதவுகளின் வழியேயும், மனிதர்களின் ஊடேயும், காட்சிகள், குரல்கள் வழியிலும் அலைந்து திரிந்து என உரு மாறியிருந்ததைப் பனியில்தான் கண்டேன். அதில் நான் முதியவன் என்ற உருவில் இருந்ததன் பிரதிபலிப்பு கண்டவனாக என் பயணத்தின் நாளில் நான் யுவனாக் இருந்ததை நினைவு கொண்டேன். பனிமலை மிக நீண்டதாக இருந்தது. வெண் பொழிவுகளால் எங்கும் மங்கிய வெளிச்சமே மீதமிருந்தது.

நான் எதைத் தேடியலைந்தேன் எனப் புரியவேயில்லை. நான் சந்தித்த மனிதர்களின் வழி நான் என்னைப் பிரதிபலித்தபடியேதான் போகிறேனா என்ன? என் குழப்பங்களும் தெளிவும் யாருடைய வழியே கடத்தப்பட்டு விடுகிறதா? நான் எதன் பொருட்டாக அலைவுறுகிறேன்? எனது பயணம் காட்சிகளின் உள் அடுக்கின் வழி என்னை சிதறச் செய்தபடி நானே என்னைப் பார்த்துக்கொள்ளச் செய்தது.

நான் பனிமலையின் மீதேற மூச்சு வாங்கியது. மிக மெதுவாக நடந்த பாதையின் சரிவில் சில ஆடுகள் மேய்ந்து கொண்டிருந்தன. மூப்பின் தயக்கம் என்னையும் பற்றிக் கொண்டேயிருந்தது.

தொல் சடங்கு

அஸ்வமேத யாகம் செய்வதென முடிவானது. அஸ்வமேத யாகத்திற்கான குதிரையைத் தேர்வு செய்வதை சகாதேவன் ஏற்றுக் கொண்டுவிட்டான். அவன் குதிரைகளின் சுழி சுத்தம் பார்த்து ஒரு குதிரையைத் தேர்வு செய்தான். குருக்ஷேத்திர யுத்தத்தால் ஏற்பட்ட பொருள் இழப்பை ஈடுசெய்வதற்கு அஸ்வமேத யாகத்தை விட்டால் வேறு வழியில்லை என யுதிஷ்ட்ரன் அறிந்துவிட்டான். குதிரை சுற்றிவரும் தேசங்களில் எல்லாம் பொன்னும் பொருளும் தங்களை வந்து சேரும். ஆனால் யாகம் தொடங்குவதற்கான யாகப்

பொருட்களுக்குத் தேவையான சொர்ணங்களைப் பெற்றிட வடதிசை போய் வந்தான் அர்ச்சுனன்.

அஸ்வமேத யாகத்தில் சுற்றிவரும் குதிரையானது ஒரு வான் மண்டலத்தின் விண்மீனைப்போல தனியே அலைந்தபடி எவர் தடையுமின்றி செல்வதாகயிருக்கும். குதிரையோடு நானூறு வீரர்கள் உடன் சுற்றிவருவார்கள். யாக முடிவில் குதிரையைப் பலி கொடுத்து அதன் உதிரமானது பெருகும்போது உலகின் எல்லா ரகசிய சக்திகளும் பீறிடுவதாகவே உணர்ந்தார்கள்.

அஸ்வமேத யாகம் துவங்கும் நாளில் எந்த அரசன் யாகத்தைத் துவங்குகிறானோ அவனது சபையில் பதினொரு கதையாளர்கள் முடிவற்ற கதையினைச் சொல்லத் துவங்குவார்கள். குதிரை தேசத்தினைச் சுற்றி வரும் ஒரு ஆண்டுகாலமும் அவர்கள் இடைவிடாது கதையை சுருளச் செய்தபடி இருப்பார்கள். வழியில் ஏதாவது தேசத்தில் குதிரையை எந்த அரசனாவது நிறுத்திப் பிடித்துக் கொண்டால் குதிரை பிடிபட்டதுபோல கதை சொல்லுதல் நிறுத்தி வைக்கப்பட்டுவிடும். வெளியே சுற்றியலையும் குதிரையும் நாவில் சுழன்று வரும் கதையும் வேறு வேறல்ல, இரண்டும் ஒன்றே என அறியப்பட்டது.

பிடிபட்ட குதிரையை மீட்பதற்காக அரசன் செல்வான், குதிரையை மீட்டதும் திரும்பவும் கதை சொல்லத் துவங்குவார்கள். கதைகள் ஒரு வளையத்தில் இருந்து மறுவளையமாக முடிவற்ற சுழல் சங்கிலி வடிவினைக் கொண்டதாகயிருக்கும். அஸ்வமேத குதிரை நாட்டை வென்று வருவதையும்கூட கதையாளன் தனது கதையின் பகுதியாக்கி விடுவான்.

சுற்றிவரும் குதிரை யாகம் நடக்கும் மைதானத்தின் வெளியே பலியிடப்படும் பீடத்திற்கு அருகே கொண்டுசேர்க்கப்படும். யாகத்தில் குதிரையை மட்டும் தனியே பலியிடுவது சம்பிரதாய மில்லை. அதனால் குதிரையோடு கூட நாற்பத்தி எட்டு வகை மிருகங்களும் பலியிடப்படுகின்றன. நாய், பூனை, கழுதை, கோவேறு, செந்நாய், நரி, கீரி, பறவை என்ற வேறுவேறு விலங்குகள் ஜோடிகளாகப் பிடிக்கப்பட்டு வெட்டுவான் களத்தில் கட்டப்பட்டிருந்தன. பகலும் இரவும் அவை ஒரு வட்டத்திற்குள் சுற்றிவந்து கொண்டிருந்தன.

பலிகுதிரையைக் கொண்டுவந்ததும் ருத்ர பலியைச் செய்ய முற்படுபவன் அங்கே முதற்பலியாகும் நாய் ஒன்றிற்கு நெற்றியில் செங்குழம்பால் மூன்றாவது கண் வைத்து அதனை பூஜித்து

பலியிடச் செய்வான். நாயின் குருதி பீறிட்டுத் தெறிக்கும். பின்பு நாற்பத்தி எட்டு வகை விலங்குகளும் கழுத்து அறுக்கப்பட்டு குருதி வடிக்கப்படும். எங்கும் ரத்த வாசனை கசிந்து பெருகி நீளும்.

குதிரையின் கழுத்தைத் துண்டிப்பவர்கள், அது முற்றாக உயிரை விட்டுவிடாதபடி குற்றுயிராக அறுத்து வீழ்த்திவிடுவார்கள். குருதி பெருக வீழ்ந்துகிடக்கும் குதிரையின் குருதியினை, பதவியேற்று மகா சக்ரவர்த்தியாகும் அரசன் பருக வேண்டியதிருக்கும். யுதிஷ்ட்ரன் அதுபோலவே குதிரையின் குருதியை உதட்டில் பருகினான். அவன் உடலெங்கும் மிருக ரத்தம் பூசப்பட்டது.

குற்றுயிராக குதிரை வீழ்ந்துகிடக்கும் இரவில் குதிரையின் அருகே அரசனும் அவன் பட்டத்து அரசியும் உடலில் ஒரு வஸ்திரமுமின்றி நிர்வாணிகளாக ஒருவரையொருவர் நெருங்காமல் ஒரு இரவும், நெருங்கிப் புணராத நிலையில் ஒரு இரவும் படுத்து எழ வேண்டும். பின்பு பட்டத்து அரசியானவள் குதிரையோடு உடலுறவு கொள்ள வேண்டும். குதிரையின் குறியை அவளோடு சம்போகம் செய்ய உதவிசெய்யும் பணியாளர்கள் இருந்தார்கள். பின்பு அவள் குதிரையின் குருதியைத் தனது கேசத்தில், உடலில் தேய்த்துக் கொள்ளவேண்டும். யுதிஷ்ட்ரன் தனது மனைவி பாஞ்சாலியோடு இந்த பலிசடங்கைச் செய்வதற்காக நிர்வாணம் கொண்டு குதிரையருகே படுத்துக் கொண்டான். திரௌபதையை குதிரையோடு உறவுகொள்ள அழைத்தவர்கள் தனியே கூட்டிப்போனார்கள். இந்த அஸ்வ பலி சடங்கின் சாந்தி காரியங்களை சகோதரர்களும் செய்தார்கள். பட்டத்து அரசிக்குப் பின்பு அவளுக்கு அடுத்தநிலைப் பெண்களும், அரசனின் உதிர வழிகளும் இதே குருதிச்சடங்கினைச் செய்தார்கள். குதிரையின் குருதியானது உலகின் வெல்லமுடியாத சக்திகள் யாவையும் கொண்டுவந்து சேர்க்கும் என நம்பினார்கள்.

தொல்குடிகளின் சடங்குகளில் பிரதானமாக இருந்த குதிரை பலியாக வடிவிற்கே வந்து சேர்ந்திருந்தது. யுதிஷ்ட்ரன் தன்னை மகா சக்ரவர்த்தியாக்கிக்கொள்ள குதிரையின் குருதியைத் தன் உதடுகள் புசிக்கச் செய்தான். உடலெங்கும் ரத்தப்பூச்சு கொண்ட சகோதரர்கள் தங்கள் வெற்றியைக் கொண்டாட மதுவருந்தி அதே மாமிசங்களைப் புசித்தனர்.

தேசங்களும், பொருட்களும், மிதமிஞ்சிய செல்வங்களும் அவர்களிடம் இந்த யாகத்தால் வந்து நிரம்பின.

பனியேற்றம்

முதுமை பற்றியறியாத மனிதர்கள் என உலகில் எவருமில்லை எனக் கடந்த காற்று சொல்கிறது. வசுதேவ கிருஷ்ணனும் கூட முதியவனாகி விட்டான். காலம் அவனையும் உரு மாற்றிவிட்டது. தனது பிள்ளைகளும் அவர்களின் பிள்ளைகளும் பெருகி வளர்ந்து விட்டார்கள். நகரில் துர்சொப்பனங்கள் அரும்பத் துவங்கியிருந்தன. உட்பகை வளர்ந்த விருஷிணிகள் தங்களுக்குள் அடித்துக்கொண்டு இறந்து கொண்டிருந்தார்கள்.

விருஷிணிகளின் தேசம் சிதைவுறப் போகிறது என்பதை உணர்ந்த வசுதேவ கிருஷ்ணன் அவர்கள் வெளியேறி துவாரகையை விட்டு வேறு இடத்தில் இருக்கச் செய்திட முயன்றான். யாவரும் கடல் தெய்வத்தின் விழாவிற்காக வெளியேறிச் சென்றார்கள்.

வசுதேவ கிருஷ்ணன் மனம் பின்னோக்கி நகர்ந்துகொண்டே இருந்தது. துர்வாசர் தனது அரண்மனைக்கு வந்த நாளில் தானும் தன் மனைவியும் விருந்து உபசாரம் செய்தபோது எல்லோர் வீட்டிலும் ஒரே வகை விருந்துதானா எனக் கோபித்த துர்வாசர், கிருஷ்ணனையும் அவன் மனைவியையும் ஆடைகளை உரியச் செய்துவிட்டு, கிருஷ்ணனை விருந்திற்குச் செய்த பால்பாயசத்தை உடல் தெரியாமல் பூசியும், அவர் மனைவியை உடலெங்கும் வெண்ணெய் சாத்தியும், வீதிவீதியாக சுற்றி அலைந்து வரச் சொன்னார். கிருஷ்ணன் தன் உடல் எங்கும் பாயசமும், மனைவி வெண்ணெய் சாத்தியும் துவாரகையின் வீதிவீதியாக நடந்து அலைந்தார்கள். யாருக்கும் தங்கள் தேசாதிபதி ஏன் இப்படிப் போகிறான் எனப் புரியவேயில்லை. அரண்மனை திரும்பிய வசுதேவ கிருஷ்ணனின் மனதை அறிந்த துர்வாசர், 'நான் அவமதிக்க நினைத்ததை ஒரு பெருமிதம்போல நீங்கள் எடுத்துக்கொண்டதால், ஸ்த்ரீயே உன் உடலில் இனி எந்த இடமும், நோவும் வேதனையும் அற்றது' என்றார். கிருஷ்ணனிடம் உன் உடல் எந்த அஸ்திரத்தாலும் ஊடுருவப்பட முடியாதது என்றார். அப்போது துர்வாசரின் சீடன் ஒருவன் கிருஷ்ணனின் பாதம் மட்டும் பாயசப் பூச்சில்லை என்றதும், சினந்த துர்வாசர் உன் பாதம் மட்டுமே இனி மரணத்தின் நாவு தீண்டுமிடமாகும் என்றவராகிப் போனார்.

வசுதேவ கிருஷ்ணன் தனது பாதங்கள் பெண்களைப்போல வசீகரமுடையவை எனக் கோபிகா ஸ்த்ரீகள் சொல்லியதையும் நினைவு கொண்டவராகயிருந்தார்.

விருஷிணிகளின் உட்பகை புரையோடியிருந்தது. வசுதேவ கிருஷ்ணனைப் போலவே தோற்றமும் மயிலிறகும் கிரீடமும் புல்லாங்குழலும் கொண்டதொரு யாதவ கிருஷ்ணன் ஒருவன் இருந்தான். அவன் தானே வசுதேவன் எனச் சொல்லியபடி அலைந்து திரிந்தான். ஸ்ரீகிருஷ்ணனால் அதைத் தாள முடிய வில்லை. தனது உருவினைப் பகடி செய்யும் அவனை நேர் யுத்தம் செய்து கொன்றான்.

வசுதேவனின் குடும்பமே உட்பகையுடையதாகியிருந்தது. தனது ரத்த உறவில் கிளைபிரிந்த சகோதரன் ஜரா என்பவன் வசுதேவ கிருஷ்ணனின் கடைசி நாளுக்காகக் காத்துக் கொண்டேயிருந்தான். நீண்டநாட்களுக்குப் பிறகு வசுதேவ கிருஷ்ணன் நதிக்கரையோர மரங்களை நோக்கிச் சென்றான். நிழல் எப்போதும்போல குளிர்ச்சி ததும்ப இருந்தது.

தானறியாமல் அதனடியில் படுத்துக் கொண்டான். காத்துக் கொண்டேயிருந்த ஜராவின் அம்பு கிருஷ்ணனின் பாதத்தினைக் குறிவைத்து எய்யப்பட்டது. பின்பு கிருஷ்ணன் விழித்துக் கொள்ளவேயில்லை. ஜரா எங்கோ ஓடி ஒளிந்துவிட்டான். தேசமெங்கும் வசுதேவ கிருஷ்ணன் இறந்த துக்கம் பெருகியபடி இருந்தது. இனி கட்டுப்பாடு இல்லை என்பதை அறிந்த கள்வர்கள் தேசம் புகுந்து திருடிக் கொள்ளையிட்டார்கள். துக்கத்தை விடவும் பயமும் குழப்பமும் நகரில் பெருகியது. எங்கிருந்து வருகிறார்கள் என அறியாது கள்வர்கள் நகரில் பிரவேசித்து அலைந்து கொண்டிருந் தார்கள். ஸ்த்ரீகளின் பலவீனக் குரல் எங்கும் வெளிப்பட்டது.

அர்ச்சுனனை அழைத்துவரப் போயிருந்தார்கள். தனது தாய் மாமனும் சகாவுமான கிருஷ்ணனும் உலகைத் துறந்து போனான் என்ற துக்கம்மீறிட துவாரகை வந்த அர்ச்சுனன் தனது மனத் துக்கத்தை அடக்கியவனாகப் பெண்களை ஆறுதல்படுத்திக் கொண்டிருந்தான்.

துவாரகை நகரம் தன் இயல்பினை மாற்றிக் கொண்டுவிட்டது. அதன் கொண்டாட்டங்கள் யாவும் ஒடுங்கிவிட்டன.

நீண்ட வீதிகளில் நடமாடுபவர்களும் குறைந்து போயினர். பசுக்கள், மேய்ப்பவர்கள் இன்றி இடையறாது சப்தித்து ஓய்ந்தன. தேசம்விட்டு வேறு இடம் நோக்கிப் போகின்றவர்கள் புறப்படத் துவங்கியிருந்தனர். துவாரகையின் காற்றையும் அதன் பால் ருசியையும் பிரிந்துபோகிற துக்கம்பீறிட அவர்கள் பின்னிரவில் தத்தமது கால்நடைகளோடு தொலைநோக்கி நீளும் பாதைகளில்

பயணம் செய்து கொண்டிருந்தார்கள். ஊரைப்பிரிந்து போகும் நாளில் வீடுகளில் அணைக்காமல் விட்ட அக்னி தனியே எரிந்து கொண்டிருந்தது.

நீண்ட நாட்களுக்குப் பிறகு துவாரகையின் அரண்மனையில் தனது தாய்மாமனும் மைத்துனனுமான கிருஷ்ணன் இல்லாமல் அர்ச்சுனன் துயரம் பீடிக்கத் தனித்திருந்தான். இனி கிருஷ்ணன் திரும்பி வரப் போவதில்லை என்ற துக்கமே தன்னை வேதனையோடு வதைப்பதாக இருந்தது. ஸ்நேகமும் சக பாவமும் ருசியும் கொண்ட ப்ரிய நண்பனை இழந்த வலி உடலினை நடுக்கமுறச் செய்து கொண்டேயிருந்தது.

அர்ச்சுனன் கிருஷ்ணனைத் தனது பிரதிபிம்பம் போலவே அறிந்து வந்திருந்தான். இதே நகரின் புறவெளியில் குதிரைகளை விடுத்தபடி அவர்கள் பெண்களின் லாவண்யம் பற்றி பரிகசித்துப் பேசிய நாட்களும் தனது சொந்த சகோதரியின் மேல் மையல் கொண்ட அர்ச்சுனனைக் காதலின் உற்சாகியாக்கிய கிருஷ்ணனை அவன் பிரிந்து விட்டதன் துக்கம் கூடிக் கொண்டிருந்தது. அர்ச்சுனன் அரண்மனையைவிட்டு வெளியேறி வந்தான். கிருஷ்ணனுக்குப் பிரியமான குதிரைகளில் ஒன்றான நீலவேணி தயாராக நின்று கொண்டிருந்தது. அது நடையசைவிலேயே வந்திருப்பது தனது எஜமானனல்ல எனக் கண்டு திரும்பியது. இனி கிருஷ்ணன் வரமாட்டான் என அறியாத குதிரை முன் அர்ச்சுனன் நிர்க்கதியற்றவனாக நின்றான். எட்டு மனைவிகளும் ஐந்து பிள்ளைகளும் கொண்ட கிருஷ்ணன் தன்னை வாலிபத்திலே நிறுத்திக்கொண்டு விட்டவனாகத் தானே இருந்தான். முதுமையின் ரேகைகள் அவனையும் பற்றிக் கொண்டதே என தனித்துப் புலம்பித் திரிந்தான் அர்ச்சுனன்.

சிதைக்கு ஏற்பாடாகியிருந்தது. நெருப்பின் தழல் உயரும்போது கிருஷ்ணரின் பிரிய மனைவிகள் அர்ச்சுனன் எதிரிலே சிதைக்குள் பிரவேசித்தார்கள். ஏழாம் நாள் வரை காத்திருந்த அர்ச்சுனன் மீதமிருந்த ஸ்த்ரீகளையும் குழந்தைகளையும் பணியாட்களையும் அழைத்துக்கொண்டவனாக அஸ்தினாபுரம் நோக்கிப் புறப்பட்டான். யாருமற்ற கிராமங்களைக் கடந்து போகும்போது முற்றிய தானியங்கள் அறுப்பாரின்றி விளைந்திருந்தன. தனி வெளிகளில் அவர்கள் நடந்து செல்லும்போது கள்வர்கள் கூட்டம் ஒன்று சேர்ந்து அர்ச்சுனனை எதிர்கொண்டார்கள். முதிய அர்ச்சுனன் தனது காண்டீபத்தைப் பிரயோகிக்க இயலாதவனானான். ஸ்த்ரீகளைத் தூக்கிப்போன கள்வர்கள் கூக்குரலிட்டனர். பெண்களின் அலறல் சப்தம் நீண்டது. தன்னோடு வந்தவர்களில் பலரும் கண் எதிரிலே

தூக்கிச் செல்லப்படுவதன் இயலாமையைத் தாளாது வருந்திய அர்ச்சுனன் உரத்த சப்தமிட்டான். கள்வர்கள் நெருப்பிட்டு ரதங்களை எரித்தனர். வஸ்திரங்கள் எரிந்தன.

துவாரகையிலிருந்து கொண்டுசெல்லப்பட்ட வைரங்களும், முத்துக்களும், பரல்களும், கள்வர்கள் வசமாகின. அர்ச்சுனன் மிஞ்சிய சொற்ப மனிதர்களோடு தன் நாடு வந்து சேர்ந்தபோது முதுமை தன்னையும் கவ்விப் பற்றிக் கொண்டதனை அறிந்தான். யாவும் கடந்து கைவசம் மீறிப் போய்விட்டிருந்தது.

வெற்றியின் பாதையில் மட்டுமே நடந்து பழகியிருந்த அர்ச்சுனன் அவமதிப்பின் வடுக்களும் ரணமும் ஆறாதவனாக அஸ்தினாபுரத்தில் தனித்திருக்கும் காலமும் கூடியது.

பின்பு துவாரகை என்ற நகரம் கடல்கொண்டு மூழ்கிப் போனதாக ஒற்றர்கள் வந்து சொல்லிய நாளில் அர்ச்சுனன் தனக்குள்ளே ஒடுங்கியிருந்தான்.

~

கிருஷ்ணை யாருமற்ற தன் அறையில் அழுது கொண்டேயிருந்தாள். தனது புத்திரர்களை விடவும், கணவர்களை விடவும் ப்ரியத்திற்குரியவனான கிருஷ்ணன் இறந்த துயரை அவளால் தாள முடியவில்லை. திரௌபதி உறவின் வரம்புகளுக்குள் கிருஷ்ணனை அடையாளம் வைத்துக் கொள்ளவேயில்லை. அவன் கிருஷ்ணன். அது மட்டுமே போதுமானதாக இருந்தது. அவனை சுயம்வர மண்டபத்திலே பார்த்துவிட்டாள். புன்னகையும் வசீகரமான கேசமும் கொண்டிருந்த அவன் உலகினை ஒரு கேளிக்கைக் கூடமாகவே கண்டவனைப்போல இருந்தான். தனது கணவனின் தாய் மாமன் என்ற உறவும் கூடிய பிறகு, கிருஷ்ணனின் அவளோடான பரிகாசம் எல்லை மீறும்போது அவள் கோபம் கொண்டு இனி அவனோடு பேச்சில்லை என விலகிப் போவாள். துயரம் மீறிய நாட்களில் அவன் பரிகாசம் போலவே தேறுதல் சொல்வதிலும் நிகரற்று இருந்தான். வனத்தின் நெடிய பகலில் தனித்திருந்த நாட்களில் கிருஷ்ணன் அவளது சகாவாகயிருந்தான். அவன் பெண்களை அறிந்தவன். கிருஷ்ணை ஒரு நாளில் கேட்டாள்.

'இத்தனை பெண்கள் உங்கள் பின் வசீகரம் கொண்டு வருவதேன்? பிரேமை மயக்கமா?'

அவன் கேலியாகச் சொன்னான்.

‘நான் எந்தப் பெண்ணையும் அறிந்தவனில்லை. பெண் வடிவம் என்பது பெண்ணல்ல திரௌபதி. அவர்கள் என்னைப் பெண் உருவாகக் காணவும் கூடுமல்லவா?’

துக்கமும் சந்தோஷமும் அவள் காலடியை வட்டமிட்ட போதெல்லாம் கிருஷ்ணை வசுதேவ கிருஷ்ணனோடு மட்டுமே தயக்கமின்றிப் பேசுபவளாகயிருந்தாள். மிகுந்த துக்கம் மீறிய கிருஷ்ணை புத்ர சோகத்தை விடவும் ஸ்நேக சோகம் வலியது என அறிந்தவளாகயிருந்தாள்.

~

நீண்ட நாட்களுக்குப் பிறகு தூரதேசப் பாதையொன்றில் மிதமிஞ்சிக் குடித்தவனாக வீழ்ந்து கிடந்த ஒரு மனிதனை யாத்ரீகர்கள் கண்டார்கள். அவன் உருச் சிதைந்து போனவனைப்போல இருந்தான். உடலில் ரோகமேறியிருந்தது. வீழ்ந்து கிடந்தவனை எழும்பச் செய்து ஆகாரமும் பானகமும் தந்து உண்ணச் செய்தபோது அவன் அவற்றை காற்றில் தூக்கி வீசியவனாக தனது படையை நடத்திச் செல்பவனைப் போல காற்றின் பெருவெளியில், ‘முன்னேறிச் செல்லுங்கள் இந்த வியூகம் யாராலும் ஊடுருவ முடியாதது. யானைகளை முன்னால் ஓட்டிச்செல்லுங்கள்’ என்றவனாக காற்றில் வெறும் கையால் அஸ்திரமெய்தியபடி நோயுற்ற மனிதனாக போய்க் கொண்டேயிருந்தான்.

அவன் சில காலத்திற்குப் பிறகு வேசைகளோடு சுற்றித் திரிந்ததையும் விரட்டப்பட்டதையும் கண்டதாக சில வணிகர்கள் சொன்னார்கள். ஒரு உமணன் மிதமிஞ்சிக் குடித்தபிறகு அந்த மனிதன் கிருஷ்ணை கிருஷ்ணை என ஒரு பத்மத்தை கையில் ஏந்தி அழைத்தபடி அவளைத் தான் தீராமல் நேசிப்பதாக சொல்லியவனாக இருந்தான் எனவும் அவனது கோபம் தணியவேயில்லை என்றும் சொல்லிப் போனான். வேடுவர்கள் அவன் நிலா அழிந்த நாட்களின் இரவுகளில் துரியோதனன் ஒளிந்த குளக்கரையில் வந்து அமர்ந்தவனாக தான் கௌரவப் படையினை நடத்தியபடி தூரதேசங்களை வென்றுவந்ததாக சொல்லியபடி மதுவை அருந்திக் கொண்டிருக்கும் அந்த தனிமையாளனைக் காண்பார்கள். அவனை யாரும் அஸ்வத்தாமா என அடையாளம் கண்டுகொள்ள முடிந்ததேயில்லை. தனது தகப்பனின் சாவிற்குப் பிறகு தாயை தேசத்தை விட்டே பிரிந்துபோகச் செய்தவனாக அவன் எங்கோ மறைந்து போய்விட்டதாக நகரவாசிகள் அறிந்திருந்தார்கள்.

அஸ்வத்தாமா தனது கடைசி உதிரத்தின் தினவு வரை சுற்றியலைவதும் அழிவுறுவதுமாக தன் வாழ்வை நீடிக்கச் செய்தவனாக சென்று கொண்டேயிருந்தான்.

நீண்ட நாட்களாயிற்று நடந்து, அந்த ஸ்த்ரீ திரும்பவும் அஸ்தினாபுரத்தை நோக்கி நடந்து வந்து கொண்டிருந்தாள். முன்னைவிடவும் இப்போது நடப்பது அவளுக்கு சிரமம் தருவதாக மாறியிருந்தது. அவள் மிக மெதுவாக நடந்து வந்து கொண்டிருந்தாள். இன்னமும் உடலில் வலு குறைந்துவிடவில்லை. கானகத்திலே பிறந்து வளர்ந்த அவள் ஏனோ கானகவாசிகளை விடவும் பலமும் ஆண்மையும் கொண்ட வலிய பீமனால் நேசிக்கப்பட்டவளானாள். பாதைகள் கிளைத்து வேறு மார்க்கங்களில் ஊர்ந்து கொண்டிருந்தன. அவள் தன் நினைவைப் பெருக்கியபடி அஸ்தினாபுரத்திற்குச் செல்லும் பாதையிலே நடந்து கொண்டிருந்தாள். அவள் ஆதியிலே பீமனைக் கண்டு ப்ரியம் செய்த விருட்சங்களைத் கடந்து போகும்போது அவை தன்னைப்போலவே நீண்ட மௌனத்தில் உறைந்துவிட்டன என்பதைக் கண்டாள். பீமனின் பொருட்டு அவள் அடைந்த அவமானங்களின் கறையைப் பற்றிய வருத்தம் எதுவுமின்றி அவள் ஒரேயொருமுறை திரும்பவும் அவனைக் கண்டுவிட ஏக்கம் பிடிக்கப்பட்டவளானாள்.

சகோதரர்கள் ஐவரில் அவள் பீமனைக் கண்டபோதே முதலில் சொல்ல முடியாத ஆசைகளைக் கொண்டிருந்தாள். அவளது சகோதரனின் கோபத்தையும் வெறியையும்மீறி அவள் பீமனோடு பழகினாள். ஐவரின் தாய் அந்தப் பெண்ணை விரும்பவேயில்லை. அவர்கள் பகலிலே கூடிக்கிடந்தார்கள். மரநிழல்களிலும் பாறைப் புடவுகளிலும் ஒருவரை ஒருவர் ருசித்துக் கிடந்தனர். இரவை அவளிடமிருந்து விலக்கிய பீமனின் தாய் முகம் நினைவோடியது. அவள் தனது புத்திரனான கடோத்கஜன் பிறந்த நாளில் தன்னை மறந்து அந்தக் குழந்தையைப் பார்த்துக் கொண்டேயிருந்தாள். அது பீமனின் சாயலிலே இருந்தது. தனது அந்தரங்கமான பெண்களில் ஒருத்தியை அனுப்பி பீமனிடம் சொல்லி வரச் செய்தாள். அந்தப் பெண் நகரத்திற்குள் பிரவேசித்தபோது அவர்கள் புதுமனைவியின் கொண்டாட்டத்தில் இருந்தார்கள். பீமனை அவள் சந்திக்கக் கூடவேயில்லை. அவள் அலைந்தாள். அந்த நகரத்தில் காத்துக் கொண்டேயிருந்தாள். ஒற்றர்கள் இதை அறிந்து குந்தியிடம் சொன்னார்கள். அவள் தனது மகனின் வாரிசு இனிமேல்தான் பிறக்கப் போகிறது என்றாள். அவள் இடும்பியின் பெண்ணைத் திருப்பி அனுப்பினாள். பீமன் நீண்ட நாளின் பிறகே அதை

அறிந்துகொண்டான். அவன் மிக ரகசியமாக யாருமறியாமல் தனது புதல்வனை ஒரு இரவில் காண வந்தான். வனத்தைவிடவும் அதிக இருள் பீடித்த அவர்களது குடியிருப்பில் இடும்பி தனது குழந்தையோடு உறங்கிக் கொண்டிருந்தாள். பீமனின் வாசம் அவளை உறக்கத்திலிருந்து எழுப்பியது. அவன் மிக நிதானியாக தனது குழந்தையைப் பார்த்தபடியே இருந்தான். அந்த ஸ்த்ரீயும் பையனும் இரவில் மிகுந்த வனப்புடையவர்களாகத் தெரிந்தார்கள். தனது பையனை பீமன் மார்போடு சேர்த்துக்கொண்டதைக் கண்ட இடும்பி நீண்ட நாட்களின் பிறகு மன சமாதானம் கொண்டவளா னாள். அந்த இரவில் அவனது இறுகிய பிடிக்குள் அவள் ஒடுங்கிக் கிடந்தது ஞாபகத்தில் கலைந்து ஓடியது. பாண்டவர்கள் யுத்தத்தில் பிரவேசிக்கிறார்கள் என அறிந்த நாளில் பீமன் இடும்பியைத் தேடி வந்திருந்தான். தனது மகனையும் அவனது மலைவாசிகளையும் தனது சகாயத்தின் பொருட்டு யுத்தத்தில் பிரவேசிக்க வேண்டுமென அவன் ஆசையைத் தெரிவித்தான்.

பாண்டவர்களுக்காக கானகப் படையொன்றே தயாரானது. அவர்கள் யுத்தத்தில் பிரவேசித்த நாட்களில் எதிரிகளை சிதைவுறச் செய்தனர். கடோத்கஜன் தனது சகோதரர்களான உபபாண்டவர்க ளான ஐவரையும் கண்டான். அவர்கள் தாயின் சாடையிலே இருந்தார்கள் ஐவரிலும் தனது தகப்பனின் வாரிசாக அறியப்பட்ட சுதசோமன் என்ற தனது சகோதரனைக் கண்டான். தன்னைப்போல அன்றி அவன் மெலிந்தவனாக தன்னோடு பேசவும் விருப்பமற்றவ னாக இருந்தான். அவனைப் பரிகசிப்பதும் தொடர்ந்து கோபமுறச் செய்வதும் கடோத்கஜனுக்கு ப்ரியமானதாக இருந்தது. அவனோ ஒரு கானகவாசியால் தான் தொடர்ந்து பரிகசிக்கப்படுவதன் கோபம் தலைக்கேற கடோத்கஜனைத் தன்னால் கொன்றுவிட முடியுமென சவால் விட்டான். சகோதரர்களில் நால்வர் இந்த ப்ரிய சண்டைகளைக் கண்டபடி ஏளனம் செய்தார்கள். கிருஷ்ணையின் ஐந்து பிள்ளைகளை விடவும் கடோத்கஜனுக்கு தன்னைப் போலவே பெரிய வீரனான அபிமன்யுவின் மேல்தான் ஸ்நேகம் கூடியிருந்தது. அவனும் தனது சகோதரர்களில் ஒருவனாக கடோத்கஜனை விரும்பினான். இருவரும் இரவில் ரதத்தில் சுற்றியபடி அபிமன்யுவின் காதல் பெண்களைப்பற்றி பேசிக் கலைவார்கள். கடோத்கஜன் கர்ணனால் கொல்லப்பட்டான் எனத் தெரிந்த இடும்பி நீண்டநாட்களுக்குப் பிறகு உடலின் வலு தன்னைவிட்டு வெளியேறி ஓடிவிட்டதாகவும் காற்றால் பீடிக்கப் பட்ட விருட்சத்தைப்போல சிதைவுறத் துவங்கினாள். அந்தத் துயரம் அவளுக்குள் படிந்து போனது.

பாண்டவர்கள் அஸ்தினாபுரத்தின் அரியணைக்குரியவர்களாகி விட்டார்கள். நகரம் அவர்களின் வசமாகிவிட்டது எனத் தெரிந்த நாளிலே அவள் தன்னையும் அறியாமல் பீமனின் பக்கத்திலே தான் நெருக்கமாக அவனோடு சேர்ந்து வாழ முடியாதா என ஏக்கம் கொண்டாள். அந்த எண்ணம் தானே கலைந்து போனது. யாவரையும் பீடிக்கும் வயோதிகம் இடும்பியையும் பற்றிக் கொண்டது. அவள் தனது கடைசி நாட்களுக்குள் ஒருமுறை பீமனைக் கண்டுவிட வேண்டுமென நடந்துகொண்டே இருந்தாள்.

பீமனின் அரண்மனையில் எப்போதும் இருக்கும் கொண்டாட்டங் கள் ஒடுங்கியிருந்தன. வயோதிகமான ஐவரும் ஒருவரையொருவர் சந்திப்பதைக்கூட அரிதாக மாற்றியிருந்தனர். இடும்பி மிகத் தயக்கத் தோடும் வெளிறிய மனநிலையோடும் பீமனின் அறைக்குள் பிரவேசித்தாள். தனியாளாக இருந்தான். அவன் உருவமே கலைந் திருந்தது. அவன் தன்னைப்போலவே வயதைக் களைந்திருந்த இடும்பியைக் கண்டான். நீண்ட நாட்களுக்குப் பிறகு மனசாந்தியுற்ற வனைப்போல அவளைத் தன்னோடு இருக்கச்செய்தான். அவன் நினைவில் காதலின் வனநாட்கள் விரிந்தன. தன்னோடு இருந்துவிடச் சொன்னான். அவள் பீமனின் தாய் அதை விரும்ப மாட்டாள் எனத் தெரிவித்தாள். தனது தாயால்தான் இத்தனை குழப்பங்களும் பரஸ்பர கோபங்களும் வெடித்தன என அவன் மிகுந்த கோபமுற்றவனாக இருந்தான். ஒரேயொரு நாள் மட்டும் அவனோடு தங்கிப்போக தனக்கு விருப்பமிருப்பதாகச் சொன்னாள் இடும்பி. பீமன் பதிலற்றவனாக அவளைப் பார்த்துக்கொண்டே இருந்தான். பெரிய அரண்மனையாக இருந்தது. அவள் அந்த இரவில் விருப்பமுற்றவளைப்போல கிருஷ்ணையின் அறைக்குள் பிரவேசித்தாள். திரௌபதை விழித்துக் கொண்டேயிருந்தாள். தன்னைப்போல உறக்கமற்ற இன்னொரு ஸ்த்ரீயைக் கண்ட அவள் வரவேற்று இருக்கச் செய்தாள். அவள் பீமனால் நேசிக்கப்பட்ட இடும்பி என பார்வையிலே அறிந்துவிட்டாள். நீண்ட நாட்களுக்குப் பிறகும் நடுக்கமும் காரணமற்ற அச்சமும் கொண்ட அவளைத் தனது கைகளால் ஆறுதல்படுத்தினாள் திரௌபதை. இடும்பியின் கண்கள் கசிந்தன. அவர்கள் பேசிக்கொள்ள இயலாமல் மௌனித்திருந்தனர்.

திரௌபதை சொன்னாள், ‘சகோதரி, நீ நடுங்கிக் கொண்டேயிருக்கிறாய். உனது தூய்மையான நேசிப்பு காட்டு மலரைப்போல காற்றில் அலைவுற்றபடியேயிருக்கிறது.’

‘நான் தகுதியற்றவள், வனவாசி’ என மிக மெல்லிய குரலில் சொன்னாள்.

அவளைத் தன்னோடு இருக்கச் செய்துவிடலாமென கிருஷ்ணை ஆசை கொண்டாள்.

'இடும்பி, நீ என்னோடு இருந்து கொள்கிறாயா? நானும் உன்னைப் போல பிள்ளைகளைப் பறிகொடுத்தவளாக துக்கித்தேயிருக்கிறேன்.'

'ஐவரின் தாய் என்னை தேசத்திற்குள் பிரவேசிக்கக் கூடாதென வாக்கிட்டிருக்கிறாள்.' கிருஷ்ணை கடுமையான கோபம் கொண்டாள்.

'அந்த வன்ம ஸ்த்ரீயால்தான் எனது வாழ்வே நிலைகுலைந்து போனது. அவள் தன் பிள்ளைகளின் பொருட்டு யாரையும் காவு தந்துவிடுவாள்.'

இடும்பி பேசவில்லை. அவள் அந்த இரவு தன்னைச் சாந்தம் கொள்ளச் செய்துவிட்டதாகச் சொல்லியவளாக தனது கானகத்திற்குப் புறப்பட்டாள். பீமனின் ரதம் தயாராக இருந்தது. அவள் அதை வேண்டாமென மறுத்தவளாக தனியே நடந்து புறப்பட்டாள். அந்த வருசத்தின் கடும் மழைக் காலத்தில் விருட்சங் களின் ஊடே யாரோ தன்னை அழைப்பதாகச் சொல்லியபடி ஓடிய அவள் ஈர மண்ணில் புதையுண்டு இறந்து கிடந்ததைக் கண்ட எவரும் அதை பீமனிடம் சொல்லவேயில்லை.

ஆறாமவள்

இலக்கை யுதிஷ்ட்ரன் தீர்மானித்துவிட்ட பயணத்தில் எப்போதும் போலவே ஐவரும் தயாராகயிருந்தார்கள். ஆறாமவளாக திரௌபதியை அழைத்துப் போகக் காத்திருந்தார்கள். அரசாட்சியின் உரிமைகளைப் பகிர்ந்து தந்தாகிவிட்டது. எங்கும் முதுமையின் வேரோடிவிட்டது. இனி அஸ்தினாபுரத்தை விட்டு வடபகுதியின் மலைவெளிகளைச் சென்று அடைவதைத் தவிர வேறு புகலிட மில்லை என யுதிஷ்ட்ரன் முடிவு செய்துவிட்டான். அவன் விதுரனின் பிரிவிற்குப் பிறகு அஸ்தினாபுரத்தை விட்டு விலகிவிட வேண்டும் என்பதில் பிடிவாதம் உடையவனாக இருந்தான். சகோதரர்கள் தங்கள் கடைசிப் பயணம் இதென அறிந்தவர்களாக விடைபெற்றுக் கொண்டிருந்தார்கள். திரௌபதி நெடுநாட்களுக்குப் பிறகு தனது தனிமையை விரும்புபவளாக இருந்தாள். ஆறாமவளாக பின்தொடர்வதன் வலியும் வேதனையும் இதுவரை

வெளிப்படாமலே இருந்தது. மரணத்தின் பாதையிலாவது தான் தனியாக எவர் பின்னும் இல்லாமல் நடந்து சென்றிட வேண்டுமென முடிவு கொண்டிருந்தாள். தேசத்தில் பெருகியிருக்கும் கைம்பெண் களைப்போல அவள் தனித்து அடைந்திருக்க விரும்பவில்லை. அவள் விடுபட்டு மூழ்கியழிந்த துவாரகையை நோக்கிப் போக மனம் உடையவளாக இருந்தாள். ஆறாமவளை அழைத்துப் போக வந்திருந்தான் பீமன். அவள் பீமனின் முதிய தோற்றத்தினைக் கண்டாள்: வயது கலைந்த உருவமென்பதால் அவன் உரு சிதைவுற்றிருந்தது. அவன் மிகக் களைப்புற்றவனாகயிருந்தான். இது தனது கடைசிப் பயணம் என்பதன் நினைவை இறுக்கமாகப் பற்றியவன்போல சொன்னான்.

'கிருஷ்ணை, காத்துக் கொண்டிருக்கிறார் மூத்தவர். பயணம் தயாராகிவிட்டது.'

அவள் பீமனை நோக்கிச் சொன்னாள்.

'சாவு தனித்தனியாகத்தான் அரவணைத்துக் கொள்ளும். அதற்கு மூத்தவர் இளையவர் என்ற பேதமில்லை.'

'கிருஷ்ணை, வெகு தொலைவு போக வேண்டியுள்ளது.'

அவள் மறுப்பை உதிர்த்தவளாக பீமனோடு புறப்பட்டுப் போவதென முடிவு கொண்டாள். அவர்கள் அஸ்தினாபுரத்தைப் பிரியும்போது அதன் தலைவாசலில் நின்று திரும்பிப் பார்த்தார்கள். இனி இந்த நகரத்திற்கு ஒருபோதும் திரும்பப் போவதில்லை. நகரம் எப்போதும்போல மிதந்து கொண்டேயிருந்தது. குதிரைகள் புறப்படத் துவங்கின. அவர்கள் தேச எல்லையைக் கடக்கும்போது நகரிலிருந்து ஒரே ஒரு நாய் மட்டும் பின்தொடர்வதாக இருந்தது. யுதிஷ்ட்ரன் ஆறு பேரோடு ஏழாம் நபராக அந்த நாயையும் உடன் அழைத்துக் கொண்டான். அவர்கள் இந்த முறை பரஸ்பரம் பேசிக்கொள்ளவும் மனமற்றவர்களாகப் பயணம் செய்தார்கள், மலைச் சரிவுகளின் நீண்ட மௌனம் அவர்களையும் பற்றிக் கொண்டது. ஒரே பாதையில் ஐவரும் நடந்தபோதும் வேறு வேறு பாதைகளில் நடந்து செல்வதாக மனப்பிம்பம் கொண்டனர். குதிரைகளையும் விடுத்து நடந்து செல்லவேண்டிய மணற்பாதை வந்து சேர்ந்தது. நீண்ட மணல்வெளியில் அவர்கள் காற்றோடு நடந்தனர். மணல் ஒரு நதியென நீண்டு ஓடிக் கொண்டிருந்தது. தொலைவில் கானல் உருப்பெற்றிருந்தது. நூறுபேர் அலையாடி வருவதைப் போன்ற உருத் தோற்றங்களைக் கானல் காட்டி மறைந்தது. அவர்கள் பனிமலையின் அடிவாரத்திற்கு

வந்திருந்தார்கள். காலடிகள் பதிந்திராத வனவெளியில் நாய் மட்டுமே களைப்பற்று இருந்தது. அவர்கள் ஒவ்வொருவராகப் புறப்படத் துவங்கினர். வளைந்து சுற்றுப்பாதைகளில் நடந்தபோது யாரோ விழும் சப்தம் கேட்டு நாய் நின்றது. யாரோ குரலிட்டார்கள். நகுலன் வீழ்ந்துவிட்டான்.

யுதிஷ்ட்ரன் நடந்து கொண்டேயிருந்தான். சகாதேவனும் வீழ்ந்து விட்டான். குரல் திரும்பவும் கேட்டது.

'கிருஷ்ணை வீழ்ந்துவிட்டாள்.' யாரோ விசும்பும் ஓசை கேட்டபோதும் யுதிஷ்ட்ரன் நடந்து கொண்டேயிருந்தான். ஒரு குரல் கேட்டது 'பீமனும் வீழ்ந்தான்.' நாய் மேலேறிக் கொண்டேயிருந்தது. அர்ச்சுனனும் வீழ்ந்தான். இனி மீதமிருப்பது யுதிஷ்ட்ரன் மட்டுமே. யார் இதைத் தெரிவிக்கிறார்கள் என அறிய ஆவல் அற்றவனாக யுதிஷ்ட்ரன் நடந்தான். அவனைவிடவும் பல அடிகள் முன்னால் நாய் போய்க்கொண்டே இருந்தது. அது களைப்படையவில்லை. யுதிஷ்ட்ரன் நாயின் பாதையைத் தொடர்ந்தவனாக இருந்தான். புலன் மயக்கங்கள் தோன்றத் துவங்கின. பாதைகளின் சரிவில் துரியோதனன் தனது சகோதரர் களோடு காத்துக்கொண்டு நிசப்தமாக அமர்ந்திருந்தான். அருகாமை வந்தபோது உருக் கலைந்தது. யுதிஷ்ட்ரன் முன் நடந்து கொண்டேயிருந்தான். நீண்ட நாட்களுக்குப் பிறகு தனியனாக இருப்பதன் பெருமூச்சைப் பரவவிட்டபடி அவன் திரும்பிப் பார்க்காமல் சென்றான். யாரோ ஒரு குரல் கேட்டது.

'யுதிஷ்ட்ரா, பின் திரும்பிப் பார். ஒரேயொரு முறை உன் வழியின் சுவடுகளைத் திரும்பிப் பார்.'

யுதிஷ்ட்ரன் திரும்பவேயில்லை. அந்தக் குரல் தொடர்ந்து கொண்டே இருந்தது. மலையின் அதி உயரத்தை அடைந்த நாய் சலனமற்று அமர்ந்துகொண்டது. யுதிஷ்ட்ரன் வந்து சேர்ந்தபோது அந்தக் குரல் கேட்டது.

'யுதிஷ்ட்ரா, நீ பின் திரும்பிப் பார்.'

பின் திரும்ப எத்தனித்து உருகுபனியில் கால் வைத்து வீழ்ந்தான். பனி அவனை மூழ்கச் செய்தபடியிருந்தது. தனது கண்களை, ஒருமுறை பின் திரும்பிவிட எத்தனித்துத் திருப்பினான். ஒரு சைன்யம்போல ஆள் கூட்டம் மலை வழியெங்கும் நிசப்தமாக அமர்ந்திருந்தது. அதில் வேடுவச்சியும், அவள் குழந்தையும், இடும்பியும், துரியோதனனும், தாயும், விதுரனும், சூதர்களும் என

யாவரும் அமர்ந்திருந்தனர். சலனமற்று யாவரின் கண்களும் வெறித் திருந்தன. நாய் திரும்பிக் குரைத்தபோது அங்கே உருத்தோற்றம் எதுவு மில்லை. யுதிஷ்ட்ரன் உட்பட யாவும் பனியில் மூழ்கியிருந்தன.

~

நாயின் மூச்சுச் சப்தம் கேட்டபடியிருக்கும் பனிப்பாதைகளில் நான் நடந்து கொண்டிருந்தேன். எங்கிருந்து அதன் சப்தம் பிறக்கிறது எனத் தெரியவில்லை. நெடுங்காலமாக அலைந்து திரிந்தும் ஒடுங்காத நாயின் கால் தடங்களையாவது கண்டுவிட வேண்டுமென பனிக் குகைகளில் பிரவேசித்தபோது நாயின் மூச்சு அதனுள் படிந்திருந்தது. பனியின் சரிவினுள் அது நடந்துகொண்டே இருந்தது எனக் கண்டேன். பனிப் பொழிவினுள் உயிருள்ள மனிதர்களைப்போல உறைந்துபோயிருந்த ஐவரின் உடலின் மீதும் கண்ணாடி இழைபோல பனி கவசமிட்டிருந்தது. இரு கைகளையும் மார்புக்கு ஒடுக்கியபடி தலை கவிழ வீழ்ந்து கிடந்த சகாதேவன் முன் அமர்ந்திருந்தேன். யாரோ அங்கு வந்து போகிறார்கள் என்பதுபோல அவன் அருகில் கால்சுவடு தெரிந்தது. மாத்ரியின் பிள்ளையான அவன் பனியினுள் பிரவேசிக்கும் முன்பே யாவையும் கணக்கிட்டு விட்டான். அவன் மிகவும் களைப்படைந்தவனாகத் தனது தாயினை நினைவு கொண்டபடி முன்னால் செல்லும் சகோதரர்களை விலக்கிப் பனியில் புதைவு கொள்ளும்போது யாரையும் குரலிட்டு அழைக்க விரும்பவில்லை.

அவன் ஒரேயொரு முறை தனது பால்யத்தில் கண்ட தாயை நினைவு கொண்டான். நெருப்பில் வீழ்ந்த அவன் சுவாலையென அசைந்து கொண்டேயிருந்தான். ஏனோ அவன் விடுபடலில் மிகுந்த ஆசுவாசமும் சாந்தமும் கொண்டவனைப்போல மூழ்கிக் கொண்டான். கேசம் விரிய திரௌபதி பூமியைப் பார்த்தவளைப் போல வீழ்ந்திருந்தாள். அவள் முகம் தெரியாமல் பனி நிரம்பி விட்டது. அவள் வீழ்ந்து கொண்டிருப்பவர்களை விடவும் மேலேறிக் கொண்டிருப்பவர்மீதான கசப்பை உமிழ்ந்தாள். நெருப்பில் பிறந்தவள் என அறியப்பட்ட அவளது வெம்மை சூடிய உருவம் பனியைத் தீண்டியதும் விடுவிடுவென ரத்த வெளிறல் கொண்டது. பனி அவளைச் சிறுமியாக தகப்பனின் வீட்டிலிருந்த நாட்களின் வெதுமைக்குள் மூழ்கச் செய்து கொண்டிருந்தது. தனது கேசத்தைத் தடவியவளாக அவள் மலையை ஏறிட்டுப் பார்த்தாள். மகா மௌனம். அவள் மூழ்கியபோது பீமன் துக்கம் மீறி சப்தமிடும் ஓசை கேட்டது. பின்னால் திரும்பி நடந்து வரத் துவங்கினான் பீமன், இனி

தான் சகோதரனின் பாதையில் முன்னால் செல்லவேண்டியவன் அல்ல எனப் புரிந்தவனைப்போல வீழ்ந்து கிடக்கும் சகோதரர்களையும் கிருஷ்ணையையும் கண்டவனாக அவள் அருகமர்ந்து கொண்டான். துயிலின் மிருதுவைப்போல சௌந்தர்யம் கொண்ட கிருஷ்ணையின் அருகிலே அவனும் ஒடுங்கிவிட நினைத்தான். பேச்சுக் கூடாத மனத் துக்கம் பீறிட அவள் வீழ்ந்துகொண்டிருக்கும் பனியிடுக்கினுள் பிரவேசித்தான். மெல்ல அவன் கால்கள் பனியினுள் அமிழத் துவங்கின. யாவரும் ஒடுங்கியபிறகு பனியின் நீண்ட வெண்பாதைகளில் நாய் எவரையோ தேடியலைவதைப் போல நடந்துகொண்டே இருந்தது. பனிவேடர்கள் சிலர் தனியே நடந்து செல்லும் நாயினை ஏதோ வானவர்தான் நாய் உருவம் கொண்டு அலைகிறார்களோ என விலகிப் போனார்கள்.

நாய் சுற்றியலைந்து சஞ்சயன் ஒடுங்கிய பனிக் குகையினைக் கண்டு கொண்டது. சஞ்சயன் உடலினை ஒரு சுடரைப்போல மெலியச் செய்தவனாக பனியில் ஒடுங்கி இருந்தான். நாயின் மூச்சு அவன் பாதங்களில் படர அவன் நீண்டநாட்களின் பின்பு விழிப்பு கொண்டான். நாய் எந்தச் சலனமுமற்று அருகாமையில் படுத்துக்கொண்டது. அவன் விழிப்புற்று எழுந்தவனாக அதை வணங்கிக்கொண்டான். இதுநாள் வரை நகரையும் பாண்டவர்களையும் பற்றிப் பிடித்திருந்த ஆசைதான் நாய் உருவம் கொண்டு அவர்கள் முன் வந்திருக்கிறது என்பதைக் கண்டான். சதா விழிப்புற்றபடி அலைந்து கொண்டிருக்கும் வேட்கையென்னும் அந்த நாய் உருவினைக் கண்டபடியிருந்த அவனும் பிறகு தன் கண்களை மூடிக்கொண்டுவிட்டான்.

~

பனிவேடர்கள் சில நாட்களில் மலையின் அதி உயரத்தில் பனியினுள் ஒரு நெருப்புச் சுடர் கிளைவிட்டு எரிவதைக் காண்பதாகவும், ஐந்து மனிதர்கள் தனித்தனியாக ஏதாவது சரிவுகளில் யாரோ வரக் காத்திருப்பதாகவும் சொன்னார்கள். நாயோடு அலையும் தீர்க்க மனிதன் ஒருவன் பனியிடை சுற்றியலைவதாகவும் அவர்கள் நடந்து செல்லும்போது கால்சுவடுகள் பதிவதேயில்லை எனவும் சொல்லிக் கடந்தனர். களைப்பு மேலிட நான் கற்குகையொன்றினுள் ஓர் இரவைக் கழித்துவிட்டுத் திரும்புவதென முடிவு செய்தவனாகப் பனி இறங்கிய கற்குகையொன்றில் நெருப்பிட்டவனாகத் தனியே அமர்ந்திருந்தேன். உறக்கம்கூடாத இரவாகயிருந்தது. நெருப்பு தானே அலைவு கொண்டது. நான் எழுந்து திரும்பவும் நெருப்பை ஏற்றினேன். யாரோ அணைத்துவிடுவதுபோல இருந்தது.

மறுமுறை நெருப்பு பற்ற, 'நெருப்பின் வெம்மை தாள முடியவில்லை...' எனக் குரல்களின் சிதறல் கேட்டது.

நான் இருளில் கண்களை விரித்தபடி பார்த்தேன். என் குகையில் எவர் எவரோ நிரம்பியிருந்தார்கள். நான் பார்க்க விரும்பிய மனிதர்களின் சலனமற்ற தோற்றத்தைக் கண்டேன். எங்கிருந்தோ சிலர் வந்து நிரம்பிக் கொண்டேயிருந்தார்கள். நான் விழித்துக் கொண்டேயிருந்தேன். யாரும் யாரோடும் பேசிக் கொள்ளவில்லை. நீண்ட நேரத்திற்குப் பின்பு ஒரு நாயின் ஓசை கேட்கத் துவங்கியதும் உருவங்கள் கலைந்து செல்லத் துவங்கின. குகை வெளியே அந்த நாயினைப் பார்த்தேன். பனியின் துடிப்பேறிய கண்களால் எனை நேர் கொண்டது. அதன் அருகாமைக்கு வந்தபோது அது பனியின் சரிவில் திரும்பி ஓடத் துவங்கியது. நான் அதன் பாதையைப் பின்தொடர்ந்தபடி ஓடி பனியினுள் சரிவு கொண்டேன். கால்கள் புதைவுகொள்ள உடல் பனியின் உச்சத்தில் அமிழ்ந்துகொண்டே இருந்தது. யாரோ அழைக்கும் ஓசை தொலைவில் கேட்டது.

'விழித்துக் கொள்ளுங்கள்.'

நான் திகைப்புற்றுக் கண் திறந்தபோது படகு நதியில் போய்க் கொண்டேயிருந்தது. அஸ்தினாபுரத்திற்குப் போக என்னைப் படகில் ஏற்றிக்கொண்ட மனிதன் துடுப்பிட்டவாறேயிருந்தான். அவன் இப்போது வாலிபனைப்போல தோற்றம் கொண்டிருந்தான். எனக்குத் தடுமாற்றமாகயிருந்தது.

'நீ கிருஷ்ண துவைபான வியாசனா?' எனக் கேட்டதற்கு ஆமென தலையசைத்தான். அப்போதுதான் கவனித்தேன், அவன் படகை நதியின் கரைக்குச் செலுத்தாமல் நதியின் திசையிலே செலுத்திக் கொண்டிருக்கிறான் என. நாங்கள் நதிவழியிலே நெடுந்தூரம் வந்துவிட்டோம். எதுவும் திட்டமாக அறிந்துகொள்ள முடிய வில்லை. அவனிடம் நான் கேட்டேன், 'நாம் எங்கே போகிறோம்?'

'துவக்கத்திற்கு.'

எதன் துவக்கத்திற்கு என்றோ, அது எங்கிருக்கிறது என்றோ, அவன் சொல்லவோ நான் கேட்கவோயில்லை. நதி செல்லும் திசையிலே படகு போய்க் கொண்டேயிருந்தது. கரைகளைப் பற்றிய கவனம் எதுவுமின்றி தொலைவில் எப்போதும்போல பசுக்கள் மேய்ந்தபடியிருந்தன.

தேசாந்திரி பதிப்பகம்

நூல் பட்டியல்

1. தனிமையின் வீட்டிற்கு நூறு ஜன்னல்கள் (சிறுகதைகள்) ரூ.150
2. நாவலெனும் சிம்பொனி (கட்டுரைகள்) ரூ.140
3. உலகை வாசிப்போம் (உலக இலக்கிய கட்டுரைகள்) ரூ.200
4. எழுத்தே வாழ்க்கை (வாழ்க்கை வரலாற்று கட்டுரைகள்) ரூ.175
5. எலியின் பாஸ்வேர்டு (சிறார் நூல்) ரூ.35
6. உப பாண்டவம் (நாவல்)
7. சஞ்சாரம் (நாவல்) ரூ.340
8. இடக்கை (நாவல்) ரூ.375
9. பதின் (நாவல்) ரூ.235
10. தாவரங்களின் உரையாடல் (சிறுகதைகள்) ரூ.150
11. காண் என்றது இயற்கை (இயற்கை அறிதல்) ரூ.115
12. எனதருமை டால்ஸ்டாய் (உலக இலக்கியக் கட்டுரைகள்) ரூ.100
13. இலக்கற்ற பயணி (பயணக்கட்டுரைகள்) ரூ.175
14. வெயிலைக் கொண்டு வாருங்கள் (சிறுகதைகள்) ரூ.140
15. செகாவ் வாழ்கிறார் (வாழ்க்கை வரலாறு) ரூ.140
16. கோடுகள் இல்லாத வரைபடம் (கட்டுரைகள்)
17. உலக இலக்கியப்பேருரைகள் (கட்டுரைகள்)
18. கூழாங்கற்கள் பாடுகின்றன (ஜென் கவிதைகள் குறித்த கட்டுரைகள்)
19. காட்சிகளுக்கு அப்பால் (உலக சினிமா கட்டுரைகள்)
20. சிரிக்கும் வகுப்பறை (சிறார் நூல்)
21. அப்போதும் கடல் பார்த்துக் கொண்டிருந்தது (சிறுகதைகள்)
22. பதினெட்டாம் நூற்றாண்டின் மழை (சிறுகதைகள்)
23. வாக்கியங்களின் சாலை (உலக இலக்கியக் கட்டுரைகள்)
24. காந்தியோடு பேசுவேன் (சிறுகதைகள்)
25. பிகாசோவின் கோடுகள் (ஓவியக் கட்டுரைகள்)